ശുചിത്വവും
മാലിന്യ സംസ്കരണവും

വികേന്ദ്രീകരണ ആസൂത്രണത്തിന്റെ
പശ്ചാത്തലത്തിൽ

Shuchithwavum Malinyasamskaranavum
Vikendreekarana Asoothranathinte Pachathalathil
Study

Dr.R Ajayakumarvarma

CHINTHA PUBLISHERS
Thiruvananthapuram

First Edition
April 2022

Published & Typesetting
Chintha Publishers, Thiruvananthapuram

Printed at
Akshara Offset, Thiruvananthapuram

Cover Design
Vinod Mangoes

ISBN : 978-81-19131-08-2

CO - 3265 / 6459

₹ 320

Email: chinthapublishers@gmail.com
Website: www.chinthapublishers.com

A version is available at National Libraries
Kolkata, Mumbai, Chennai and Delhi

Distribution
DESHABHIMANI BOOKHOUSE
H O Thiruvananthapuram 695035

Branch
Head Office Kunnukuzhi • Statue Thiruvananthapuram
KSRTC Bus Terminal Thampanoor • Saphalyam Complex Thiruvananthapuram
KSRTC Bus Station Alappuzha • KSRTC Bus Station Ernakulam
Machingal Lane Thrissur • IG Road Kozhikode
Mavoor Road Kozhikode • NGO Union Building Kannur
Central Bus Terminal Complex Thavakkara Kannur

ശുചിത്വവും
മാലിന്യ സംസ്കരണവും
വികേന്ദ്രീകരണ ആസൂത്രണത്തിന്റെ പശ്ചാത്തലത്തിൽ

ഡോ. ആർ അജയകുമാർവർമ്മ

ചിന്ത പബ്ലിഷേഴ്സ്
തിരുവനന്തപുരം-695 035
വില : ₹ 320

ഡോ. ആർ അജയകുമാർവർമ്മ

ദേശീയ ഭൗമ ശാസ്ത്ര പഠന കേന്ദ്രത്തിൽനിന്ന് മുഖ്യ ശാസ്ത്ര ജ്ഞനായി വിരമിച്ചു. ശുചിത്വമിഷൻ എക്സിക്യൂട്ടീവ് ഡയറക്ടർ, ഹരിതകേരളം മിഷൻ സാങ്കേതിക ഉപദേഷ്ടാവ്, ശാസ്ത്ര-സാങ്കേതിക പരിസ്ഥിതി കൗൺസിൽ മെമ്പർ സെക്രട്ടറി, ക്ലീൻ കേരള മിഷൻ ഡയറക്ടർ എന്നീ നിലകളിലും പ്രവർത്തിച്ചു. ജനകീയാസൂത്രണ പ്രസ്ഥാനത്തിന്റെ ഭാഗമായി പഞ്ചായത്തുതലത്തിൽ ഭൂ-ജല പദ്ധതികൾ ആസൂത്രണം ചെയ്യുന്നതിനും, നീർത്തട പരിപാലന വികസന പ്രവർത്തനങ്ങൾ വ്യാപകമാക്കുന്നതിനും പ്രവർത്തിച്ചു. പഞ്ചായത്ത്തല വിഭവഭൂപടപരിപാടിയും അതിന്റെ അടിസ്ഥാനത്തിൽ പ്രാദേശിക ആസൂത്രണവും കണ്ടെത്തി പ്രയോഗവല്ക്കരിക്കുന്നതിൽ മുഖ്യപങ്കാളി യായി കേരളത്തിലും രാജ്യത്തെ ഇതര സംസ്ഥാനങ്ങളിലും പ്രവർ ത്തിച്ചു. ഡോ. എം പി പരമേശ്വരൻ നേതൃത്വം നല്കിയ ഭാരത് ഗ്യാൻ വിഗ്യാൻ സമിതിയുടെ നേതൃത്വത്തിൽ ബംഗാൾ, ബീഹാർ, ഒറീസ്സ, തമിഴ് നാട് എന്നീ സംസ്ഥാനങ്ങളിലെ ഭൂ-ജല സാക്ഷരതാ പ്രവർത്തനങ്ങ ളുടെ സാങ്കേതിക സഹായിയായി പ്രവർത്തിച്ചു. കേരളത്തിലെ വിവിധ തദ്ദേശ സ്ഥാപനങ്ങളിൽ ഉല്പാദിപ്പിക്കപ്പെടുന്ന ഖര-ദ്രവ മാലിന്യ ങ്ങളുടെ ഉല്പാദനവും അവയുടെ പ്രത്യേകതകളും, പരിപാലനവും സംബന്ധിച്ച് അടിസ്ഥാന പഠനങ്ങൾ നടത്തി പ്രസിദ്ധീകരിച്ചു. മാലിന്യ സംസ്കരണം ഫലപ്രദമാക്കുന്നതിന് 'ഓവർഫ്ലോ മാലിന്യ പരിപാലന രീതി (Overflow Waste Management)' എന്ന വികേന്ദ്രീകൃത മാലിന്യ പരിപാലന രീതി ആവിഷ്കരിച്ച് നടപ്പിലാക്കുന്നതിന് നേതൃത്വം നല്കി. ഭൂ ഭൗതികശാസ്ത്രം, പരിസ്ഥിതി പരിപാലനം, നീർത്തട വികസനം, മാലിന്യ സംസ്കരണം എന്നീ മേഖലകളിൽ പ്രാവീണ്യം, ഇരുന്നു റോളം ശാസ്ത്ര പ്രബന്ധങ്ങളും, സാങ്കേതിക റിപ്പോർട്ടുകളും പ്രസി ദ്ധീകരിച്ചു. *നീർത്തട പരിപാലനം, പ്ലാസ്റ്റിക്കും-പരിസ്ഥിതിയും, വിഭ വഭൂപടവും -പ്രാദേശിക ആസൂത്രണവും, ഭൂ-ജല സാക്ഷരത, ഭൂഗർഭ ജല പരിപാലനം* എന്നീ പുസ്തകങ്ങൾ പ്രസിദ്ധീകരിച്ചു.

കുടുംബം- ഘമലേ അറ്. രാജരാജ വർമ്മ (അച്ഛൻ), അംബാലിക തമ്പുരാട്ടി (അമ്മ), ലത (ഭാര്യ), പാർവതി & പ്രണവ് (മക്കൾ), ഡോ. വിജയകൃഷ്ണൻ (മരുമകൻ)

ഉള്ളടക്കം

വൃത്തിയുടെ പടവുകൾ കയറുമ്പോൾ	9
ശുചിത്വ ഘടകങ്ങൾ	12
കേരളത്തിന്റെ ശുചിത്വ ചരിത്രം	17
ജനകീയാസൂത്രണപ്രസ്ഥാനവും ശുചിത്വപ്രവർത്തനങ്ങളും	31
സമ്പൂർണ്ണ ശുചിത്വ പരിപാടി	43
രാജ്യത്തിന് മാതൃകയായി ശുചിത്വ ദൗത്യങ്ങൾ	64
മാലിന്യ മുക്ത കേരളം	80
മാലിന്യ മുക്തകേരളം ക്യാംപെയിനും നൂതന സംരംഭങ്ങളും	95
ഉറവിട മാലിന്യ സംസ്കരണം അഥവാ അധിക മാലിന്യ പരിപാലനം	118
ഹരിതകേരളത്തിലേക്ക്	136
മാലിന്യ പരിപാലനം ആഗോള അനുഭവവും കേരളവും	160
ദ്രവമാലിന്യപരിപാലനം	171
പ്രളയ മാലിന്യ പരിപാലനവും ശുചീകരണവും	201
വൃത്തിയുടെ പടവുകൾ കയറാം	221
അവലംബ പ്രസിദ്ധീകരണങ്ങളും അധികവായനാ ഗ്രന്ഥങ്ങളും	231

പ്രസാധകക്കുറിപ്പ്

ഉല്പാദനവും ഉപഭോഗവും തമ്മിലുള്ള ആസൂത്രണത്തിന്റെ അഭാവം മുതലാളിത്തത്തിന്റെ സഹജ സ്വഭാവമാണ്. ഉപയോഗിച്ചും ഉപയോഗിക്കാതെയും വലിച്ചെറിയപ്പെടുന്ന സാധനങ്ങൾ മാലിന്യം എന്ന അനഭിലഷിതമായ അവസ്ഥ സൃഷ്ടിക്കുന്നു. ആധുനികജീവിതം സൃഷ്ടിക്കുന്ന മാലിന്യം നിർമ്മാർജനം ചെയ്യുന്നതിന് വൈജ്ഞാനിക ശീലങ്ങൾ ചിട്ടപ്പെടുത്തിയതുകൊണ്ടുമാത്രം ആവില്ല. അതിന് കൃത്യമായ ആസൂത്രണവും ശാസ്ത്രസാങ്കേതികവിദ്യയുടെ ശരിയായ ഉപയോഗവും ആവശ്യമായി വരും. വ്യക്തിശുചിത്വവും മാലിന്യ സംസ്ക്കരണവും സാമൂഹ്യ അവസ്ഥയുമായി ബന്ധപ്പെട്ടുകിടക്കുന്നു. കേരളത്തിന്റെ അനുഭവങ്ങളെയും പരീക്ഷണ നിരീക്ഷണങ്ങളെയും മുൻനിർത്തി മാലിന്യമുക്തമായ സമൂഹം എങ്ങനെ കെട്ടിപ്പെടുക്കാം എന്ന അന്വേഷണമാണ് ഈ പുസ്തകം. മാലിന്യ നിർമ്മാർജനം എന്ന ആഗോള പ്രശ്നം കേരളത്തിൽ എപ്രകാരം നിലനിൽക്കുന്നു, അതിന്റെ പരിഹാരം എന്ത് എന്ന് ചിന്തിക്കുന്നവർക്കായി ഞങ്ങൾ ഈ പുസ്തകം മുന്നോട്ടു വയ്ക്കുന്നു.

ചിന്ത പബ്ലിഷേഴ്സ്

1

വൃത്തിയുടെ പടവുകൾ കയറുമ്പോൾ

വൃത്തിയായിരിക്കുക എന്നത് മനുഷ്യന്റെ സ്വാഭാവിക ശീലമാണ്. മനുഷ്യന്റെ ആരോഗ്യകരമായ ജീവിതത്തിന്റെയും, ആത്മാഭിമാനത്തിന്റെയും അടിസ്ഥാനം മാത്രമല്ല, മനുഷ്യജീവിതത്തിന്റെ പരമപ്രധാനമായ മൂല്യം കൂടിയാണ് വൃത്തി. സാമൂഹിക അന്തസ്സായി കൂടി വൃത്തി എന്ന വികാരം കണക്കാക്കപ്പെടുന്നു. ആന്തരികവും, ബാഹ്യവുമായ വൃത്തി നമ്മുടെ സാംസ്കാരിക വളർച്ചയ്ക്ക് പരമപ്രധാനമായി കണക്കാക്കപ്പെടുന്നു. വെടിപ്പുള്ള സാഹചര്യം ഒരുക്കി വൃത്തിനേടാനുതകുന്ന ഇടപെടലാണ് ശുചിത്വം. ദാരിദ്ര്യത്തിൽനിന്ന് മോചനം നേടാനുള്ള ഉപാധികളിൽ വിദ്യാഭ്യാസത്തെയും, ആരോഗ്യത്തെയും പോലെതന്നെ ശുചിത്വത്തിനും വലിയ പ്രാധാന്യമുണ്ട്. അനാരോഗ്യത്തിൽനിന്നും, അകാലചരമത്തിൽനിന്നും ദാരിദ്ര്യത്തിൽനിന്നും മനുഷ്യനെ മോചിപ്പിക്കുന്നതിന് ശുചിത്വമേഖലയിലെ മുതൽമുടക്ക് വലിയതോതിൽ സഹായിച്ചിട്ടുണ്ട് എന്ന് ചരിത്രം നമ്മെ പഠിപ്പിക്കുന്നു. മനുഷ്യന്റെ സാംസ്കാരികവളർച്ചയിലും, മെച്ചപ്പെട്ട ജീവിതനിലവാരം കൈവരിക്കുന്നതിലും ശുചിത്വശീലങ്ങളുടെ പങ്ക് വളരെ വലുതാണ് എന്നതാണ് നമ്മുടെ കഴിഞ്ഞകാല അനുഭവസാക്ഷ്യം.

പ്രാചീനകാലത്തുതന്നെ ഭാരതത്തിലെ വിവിധ സംസ്കൃതികൾ ശുചിത്വപാലനത്തിന് വലിയ മുൻഗണന നല്കിയിരുന്നു എന്നാണ് സിന്ധു നദീതടസംസ്കാരവുമായി ബന്ധപ്പെട്ട രേഖകളിലും, മനുസംഹിതയിലും മറ്റും രേഖപ്പെടുത്തിയിട്ടുള്ളത്. എന്നാൽ പില്ക്കാലത്ത് വ്യക്തിഗത ശുദ്ധി നിലനിർത്താൻ ഇന്ത്യൻ സമൂഹം ശ്രദ്ധിച്ചുവെങ്കിലും പരിസരശുചിത്വം പാലിക്കുന്നതിൽ വളരെയധികം പിന്നോക്കം പോകുന്ന സ്ഥിതിയാണുണ്ടായത്. 1869 ൽ ബ്രിട്ടീഷ് ഭരണത്തിൻകീഴിൽ ബോംബെ,

മദ്രാസ്, ബംഗാൾ എന്നിവിടങ്ങളിൽ പൊതുജനാരോഗ്യ കമ്മീഷണർമാരെ നിയമിച്ചുകൊണ്ട് ശുചിത്വസ്ഥിതി മെച്ചപ്പെടുത്തുന്നതിനുള്ള ചില പ്രവർത്തനങ്ങൾ ആരംഭിക്കുകയുണ്ടായി. ബ്രിട്ടീഷ് പട്ടാളത്തിന്റെ ആരോഗ്യസംരക്ഷണം മുൻനിർത്തിയാണ് ഈ നടപടികൾ സ്വീകരിച്ചത്. 1888 ൽ ശുചിത്വവുമായി ബന്ധപ്പെട്ട പ്രവർത്തനങ്ങൾ തദ്ദേശഭരണ സ്ഥാപനങ്ങളെ ഏല്പിക്കുകയുണ്ടായി. എന്നാൽ സാമ്പത്തികമനുഷ്യവിഭവശേഷിയുടെ അഭാവത്തിൽ ഈ പ്രവർത്തനങ്ങൾ മന്ദീഭവിച്ചു. 1912 ൽ തദ്ദേശഭരണ സ്ഥാപനങ്ങൾക്കു സഹായധനം ലഭ്യമാക്കുകയും ഡെപ്യൂട്ടി സാനിട്ടറി കമ്മീഷണർമാരെ നിയമിക്കുകയും ചെയ്തു. എങ്കിലും കാര്യമായ പുരോഗതി ഉണ്ടായില്ല. 1919 ൽ ശുചിത്വവും പൊതുജനാരോഗ്യവും സംബന്ധിച്ച പ്രവർത്തനങ്ങൾ പ്രവിശ്യാ സർക്കാരുകളിലേക്ക് മാറ്റുകയുണ്ടായി. ശുചിത്വം ഉൾപ്പെടെയുള്ള പൊതുജനാരോഗ്യ മേഖലയിൽ ഗവേഷണങ്ങൾക്കും, ശേഷിവർദ്ധനയും ലക്ഷ്യമിട്ട് 1930 ൽ 'ഓൾ ഇന്ത്യ ഇൻസ്റ്റിറ്റ്യൂട്ട് ഓഫ് ഹൈജീൻ & പബ്ലിക് ഹെൽത്ത്' (AIIH & PH) സ്ഥാപിക്കുകയുണ്ടായി. എന്നാൽ ഈ പ്രവർത്തനങ്ങളും കാര്യമായ മാറ്റങ്ങളൊന്നും ഉണ്ടാക്കിയതായി രേഖകളില്ല. ഇന്ത്യൻ ഗ്രാമങ്ങളിലെ വൃത്തിഹീനവും രോഗാതുരവുമായ ശോചനീയാവസ്ഥ ചർച്ചയായത് ഇന്ത്യൻ സ്വാതന്ത്ര്യസമര നാളുകളിലാണ്. ദൈവികതത്വത്തെപ്പോലെ തന്നെ പ്രാധാന്യം ശുചിത്വത്തിനുമുണ്ട് എന്ന പ്രസ്താവനയിലൂടെ 1941 ൽ ഇന്ത്യൻ സമൂഹത്തെ പ്രചോദിപ്പിച്ചത് മഹാത്മാഗാന്ധിയാണ്. സ്വാതന്ത്ര്യത്തേക്കാൾ പ്രധാനമാണ് ശുചിത്വം എന്ന മഹാത്മാഗാന്ധിയുടെ വീക്ഷണം ഉൾക്കൊണ്ടാണ് ഇന്ത്യൻ ഗ്രാമങ്ങളിൽ ശുചിത്വ പ്രവർത്തനങ്ങൾക്ക് മുന്നേറ്റംകുറിച്ചത്. മനുഷ്യവിസർജ്ജ്യം ഉൾപ്പെടെയുള്ള മാലിന്യം അതാതിടങ്ങളിൽത്തന്നെ സംസ്കരിച്ച് കർഷകർക്ക് സുവർണ്ണവളമായി ലഭ്യമാക്കണം എന്നു ഗാന്ധിജി ഉദ്ബോധിപ്പിച്ചു. ഇന്ത്യയിൽ, പ്രത്യേകിച്ചു നഗരപ്രദേശങ്ങളിൽ നിലനിന്നിരുന്ന തോട്ടിപ്പണിക്കെതിരെയുള്ള സമരം സ്വാതന്ത്ര്യ സമരത്തിന്റെ ഭാഗമായിത്തന്നെ ഗാന്ധിജി ഉയർത്തിക്കൊണ്ടുവന്നു. തുടർന്ന് വിവിധ സാമൂഹിക നേതാക്കളും, സംഘടനകളും ശുചിത്വവുമായി ബന്ധപ്പെട്ട പ്രവർത്തനങ്ങൾ ഏറ്റെടുത്തുവെങ്കിലും കാലക്രമത്തിൽ ഈ പ്രവർത്തനങ്ങൾക്കു സമൂഹത്തിൽ വലിയ മുൻഗണന ലഭിക്കുകയുണ്ടായില്ല. എന്നിരുന്നാലും ഗാന്ധിജിയുടെ ആഹ്വാനപ്രകാരം 'ഭാങ്കി കസ്ട മുക്തി', 'ഭാങ്കി മുക്തി' എന്നീ രണ്ടുപരിപാടികൾ സ്വാതന്ത്ര്യസമരത്തിന്റെ ഭാഗമായി വിവിധ നേതാക്കളും, സാമൂഹ്യപ്രവർത്തകരും, സംഘടനകളും ഏറ്റെടുക്കുകയുണ്ടായി. തോട്ടിപ്പണിയിൽ ഏർപ്പെട്ടിരുന്നവരുടെ കഷ്ടത കുറയ്ക്കുന്നതിനും ശുചിത്വ ഉപാധികൾ ലഭ്യമാക്കുന്നതിനുമുള്ള പ്രവർത്തനമായിരുന്നു 'ഭാങ്കി കസ്ട മുക്തി' എന്ന പരിപാടിയിലൂടെ സംഘടിപ്പിച്ചത്. ആരോഗ്യരക്ഷകമായ കക്കൂസുകൾ ലഭ്യമാക്കി ദിനംപ്രതി മനുഷ്യമലം കോരിമാറ്റേണ്ടിവരുന്ന കക്കൂസ് കുഴികളെ ഒഴിവാക്കുകയും,

മനുഷ്യത്വരഹിതമായ തോട്ടിപ്പണിയിൽ ഏർപ്പെട്ടിരുന്നവർക്ക് തൊഴിൽ നൈപുണ്യം ലഭ്യമാക്കി പകരം തൊഴിൽ ലഭ്യമാക്കുകയും ചെയ്യുക എന്നതായിരുന്നു 'ഭാങ്ങി മുക്തി' എന്ന പരിപാടിയിലൂടെ സംഘടിപ്പിച്ചത്. ഈ കാലഘട്ടത്തിൽ കേരളത്തിലും ശുചിത്വപ്രവർത്തനങ്ങൾ ആരംഭിക്കുകയുണ്ടായി. തദ്ദേശസ്വയംഭരണ സ്ഥാപനങ്ങളുമായും ഗ്രാമവികസന പരിപാടികളുമായും ബന്ധപ്പെടുത്തിയാണ് കേരളത്തിലെ ശുചിത്വപ്രവർത്തനങ്ങൾ ആദ്യകാലത്ത് മുന്നേറിയത്. എന്നാൽ സംസ്ഥാന സർക്കാരിന്റെ വികേന്ദ്രീകൃത ഭരണനയത്തിന്റെ ഭാഗമായി ശാക്തീകരിക്കപ്പെട്ട തദ്ദേശസർക്കാരുകളുടെയും അവരുടെ പ്രവർത്തനങ്ങൾക്ക് ആക്കം കൂട്ടിയ ജനകീയാസൂത്രണ പരിപാടിയുടെയും പിൻബലത്തിലാണ് കേരളത്തിലെ ശുചിത്വ പ്രവർത്തനങ്ങൾ ശക്തിയാർജ്ജിച്ചതും രാജ്യത്തിന് തന്നെ മാതൃകയായി മാറുകയും ചെയ്തത്. ശുചിത്വമേഖലയിൽ നമ്മുടെ രാജ്യവും, സംസ്ഥാനവും കൈവരിച്ച നേട്ടങ്ങൾ തുടർന്നുള്ള അദ്ധ്യായങ്ങളിൽ പരിശോധിക്കാം.

2

ശുചിത്വ ഘടകങ്ങൾ

പ്രകൃതിവിഭവങ്ങൾ സംരക്ഷിച്ചുകൊണ്ട് ആരോഗ്യരക്ഷകമായ ജീവിതപരിസ്ഥിതി എല്ലാവർക്കും ലഭ്യമാക്കുക എന്നതാണു ശുചിത്വത്തിന്റെ ആകമാനമായ ഉദ്ദേശ്യം. ലോകാരോഗ്യസംഘടനയുടെ നിർവ്വചനപ്രകാരം മനുഷ്യവിസർജ്ജ്യങ്ങളുടെ സുരക്ഷിതമായ നിർമ്മാർജ്ജനത്തിന് വേണ്ട സൗകര്യങ്ങളും, സേവനങ്ങളും ഉൾപ്പെടുന്ന വ്യവസ്ഥയാണ് ശുചിത്വം. എന്നാൽ വൃത്തിയുള്ള അവസ്ഥ കൈവരിക്കണമെങ്കിൽ ഖരദ്രവ മാലിന്യ പരിപാലനവും, രോഗാണുനിയന്ത്രണവും ഉൾപ്പെടെയുള്ള പ്രവർത്തനങ്ങൾ കൂടി ശുചിത്വത്തിന്റെ ഭാഗമായി കാണേണ്ടതുണ്ട്. ആയതിനാൽ വൃത്തി പരിപോഷിപ്പിക്കുന്നതിന്റെ ഭാഗമായി ശുചിത്വപ്രവർത്തങ്ങൾ വിഭാവനം ചെയ്യുമ്പോൾ മനുഷ്യമലം, മലിനജലം, ഖരമാലിന്യം ഇവ സുരക്ഷിതമായി പരിപാലിക്കുന്നതിനും, ഗാർഹികവും സാമൂഹ്യവുമായ വ്യവസ്ഥകൾ വൃത്തിയോടെ പരിരക്ഷിക്കുന്നതിനും വേണ്ടതായ സാങ്കേതികവും, സംഘടനാപരവുമായ സംവിധാനങ്ങളും, സേവനങ്ങളും ഉൾക്കൊള്ളേണ്ടതാണ്. സമ്പൂർണ്ണശുചിത്വം നേടുന്നതിന് സാർവ്വത്രികമായി അംഗീകരിച്ചിട്ടുള്ള ഉപാധികളാണ് താഴെപ്പറയുന്ന ശുചിത്വഘടകങ്ങൾ.

1. മനുഷ്യമലത്തിന്റെ സുരക്ഷിതമായ നിർമ്മാർജ്ജനം
2. ഖരമാലിന്യ പരിപാലനം
3. ദ്രവമാലിന്യ പരിപാലനം
4. കുടിവെള്ളം സുരക്ഷിതമായി കൈകാര്യം ചെയ്യൽ
5. ഭക്ഷണശുചിത്വം ഉറപ്പാക്കൽ
6. ഗാർഹികശുചിത്വപാലനം

7. വ്യക്തിശുചിത്വപാലനം
8. സാമൂഹ്യശുചിത്വം നിലനിർത്തൽ

ഈ ഘടകങ്ങളെ ആസ്പദമാക്കിയാണ് ശുചിത്വ പരിപാടികൾക്ക് ദിശാസൂചന നല്കുന്ന തത്ത്വങ്ങൾക്കു രൂപംനല്കിയിട്ടുള്ളത്. ഇതിന്റെ അടിസ്ഥാനത്തിൽ അനുയോജ്യ സാങ്കേതികവിദ്യകളും അനുചിതമായ സാമൂഹ്യബോധനവും ഉപയോഗപ്പെടുത്തി ശുചിത്വശീലങ്ങൾ പ്രയോഗത്തിലാക്കുകയും അതുവഴി ആരോഗ്യമുള്ള ഒരു സമൂഹത്തെ സൃഷ്ടിക്കുകയുമാണ് ശുചിത്വപ്രവർത്തനങ്ങളുടെ ലക്ഷ്യം. മേൽവിവരിച്ച ശുചിത്വഘടകങ്ങൾ ഒന്നൊന്നായി പ്രായോഗത്തിലെത്തിക്കുന്നതിനായി സംയോജിതമായ പ്രവർത്തനങ്ങൾ നമ്മുടെ രാജ്യവും സംസ്ഥാനവും 1980 മുതൽ ഊർജ്ജിതപ്പെടുത്തിയെങ്കിലും സാക്ഷരതാ പ്രസ്ഥാനവും ജനകീയാസൂത്രണ പ്രവർത്തനങ്ങളുടെ ഭാഗമായുണ്ടായ വലിയ രീതിയിലുള്ള ജനപങ്കാളിത്തവുമാണ് ശുചിത്വമേഖലയിൽ കാര്യക്ഷമമായ നേട്ടം കൈവരിക്കുന്നതിന് കേരളത്തെ സഹായിച്ചത്.

2.1 ശുചിത്വം-അവകാശം, ഉത്തരവാദിത്വം

അടിസ്ഥാനപരമായി ശുചിത്വം മനുഷ്യന്റെ അവകാശവും ഉത്തരവാദിത്വവുമായാണ് പരിഗണിക്കപ്പെടേണ്ടത്. ജീവിതരീതിയുമായി അഭേദ്യമായി ബന്ധപ്പെട്ട കാര്യമെന്നനിലയിൽ ഓരോ മനുഷ്യന്റെയും ഉള്ളിലുണ്ടാകേണ്ട ഒരു സ്വഭാവമഹിമയാണ് ശുചിത്വം. മനുഷ്യന്റെ ആരോഗ്യപൂർണ്ണമായ ജീവിതത്തിന് ഒഴിവാക്കാനാവാത്ത ഘടകമെന്നനിലയിൽ ശുചിത്വം അവകാശമായും അംഗീകരിക്കേണ്ടിയിരിക്കുന്നു. ശുചിത്വം മനുഷ്യന്റെ അനിഷേദ്ധ്യമായ അവകാശമായി ഐക്യരാഷ്ട്രസഭ അംഗീകരിച്ചിട്ടുണ്ട്. ശുചിത്വ സൗകര്യങ്ങളുടെ അപര്യാപ്തത ശതകോടിക്കണക്കിന് ജനങ്ങളുടെ ആരോഗ്യത്തെയും, അന്തസ്സിനെയും, അഭിവൃത്തിയേയും വിനാശകരമായി ബാധിക്കും എന്നതിനാലാണ് ശുചിത്വം മനുഷ്യാവകാശമായിത്തന്നെ പരിഗണിക്കപ്പെടണമെന്ന ബോദ്ധ്യത്തിലേക്ക് എത്തിച്ചേർന്നത്. ഒരുതരത്തിൽ പൗരൻ ശുചിത്വത്തിന്റെ അവകാശിയും, സർക്കാർ ചുമതലക്കാരനുമാണ്. ആയതിനാൽ എല്ലാവർക്കും ഒരേപോലെ, വിവേചനമൊട്ടുമില്ലാതെ ശുചിത്വ സൗകര്യങ്ങൾ ലഭ്യമാക്കുന്നതിനുള്ള ഉത്തരവാദിത്വം സർക്കാരിൽ നിക്ഷിപ്തമാണ്. അതേപോലെതന്നെ അവനവന്റെയും, സമൂഹത്തിന്റെയും ആരോഗ്യത്തെയും നന്മയെയും കരുതി ശുചിത്വം പൂർണ്ണമായും പാലിക്കുക എന്ന ഉത്തരവാദിത്വം മനുഷ്യരിലും നിക്ഷിപ്തമാണ്. അതായത് സർക്കാരും സമൂഹവും ശുചിത്വം നിലനിർത്തുന്നതിൽ ഒരേപോലെ ഉത്തരവാദികളാകുന്നു.

ഇന്ത്യൻ ഭരണഘടനയിൽ ശുചിത്വാവകാശം പ്രത്യേകം സ്പഷ്ടമാക്കിയിട്ടില്ല. എങ്കിലും ഭരണഘടനയുടെ വകുപ്പ് 21 പ്രകാരം പൗരന്റെ

ജീവിക്കുവാനുള്ള അവകാശം ശുചിത്വ അവകാശം കൂടിയാണ് എന്നു നിയമപരമായി വ്യാഖ്യാനിക്കുകയും, നിർണ്ണയിക്കുകയും ചെയ്തിട്ടുണ്ട്. തുടർന്നു ഭരണഘടനയുടെ നാലാം ഭാഗത്തിൽ വകുപ്പ് 47 പ്രകാരം ജീവിതനിലവാരം ഉയർത്തുന്നതിനുള്ള ഉത്തരവാദിത്വം സർക്കാരിൽ നിക്ഷിപ്തമാണ്. ശുചിത്വം ജീവിത നിലവാരത്തിന്റെ ഒരു പ്രധാന ഘടകമാണ് എന്നത് അംഗീകരിക്കപ്പെട്ടിട്ടുള്ളതിനാൽ 47-ാം വകുപ്പും വളരെ പ്രസക്തമാണ്. വകുപ്പ് 48 എ പ്രകാരം സർക്കാരിന്റെ ഉത്തരവാദിത്വമായ പരിസ്ഥിതി സംരക്ഷണം, മെച്ചപ്പെടുത്തൽ പ്രവർത്തനങ്ങളുടെ ഭാഗമായും ശുചിത്വപ്രവർത്തനങ്ങളെ കാണാവുന്നതാണ്. ഇതൊക്കെയാണെങ്കിലും ശുചിത്വാവകാശം വ്യക്തമായി നിർവ്വചിച്ചുകൊണ്ടും അതിന്റെ വ്യത്യസ്ത മാനങ്ങൾ വിശദീകരിച്ചുകൊണ്ടുമുള്ള ഒരു പ്രത്യേക നിയമചട്ടക്കൂട് തയ്യാറാക്കി പ്രഖ്യാപിക്കുന്നത് ശുചിത്വവുമായി ബന്ധപ്പെട്ട അവകാശവും ഉത്തരവാദിത്വവും പേറുന്നവർക്ക് ഒരുപോലെ സഹായകരമാകും. ഇന്ത്യൻ സാഹചര്യത്തിൽ ഇപ്രകാരമൊരു ആശയാവിഷ്കാരം നടത്തുമ്പോൾ താഴെപ്പറയുന്ന ഘടകങ്ങൾ പ്രത്യേക പരിഗണന നല്കേണ്ടതായുണ്ട്.

- അസംരക്ഷിതരും, പാർശ്വവല്ക്കരിക്കപ്പെട്ടവരുമായ ജനവിഭാഗങ്ങൾക്കു നല്കേണ്ട മുൻഗണന
- പ്രാദേശിക ഭൂപരിസ്ഥിതിക്കനുയോജ്യമായ നിർമ്മിതികളുടെയും, സൗകര്യങ്ങളുടെയും ആവശ്യം
- തോട്ടിപ്പണി നിരോധന നിയമം പൂർണ്ണമായും നടപ്പിലാക്കുന്നു എന്നുറപ്പാക്കാനുള്ള വ്യവസ്ഥകൾ
- ആരോഗ്യസുരക്ഷയും, പരിസ്ഥിതി സുരക്ഷയും സാദ്ധ്യമാക്കുന്നതിനുള്ള ഉപാധികൾ
- ശുചീകരണത്തൊഴിലാളികളുടെ അന്തസ്സ് നിലനിർത്തുന്നതിനും, സുരക്ഷ ഉറപ്പാക്കുന്നതിനുമുള്ള നിബന്ധനകൾ
- പൊതുസ്ഥലങ്ങളിൽ ശുചിത്വസംവിധാനങ്ങൾ ലഭ്യമാകുന്നു എന്ന അവസ്ഥ
- രാജ്യാതിർത്തിക്കുള്ളിൽ എല്ലാ മനുഷ്യർക്കും എപ്പോഴും, ഏത് സാഹചര്യത്തിലും ശുചിത്വസൗകര്യങ്ങൾ ലഭ്യമാക്കുന്നതിനുള്ള നിർമ്മിതികളും, വിഭവലഭ്യതയും ഉറപ്പാകുന്ന സ്ഥിതി.

ഇന്ത്യൻ ഭരണഘടന അനുസരിച്ച് ശുചിത്വം എന്ന വിഷയത്തിന്റെ ഭരണപരമായ ചുമതലകൾ സംസ്ഥാനപ്രാദേശിക സർക്കാരുകളിൽ നിക്ഷിപ്തമാണ്. ഇതനുസരിച്ച് ശുചിത്വ പദ്ധതികൾ നടപ്പിലാക്കുക, പൊതുവീഥികൾ, ഓടകൾ, കുളങ്ങൾ, കിണറുകൾ, പൊതുസ്ഥലങ്ങൾ ഇവ വൃത്തിയാക്കുക, പൊതുശൗചാലയങ്ങൾ, ശ്മശാനങ്ങൾ ഇവ സ്ഥാപിച്ചു പരിപാലിക്കൽ, ഖരദ്രവ മാലിന്യപരിപാലനം തുടങ്ങിയ പ്രവൃ

ത്തികൾ നഗരസഭകളുടെയും, പഞ്ചായത്തുകളുടെയും ഉത്തരവാദിത്വമാണ്. അതോടൊപ്പം നിശ്ചിതസ്ഥലങ്ങളിലും, ചുറ്റുപാടിലുമുള്ള ജനവിഭാഗങ്ങൾക്ക് ശുചിത്വം ഉറപ്പാക്കുന്നതിനുള്ള വിവിധ നിയമങ്ങൾ രാജ്യത്ത് ഇപ്പോൾത്തന്നെ നിലവിലുണ്ട്. 1948 ലെ ഫാക്ടറീസ് നിയമം, 1970 ലെ കരാർ തൊഴിലാളി (നിയന്ത്രണവും, നിരോധനവും) നിയമം, 1996 ലെ കെട്ടിട നിർമ്മാണ, അന്യ നിർമ്മാണ തൊഴിലാളി (തൊഴിൽ നിയന്ത്രണങ്ങളും, സേവനവ്യവസ്ഥകളും) നിയമം, 1995 ലെ ശാരീരിക വൈകല്യമുള്ള ആളുകൾ (തുല്യസാദ്ധ്യതകൾ, അവകാശ സംരക്ഷണം, സമ്പൂർണ്ണ പങ്കാളിത്തം) നിയമം, 2009 ലെ സൗജന്യവും, നിർബ്ബന്ധിതവുമായ വിദ്യാഭ്യാസത്തിനുള്ള കുട്ടികളുടെ അവകാശ നിയമം തുടങ്ങിയ നിയമങ്ങളിൽ പുരുഷന്മാർക്കും, സ്ത്രീകൾക്കും പ്രത്യേക മൂത്രപ്പുരകളും, കക്കൂസുകളും ഉറപ്പാക്കുന്നതിനുള്ള വ്യവസ്ഥകൾ ഉൾക്കൊള്ളിച്ചുകൊണ്ടു ശുചിത്വാവകാശം നിർണ്ണയിച്ചിട്ടുണ്ട്. എന്നാൽ രാജ്യത്ത് നിലവിലുള്ള ശുചിത്വാവകാശത്തിന്റെ വൈരുദ്ധ്യവും, പൊരുത്തക്കേടും വെളിവാക്കുന്ന ഒരു ഹീനപ്രവൃത്തിയായി തോട്ടിപ്പണിയെ കാണേണ്ടതാണ്. 1959 ൽ തന്നെ കേരളത്തിൽ തോട്ടിപ്പണി ഇല്ലാതായി എങ്കിലും 1993 ലെ തോട്ടിവേലയും, തുറന്ന കക്കൂസുകളുടെ നിർമ്മാണവും നിരോധിച്ചുകൊണ്ടുള്ള നിയമം നടപ്പിലാക്കുന്നതിൽ പല സംസ്ഥാനങ്ങളും പരാജയപ്പെട്ടു എന്നത് അത്യന്തം ഖേദകരമാണ്. തുടർന്നു 2013 ൽ തോട്ടിപ്പണിക്ക് നിയോഗിക്കുന്നത് നിരോധിച്ചുകൊണ്ടും തോട്ടിപ്പണിക്കാരുടെ പുനരധിവാസം വ്യവസ്ഥചെയ്തുകൊണ്ടും പ്രഖ്യാപിച്ച നിയമം ശുചിത്വാവകാശം ഉറപ്പാക്കുന്നതിനു പ്രത്യേക ശ്രദ്ധ നല്കിയിട്ടുണ്ട്.

അവകാശനിഷേധം നേരിടുന്ന ജനതയ്ക്ക് പ്രത്യേക ശ്രദ്ധ ലഭ്യമാക്കണമെന്നാണ് അന്തർദ്ദേശീയ മനുഷ്യാവകാശ നിയമം അനുശാസിക്കുന്നത്. ആയതിനാൽ പാർശ്വവല്ക്കരിക്കപ്പെട്ട ജനവിഭാഗങ്ങളോടുള്ള വിവേചനവും അസമത്വവും ഇല്ലാതാക്കുന്നതിന് അവരുടെയിടയിൽ ശുചിത്വ സൗകര്യങ്ങളുടെ ലഭ്യതയില്ലായ്മ ഒഴിവാക്കുന്നതിന് പ്രത്യേക പ്രതിബദ്ധത ഉണ്ടാകേണ്ടതാണ്. അതനുസരിച്ച് സുരക്ഷിതവും, വൃത്തിയുള്ളതും, സാമൂഹ്യമായും, സാംസ്കാരികമായും സ്വീകാര്യവും, സ്വകാര്യതയും, അന്തസ്സും ഉറപ്പുവരുത്തുന്നതും, സാമ്പത്തികമായി താങ്ങാവുന്നതുമായ ശുചിത്വസൗകര്യങ്ങൾ അവരുടെ അവകാശമായി അംഗീകരിക്കേണ്ടതാണ്. ഈ പശ്ചാത്തലത്തിൽ എല്ലാവർക്കും തുല്യതയോടെ ശുചിത്വ സൗകര്യങ്ങൾ ലഭ്യമാക്കുന്നതിനുള്ള പ്രവർത്തനങ്ങൾ ആഗോളാടിസ്ഥാനത്തിൽത്തന്നെ വർദ്ധിക്കുകയുണ്ടായി. അതനുസരിച്ച് 2030 ഓടെ സുരക്ഷിതമായ ശുചിത്വസൗകര്യങ്ങൾ എല്ലാവർക്കും ലഭ്യമാകണം എന്നതാണ് സുസ്ഥിര വികസന അജണ്ടയുടെ ഭാഗമായി ഐക്യരാഷ്ട്രസഭ അംഗരാജ്യങ്ങൾക്ക് മുൻപിൽ വെച്ചിട്ടുള്ള ലക്ഷ്യം. വികേന്ദ്രീകൃത ഭരണസംവിധാനങ്ങളുടെ പിൻബലത്തിൽ വലിയ ജന

പങ്കാളിത്തത്തോടെ വളരെ വേഗത്തിൽ നമ്മുടെ സംസ്ഥാനം ഈ ലക്ഷ്യത്തിലേക്ക് എത്തിക്കൊണ്ടിരിക്കുന്നു എന്നതിൽ കേരളസമൂഹത്തിന് അഭിമാനിക്കാം. എന്നിരുന്നാലും ശുചിത്വം ഉറപ്പാക്കുന്നതുമായി ബന്ധപ്പെട്ട ഉത്തരവാദിത്വങ്ങൾ നിർവ്വഹിക്കുന്നതിലെ ലിംഗസമത്വം ഉറപ്പാക്കുന്നതിൽ കേരള സമൂഹം ഇപ്പോഴും പിന്നിലാണ് എന്നും പറയേണ്ടിയിരിക്കുന്നു.

3

കേരളത്തിന്റെ ശുചിത്വ ചരിത്രം

പത്തൊമ്പതാം നൂറ്റാണ്ടിന്റെ ആരംഭത്തിൽ അന്നത്തെ തിരുവിതാംകൂർ, കൊച്ചി, മലബാർ എന്നീ പ്രദേശങ്ങളിൽ പ്രബലമായുണ്ടായിരുന്നത് പ്രാചീന കാർഷിക സമ്പദ് വ്യവസ്ഥയും സംസ്കാരവുമായിരുന്നു. ഇക്കാലഘട്ടത്തിൽ വിദ്യാഭ്യാസപരമായി മലബാർ പ്രദേശം താരതമ്യേന വളരെ പിന്നോക്കമായിരുന്നു എന്നാണ് ചരിത്രം. എന്നാൽ തിരുവിതാംകൂർ, കൊച്ചി പ്രദേശങ്ങളിൽ വിദ്യഭ്യാസമേഖലയിൽ കൂടുതൽ

വിളപ്പിൽശാല മാലിന്യ സംസ്കരണ പ്ലാന്റ്

പുരോഗതി പ്രകടമായി. 1817 ൽ തിരുവിതാംകൂറിലും, 1818 ൽ കൊച്ചിയിലും ആദ്യമായി ദേശഭാഷാ വിദ്യാലയങ്ങൾ ആരംഭിച്ചു. 1860 ഓടെ തിരുവിതാംകൂറിലും, കൊച്ചിയിലും സാമൂഹ്യസാമ്പത്തിക പരിഷ്കാരങ്ങളുടെ ഒരു പരമ്പര തന്നെ അരങ്ങേറി. ഇവയിൽ വിദ്യാലയങ്ങൾ, പൊതുജനാരോഗ്യ സംവിധാനങ്ങൾ, ശുചിത്വരീതികൾ തുടങ്ങിയവയും മെച്ചപ്പെട്ടു. എന്നാൽ മലബാറിലാകട്ടെ ഭൂമിയുടെ ഉടമസ്ഥ സ്ഥിതിയും, ആഭ്യന്തര രാഷ്ട്രീയ പ്രശ്നങ്ങളും മറ്റും കാരണം വിദ്യാഭ്യാസസാമൂഹ്യ വികസനത്തിന് ഒട്ടും അനുയോജ്യ സ്ഥിതിയുണ്ടായിരുന്നില്ല. ബ്രിട്ടീഷുകാരുടെ വരവോടെ അവിടെ നിലനിന്നിരുന്ന പരമ്പരാഗത വിദ്യാഭ്യാസ സമ്പ്രദായവും ഫലത്തിൽ നശിപ്പിക്കപ്പെട്ടു. ഈ പശ്ചാത്തലത്തിൽ ശുചിത്വവുമായി ബന്ധപ്പെട്ട അറിവും വളരെ പരിമിതമായിരുന്നു. എന്നാൽ 19–ാം നൂറ്റാണ്ടിന്റെ അവസാനഘട്ടത്തോടെ വിദ്യാഭ്യാസമേഖലയിൽ മാറ്റങ്ങൾ വന്നു തുടങ്ങി. 1872–73 ഓടെ 1975 വിദ്യാർത്ഥികൾ ഉള്ള 34 പ്രൈമറി സ്കൂളുകൾ പ്രവർത്തിച്ചിരുന്നു.

3.1 മലബാർ പ്രദേശത്തെ ശുചിത്വ സംവിധാനങ്ങൾ

ശുചിത്വം അതിന്റെ ശരിയായ അർത്ഥത്തിൽ മലബാർ പ്രദേശത്ത് ഇല്ലായിരുന്നു എന്നു തന്നെ പറയാം. 1865 ൽ നഗര പരിഷ്കരണ നിയമം നടപ്പിലാക്കിയതോടെ കോഴിക്കോട്, പാലക്കാട്, തലശ്ശേരി, കണ്ണൂർ, ബ്രിട്ടീഷ് കൊച്ചി എന്നിവിടങ്ങളിൽ മുനിസിപ്പാലിറ്റികൾ നിലവിൽ വന്നു. ഈ നിയമത്തിലെ പരിച്ഛേദം 29 അനുസരിച്ച് വഴിവിളക്ക്, ശുചീകരണ പരിശോധന, രോഗപ്രതിരോധ കുത്തിവെപ്പ്, ആശുപത്രികൾ, ഡിസ്പെൻസറികൾ, ജനനമരണ രജിസ്ട്രേഷൻ തുടങ്ങിയ കാര്യങ്ങൾക്കായി അധികനികുതി ഈടാക്കുന്നതിന് കമ്മീഷണർമാരെ അനുവദിച്ചിരുന്നു. 1871 ൽ പുതിയ നഗര പരിഷ്കരണ നിയമം നിലവിൽ വന്നു. 1884 ലെ മദ്രാസ് ലോക്കൽ ബോർഡ് നിയമപ്രകാരം മുനിസിപ്പാലിറ്റിക്ക് പുറത്തുള്ള പ്രദേശങ്ങൾ തലശ്ശേരി, കോഴിക്കോട്, മലപ്പുറം, പാലക്കാട്, വയനാട് എന്നീ 5 താലൂക്ക് ബോർഡുകളുടെ കീഴിൽ കൊണ്ടുവന്നു. ബ്രിട്ടീഷ് പട്ടാളത്തിന്റെ ആരോഗ്യപരിരക്ഷ കൂടി കണക്കിലെടുത്താവണം 1860 നും 1891 നും ഇടയിൽ പാലക്കാട്, കൊല്ലങ്കോട്, പൊന്നാനി, മഞ്ചേരി, നിലമ്പൂർ, അങ്ങാടിപ്പുറം, കോഴിക്കോട്, വടകര, താമരശ്ശേരി, വൈത്തിരി, സുൽത്താൻബത്തേരി, മാനന്തവാടി, തലശ്ശേരി, തളിപ്പറമ്പ തുടങ്ങിയ സ്ഥലങ്ങളിൽ ആശുപത്രികൾ, ഡിസ്പെൻസറികൾ ഇവയും, 1917 ൽ കോഴിക്കോട്ട് മെഡിക്കൽ സ്കൂളും ആരംഭിച്ചതായി കാണുന്നു. ഈ പ്രദേശങ്ങളിൽ ശുചിത്വ രീതികൾ പ്രചരിപ്പിക്കുന്നതിൽ ഈ സംവിധാനങ്ങൾ പങ്കുവഹിച്ചു എന്നു കാണുന്നു. പ്രത്യേകിച്ച് നഗരപ്രദേശങ്ങളിലെ സമ്പന്നഭവനങ്ങളിൽ മെച്ചപ്പെട്ട ശുചിത്വ സൗകര്യങ്ങൾ അക്കാ

ലത്ത് തന്നെ ഉപയോഗപ്പെടുത്തിതുടങ്ങിയിരുന്നു. 20–ാം നൂറ്റാണ്ടിന്റെ ആദ്യഘട്ടത്തിൽ മലബാർ പ്രദേശത്തെ മുനിസിപ്പൽ പട്ടണങ്ങളിൽ നില നിന്നിരുന്ന കൗൺസിലുകളുടെ വരുമാനത്തിന്റെ ഒരുഭാഗം ശുചിത്വ ആവ ശ്യങ്ങൾക്കായി മാറ്റിവെക്കപ്പെട്ടിരുന്നു. ശുചിത്വം, ജലവിതരണം ഉൾ പ്പെടെയുള്ള സംരക്ഷിത സംവിധാനങ്ങൾ സ്ഥാപിക്കപ്പെടുകയും, അതി നായി യോഗ്യരായ ഇൻസ്പെക്ടർമാരെ നിയമിക്കുകയും ചെയ്തു എങ്കിലും പരിമിതമായ വിഭവശേഷി കാരണം ശുചിത്വ സൗകര്യങ്ങൾ വളരെ കുറവായിരുന്നു. ഉദാഹരണമായി കോഴിക്കോട് പട്ടണത്തിൽ ഒരു തൂപ്പുതൊഴിലാളിക്ക് 70 വീടുകൾ ദിവസേന ശ്രദ്ധിക്കേണ്ട ഉത്തരവാദിത്വം ഒരുതരത്തിലും നിർവ്വഹിക്കുവാൻ ആകുമായിരുന്നില്ല. താലൂക്ക് ബോർഡ് ഏർപ്പെടുത്തിയ സ്വകാര്യ തോട്ടിപ്പണി സമ്പ്രദായം നിലനിന്നിരുന്ന പാല ക്കാട് താലൂക്കിലെ കൊല്ലംകോട്, കോഴിക്കോട് താലൂക്കിലെ ബേപ്പൂർ ഒഴിച്ച് മറ്റൊരു ചെറുപട്ടണത്തിലും ഒരു ശുചിത്വ സംവിധാനവും ഉണ്ടാ യിരുന്നില്ല. ചില മുനിസിപ്പൽ പട്ടണങ്ങളിൽ പൊതു കക്കൂസുകൾ സ്ഥാപിച്ചു എങ്കിലും അത് പലപ്പോഴും ഉപയോഗപ്രദമായിരുന്നില്ല. മല മൂത്രവിസർജ്ജനത്തിന് വെളിയിടങ്ങൾ മാത്രമായിരുന്നു ജനങ്ങൾക്ക് ആശ്രയം.

3.2 കൊച്ചിരാജ്യത്തിലെ ശുചിത്വ പ്രവർത്തനങ്ങൾ

കടലിന്റെയും, കായലിന്റെയും, കനാലുകളുടെയും സാമീപ്യം കൊണ്ടും, മണൽപ്രദേശമെന്ന ഭൂപ്രത്യേകതകളാലും, ജനസാന്ദ്രത യാലും ഞെരുക്കം അനുഭവപ്പെട്ടിരുന്ന പട്ടണത്തിൽ ശുചിത്വപ്രശ്ന ങ്ങളും രൂക്ഷമായിരുന്നു. കുടിവെള്ളത്തിനായി ഉപയോഗിച്ചിരുന്ന കിണ റുകളെല്ലാം തന്നെ മലവും, മലിനജലവും കിനിഞ്ഞിറങ്ങി അശുദ്ധമാ യിരുന്നു. മലിനജല നിർമ്മാർജ്ജനപ്രശ്നങ്ങളും ഇന്നത്തെപ്പോലെതന്നെ അന്നും രൂക്ഷമായിരുന്നു. പൊതുജനാരോഗ്യസംരക്ഷണത്തിന്റെ ഭാഗ മായി 1848 നും, 1909 നും ഇടയ്ക്ക് എറണാകുളത്തും, തൃശൂരും ഉൾപ്പെടെ 9 ആശുപത്രികളും, 8 ഡിസ്പെൻസറികളും ആരംഭിച്ചു എങ്കിലും 1890 വരെ ശുചിത്വസംരക്ഷണത്തിന് സർക്കാർ പ്രത്യേകതാല്പര്യമൊന്നും എടുത്തിരുന്നില്ല. മരാമത്ത് വകുപ്പ് അവരാലാവുന്നതൊക്കെ ചെയ്യുന്ന രീതിയാണ് നിലനിന്നിരുന്നത്. 1890 ൽ ഔദ്യോഗിക അനൗദ്യോഗിക അംഗ ങ്ങളടങ്ങിയ ഒരു കമ്മിറ്റിയെ തൃശൂരിന്റെയും എറണാകുളത്തിന്റെയും ശുചിത്വകാര്യങ്ങൾ നോക്കാനും, വ്യാപാരികൾ അടങ്ങിയ ഒരു സമിതിക്കു സാമ്പത്തിക സഹായം നല്കി മട്ടാഞ്ചേരിച്ചന്ത വൃത്തിയാക്കുന്നതിനും ചുമതലപ്പെടുത്തി. 1896 ൽ ഈ സമിതികളെ മാറ്റിനിർത്തി തൃശൂർ, എറണാകുളം, മട്ടാഞ്ചേരി എന്നീ പ്രദേശങ്ങളുടെ ശുചിത്വ കാര്യങ്ങൾ അതാതിടങ്ങളിൽ ശുചിത്വ ബോർഡുകൾ രൂപീകരിച്ച് അവർക്ക് കൈ

മാറി. തുടർ വർഷങ്ങളിൽ കുന്നംകുളം, ഇരിങ്ങാലക്കുട, തൃപ്പൂണിത്തുറ, നെന്മാറ, നെല്ലിയാമ്പതി എന്നീ പ്രദേശങ്ങൾക്കും ശുചിത്വ ബോർഡുകൾ രൂപീകരിക്കുകയുണ്ടായി. റോഡുകളും, ഓടകളും വൃത്തിയാക്കുക, നിരത്തുകളിൽ വിളക്ക് തെളിയിക്കുക എന്നിവയായിരുന്നു. ഇതിനു പ്രാദേശികമായി നികുതിയൊന്നും പിരിക്കാതെ വേണ്ട തുക സർക്കാർ തന്നെ നല്കുന്ന രീതിയായിരുന്നു നിലനിന്നത്. 1908 ൽ ശുചിത്വ വകുപ്പ് മുഖ്യ മെഡിക്കൽ ഓഫീസറുടെ നിയന്ത്രണത്തിൽ പൊതുജനാരോഗ്യ വകുപ്പിന്റെ ഭാഗമാക്കി പുനഃസംഘടിപ്പിച്ചു. നേരത്തെ നടത്തിയ പ്രവർത്തനങ്ങളെല്ലാംതന്നെ തുടരുകയും പ്രവർത്തനങ്ങൾക്കു നേതൃത്വം നല്കുന്നതിന് യോഗ്യരായ സാനിട്ടറി ഇൻസ്പെക്ടർമാരെ നിയമിക്കുകയുണ്ടായി. കൊച്ചിസംസ്ഥാനത്തെ രണ്ടായി വിഭജിച്ച് ഓരോ ഒന്നാം ഗ്രേഡ് സാനിട്ടറി ഇൻസ്പെക്ടർമാർക്ക് കീഴിൽ ഗ്രാമീണ മേഖലയിലും ആദ്യമായി ശുചിത്വ പ്രവർത്തനങ്ങൾ വ്യാപിപ്പിച്ചു. മുഖ്യ സാനിട്ടറി ഇൻസ്പെക്ടറുടെ കീഴിൽ സാനിട്ടറി ഇൻസ്പെക്ടർമാർ വാക്സിനേഷൻ, വാണിഭങ്ങൾ, ഉത്സവങ്ങൾ, സാംക്രമിക രോഗ പ്രതിരോധം തുടങ്ങിയ പ്രവർത്തനങ്ങൾക്ക് മേൽനോട്ടം വഹിച്ചു. ചന്തകളിൽ ശരിയായ ശുചിത്വം ഉറപ്പാക്കുന്നതിനായി സംസ്ഥാനത്തെ എല്ലാ ചന്തകളും ശുചിത്വ വകുപ്പിന്റെ നിയന്ത്രണത്തിലാക്കുകയും മേൽനോട്ടത്തിനായി ഒരു മാർക്കറ്റ് ഇൻസ്പെക്ടറെ നിയമിക്കുകയും ചെയ്തു. ഈ പ്രവർത്തനങ്ങളുടെ ഭാഗമായി ചിലയിടങ്ങളിൽ പൊതുകക്കൂസുകൾ സ്ഥാപിച്ചതായ സൂചനകളുണ്ട്. അതോടൊപ്പം വീടുകളിലും കക്കൂസുകളുടെ ഉപയോഗം ആരംഭിച്ചിട്ടുണ്ടാകണം. എന്നാൽ ഇവയുടെ വിശദാംശങ്ങൾ ലഭ്യമല്ല.

3.3 തിരുവിതാംകൂറിലെ ശുചിത്വമുന്നേറ്റം

1850 ൽ ബ്രിട്ടീഷുകാർ ഇന്ത്യയിൽ നഗര പരിഷ്കരണ (Town Improvement) ട്രസ്റ്റുകൾക്ക് തുടക്കംകുറിച്ചു. 1870 ൽ തിരുവിതാംകൂറിലും നഗര പരിഷ്കരണ ട്രസ്റ്റ് രൂപീകരിക്കുകയും, നഗര പരിഷ്കരണ നിയമം നടപ്പാക്കുകയും ചെയ്തു. ജലവിതരണം, ശുചിത്വം, തെരുവുവിളക്കുകൾ, പൊതുജനാരോഗ്യം എന്നീ സൗകര്യങ്ങൾ പരിപാലിക്കുക എന്നതായിരുന്നു പ്രധാന ലക്ഷ്യം. 1870 ൽ വൈക്കത്ത് പടർന്ന കോളറ വ്യാധി തുടർന്നുള്ള വർഷങ്ങളിൽ തിരുവിതാംകൂറിന്റെ വിവിധ പ്രദേശങ്ങളിലേക്ക് വ്യാപിക്കുകയുണ്ടായി. പകർച്ചവ്യാധി തടയുന്നതിന്റെ ഭാഗമായി താല്ക്കാലിക കക്കൂസുകൾ സ്ഥാപിക്കുക, മാലിന്യം നിർമ്മാർജ്ജനം ചെയ്യുക, കുളങ്ങളും, കിണറുകളും ശുചീകരിക്കുക തുടങ്ങിയ പ്രവർത്തനങ്ങൾ അനിവാര്യമായിരുന്നു. വളരെവേഗം പടർന്ന് വലിയ തോതിൽ മനുഷ്യജീവനെടുക്കുന്ന ഒരു രോഗമായ കോളറയ്ക്കു കാരണം മനുഷ്യമലം കലർന്ന് കുടിവെള്ളം അശുദ്ധമാകുന്നതാണ് എന്നും അന്നു കണ്ടെത്തിയിരുന്നു. എന്നാൽ ഉദ്യോഗസ്ഥരുടെ കുറവ്,

നിയന്ത്രണശേഷിയുടെ അഭാവം, കാര്യശേഷിക്കുറവ് തുടങ്ങിയ കാരണങ്ങളാൽ പൊതുജനാരോഗ്യ സൗകര്യങ്ങൾ ലഭ്യമാക്കുന്നതിന് നഗര പരിഷ്കരണ ട്രസ്റ്റിന് പരിമിതികൾ ഉണ്ടായിരുന്നു. എന്നിരുന്നാലും 1893 വരെ തലസ്ഥാനനഗരത്തിലെ ശുചിത്വ സംബന്ധമായ പ്രവർത്തനങ്ങൾ നടന്നിരുന്നത് ഒരു ശുചീകരണ സമിതിക്ക് കീഴിലായിരുന്നു. തലസ്ഥാനനഗരത്തിന്റെ ശുചിത്വസ്ഥിതി പരിശോധിച്ച് പരിഷ്കരണ നിർദ്ദേശങ്ങൾ സമർപ്പിക്കുന്നതിന് രാജസദസ്സിലെ ഡോക്ടർ, ചീഫ് എഞ്ചിനീയർ, ഡിവിഷൻ പേഷ്കാർ, വിരമിച്ച ജഡ്ജി എന്നിവരെ ഉൾപ്പെടുത്തി ഒരു സമിതിയെ 1893 ൽ നിയോഗിക്കുകയുണ്ടായി. അവരുടെ ശുപാർശപ്രകാരം 1893 ൽ തന്നെ സംരക്ഷണ വകുപ്പ് എന്ന നിർദ്ദേശം അംഗീകരിക്കുകയും, നഗര (പരിഷ്കരണവും, സംരക്ഷണവും) നിയമം നടപ്പിലാക്കുകയും ചെയ്തു. നഗര പരിഷ്കരണ കമ്മിറ്റികൾ രൂപീകരിക്കുന്നതിനും, നഗര ഫണ്ട് സൃഷ്ടിക്കുന്നതിനും നഗര സംരക്ഷണം ഉറപ്പാക്കുന്നതിനും ഇതിലൂടെ ലക്ഷ്യമിട്ടു. തുടർന്ന് തിരുവനന്തപുരം നഗരത്തിന്റെ സംരക്ഷണ പ്രവർത്തനങ്ങൾ നഗര പരിഷ്കരണ സമിതിക്ക് കൈമാറുകയുണ്ടായി. തോട്ടിവേല, കശാപ്പുശാല, കുളിക്കടവുകൾ, തെരുവുവിളക്കുകൾ, പൊതുകക്കൂസുകൾ, പൊതുശുചീകരണം തുടങ്ങിയവ സംബന്ധിച്ച് മേൽനോട്ടം വഹിക്കുന്നതിനും റിപ്പോർട്ടു ചെയ്യുന്നതിനും നിരവധി ഉപസമിതികളെയും നിയമിച്ചു. മേൽനോട്ടാധികാരം മാത്രമുണ്ടായിരുന്ന ഈ സമിതികൾക്കു ടാക്സ് പിരിക്കുന്നതിനുള്ള അധികാരം ഉണ്ടായിരുന്നില്ല. 1895 ൽ ആരോഗ്യശാസ്ത്രത്തിലും, ശുചീകരണ ശാസ്ത്രത്തിലും യോഗ്യതയുള്ള ഒരു സാനിട്ടറി ഇൻസ്പെക്ടറായി നിയമിക്കുകയുണ്ടായി. 1895–96 ൽ പ്രതിരോധകുത്തിവെയ്പ്, രോഗവിവരങ്ങളുടെ കണക്ക് ശേഖരിക്കൽ, പട്ടണങ്ങളിൽ ശരിയായ ശുചിത്വം ഉറപ്പാക്കൽ തുടങ്ങിയവയ്ക്കായി ഒരു പ്രത്യേക വകുപ്പ് തുടങ്ങുകയും നിയന്ത്രിക്കുന്നതിനും, സാനിട്ടറി ഇൻസ്പെക്ടറെ ഹെൽത്ത് ഓഫീസർ എന്ന നിലയിൽ ശുചീകരണ സമിതിയെ ഉപദേശിക്കുന്നതിന് നിയോഗിക്കുകയും ചെയ്തു. നിരവധി പൊതുകിണറുകൾ, പൊതുകക്കൂസുകൾ, വഴിവിളക്കുകൾ തുടങ്ങിയവ തലസ്ഥാന നഗരത്തിൽ സ്ഥാപിച്ചു.

1901 ൽ തിരുവനന്തപുരം പാളയത്തുള്ള കണ്ണിമേറ മാർക്കറ്റിന്റെ മേൽനോട്ടവും, വിവിധ റോഡുകളുടെ ശുചീകരണവും, മാലിന്യ നീക്കവും വകുപ്പ് ഏറ്റെടുത്തു. നഗര സംരക്ഷണപരിഷ്കരണ നിയമത്തിന്റെ ഭാഗമായി 1904 ൽ വീടുകളിൽ ബക്കറ്റ് കക്കൂസുകൾ സ്ഥാപിക്കുകയും അതിൽനിന്ന് മലം ശേഖരിക്കുന്നതിന് തോട്ടിവേല ആരംഭിക്കുകയുമുണ്ടായി. 228 തോട്ടിവേലക്കാരെ നിയോഗിച്ച് 7427 വീടുകളിൽനിന്നുള്ള മലം വീൽബാരോയിൽ ശേഖരിച്ച് പ്രധാന റോഡുകളിൽ എത്തിക്കുകയും 48 ഓളം കാളവണ്ടികളിൽ വള്ളക്കടവിനു

സമീപമുള്ള ഡിപ്പോയിൽ സംഭരിക്കുന്നതുമായിരുന്നു രീതി. മലവും, ചാണകവും, കരിയിലയും കലർത്തി ടണ്ണിന് 10 രൂപ നിരക്കിൽ കർഷകർക്ക് വളമായി നല്കുന്ന രീതിയും നിലവിലുണ്ടായിരുന്നു. ചില വർഷങ്ങൾക്ക് ശേഷം സ്കാവഞ്ചിങ് പ്രവൃത്തിക്ക് ഫീസ് ചുമത്തുന്ന സമ്പ്രദായവും തുടങ്ങി. തോട്ടിവേലക്കാർക്ക് പുറമെ 167 തൂപ്പുകാരും, 71 കാണവൃത്തിക്കാരും, 48 കാളവണ്ടിക്കാരും അക്കാലത്ത് ശുചീകരണ മേഖലയിൽ പ്രവൃത്തിയെടുത്തിരുന്നു. 1912 ആയപ്പോഴേക്ക് നാഗർകോവിൽ, കൊല്ലം, ആലപ്പുഴ തുടങ്ങി നഗരപരിഷ്കരണ സമിതിയുണ്ടായിരുന്ന എല്ലാ പട്ടണങ്ങളിലും വീട്ടുകരം ചുമത്തുന്നതിനും ശുചീകരണ പ്രവർത്തനങ്ങൾ മെച്ചപ്പെടുത്തുന്നതിനുമുള്ള പ്രവർത്തനങ്ങളുണ്ടായി. 1920 ഓടെ തിരുവനന്തപുരം നഗരത്തിലുൾപ്പെടെ തിരുവിതാംകൂറിന്റെ വിവിധ പ്രദേശങ്ങളിൽ കുഴികക്കൂസുകൾ നിലവിൽ വന്നു. എന്നിരുന്നാലും തോട്ടിവേല നിർബ്ബാധം തുടർന്നു. 1921 ൽ മുനിസിപ്പാലിറ്റി നിയമം നിലവിൽ വരുകയും തുടർന്നു തിരുവനന്തപുരത്ത് ആദ്യത്തെ മുനിസിപ്പൽ കൗൺസിൽ രൂപീകരിക്കുകയുമുണ്ടായി. 1928 ൽ നഗരത്തിൽ ജലവിതരണ പദ്ധതിയും 1929 ൽ വൈദ്യുതി ലഭ്യമാക്കുന്ന പദ്ധതിയും ആരംഭിച്ചു. 1940 ആയപ്പോഴേക്ക് നാഗർകോവിൽ, കൊല്ലം, ആലപ്പുഴ, കോട്ടയം എന്നീ മുനിസിപ്പാലിറ്റികളും നിലവിൽ വന്നു. തുടർന്ന് 14 പട്ടണങ്ങളിൽക്കൂടി മുനിസിപ്പൽ കൗൺസിലുകൾ രൂപീകരിച്ചു. എല്ലാ മുനിസിപ്പാലിറ്റികളിലും സാനിട്ടറി ഇൻസ്പെക്ടർമാരും വലിയ നഗരങ്ങളിൽ ഹെൽത്ത് ഓഫീസർമാരും ശുചിത്വ പ്രവർത്തനങ്ങൾക്ക് നേതൃത്വം നല്കി. നഗരങ്ങളിൽ തോട്ടിവേലയും നിർബ്ബാധം തുടർന്നു. 1940 ൽ തിരുവനന്തപുരം ഒരു സിറ്റി കോർപ്പറേഷൻ എന്ന നിലയിലേക്ക് ഉയർത്തപ്പെട്ടു. 1942 ൽ തിരുവനന്തപുരം നഗരത്തിൽ 32 പൊതുകക്കൂസ് സമുച്ചയങ്ങളിലായി 108 കക്കൂസുകൾ ഉപയോഗത്തിലുണ്ടായിരുന്നു. ഇവയ്ക്ക് സെപ്റ്റിക് ടാങ്ക് സൗകര്യം ലഭ്യമാക്കിയിരുന്നു. ഇവയിൽ 18 എണ്ണം ഫ്ളഷ്ഔട്ട് ചെയ്യാൻ സൗകര്യമുള്ളവയായിരുന്നു. 15 പൊതു മൂത്രപ്പുരകളും ലഭ്യമായിരുന്നു.

3.4 തോട്ടിപ്പണിയുടെ ആരംഭവും അവസാനവും

യൂറോപ്പിൽ പൊതുകക്കൂസുകൾ ആരംഭിച്ച 1214 ലാണ് തോട്ടിപ്പണിക്ക് തുടക്കംകുറിച്ചത് എന്നു കരുതപ്പെടുന്നു. 19-ാം നൂറ്റാണ്ടിന്റെ അവസാനകാലത്ത് മുനിസിപ്പാലിറ്റികളുടെ രൂപീകരണത്തോടെയാണ് തോട്ടിപ്പണിക്ക് തൊഴിലാളികളെ നിയോഗിക്കുന്ന രീതി ഔദ്യോഗികമായി ആരംഭിച്ചത്. വലിയ പട്ടണങ്ങൾ, മുനിസിപ്പാലിറ്റികൾ, റെയിൽവേ, സൈന്യം എന്ന സംവിധാനങ്ങളിൽ തോട്ടിപ്പണിക്ക് തൊഴിലാളികളെ നിയോഗിച്ചു. തൊട്ടുകൂടായ്മ എന്ന അപരിഷ്കൃതമായ സമ്പ്രദായവും,

നിന്ദ്യമായ ജാതിവ്യവസ്ഥയും നിലനിന്നിരുന്ന ഇന്ത്യയിൽ തോട്ടിപ്പണിക്ക് നിയോഗിച്ചിരുന്ന തൊഴിലാളികളുടെ അവസ്ഥ അതീവദയനീയമായിരുന്നു. 1901 ൽ മഹാത്മാ ഗാന്ധിയാണ് ഇവരുടെ ദാരുണമായ ജീവിത പ്രശ്നങ്ങളും, കഠിനമായ തൊഴിൽ നിബന്ധനകളും പൊതുസമൂഹത്തിൽ ആദ്യമായി ചർച്ചയ്ക്ക് വിധേയമാക്കിയത്. എന്നാൽ തോട്ടിപ്പണിയും, തുറന്ന കക്കൂസുകളുടെ നിർമ്മാണവും നിരോധിച്ചുകൊണ്ടുള്ള നിയമം കൊണ്ടുവരുന്നതിന് പിന്നെയും 92 വർഷമെടുത്തു എന്നത് നമ്മുടെ സാമൂഹ്യ പ്രതിബദ്ധതയില്ലായ്മയുടെ ഉദാഹരണമാകാം. കേരളത്തിൽ തൊട്ടിവേല ചെയ്തിരുന്നവരുടെ സ്ഥിതിയും ഒട്ടും വ്യത്യസ്തമായിരുന്നില്ല. ഇന്നത്തെ തിരുവനന്തപുരം, കൊല്ലം, ആലപ്പുഴ, കോട്ടയം, എറണാകുളം, തൃശ്ശൂർ, മലപ്പുറം, പാലക്കാട്, കോഴിക്കോട്, കണ്ണൂർ എന്നീ ജില്ലകളിലെ വിവിധ പ്രദേശങ്ങളിൽ, പ്രത്യേകിച്ച് നഗര കേന്ദ്രങ്ങളിൽ തോട്ടിപ്പണി നിലനിന്നിരുന്നു. വൃത്തിഹീനമായ തൊഴിൽ സാഹചര്യങ്ങളിൽ കഠിനമായി ജോലി ചെയ്യേണ്ടി വന്നിരുന്ന അവരുടെ ആരോഗ്യം പരിതാപകരമായിരുന്നു. യാതൊരുവിധ ആരോഗ്യ പരിരക്ഷയും ലഭിച്ചിരുന്നില്ല. ലഭിച്ചിരുന്ന കൂലിയും നന്നേ കുറവായിരുന്നു. തൊട്ടുകൂടായ്മപോലെയുള്ള വലിയ അവഗണനയും നേരിടേണ്ടിവന്നിരുന്നു. ചായക്കടകളിലും മറ്റും പ്രവേശിപ്പിക്കാത്ത അവരെ മനുഷ്യരായിപ്പോലും പരിഗണിക്കാത്ത ആളുകളും ഉണ്ടായിരുന്നു. അവർക്ക് റേഷൻകാർഡും ഉണ്ടായിരുന്നില്ല. അവരുടെ പ്രശ്നങ്ങളെ

തോട്ടിപ്പണി

മാനുഷികമായ പരിഗണനയോടെ കാണുവാനും അവരുടെ അവകാശങ്ങൾ ഉയർത്തിക്കൊണ്ടുവരുവാനും കാരണമായത് ജുബ്ബാ രാമകൃഷ്ണപിള്ളയുടെ നേതൃത്വത്തിൽ തൊഴിലാളികളുടെ സംഘടന ഉണ്ടാക്കിയതോടെയാണ്. 1946 ലാണ് അദ്ദേഹം തോട്ടിവേല ചെയ്യുന്നവരെ സംഘടിപ്പിച്ചത്. ആ വർഷം തന്നെ സ്കവഞ്ചേഴ്സ് യൂണിയനും രജിസ്റ്റർ ചെയ്തു. പുന്നപ്രവയലാർ സമരത്തിൽ അദ്ദേഹം ജയിലിൽ അടയ്ക്കപ്പെട്ടതോടെ യൂണിയന്റെ രജിസ്ട്രേഷൻ റദ്ദാക്കപ്പെട്ടു. 1948 ൽ ജയിൽ മോചിതനായ അദ്ദേഹം യൂണിയൻ വീണ്ടും രജിസ്റ്റർ ചെയ്തു. യൂണിയന്റെ ആദ്യസമരം റേഷൻ കാർഡിന് വേണ്ടിയാണ് നടത്തിയത്. അതോടൊപ്പം ശമ്പളം ഉയർത്തുന്നതിനും, പെൻഷൻ ലഭിക്കുന്നതിനുമായി നടത്തിയ 3 ദിവസത്തെ സമരത്തിൽ തൊഴിലാളികളും നേതാക്കളും അറസ്റ്റിലായി. എങ്കിലും ഒരു രൂപ വേതന വർദ്ധനയും റേഷൻ കാർഡും അംഗീകരിക്കപ്പെട്ടു. അന്ന് തൊഴിലാളികൾ താമസിച്ചിരുന്നത് ശർക്കരപ്പായകൊണ്ടും, ഓല കൊണ്ടു മറച്ചതും മറയ്ക്കാത്തതുമായ കുടിലുകളിലാണ്. ഒരു കുടിലിൽ എത്ര അംഗങ്ങളുണ്ടെങ്കിലും ഒരു മാസം പുരുഷന് 26 യൂണിറ്റും, സ്ത്രീക്ക് 20 യൂണിറ്റും എന്ന കണക്കിൽ മാത്രം അരി നല്കി. പഞ്ചസാര, മണ്ണെണ്ണ, വസ്ത്രം, സ്പെഷ്യൽ റേഷൻ തുടങ്ങിയവയൊന്നും നല്കിയിരുന്നില്ല. ഞായറാഴ്ചപോലും ജോലി ചെയ്യണമായിരുന്നു. അവധിയും അനുവദിച്ചിരുന്നില്ല. 1045 തൊഴിലാളികളാണ് നഗരസഭയിൽ അക്കാലത്ത് പ്രവൃത്തിയെടുത്തിരുന്നത്. 7 രൂപയാണ് ഇക്കാലത്ത് തൊഴിലാളികൾക്ക് ശമ്പളം ലഭിച്ചിരുന്നത്. 6 ദിവസത്തെ പണിമുടക്കിനെത്തുടർന്ന് 15 ദിവസത്തെ കാഷ്വൽ ലീവ് അനുവദിക്കുന്നതിനും ഞായറാഴ്ച അവധി എടുക്കുന്നവർക്ക് പകരക്കാരെ നിയമിക്കുന്നതിനും തീരുമാനമായി.

ആലപ്പുഴ പട്ടണത്തിലെ തോട്ടികളുടെ നരകതുല്യമായ ജീവിതം പശ്ചാത്തലമാക്കി രചിച്ചിട്ടുള്ള തകഴി ശിവശങ്കരപ്പിള്ളയുടെ പ്രശസ്തമായ നോവൽ *തോട്ടിയുടെ മകൻ* 1947 ൽ പ്രസിദ്ധീകരിക്കപ്പെട്ടു. തോട്ടികളാകാൻ വിധിക്കപ്പെട്ട ഒരു കുടുംബത്തിലെ മൂന്നു തലമുറകളുടെ ചരിത്രത്തിലൂടെ 1930 കളിലെ കീഴാളജീവിതത്തിന്റെ അനിശ്ചിതത്വവും കീഴാളരോട് സമൂഹം വച്ച് പുലർത്തിയിരുന്ന മനോഭാവവും, അവരുടെ ദുരന്തങ്ങളും ചിത്രീകരിക്കപ്പെട്ടു. ഇടതുപക്ഷ മുന്നേറ്റങ്ങൾ ഇവരുടെ ജീവിതരീതിയിൽ വരുത്തിയ സ്വാധീനവും അതുവഴിയുണ്ടായ പുരോഗതിയും നോവലിൽ പ്രതിപാദിക്കുന്നു. അന്നത്തെ സാമൂഹിക അവസ്ഥകൾ, അസമത്വങ്ങൾ, മനുഷ്യന്റെ മാനസികമായ ജീർണ്ണതകൾ, സങ്കുചിത മനോഭാവങ്ങൾ, പലതരത്തിലുള്ള വേർതിരിവുകൾ, ഉദ്യോഗസ്ഥ ദുഷ്പ്രഭുത്വം, മാലിന്യ നിർമ്മാർജ്ജനത്തിലെ പോരായ്മകൾ, പകർച്ചവ്യാധികളുമായി ബന്ധപ്പെട്ട അനിശ്ചിതത്വം തുടങ്ങിയ വിവിധ

സാമൂഹിക വിഷയങ്ങൾ ജനങ്ങളുടെ ഇടയിൽ ചർച്ചയാകുന്നതിന് ഈ പുസ്തകം കാരണമായിട്ടുണ്ട് എന്നു കരുതാം. ഇതിന്റെകൂടി പശ്ചാത്തലത്തിൽ ശുചിത്വ പ്രവർത്തനം കൂടുതൽ കാര്യക്ഷമമാക്കുന്നതിന് സർക്കാർ തീരുമാനമെടുത്തു. 1950 ൽ ലോകാരോഗ്യ സംഘടനയുടെ സഹായത്തോടെ പാരിസ്ഥിതിക ശുചിത്വ പദ്ധതിക്കു കേരളത്തിൽ തുടക്കമിട്ടു. ഇതിന്റെ ഭാഗമായി കൂടുതൽ കുഴികക്കൂസുകൾ സ്ഥാപിക്കപ്പെട്ടു. 1957 ൽ പൊതുജനാരോഗ്യ എഞ്ചിനീയറിങ് വകുപ്പിന് (പി എച്ച് ഇ ഡി) സർക്കാർ രൂപം നല്കുകയും സാങ്കേതിക മേന്മയുള്ള കുടിവെള്ള വിതരണ ശുചിത്വ പദ്ധതികൾക്ക് തുടക്കമിടുകയും ചെയ്തു. നഗര പ്രദേശങ്ങളിൽ സെപ്റ്റിക് ടാങ്ക് പോലെയുള്ള സാങ്കേതിക വിദ്യകൾ പ്രചരിപ്പിച്ചു. എന്നിരുന്നാലും നഗരങ്ങളിലെ തോട്ടിപ്പണി നിർബ്വാധം തുടരുകയും അതിലേർപ്പെട്ടിരുന്ന തൊഴിലാളികളുടെ സ്ഥിതി കൂടുതൽ ദയനീയമാകുകയും ചെയ്തു. ഗത്യന്തരമില്ലാതെ 1959 മാർച്ച് മാസം ശുചീകരണത്തൊഴിലാളികൾ വീണ്ടും സമരം തുടങ്ങി. അവരോട് ഐക്യദാർഢ്യം പ്രകടിപ്പിച്ച് നഗരസഭയിലെ ഡ്രൈവർമാരും, ഡഫോദർമാരും, പ്യൂൺമാരും അടക്കം നഗരസഭയിലെ മുഴുവൻ തൊഴിലാളികളും പണിമുടക്കി. ട്രാവൻകൂർ ലേബർ അസോസിയേഷന്റെ തൊഴിലാളി സംഘടനാ പ്രവർത്തനങ്ങൾ സമരത്തിന് പരോക്ഷമായ ശക്തി പകർന്നു. 19 ദിവസം നീണ്ടുനിന്ന സമരത്തെ പരാജയപ്പെടുത്തുന്നതിന് ഡയസ്നോണും, ജയിൽശിക്ഷയും ഉൾപ്പെടെ നിരവധി ശിക്ഷാ നടപടികൾ നഗരസഭ കൈക്കൊണ്ടു എങ്കിലും ഐതിഹാസികമായ മാറ്റങ്ങൾക്ക് ഈ സമരം കാരണമായി. ശുചീകരണ തൊഴിലാളികൾ ഉന്നയിച്ച നിരവധി കാര്യങ്ങൾ അംഗീകരിച്ച് സർക്കാർ ഉത്തരവിറക്കി. ശുചീകരണ തൊഴിലാളികളുടെ തൊഴിലവകാശങ്ങൾ അംഗീകരിക്കുന്നതിന് നിയമങ്ങളും ചട്ടങ്ങളും ഉണ്ടാക്കി. കേരളത്തിൽ തോട്ടിവേല ഇല്ലാതാക്കുന്നതിനും, കുഴി കക്കൂസുകൾ വ്യാപകമാകുന്നതിനും സമരം കാരണമായി. ജുബ്ബാ രാമകൃഷ്ണപിള്ളയുടെ നേതൃത്വത്തിൽ നടന്ന നഗരസഭാ തൊഴിലാളികളുടെ സമരം വലിയ സാമൂഹിക മാറ്റങ്ങൾക്ക് വഴിതെളിച്ചു. തൊഴിലവകാശങ്ങളെപ്പറ്റി സമൂഹത്തിൽ വ്യാപകമായ ബോധം ഉണർത്തുന്നതിന് ഈ സമരം സഹായകരമായി. 1960 ലെ പഞ്ചായത്ത് നിയമത്തിലോ, 1964 ലെ കേരള മുനിസിപ്പൽ നിയമത്തിലോ തോട്ടിവേല സംബന്ധമായ ഒരംഗീകാരമോ, നിർദ്ദേശമോ ഉണ്ടായിരുന്നില്ല എന്നത് കേരളത്തിലെ തോട്ടിവേലയുടെ അന്ത്യം സൂചിപ്പിക്കുന്നതായിരുന്നു. തോട്ടിപ്പണിയിൽനിന്ന് മോചിപ്പിക്കപ്പെട്ട എല്ലാ തൊഴിലാളികളെയും അന്ന് അതതു തദ്ദേശസ്വയംഭരണ സ്ഥാപനങ്ങളിൽ നിയമിക്കപ്പെട്ടു. തോട്ടിവേല നിരോധിച്ചുകൊണ്ടുള്ള നിയമം രാജ്യം ആദ്യമായി പ്രഖ്യാപിച്ചത് 1993 ൽ മാത്രമാണ് എന്നതറിയുമ്പോഴാണ് കേരളത്തിന്റെ തീരുമാനം

പ്രകീർത്തിക്കപ്പെടുന്നത്.

1993 ൽ തോട്ടിവേലയും, തുറന്ന കക്കൂസുകളുടെ നിർമ്മാണവും നിരോധിച്ചുകൊണ്ടുള്ള നിയമം ഇന്ത്യാ ഗവൺമെന്റ് പ്രഖ്യാപിച്ചു. ഇതനുസരിച്ച് തോട്ടിപ്പണിക്ക് ആളെ നിയോഗിക്കുകയോ, തുറന്ന കക്കൂസുകൾ പണിയുകയോ ചെയ്യുന്നവർക്ക് ഒരുവർഷംവരെ ജയിൽ ശിക്ഷയും 2000 രൂപ പിഴയും ഈടാക്കുന്ന വ്യവസ്ഥയുണ്ടായി. കൂടാതെ കുറ്റക്കാരെ 1989 ലെ SC & ST പീഡനനിരോധന നിയമപ്രകാരം കേസെടുക്കുന്നതിനും വ്യവസ്ഥയുണ്ടായി. കേരളത്തിൽ തോട്ടിപ്പണി 1959 മുതൽ തന്നെ ഇല്ലാതായി എങ്കിലും അന്ന് തോട്ടിപ്പണിയിൽ ഏർപ്പെട്ടിരുന്നവരുടെയും, അവരുടെ കുടുംബാംഗങ്ങളുടെയും സാമൂഹ്യസാമ്പത്തിക സ്ഥിതി മനസ്സിലാക്കുന്നതിനും അവരുടെ പുനരധിവാസം ആവശ്യമുണ്ടെങ്കിൽ അത് പഠിക്കുന്നതിനുമുള്ള ഒരു ശ്രമം 2010 ൽ കേരള സർക്കാർ നടത്തുകയുണ്ടായി. ശുചിത്വ മിഷന്റെ സഹായത്തോടെ രാജഗിരി സോഷ്യൽ സയൻസ് കോളേജിലെ ഗവേഷണ വിഭാഗമാണ് പഠനം നടത്തിയത്. അതനുസരിച്ച് അന്ന് തോട്ടിപ്പണിയിൽ ഏർപ്പെട്ടിരുന്നവർ, അവരുടെ കുടുംബാംഗങ്ങൾ, അടുത്ത തലമുറയിൽപ്പെട്ടവർ എന്നിവരുടെ വിവിധ സാമൂഹ്യസാമ്പത്തിക സൂചകങ്ങളുടെ അടിസ്ഥാനത്തിൽ അവരെല്ലാം തന്നെ പൊതുസമൂഹത്തിന്റെ ഭാഗമായി മാറി എന്നു മനസ്സിലാക്കാം. 1993 ലെ നിയമത്തിന്റെ അടിസ്ഥാനത്തിൽ തോട്ടിപ്പണിയിൽ ഏർപ്പെട്ടിരുന്നവരുടെയും കുടുംബാംഗങ്ങളുടെയും പുനരധിവാസത്തിനായി കേന്ദ്രസർക്കാർ ചില സഹായ പദ്ധതികൾ നടപ്പിലാക്കി എങ്കിലും കേരളത്തിൽ അതിന്റെ പ്രയോക്താക്കൾ വളരെ പരിമിതമായിരുന്നു. തോട്ടിപ്പണി തൊഴിലിൽ ഏർപ്പെട്ടിരുന്നവരുടെ അവകാശമോ, സുരക്ഷയോ സംബന്ധിച്ച് 1993 ലെ നിയമം നിശ്ശബ്ദമായിരുന്നു. തുടർന്നു 2013 ൽ തോട്ടിപ്പണിക്ക് നിയോഗിക്കുന്നത് നിരോധിച്ചുകൊണ്ടും തോട്ടിപ്പണിക്കാരുടെ പുനരധിവാസം വ്യവസ്ഥചെയ്തുകൊണ്ടും പ്രഖ്യാപിച്ച നിയമം ശുചിത്വാവകാശം ഉറപ്പാക്കുന്നതിനു പ്രത്യേക ശ്രദ്ധ നല്കിയിട്ടുണ്ട്. ഇതനുസരിച്ച് തുറന്ന കക്കൂസുകൾ ഉണ്ടെങ്കിൽ അവ പൊളിച്ചുകളയുകയോ, ശുചിത്വ കക്കൂസുകളായി പരിവർത്തനപ്പെടുത്തുകയോ ചെയ്യുക എന്നത് സ്ഥല ഉടമയുടെ നിയമപരമായ ഉത്തരവാദിത്വമാണ്. അതോടൊപ്പം പൊതുകക്കൂസുകൾ നിർമ്മിക്കുന്നതിനും, ശരിയായ രീതിയിൽ പരിപാലിക്കുന്നതിനുമുള്ള ഉത്തരവാദിത്വം പ്രാദേശിക സർക്കാരിലും നിക്ഷിപ്തമാണ്. അടിയന്തര ഘട്ടത്തിലാണെങ്കിൽപ്പോലും മലിനജലക്കുഴലുകളിൽ സുരക്ഷാ സംവിധാനങ്ങൾ ഇല്ലാതെ പ്രവേശിക്കുന്നത് കുറ്റകരമാണ് എന്നും നിയമം വ്യവസ്ഥ ചെയ്തിട്ടുണ്ട്. 1993 നു ശേഷം മലിനജലക്കുഴലുകളിലോ സെപ്റ്റിക് ടാങ്കുകളിലോ മരണം സംഭവിച്ചാൽ മരിച്ചവരുടെ സ്വന്തക്കാർക്ക് 10 ലക്ഷം രൂപ നഷ്ടപരിഹാരം

നല്കുന്നതിനും വ്യവസ്ഥയുണ്ട്. ഔപചാരികമായി തോട്ടിപ്പണിയിൽ നിന്നു സംസ്ഥാനം മുക്തമായി എങ്കിലും കുടിയേറ്റക്കാരായ തൊഴിലാളികളുടെ ഒരു ചെറിയ വിഭാഗം ഗാർഹിക കക്കൂസുകൾ വൃത്തിയാക്കുന്നതിനും, മലിനജലപൈപ്പുകൾ ശുചീകരിക്കുന്നതിനും മറ്റും ഇപ്പോഴും നിയോഗിക്കപ്പെടുന്നുണ്ട്. ആയതിനാൽ ഇവരുടെ പുനരധിവാസം മുൻഗണനാടിസ്ഥാനത്തിൽ പരിഹരിക്കേണ്ടിയിരിക്കുന്നു. അതോടൊപ്പം തോട്ടിപ്പണി നിരോധനം സംബന്ധിച്ചുള്ള നിയമവ്യവസ്ഥകൾക്കു സമൂഹത്തിൽ വലിയ പ്രചാരം നല്കുകയും വേണ്ടതാണ്.

3.5 സ്വാതന്ത്ര്യാനന്തര ശുചിത്വ പ്രവർത്തനങ്ങൾ

സ്വാതന്ത്ര്യലബ്ധിക്കുശേഷവും തോട്ടിപ്പണി നിർമ്മാർജ്ജനം ചെയ്യുക എന്ന ലക്ഷ്യം സാക്ഷാൽക്കരിക്കുന്നതിനുള്ള പ്രവർത്തനങ്ങൾക്കു മുൻതൂക്കം നല്കിയാണ് ശുചിത്വപ്രവർത്തനം പ്രധാനമായും രാജ്യത്തു സംഘടിപ്പിക്കപ്പെട്ടത്. സ്വാതന്ത്ര്യാനന്തരം 1954 ലെ ആദ്യ പഞ്ചവത്സര പദ്ധതിയിൽത്തന്നെ ആരോഗ്യമേഖലയിൽ ദേശീയ ജലവിതരണശുചിത്വ പരിപാടി ഇന്ത്യാ ഗവൺമെന്റ് പ്രഖ്യാപിക്കുകയുണ്ടായി. ശുദ്ധജലവിതരണം വ്യാപിപ്പിക്കുന്നതിനും, അഴുക്കുജലനിർമ്മാർജ്ജനസൗകര്യങ്ങൾ ലഭ്യമാക്കുന്നതിനുമാണ് ഈ പദ്ധതി പ്രധാനമായും ലക്ഷ്യമിട്ടത്. ഈ പദ്ധതിയുടെ ഭാഗമായി 1956 ഓടെ സിംഗൂർ മോഡൽ ഒറ്റക്കുഴി കക്കൂസുകൾ പ്രയോഗത്തിൽ വന്നു. കേരളമുൾപ്പെടെയുള്ള സംസ്ഥാനങ്ങളിൽ കുഴി കക്കൂസുകൾ പ്രചരിപ്പിക്കപ്പെട്ടു. തുടർന്ന് വാട്ടർസീൽ ക്ലോസറ്റ് വെച്ച ഒറ്റക്കുഴി കക്കൂസുകൾ സ്ഥാപിക്കുന്നതിന് തുടക്കമായി. നഗരങ്ങളിൽ സെപ്റ്റിക് ടാങ്ക് കക്കൂസുകളും സ്ഥാപിച്ചു തുടങ്ങി. ഇതോടൊപ്പം തിരുവനന്തപുരം ഉൾപ്പെടെയുള്ള നഗരങ്ങളിൽ കൊതുകുനശീകരണത്തിന് ഓടയിൽ ഉപ്പുവെള്ളം ഒഴിക്കുന്ന രീതിയും ആരംഭിച്ചു. തുടർന്ന് ആരോഗ്യവകുപ്പിന്റെ നിർദ്ദേശപ്രകാരം കൊതുക് നശീകരണത്തിനായി വെള്ളം കെട്ടിക്കിടക്കുന്ന ഇടങ്ങളിൽ ഓയിൽ തളിക്കുന്ന രീതി വ്യാപകമായി. ഫൈലേറിയ ഇൻസ്പെക്ടർമാർ വീടുകളിൽ പരിശോധന നടത്തുന്ന സമ്പ്രദായവും ആരംഭിച്ചു. നഗരകേന്ദ്രീകൃതമായി നടന്ന ഈ പ്രവർത്തനങ്ങളുടെ ഫലമായി 1981 ആയപ്പോഴേക്കും സംസ്ഥാനത്ത് നഗരങ്ങളിലെ 58% വീടുകൾക്ക് ഏതെങ്കിലുമൊരു തരത്തിലുള്ള ടോയ്‌ലറ്റ് സംവിധാനം ലഭ്യമായിരുന്നു എന്നാണ് കനേഷുമാരി കണക്കുകൾ സൂചിപ്പിക്കുന്നത്. എന്നാൽ നമ്മുടെ ഗ്രാമങ്ങളിലെ സ്ഥിതി അത്രമാത്രം മെച്ചപ്പെട്ടതായിരുന്നില്ല. എന്നിരുന്നാലും ഈ കാലഘട്ടത്തിൽ ശുചിത്വവുമായി ബന്ധപ്പെട്ട് ഗ്രാമവികസന വകുപ്പിനുകീഴിൽ നടന്ന പ്രവർത്തനം ശ്രദ്ധേയമായിരുന്നു. ഇക്കാലത്ത് ഊർജ്ജസ്വലരായ ഗ്രാമസേവകർ അവരുടെ പ്രവർത്തന മണ്ഡലത്തിലെ പ്രധാനികളുടെ

(അദ്ധ്യാപകർ, പ്രധാന കൃഷിക്കാർ, സാമൂഹിക നേതാക്കന്മാർ തുടങ്ങിയവർ) വീടുകൾ കയറിയിറങ്ങി ടോയ്‌ലറ്റ് സ്ഥാപിച്ചു മാതൃകയാകുന്നതിന് പ്രേരിപ്പിച്ചു വന്നു. അവരുടെ സ്ഥിരോത്സാഹത്തിൽ മലയോരമേഖല ഉൾപ്പെടെ കേരളത്തിലെ മിക്ക ഗ്രാമങ്ങളിലും ചില വീടുകളിലെങ്കിലും ടോയ്‌ലറ്റ് ഉപയോഗിച്ചുതുടങ്ങി. ഇത് സമൂഹത്തിൽ ചെലുത്തിയ സ്വാധീനം ചെറുതല്ല എന്നു പില്ക്കാല കണക്കുകൾ സാധൂകരിക്കുന്നു.

3.6 അന്തർദ്ദേശീയ ജലദശകവും ശുചിത്വ പ്രവർത്തനങ്ങളും

ശുദ്ധജലത്തിനും, ശുചിത്വത്തിനും ലോകരാഷ്ട്രങ്ങൾ വേണ്ടത്ര ശ്രദ്ധ പതിപ്പിക്കണം എന്ന ആഹ്വാനത്തോടെ ഐക്യരാഷ്ട്രസഭ 1981–90 അന്തർദ്ദേശീയ ജലദശകമായി പ്രഖ്യാപിക്കുകയുണ്ടായി. ഈ ഒരു ദശകത്തിൽ 100% പ്രദേശങ്ങളിൽ ജലവിതരണവും, 80% നഗരപ്രദേശങ്ങളിലും, 25% ഗ്രാമപ്രദേശങ്ങളിലും ശുചിത്വസൗകര്യങ്ങളും ലഭ്യമാക്കുന്നതിനുമാണ് ഇന്ത്യാ ഗവൺമെന്റ് ലക്ഷ്യമിട്ടത്. ഈ സമയത്ത് ഇന്ത്യൻ ഗ്രാമങ്ങളിലെ സ്ഥിതിയാകട്ടെ അത്യധികം ദയനീയമായിരുന്നു. വെറും 1% ഗ്രാമീണ കുടുംബങ്ങൾക്ക് മാത്രമാണ് ടോയ്‌ലറ്റ് സൗകര്യം ലഭ്യമായിരുന്നത് എന്നതിനാൽ വെളിയിടവിസർജ്ജ്യം മാത്രമായിരുന്നു അവരുടെ ആശ്രയം. ഇതിന്റെ ഫലമായി പകർച്ചവ്യാധികൾ വർദ്ധിക്കുകയും രോഗഭാരം അനിയന്ത്രിതമായി ഉയരുകയും ചെയ്തു. എന്നിരുന്നാലും ഗ്രാമീണ ശുചിത്വം ലക്ഷ്യമിട്ടുള്ള ഒരു പരിപാടിയും രാജ്യത്ത് ഉണ്ടായിരുന്നില്ല. ഇന്ത്യയിൽ ജലദശകവുമായി ബന്ധപ്പെട്ട പ്രവർത്തനം ആരംഭിച്ചത് 1985 ൽ ഗ്രാമീണശുചിത്വ പ്രവർത്തനങ്ങൾ നഗരവികസന മന്ത്രാലയത്തിൽ നിന്നു ഗ്രാമവികസന മന്ത്രാലയത്തിലേക്ക് മാറ്റിയതോടെയാണ്. തുടർന്ന് 1986 ൽ അന്ന് നിലവിലുണ്ടായിരുന്ന ഇരുപതിന വികസന പരിപാടി ശുദ്ധജല വിതരണവും, ശുചിത്വം ഉൾപ്പെടെയുള്ള പരിസ്ഥിതിസംരക്ഷണവും ഉൾപ്പെടുത്തി പുനഃസംഘടിപ്പിക്കുകയുണ്ടായി.

ശുചിത്വപ്രവർത്തനങ്ങൾക്ക് മുൻഗണന ലഭിച്ച സാഹചര്യത്തിൽ അതേ വർഷം തന്നെ ജലദശകത്തിൽ ലക്ഷ്യമിട്ട 25% ഗ്രാമീണ ജനങ്ങൾക്ക് ശുചിത്വസൗകര്യം കൈവരിക്കുന്നതിന് കേന്ദ്ര ഗ്രാമീണ ശുചിത്വ പരിപാടി (CRSP) ആരംഭിക്കുകയുണ്ടായി. ഇന്ദിര ആവാസ് യോജന (IAY), ദേശീയ ഗ്രാമീണ തൊഴിൽദാന പരിപാടി (NREP), ഗ്രാമീണ ഭൂരഹിത തൊഴിൽദാന പരിപാടി (RLEGP) എന്നിവയുടെ സാദ്ധ്യതകൂടി ഉപയോഗപ്പെടുത്തി വീടുകൾ, സ്കൂളുകൾ, അംഗനവാടികൾ, ആരോഗ്യകേന്ദ്രങ്ങൾ, പഞ്ചായത്ത് ഓഫീസുകൾ എന്നിവിടങ്ങളിൽ ടോയ്‌ലറ്റ് നിർമ്മിക്കുന്നതിനായാണ് ലക്ഷ്യമിട്ടത്. പട്ടികജാതി, പട്ടികവർഗ്ഗം, ദാരിദ്ര്യരേഖയ്ക്കുതാഴെയുള്ള വിഭാഗങ്ങൾക്ക് ടോയ്‌ലറ്റ് നിർമ്മിക്കുന്നതിന് 100% സബ്സിഡിയും വ്യവസ്ഥ ചെയ്തിരുന്നു. ജലശുചീ

കരണം സാദ്ധ്യമായ ഇരട്ടക്കുഴി കക്കൂസുകളാണ് പ്രോത്സാഹിപ്പിച്ചത്. നിബന്ധനകൾക്ക് വിധേയമായി സംസ്ഥാനങ്ങൾക്ക് സാമ്പത്തിക സഹായം ലഭ്യമാക്കിയാണ് ഈ പരിപാടിയുടെ നിർവ്വഹണം ലക്ഷ്യ മിട്ടത്. 1992 ൽ പരിപാടിയുടെ മാർഗ്ഗനിർദ്ദേശങ്ങൾ പരിഷ്കരിച്ചതിനു ശേഷം 1993 ലാണ് ഈ പരിപാടിയുടെ കാര്യക്ഷമമായ നിർവ്വഹണം ആരംഭിച്ചത്. ഗാർഹിക കക്കൂസുകൾ ലഭ്യമാക്കുന്നതോടൊപ്പം മലിനജല സംസ്കരണ കുഴികൾ (Soak pits), മാലിന്യ സംസ്കരണക്കുഴികൾ (Garbage pits), കുളിക്കടവുകൾ, അലക്കുകടവുകൾ, പുകയില്ലാത്ത അടുപ്പുകൾ, ബയോഗ്യാസ് പ്ലാന്റ് തുടങ്ങി വിവിധ ശുചിത്വ ഘടകങ്ങ ളുടെ ലഭ്യത ഉറപ്പാക്കുന്നതിനും പരിപാടി വിഭാവനം ചെയ്തു. എന്നാൽ ദേശീയ തലത്തിൽ വേണ്ടത്ര ചലനമുണ്ടാക്കുന്നതിന് ഈ പരിപാടിക്കാ യില്ല എന്നതാണു അന്നുണ്ടായ വിമർശനം.

1987 ൽ കേരളത്തിലെ ശുചിത്വ പ്രവർത്തനങ്ങൾക്ക് ഡെന്മാർക്ക്, നെതർലാന്റ്സ് സർക്കാരുകളുടെ സഹായം ലഭ്യമായിത്തുടങ്ങി. വീടുകൾ, സ്കൂളുകൾ എന്നിവിടങ്ങളിൽ ടോയ്‌ലറ്റ് ലഭ്യമാക്കുന്നതിനും, മലിനജല സംസ്കരണം, കിണറുകളുടെ ശുചീകരണം തുടങ്ങിയ സൗകര്യങ്ങൾ പ്രചരിപ്പിക്കുന്നതിനുമുള്ള സഹായമാണ് ലഭ്യമായത്. ഈ പ്രവർത്തനങ്ങൾക്ക് സഹായം ലഭ്യമാക്കുന്നതിന് സോഷ്യോഎക്കോ ണോമിക് യൂണിറ്റ് ഫൌണ്ടേഷൻ (SEUF) സ്ഥാപിക്കപ്പെട്ടു. പദ്ധതി യുടെ നിർവ്വഹണത്തിന് സർക്കാർ സംവിധാനങ്ങൾക്കൊപ്പം വിവിധ സർ ക്കാരിതര സംഘടനകളായ കോസ്റ്റ്ഫോർഡ്, പീരുമേട് വികസന സമിതി, പഴകുളം സാമൂഹ്യ സേവന സൊസൈറ്റി എന്നിവയുടെ സഹായവും ലഭ്യമായി.

1981 ൽ കേന്ദ്രസഹായ പദ്ധതി പ്രകാരം നഗരപ്രദേശങ്ങളിലും ശുചിത്വ ടോയ്‌ലറ്റ് ലഭ്യത വർദ്ധിപ്പിക്കുന്നതിന് പ്രവർത്തനം വ്യാപിപ്പിച്ചു. 1989 മുതൽ ഈ പദ്ധതി ഹഡ്കോയുടെ സഹായത്തിലാണ് തുടർന്നത്. ഈ പ്രവർത്തനങ്ങളുടെ ഫലമായി 1991 ഓടെ കേരളത്തിലെ നഗരമേഖ ലയിൽ 73% വീടുകളിലും, ഗ്രാമീണമേഖലയിൽ 44% വീടുകളിലും ടോയ് ലറ്റുകൾ ലഭ്യമായി. ഇതേസമയം ദേശീയതലത്തിൽ 10% ഗ്രാമീണവീടു കളിൽ മാത്രമാണ് ടോയ്‌ലറ്റ് ലഭ്യത ഉണ്ടായിരുന്നത് എന്നു കാണു മ്പോഴാണ് കേരളത്തിലെ നേട്ടം ശ്രദ്ധേയമാകുന്നത്. 1994 ൽ സംസ്ഥാ നത്ത് ആദ്യത്തെ മാതൃകാ ഗ്രാമ ശുചിത്വ പദ്ധതി കേന്ദ്ര ഗ്രാമീണ ശുചിത്വ പരിപാടിയുടെ ഭാഗമായി പള്ളിപ്പാട് ഗ്രാമപഞ്ചായത്തിൽ തുട ങ്ങുന്നതിന് അനുമതി ലഭിച്ചു. ജനങ്ങളിൽ ശരിയായ ശുചിത്വാവബോധം സൃഷ്ടിക്കുന്നതിനുള്ള ഘടകംകൂടി ഈ പദ്ധതിയിൽ ഉൾപ്പെടുത്തി എന്നതും ശ്രദ്ധേയമാണ്. ഈ പ്രവർത്തനങ്ങളുടെയെല്ലാം ഫലമായി 1982–83 മുതൽ 1997–98 വരെയുള്ള കാലയളവിൽ കേന്ദ്ര ഗ്രാമീണ ശുചിത്വ പരിപാടിയുടെ സഹായത്തിൽ 1,19.951 കക്കൂസുകളും, വിവിധ തൊഴിൽ

ദാന പദ്ധതികളുടെ സഹായത്തിൽ 1,81,033 കക്കൂസുകളും, ഇന്ദിര ആവാസ് യോജനയുടെ സഹായത്തിൽ 78,007 കക്കൂസുകളും, മറ്റ് പല സ്കീമുകളുടെ സഹായത്തോടെ 1 ലക്ഷം കക്കൂസുകളും നിർമ്മിക്കുകയുണ്ടായി.

3.7 സംസ്ഥാന സാനിറ്റേഷൻ സെൽ

അന്തർദ്ദേശീയ ജലദശകത്തിന്റെ ഭാഗമായി കേരളത്തിലെ 25% വീടുകളിലെങ്കിലും കക്കൂസുകൾ സ്ഥാപിക്കണമെന്നും, ശുചിത്വാവബോധം വർദ്ധിപ്പിക്കണമെന്നും സംസ്ഥാന സർക്കാർ ലക്ഷ്യമിടുകയുണ്ടായി. ഇതിനായി സംസ്ഥാനത്തെ ശുചിത്വ പ്രവർത്തനങ്ങൾ ഏകോപിപ്പിക്കുന്നതിനായി സംസ്ഥാന സാനിറ്റേഷൻ സെൽ എന്ന സംവിധാനം 1988 ഫെബ്രുവരി 23 ന് ഔപചാരികമായി രൂപീകരിക്കുകയുണ്ടായി. വിവിധ തലത്തിലുള്ള ശുചിത്വ ആവശ്യങ്ങൾ നിറവേറ്റുന്നതിനുതകുന്ന ശുചിത്വ പദ്ധതി ആസൂത്രണം ചെയ്ത് തയ്യാറാക്കുന്നതിനും, നിർവ്വഹണ ഏജൻസികൾക്ക് വേണ്ട പരിശീലനവും, സാങ്കേതിക സഹായവും നല്കുന്നതിനും, ശുചിത്വവുമായി ബന്ധപ്പെട്ട വിദ്യാഭ്യാസ അവബോധ പ്രവർത്തനനങ്ങൾ സംഘടിപ്പിക്കുന്നതിനും, വകുപ്പ് തലത്തിലുള്ള ശുചിത്വ പ്രവർത്തനങ്ങൾ ഏകോപിപ്പിക്കുന്നതിനുമാണ് ഇതിലൂടെ ലക്ഷ്യമിട്ടത്. ശുചിത്വവുമായി ബന്ധപ്പെട്ട അവബോധം സമൂഹത്തിൽ വർദ്ധിപ്പിക്കുന്നതിനും, ലഭ്യമായ ശുചിത്വ പദ്ധതികൾ കൂടുതൽ ഫലപ്രദമായി നടപ്പിലാക്കുന്നതിനും ഈ സെല്ലിന്റെ രൂപീകരണം സഹായകമായിട്ടുണ്ട്.

4

ജനകീയാസൂത്രണപ്രസ്ഥാനവും ശുചിത്വപ്രവർത്തനങ്ങളും

ഇന്ത്യൻ ഭരണഘടനയ്ക്ക് അനുസൃതമായി 1994 ൽ നിലവിൽ വന്ന കേരളാ മുനിസിപ്പാലിറ്റി നിയമവും, കേരളാ പഞ്ചായത്ത് രാജ് നിയമവും വികേന്ദ്രീകൃത ഭരണസംവിധാനത്തിലേക്ക് മാറുന്നതിനുള്ള പശ്ചാത്തലമൊരുക്കി. ഇതിന്റെ അടിസ്ഥാനത്തിൽ 29 ഓളം ഭരണവിഷയങ്ങളും, അതുമായി ബന്ധപ്പെട്ട സ്ഥാപനങ്ങൾ, പദ്ധതികൾ, അടിസ്ഥാന സൗകര്യങ്ങൾ ഇവ കൈമാറ്റം ചെയ്യുന്നതിനുള്ള സാദ്ധ്യത ഉണ്ടായി എന്നതാണ് ശ്രദ്ധേയമായ കാര്യം. തുടർന്ന് 1995 ഒക്ടോബർ 2 നു കേരളത്തിൽ ത്രിതല പഞ്ചായത്തുകൾ, മുനിസിപ്പാലിറ്റികൾ, കോർപ്പറേഷനുകൾ എന്നിവ തദ്ദേശ സർക്കാരുകൾ എന്ന നിലയിൽ അധികാരത്തിൽ വന്നു. ഇവർക്ക് ചുമതലകളും, അധികാരങ്ങളും, ധനസഹായവും, ഉദ്യോഗസ്ഥ സംവിധാനവും നിർണ്ണയിച്ചു നല്കുകയുണ്ടായി. ഈ വികേന്ദ്രീകൃത സംവിധാനം പ്രയോഗത്തിലെത്തിക്കുന്നതിന് ജനപങ്കാളിത്തത്തോടെയുള്ള പ്രാദേശിക ആസൂത്രണവും, പദ്ധതികളുടെ രൂപീകരണവും, ഭരണനിർവ്വഹണവും എന്ന ആശയം അംഗീകരിക്കപ്പെട്ടു. ഇത് സാദ്ധ്യമാക്കുന്നതിനായി 1996 ആഗസ്ത് 17 ന് ജനകീയാസൂത്രണ പ്രസ്ഥാനം ആരംഭിച്ചു. സംസ്ഥാന ആസൂത്രണ ബോർഡിന്റെ ആഭിമുഖ്യത്തിൽ തദ്ദേശ സ്വയംഭരണ വകുപ്പുമായി ചേർന്ന് രാഷ്ട്രീയ പാർട്ടികൾ, ജനപ്രതിനിധികൾ, സർക്കാരിതര സംഘടനകൾ, വിദഗ്ദ്ധർ തുടങ്ങിയവരുടെ കൂട്ടായ്മയോടെയാണ് പ്രവർത്തനങ്ങൾ രൂപപ്പെടുത്തിയത്. പ്രാദേശിക വികസന പ്രവർത്തനങ്ങൾക്കൊപ്പം സദ്ഭരണവും ലക്ഷ്യമിട്ടുള്ള പ്രവർത്തനങ്ങളാണ് സംഘടിപ്പിച്ചത്. തദ്ദേശഭരണ നിർവ്വഹണത്തിനായി നിർബ്ബന്ധിത ചുമതലകൾ, പൊതു ചുമതലകൾ, മേഖലാ വികസന ചുമതലകൾ എന്നിവ നിർണ്ണയിച്ച് നല്കുകയുണ്ടായി.

ഇതിൽ ഗ്രാമപഞ്ചായത്തിന്റെ 27 ഉം, നഗരസഭയുടെ 30 ഉം നിർബ്ബന്ധിത ചുമതലകളിൽ 13 എണ്ണം വീതം ശുചിത്വ പരിപാലനവുമായി നേരിട്ടോ, പരോക്ഷമായോ ബന്ധപ്പെട്ടതാണ്. ആയതിനാൽ തദ്ദേശഭരണ സ്ഥാപനങ്ങൾക്ക് കൈമാറ്റം ചെയ്യപ്പെട്ട വിഷയമെന്ന നിലയ്ക്ക് ശുചിത്വ മേഖലയ്ക്ക് ജനകീയാസൂത്രണ പ്രവർത്തനങ്ങളിൽ മുൻനിര പ്രാധാന്യം ലഭിക്കുകയുണ്ടായി.

നെതർലാന്റ്സ് സഹായത്തോടെയുള്ള ശുചിത്വപദ്ധതി തയ്യാറാക്കുന്നതിനായി നടത്തിയ സർവ്വേ പ്രകാരം മെച്ചപ്പെട്ട കുടിവെള്ള വിതരണവും ഗാർഹിക കക്കൂസുകളുടെ ലഭ്യതയുമാണ് ജനങ്ങളുടെ മുൻഗണന എന്ന് അംഗീകരിക്കപ്പെട്ടു. വെളിയിട വിസർജ്ജ്യം (Open defecation) മൂലമുള്ള പൊതുജനാരോഗ്യ പ്രശ്നങ്ങളും, പരിസര മലിനീകരണവും തടയുന്നതിന് എല്ലാ വീടുകളിലും ഗാർഹിക കക്കൂസുകൾ ലഭ്യമാക്കുന്നതിനും, അവയുടെ ശുചിത്വപൂർണ്ണമായ ഉപയോഗം വ്യാപകമാക്കുന്നതിനും, ഗാർഹിക മലിനജലനിർഗ്ഗമനം സാദ്ധ്യമാക്കുന്നതിനും പ്രാഥമിക പരിഗണന നല്കണമെന്ന് നിർദ്ദേശിക്കപ്പെട്ടു. ജനകീയാസൂത്രണത്തിലൂടെ 9–ാം പഞ്ചവത്സര പദ്ധതി നടപ്പിലാക്കുന്നതിനായി തദ്ദേശഭരണ സ്ഥാപനങ്ങൾ തയ്യാറാക്കിയ വികസന റിപ്പോർട്ടുകളിലും ഗാർഹിക കക്കൂസുകളുടെ അപര്യാപ്തത ആഴമേറിയ പ്രശ്നമാണെന്ന് വെളിപ്പെടുത്തുകയുണ്ടായി. പ്രത്യേകിച്ച് സ്ത്രീകൾക്കും, ജനസാന്ദ്രതയേറിയ തീരപ്രദേശത്തെ ജനങ്ങൾക്കും, സ്ഥലപരിമിതിയുള്ള കോളനികളിൽ താമസിക്കുന്ന പാവങ്ങൾക്കും ശുചിത്വ സംവിധാനങ്ങളുടെ അഭാവം രൂക്ഷമായ പ്രശ്നമായിരുന്നു. 1996–97 ൽ രാജീവ്ഗാന്ധി കുടിവെള്ള ദൗത്യത്തിനു വേണ്ടി ഇന്ത്യൻ ഇൻസ്റ്റിറ്റ്യൂട്ട് ഓഫ് മാസ് കമ്യൂണിക്കേഷൻ കേരളത്തിലെ തിരുവനന്തപുരം, ആലപ്പുഴ, മലപ്പുറം ജില്ലകളിൽ നട

സമൂഹ ടോയിലറ്റ്

ത്തിയ അറിവ് മനോഭാവം പ്രയോഗം (KAP) സർവ്വേ പ്രകാരം ഗാർഹിക കക്കൂസുകളുടെ നിർമ്മാണത്തിനായി 3000 രൂപ വരെ ചെലവഴിക്കാൻ ജനങ്ങൾ തയ്യാറാണ് എന്നു ബോദ്ധ്യപ്പെടുകയുണ്ടായി. ഈ പശ്ചാത്തലത്തിൽ 9–ാം പഞ്ചവത്സര പദ്ധതിയിൽ 300 ഓളം ഗ്രാമ പഞ്ചായത്തുകൾ ശുചിത്വ പദ്ധതികൾക്ക് മുന്തിയ പരിഗണന നല്കുകയുണ്ടായി. ഇവയിൽ 50 ഗ്രാമപഞ്ചായത്തുകൾ 95% വീടുകളിലധികം കക്കൂസുകളുടെ ലഭ്യത എന്ന ലക്ഷ്യം നേടുകയുണ്ടായി. 9–ാം പഞ്ചവത്സര പദ്ധതിക്കാലത്ത് ജനകീയാസൂത്രണ പ്രക്രിയയിലൂടെ 5.71 ലക്ഷം ഗാർഹിക കക്കൂസുകളാണ് നിർമ്മിക്കപ്പെട്ടത്. അതിനുമുൻപുള്ള 15 വർഷക്കാലത്ത് വിവിധ സർക്കാർ പദ്ധതികളിലൂടെ നിർമ്മിക്കപ്പെട്ടതിനേക്കാൾ വളരെ കൂടുതൽ ഗാർഹിക കക്കൂസുകൾ നിർമ്മിക്കാൻ 1997–98 മുതൽ 2001–02 വരെയുള്ള കാലഘട്ടത്തിനായി എന്നത് വികേന്ദ്രീകൃത ഭരണ സംവിധാനത്തിന്റെയും ജനകീയാസൂത്രണ പ്രസ്ഥാനത്തിന്റെയും പ്രസക്തി നമ്മെ ബോദ്ധ്യപ്പെടുത്തുന്നു.

എല്ലാ വീടുകളിലും കക്കൂസ് ലഭ്യമാക്കുന്നതിനും, ശുചിത്വരീതികൾ പ്രചരിപ്പിക്കുന്നതിനുമുള്ള പദ്ധതികൾ തയ്യാറാക്കി നടപ്പിലാക്കി വിവിധ തദ്ദേശ സർക്കാരുകൾ ഈ കാലഘട്ടത്തിൽ മാതൃകയായി. കേന്ദ്ര സഹായ പദ്ധതികളുമായി സംയോജിപ്പിച്ച് തദ്ദേശഭരണ സ്ഥാപനങ്ങളുടെ വിഹിതവും ഗുണഭോക്താക്കളുടെ വിഹിതവും ഉപയോഗപ്പെടുത്തിയാണ് ഇവർ പദ്ധതികൾ വിഭാവനം ചെയ്തത്. ജനകീയാസൂത്രണ പ്രസ്ഥാനത്തിന്റെ ചട്ടക്കൂട് ഉപയോഗിച്ച് ജനപങ്കാളിത്തത്തോടെ വികസിപ്പിച്ച ചില മാതൃകകൾ ഇനി പരിശോധിക്കാം.

4.1 പിലിക്കോട് ഗ്രാമപഞ്ചായത്തിന്റെ സമ്പൂർണ്ണ ശുചിത്വ പദ്ധതി

കാസർഗോഡ് ജില്ലയുടെ തെക്കേ അറ്റത്ത് സ്ഥിതിചെയ്യുന്ന കോടക്കാട്, മാണിയാട്ട്, പിലിക്കോട് എന്നീ കർഷക ഗ്രാമങ്ങൾ ചേർന്നതാണ് പിലിക്കോട് ഗ്രാമപഞ്ചായത്ത്. 26.77 ച.കി.മീ. വിസ്തൃതിയും 21,210 ജനസംഖ്യയും (1991 സെൻസസ്), പൂർണ്ണ സാക്ഷരതയുമുള്ള പ്രദേശം. ഗ്രാമപഞ്ചായത്തിലെ വികസന പ്രവർത്തനങ്ങൾ ജനപങ്കാളിത്തത്തോടെ നടപ്പിലാക്കുന്നതിനായി ചേർന്ന രാഷ്ട്രീയസാമൂഹ്യ സംഘടനാ പ്രവർത്തകരുടെ ആലോചനായോഗത്തിലാണ് സമ്പൂർണ്ണ ശുചിത്വ പരിപാടികൾക്ക് മുൻഗണന നല്കുന്നതിന് തീരുമാനിച്ചത്. ജനകീയ പ്രവർത്തനത്തിന് നേതൃത്വം നല്കുന്നതിനായി പഞ്ചായത്ത് പ്രസിഡന്റ് ചെയർമാനായും. ഒരു സാമൂഹ്യ പ്രവർത്തകൻ കൺവീനർ ആയും പിലിക്കോട് ഗ്രാമപഞ്ചായത്ത് വികസന സമിതി രൂപംകൊണ്ടു.

തുടക്ക പ്രവർത്തനമെന്ന നിലയിൽ കക്കൂസ്, കുടിവെള്ളം, ഗാർഹിക വൈദ്യുതീകരണം, പാർപ്പിടം എന്നിവയുടെ അവസ്ഥ രേഖപ്പെടുത്തുന്നതിന് 1996 ജനുവരി 26 ന് ഏകദിന സർവ്വേ സംഘടിപ്പിച്ചു. സർവ്വേയും തുടർ പ്രവർത്തനങ്ങളും ഫലപ്രദമാകുന്നതിനായി വാർഡ്

മെമ്പർ ചെയർമാനും, ഒരു പൊതുപ്രവർത്തകൻ കൺവീനറുമായി വാർഡ് വികസന സമിതി രൂപീകരിച്ചുകൊണ്ടും, നിരവധി അവബോധ ക്ലാസുകൾ സംഘടിപ്പിച്ചുകൊണ്ടും, വലിയതോതിൽ ജനപങ്കാളിത്തം ഉറപ്പാക്കിയുമാണ് ഏകദിന സർവ്വേ നടത്തിയത്. ഇതിനായി 40–50 വീടുകൾക്ക് ഒന്ന് എന്ന നിലയിൽ അയൽക്കൂട്ടങ്ങൾ സംഘടിപ്പിക്കുകയും, അവരിൽനിന്ന് വനിതകൾ കൂടി അടങ്ങുന്ന 115 സ്ക്വാഡുകൾ രൂപീകരിച്ചുമാണ് സർവ്വേ പൂർത്തീകരിച്ചത്. വിപുലമായ പ്രചരണ പ്രവർത്തനങ്ങൾ, സർവ്വേ ഫോറം തയ്യാറാക്കുന്നതിനുള്ള ചർച്ചകൾ, സർവ്വേ ഫോറം ഉപയോഗപ്പെടുത്തിയുള്ള വിശദമായ പരിശീലനം തുടങ്ങിയവയും സംഘടിപ്പിച്ചു. 747 പേർ പൂർണ്ണസമയവും, 2000 പേർ ഭാഗികമായും സർവ്വേ പ്രവർത്തനങ്ങളിൽ പങ്കെടുത്തു. സർവ്വേയിൽ നിന്നു കണ്ടെത്തിയ വിവരങ്ങൾ പഞ്ചായത്ത് ദിനാഘോഷത്തിന്റെ ഭാഗമായി നടന്ന സെമിനാറിൽ അവതരിപ്പിച്ചു. അതനുസരിച്ച് പഞ്ചായത്തിലെ 4476 കുടുംബങ്ങളിൽ 2020 കുടുംബക്കാർക്ക് കക്കൂസ് ഇല്ല എന്നും അതിൽ 1900 പേരും ദാരിദ്ര്യരേഖയ്ക്ക് താഴെ വരുന്നവരുമാണ് എന്നു കണ്ടെത്തി. 887 കുടുംബങ്ങൾ സ്വന്തം പറമ്പിലും, 452 കുടുംബങ്ങൾ വഴിയോരങ്ങളിലും, 46 കുടുംബങ്ങൾ പുഴയോരത്തും, 16 കുടുംബങ്ങൾ അന്യന്റെ പറമ്പിലും മറ്റുള്ളവർ താല്ക്കാലിക സൗകര്യം ഉപയോഗപ്പെടുത്തിയും മലമൂത്ര വിസർജ്ജനം നിർവ്വഹിക്കുന്നു എന്നു കണ്ടെത്തി. ഈ വിവരങ്ങളുടെ അടിസ്ഥാനത്തിൽ ഒരു സമ്പൂർണ ശുചിത്വ പദ്ധതിക്കു രൂപം കൊടുക്കുന്നതിന് വികസന സമിതി തീരുമാനിച്ചു. ഇതനുസരിച്ച് പഞ്ചായത്തിലെ 100% വീടുകളിൽ കക്കൂസ് സൗകര്യം ഏർപ്പെടുത്തുന്നതിനും, കക്കൂസ് ഇല്ലാത്ത സ്ഥാപനങ്ങളിലേക്ക് 20 എണ്ണം ലഭ്യമാക്കുന്നതിനും, ഖരമാലിന്യം, മലിനജലം എന്നിവ നിർമ്മാർജ്ജനം ചെയ്യുന്നതിനും 874 കിണറുകൾക്ക് ചുറ്റുമതിൽ കെട്ടുന്നതിനുമുള്ള നിർദ്ദേശം ഉൾപ്പെടുത്തി. ഇതിൽ ദാരിദ്ര്യരേഖയ്ക്ക് താഴെയുള്ളവർക്ക് 1900 കക്കൂസ് ഉണ്ടാക്കുവാൻ 48.15 ലക്ഷം രൂപ അടങ്കലുള്ള പദ്ധതിക്കു കേന്ദ്ര സംസ്ഥാന സർക്കാരുകളുടെ അംഗീകാരം ലഭിക്കുകയുണ്ടായി. ഇരട്ടക്കുഴി കക്കൂസ് സാങ്കേതികവിദ്യ ഉപയോഗപ്പെടുത്തിയുള്ള കക്കൂസ് നിർമ്മാണത്തിന്റെ യൂണിറ്റ് കോസ്റ്റ് ആയ 2500 രൂപയിൽ 80% തുക കേന്ദ്ര സംസ്ഥാന സർക്കാരുകളിൽ നിന്നു സമാഹരിക്കുകയും ബാക്കിയുള്ള ഗുണഭോക്തൃവിഹിതമായ 20% തുക മാനുഷിക സേവനമായും ഉൾക്കൊള്ളിച്ചു. പദ്ധതിയിൽ വിഭാവനം ചെയ്ത നിർമ്മാണപരിശീലനത്തിനുള്ള 0.15 ലക്ഷം രൂപയും ബോധവല്ക്കരണത്തിനുള്ള 0.5 ലക്ഷം രൂപയും പൂർണ്ണമായും കേന്ദ്രസംസ്ഥാന സർക്കാരുകൾ ലഭ്യമാക്കി.

വികസന സമിതിയുടെ അടിസ്ഥാനഘടകമായ അയൽക്കൂട്ടങ്ങൾ വഴിയാണ് നിർവ്വഹണം നടപ്പിലാക്കിയത്. പഞ്ചായത്ത് പർച്ചേസിങ് കമ്മിറ്റി ഉണ്ടാക്കി ക്ലോസറ്റ് നേരിട്ടുവാങ്ങിക്കുക വഴി ഗുണഭോക്താവിന് 30% ആദായമുണ്ടായി. മറ്റ് സാധനങ്ങൾ വാങ്ങുന്നതിനും, നിർമ്മാണ

ത്തിനും കൂട്ടായ്മ ഉറപ്പാക്കി. ഈ പ്രവർത്തനങ്ങൾക്കായി 2540 മനുഷ്യ സേവനം സന്നദ്ധപ്രവർത്തനമായി സ്വരൂപിച്ചു. കിണറിൽനിന്നും 15 മീറ്ററെങ്കിലും ദൂരം കക്കൂസ് കുഴിക്കുണ്ടാകണം എന്ന നിബന്ധന പാലിച്ചാണ് കുഴികളുടെ മാർക്കിങ് നടത്തിയത്. വാർഡ് വികസനസമിതിയുടെ ചെയർമാനും, കൺവീനറും ഒപ്പിട്ടുനല്കുന്ന സ്റ്റേജ് സർട്ടിഫിക്കറ്റിന്റെ അടിസ്ഥാനത്തിൽ രണ്ടു ഘട്ടങ്ങളിലായി പണം വിതരണം ചെയ്തു. ദാരിദ്ര്യരേഖയ്ക്ക് മുകളിലുള്ള 120 വീടുകളിലെ കക്കൂസ് നിർമ്മാണത്തിന്റെ ചെലവ് ഗുണഭോക്താക്കൾ തന്നെ വഹിക്കുന്ന രീതിയിലാണ് സമ്പൂർണ്ണ ശുചിത്വ പദ്ധതിയുടെ നിർവ്വഹണം പൂർത്തിയായത്. പഞ്ചായത്ത് ഫണ്ടിൽനിന്നും ഒരുരൂപപോലും ചെലവഴിക്കാതെ വിപുലമായ ജനപങ്കാളിത്തത്തോടെയാണ് പദ്ധതി പൂർത്തിയാക്കിയത്. ജനകീയാസൂത്രണ പ്രവർത്തനത്തിലൂടെ വെളിയിട വിസർജ്ജ്യമുക്ത പഞ്ചായത്തായി പിലിക്കോട് 1997 നവംബർ 17 ന് പ്രഖ്യാപിക്കപ്പെട്ടു.

4.2 ആലപ്പാട് സമ്പൂർണ്ണ ആരോഗ്യശുചിത്വ പരിപാടി

കൊല്ലം ജില്ലയിലെ കരുനാഗപ്പള്ളി ബ്ലോക്കിലുള്ള കടലോര പ്രദേശമാണ് ആലപ്പാട് ഗ്രാമപഞ്ചായത്ത്. 7.38 ച.കി.മീ. വിസ്തീർണ്ണവും, 24583 ജനസംഖ്യയും (1991 സെൻസസ്), 70% ത്തിലേറെപ്പേർ മത്സ്യത്തൊഴിലാളികളുമായുള്ള പ്രദേശമാണിത്. പഞ്ചായത്തിലെ ഭൂരിപക്ഷം ജനങ്ങളും മലമൂത്ര വിസർജ്ജനത്തിനായി കടൽ, കായൽ തീരങ്ങളിലെ തുറസ്സായ സ്ഥലങ്ങളോ, തോടുകളിലും, കായലുകളിലുമായി കെട്ടിപ്പൊക്കിയ താല്ക്കാലിക കക്കൂസുകളെയാണ് ആശ്രയിച്ചിരുന്നത്. ഖരമാലിന്യ സംസ്കരണത്തിനും, മലിനജല നിർമ്മാർജ്ജനത്തിനും സംവിധാനങ്ങൾ ഉണ്ടായിരുന്നില്ല. പഞ്ചായത്തിലെ പൊതുസ്ഥാപനങ്ങൾ, സ്കൂളുകൾ, ആശുപത്രികൾ, പൊതുസ്ഥലങ്ങൾ എന്നിവിടങ്ങളിലെ ശുചിത്വ സൗകര്യങ്ങൾ തീർത്തും അപര്യാപ്തമായിരുന്നു. ജനസാന്ദ്രതയേറിയ ഈ പ്രദേശത്ത് ജലജന്യരോഗങ്ങൾ നിരന്തര ഭീഷണിയായി തുടർന്നു. ജനകീയാസൂത്രണത്തിന്റെ ഭാഗമായി സംഘടിപ്പിച്ച ശില്പശാലകളിലെ ചർച്ചകൾ, തിരുവനന്തപുരം മെഡിക്കൽ കോളേജ് പഠന സംഘത്തിന്റെ സന്ദർശനം, പഞ്ചായത്ത് സമിതിയിലെ ചർച്ചകൾ എന്നിവയുടെ അടിസ്ഥാനത്തിൽ ഒരു സമഗ്ര ശുചിത്വ പദ്ധതി രൂപീകരിച്ച് നടപ്പിലാക്കുന്നതിന് തീരുമാനിക്കുകയായിരുന്നു.

ആദ്യഘട്ട പ്രവർത്തനത്തിന്റെ ഭാഗമായി വിപുലമായ സംഘടനാ സംവിധാനത്തിന് രൂപംനല്കി. 160 അയൽക്കൂട്ടങ്ങൾ രൂപീകരിച്ചു. ഓരോ അയൽക്കൂട്ടത്തിലും 15 മുതൽ 40 വരെ കുടുംബങ്ങളെ ഉൾപ്പെടുത്തി ഒരു വനിതയുൾപ്പെടെ 2 കൺവീനർമാരെയും തീരുമാനിച്ചു. അയൽക്കൂട്ട കമ്മിറ്റികൾക്ക് നേതൃത്വപരമായ പിന്തുണ നല്കുന്നതിന് ഓരോ വാർഡിലും 3 പേർ എന്ന നിലയിൽ 33 പേരുള്ള ഒരു ഹെൽത്ത് പ്രൊമോ

ഷൻ ടീം രൂപീകരിച്ചു. വാർഡുതലത്തിലെ എല്ലാ ശുചിത്വ പ്രവർത്തനങ്ങളും ക്രമീകരിക്കുന്നതിനായി ഒരു വാർഡ് സാനിറ്റേഷൻ കമ്മിറ്റി രൂപീകരിച്ചു. ഈ കമ്മിറ്റിയിൽ വാർഡിലെ മുഴുവൻ അയൽക്കൂട്ട കൺവീനർമാർ, ഹെൽത്ത് പ്രൊമോഷൻ ടീം അംഗങ്ങൾ, വാർഡിന്റെ ചുമതലയുള്ള വി ഇ ഒ, വാർഡുതല ജനകീയാസൂത്രണ കോ-ഓർഡിനേറ്റർ, വാർഡ് തല ശുചിത്വ പ്രവർത്തനങ്ങളുടെ ചുമതലക്കാരനായ ചാർജ് ഓഫീസർ എന്നിവർ അംഗങ്ങളായി. വാർഡ് സാനിറ്റേഷൻ കമ്മിറ്റിയുടെ വിവിധങ്ങളായ പ്രവർത്തനങ്ങൾക്ക് നേതൃത്വം നല്കുന്നതിനും അക്കൗണ്ട് കൈകാര്യം ചെയ്യുന്നതിനുമായി വി ഇ ഒ, എൽ വി ഇ, ഹെൽത്ത് ഇൻസ്പെക്ടർ, ജൂനിയർ പബ്ലിക് ഹെൽത്ത് നേഴ്സ് എന്നിവരിലൊരാളാണ് ഓരോ വാർഡിലെയും ചാർജ് ഓഫീസറായി പ്രവർത്തിച്ചത്. പഞ്ചായത്ത് അംഗങ്ങൾ, ഹെൽത്ത് പ്രൊമോഷൻ ടീം അംഗങ്ങൾ, പഞ്ചായത്ത് തല വകുപ്പ് ഉദ്യോഗസ്ഥർ എന്നിവർ അംഗങ്ങളായും, പഞ്ചായത്ത് പ്രസിഡന്റ് ചെയർമാനായും, പഞ്ചായത്ത് സെക്രട്ടറി കൺവീനറായും, ശുചിത്വ പദ്ധതിയുടെ നിർവ്വഹണത്തിന് ഒരു കോ-ഓർഡിനേറ്ററിനെ ഉൾപ്പെടുത്തിയും ഒരു പഞ്ചായത്ത് സാനിറ്റേഷൻ കമ്മിറ്റിയും രൂപീകരിച്ചു. അയൽക്കൂട്ടങ്ങൾ നടത്തിയ ഏകദിന സർവ്വേക്കു ശേഷമാണ് പദ്ധതി തയ്യാറാക്കിയത്.

3554 വീടുകളിൽ സാനിട്ടറി കക്കൂസുകൾ, 19 പൊതുസ്ഥാപനങ്ങളിൽ കക്കൂസുകൾ, ഖരമാലിന്യ സംസ്കരണത്തിനുള്ള കമ്പോസ്റ്റ് കുഴി സംവിധാനങ്ങൾ, കുടിവെള്ള സ്രോതസ്സുകളുടെ സംരക്ഷണം, മലിനജല സംസ്കരണത്തിന് സോക്ക്പിറ്റ് നിർമ്മാണം, രണ്ടു പി എച്ച് സെന്ററുകൾ, അവയുടെ സബ്സെന്ററുകൾ, സർക്കാർ ആയുർവ്വേദ, ഹോമിയോ ഡിസ്പെൻസറികൾ എന്നിവിടങ്ങളിൽ ശുചിത്വസംവിധാ

സമ്പൂർണ്ണ ശുചിത്വ പരിപാടി

നങ്ങൾ, 10 സ്കൂളുകളിൽ സമഗ്ര ശുചിത്വ പരിപാടി, ജനങ്ങളിൽ ആരോഗ്യശുചിത്വ അവബോധം വളർത്തൽ, ആലപ്പാട് ഗ്രാമപഞ്ചായത്തിനെ 'സമ്പൂർണ്ണ ശുചിത്വ ഗ്രാമ'മാക്കി മാറ്റുക എന്നീ ലക്ഷ്യങ്ങൾ സാദ്ധ്യമാക്കുന്നതിനാണ് പദ്ധതി വിഭാവനം ചെയ്തത്. 2.34 കോടി രൂപ ചെലവ് കണക്കാക്കിയ പദ്ധതിക്ക് 1.07 കോടി രൂപ ഗുണഭോക്തൃവിഹിതമായി ശേഖരിക്കുന്നതിനു ലക്ഷ്യമിട്ടു. ത്രിതല പഞ്ചായത്തുകൾ, ഗ്രാമവികസന വകുപ്പ്, ഫിഷറീസ് വകുപ്പ്, മത്സ്യഫെഡ്, മത്സ്യത്തൊഴിലാളി ക്ഷേമനിധി ബോർഡ്, മൈനിങ് ഏരിയ വെൽഫെയർ ഫണ്ട്, സോഷ്യോഎക്കണോമിക് യൂണിറ്റ് ഫൗണ്ടേഷൻ, യൂണിസെഫ്, ജില്ലാ വികസന ഫണ്ട്, എംപിയുടെ പ്രാദേശിക വികസന ഫണ്ട്, മാതാ അമൃതാനന്ദമയീ മഠം, കരയോഗങ്ങൾ, ബാങ്കുകൾ എന്നീ വിവിധ സ്രോതസ്സുകളിൽനിന്ന് ധനസമാഹാരണം നടത്തി. 1998 നവംബർ 1 ന് ശുചിത്വ പരിപാടി ഉദ്ഘാടനം ചെയ്യപ്പെട്ടു.

പദ്ധതി നിർവ്വഹണത്തിന്റെ ഭാഗമായി വിവിധ തലത്തിലുള്ള ശുചിത്വാരോഗ്യ പ്രവർത്തകർക്ക് അനുയോജ്യമായ പരിശീലനങ്ങൾ സംഘടിപ്പിച്ചു. ശുചിത്വ സർവ്വേ സംഘടിപ്പിക്കുക, ബാങ്കിൽ ജോയിന്റ് അക്കൗണ്ട് ഓപ്പറേറ്റ് ചെയ്യുക, നാൾവഴി എഴുതുക, ലളിതമായ അക്കൗണ്ടിങ് രീതികൾ ഉപയോഗപ്പെടുത്തുക, ഗുണഭോക്തൃവിഹിതം ശേഖരിക്കുക, ഗുണഭോക്താക്കളെ പങ്കാളികളാക്കുക, ആരോഗ്യവിദ്യാഭ്യാസ ശുചിത്വ അവബോധ പ്രവർത്തനങ്ങൾ സംഘടിപ്പിക്കുക, നിർമ്മാണ സാമഗ്രികൾ സമാഹരിക്കുക, നിർമ്മാണം നടത്തുക, നിർമ്മാണ പ്രവർത്തനങ്ങൾ നിയന്ത്രിക്കുക തുടങ്ങിയ ഒട്ടേറെക്കാര്യങ്ങളിൽ പരിശീലനം സംഘടിപ്പിക്കപ്പെട്ടു. വകുപ്പ് മേധാവികൾ, സാങ്കേതിക വിദഗ്ദ്ധർ തുടങ്ങിയവർ പരിശീലനത്തിന് നേതൃത്വം നല്കി. 1998 ഡിസംബർ 19 ന് നടത്തിയ സാങ്കേതിക രൂപരേഖാ ശില്പശാലയിൽ ഈ പ്രദേശത്തിന്റെ സാഹചര്യങ്ങൾക്ക് അനുയോജ്യമായതും, ഗുണഭോക്താവിന്റെ വിശ്വാസം ആർജ്ജിക്കാവുന്നതുമായ നിർമ്മാണ സങ്കേതത്തിന് രൂപം നല്കി. ഇരട്ടക്കുഴി കക്കൂസുകളുടെ നിർമ്മാണം, കായൽ കക്കൂസുകൾ നീക്കി പുതിയവയുടെ നിർമ്മാണം, കായൽ കക്കൂസുകളുടെ കുഴൽ കരയിലേക്ക് മാറ്റി ശാസ്ത്രീയമായി പരിഷ്കരിക്കുക, തറനിരപ്പ് കക്കൂസുകൾ നിർമ്മിക്കുക എന്നിങ്ങനെ വിപുലമായ കാഴ്ചപ്പാടാണ് രൂപപ്പെടുത്തിയത്. നിശ്ചിതയോഗ്യതയുള്ള 52 വനിതകളെ മാനദണ്ഡങ്ങൾക്ക് വിധേയമായി തെരഞ്ഞെടുത്ത് 50 ദിവസത്തെ വനിതാമേസ്തിരി പരിശീലനം നല്കി വിദഗ്ദ്ധനിർമ്മാണ പ്രവർത്തനങ്ങളും, ആരോഗ്യബോധന പ്രവർത്തനങ്ങളും ഏറ്റെടുക്കുന്നതിന് സജ്ജരാക്കി. ഇവരിലൂടെയാണ് കക്കൂസുകളുടെ നിർമ്മാണം ഏറ്റെടുത്തത്.

ശുചിത്വബോധം പഠനബോധന പ്രവർത്തനങ്ങളുടെ ഭാഗമായി വികസിപ്പിക്കുന്നതിനും പ്രയോഗത്തിലൂടെ അത് ശീലമാക്കി സ്കൂളിലും, വീട്ടിലും അതുവഴി സമൂഹത്തിലും നിലനിർത്തുന്നതിന് ഉദ്ദേശിച്ചുകൊണ്ട്

സ്കൂൾ ശുചിത്വാരോഗ്യ പരിപാടിക്ക് തുടക്കംകുറിച്ചു. സമ്പൂർണ്ണ ശുചിത്വം ഉറപ്പാക്കുന്നതിനാവശ്യമായ കക്കൂസ്, മൂത്രപ്പുര, ഖരദ്രവ മാലിന്യ സംസ്കരണം, കുടിവെള്ളം തുടങ്ങിയ അടിസ്ഥാന സൗകര്യങ്ങൾ ഓരോ സ്കൂളിലും ഉണ്ടാക്കുന്നതിനും കുട്ടികളിൽ ശുചിത്വ ആരോഗ്യ ശീലങ്ങൾ വളർത്തിക്കൊണ്ടുവരുന്നതിനുള്ള അവബോധ പ്രവർത്തനങ്ങൾ സംഘടിപ്പിക്കുന്നതിനുമുള്ള പ്രവർത്തനങ്ങൾ പഞ്ചായത്തിലെ എല്ലാ സ്കൂളുകളിലും ആരംഭിച്ചു. ഇതിനായി ഓരോ സ്കൂളിലെയും പ്രധാന അദ്ധ്യാപകൻ, മറ്റു രണ്ടദ്ധ്യാപകർ, പി ടി എ പ്രസിഡന്റ്, ഗ്രാമപഞ്ചായത്ത് അംഗങ്ങൾ, വാർഡ്തല സാനിറ്റേഷൻ ചാർജ് ഓഫീസർ എന്നിവർക്കുള്ള ദ്വിദിന പരിശീലനം 1999 സെപ്തംബർ 17, 18 തീയതികളിൽ കൊട്ടാരക്കര സംസ്ഥാന ഗ്രാമ വികസന ഇൻസ്റ്റിറ്റ്യൂട്ടിൽ നടന്നു. തുടർന്നു സ്കൂൾ പി ടി എ യോഗങ്ങൾ ചേർന്ന് അതതു സ്കൂളുകളിലെ ശുചിത്വ ആരോഗ്യ പ്രശ്നങ്ങൾ മനസ്സിലാക്കുകയും ആവശ്യങ്ങളുടെ മുൻഗണന നിശ്ചയിക്കുകയും ചെയ്തു. പഞ്ചായത്തടിസ്ഥാനത്തിൽ ബന്ധപ്പെട്ടവരുടെ യോഗം വിളിച്ചുകൂട്ടി പ്രവർത്തന പട്ടികയ്ക്കു രൂപംനല്കി. ഓരോ ക്ലാസിൽനിന്നും ഒരാൺകുട്ടിയെയും, പെൺകുട്ടിയെയും തെരഞ്ഞെടുത്ത് സ്കൂൾ ഹെൽത്ത് ക്ലബ്ബിന് രൂപം നല്കി. ബോധവല്ക്കരണത്തിലൂടെയും, ഭൗതിക സൗകര്യങ്ങൾ മെച്ചപ്പെടുത്തിയും പരിഹരിക്കാവുന്ന പ്രശ്നങ്ങൾ മനസ്സിലാക്കി അദ്ധ്യാപകരുടെ സഹായത്തോടെ സ്കൂൾ ഹെൽത്ത് ക്ലബ് പ്രവർത്തനങ്ങൾ സംഘടിപ്പിച്ചു. പഞ്ചായത്ത് തലത്തിൽ പ്രവർത്തനങ്ങൾ ആസൂത്രണം ചെയ്യുന്നതിനും സ്കൂൾ ശുചിത്വ ആരോഗ്യപരിപാടിയുടെ പുരോഗതി വിലയിരുത്തുന്നതിനുമായി പി ടി എ പ്രസിഡന്റുമാർ, പ്രഥമാദ്ധ്യാപകർ, ഹെൽത്ത് ക്ലബ്ബിന്റെ ചുമതലയുള്ള അദ്ധ്യാപകൻ, ചാർജ് ഓഫീസർമാർ എന്നിവരുൾപ്പെട്ട പഞ്ചായത്ത്തല സ്കൂൾ സാനിറ്റേഷൻ സമിതി രൂപീകരിച്ച് പ്രവർത്തനങ്ങൾ ഫലപ്രദമാക്കി.

പദ്ധതിയുടെ പ്രവർത്തനക്ഷമത, പരമാവധി ഉപയോഗം, ദീർഘകാല നിലനില്പ് ഇവ ഉറപ്പാക്കുന്നതിനായി ഒരു ജനകീയ മോണിറ്ററിങ് സംവിധാനം ആസൂത്രണം ചെയ്തു. ഒരു മാസത്തിൽ രണ്ടാമത്തെ ചൊവ്വാഴ്ച അയൽക്കൂട്ട യോഗം, ബുധനാഴ്ച വാർഡ് സാനിറ്റേഷൻ കമ്മിറ്റിയുടെ ചർച്ച, വ്യാഴാഴ്ച പഞ്ചായത്ത് സാനിറ്റേഷൻ സമിതിയുടെ അവലോകനം എന്നിവയിലൂടെ ഉരുത്തിരിയുന്ന നിർദ്ദേശങ്ങളും തീരുമാനങ്ങളും നടപ്പിലാക്കുന്ന രീതിയിലുള്ള മോണിറ്ററിങ് സംവിധാനം പദ്ധതി നിർവ്വഹണത്തിൽ വളരെ ഫലപ്രദമായി. സമഗ്രമായ ശുചിത്വ പരിപാടിയിലൂടെ വൃത്തിയുള്ള പരിസരം സൃഷ്ടിക്കുന്നതിനും പകർച്ചവ്യാധികൾ ഒഴിവാക്കുന്നതിനും, ദീർഘസ്ഥായീരോഗങ്ങൾ കുറയ്ക്കുന്നതിനും സാമൂഹ്യാരോഗ്യം മെച്ചപ്പെടുത്തുന്നതിനുമുള്ള ഒരു മാതൃകയായി ആലപ്പാട് പഞ്ചായത്തിന്റെ സമ്പൂർണ്ണ ശുചിത്വആരോഗ്യ പദ്ധതിയെ വിശേഷിപ്പിക്കാം.

4.3 ജനകീയ ശുചിത്വപ്രവർത്തനങ്ങളുടെ മറ്റ് മാതൃകകൾ

മുകളിൽ വിശദീകരിച്ച മാതൃകകൾക്ക് പുറമേ വിവിധ തദ്ദേശഭരണ സ്ഥാപനങ്ങൾ അതതു പ്രദേശത്തെ വ്യത്യസ്ത ശുചിത്വപ്രശ്നങ്ങൾ പരിഹരിക്കുന്നതിന് നിരവധിയായ പദ്ധതികൾ ജനകീയാസൂത്രണ പ്രസ്ഥാനത്തിന്റെ സാദ്ധ്യതകൾ ഉപയോഗപ്പെടുത്തി നടപ്പിലാക്കിയിട്ടുണ്ട്.

കൊച്ചി നഗരസഭയിലെ കൊട്ടേക്കനാൽ പുനർനിർമ്മാണം നഗരവല്ക്കരണവും, വർദ്ധിച്ച ജനസാന്ദ്രതയും ഉണ്ടാക്കിയ പരിമിതികളെ മറികടന്ന് ജനപങ്കാളിത്തത്തിന്റെ പുത്തൻ മാതൃകയായിരുന്നു. കൊച്ചി നഗരത്തിലെ ഏറ്റവും പ്രധാനപ്പെട്ട കനാലുകളിൽ ഒന്നും, 9.2 കി.മീ. നീളമുള്ളതുമായ തേവരപേരണ്ടൂർ കനാലിന്റെ ഉപതോടുകളിൽ ഒന്നാണ് 401 മീറ്റർ നീളമുള്ള കൊട്ടേക്കനാൽ. നീരൊഴുക്ക് തടയപ്പെട്ടും, കൈയേറ്റംമൂലവും അതിഭീകരമാംവിധം മലിനീകരിക്കപ്പെട്ട ഈ കനാലിന്റെ പുനർനിർമ്മാണം ജനകീയാസൂത്രണ പ്രസ്ഥാനത്തിന്റെ അന്തഃസത്ത ഉൾക്കൊണ്ട് ഗുണഭോക്തൃ സമിതി ഏറ്റെടുത്തു പൂർത്തിയാക്കിയ ഒരു പദ്ധതിയാണ്. ജഡ്ജസ് അവന്യൂ, ജേർണലിസ്റ്റ് കോളനി, പി എഫ് ഓഫീസ്, ലിസി ആശുപത്രി തുടങ്ങി ജനസാന്ദ്രത ഏറെയുള്ള നഗരത്തിലെ 36–ാം ഡിവിഷനിലെ ജനങ്ങളുടെ സഹകരണം, സാമ്പത്തിക സമാഹരണം, സന്നദ്ധ സേവനം, വിവിധ സർക്കാർസർക്കാരിതര ഏജൻസികളുടെ ഏകോപനം എന്നിവ വഴിയാണ് ഈ പദ്ധതിയുടെ നിർവ്വഹണം സാദ്ധ്യമായത്. കൊച്ചി നഗരസഭയുടെ പദ്ധതി വിഹിതം (4 ലക്ഷം രൂ.), തനതു ഫണ്ട് (0.7 ലക്ഷം രൂ.), ലിസി ആശുപത്രി (1.45 ലക്ഷം രൂ.), മറ്റ് വ്യക്തികൾ (6.92 ലക്ഷം രൂ.), സിനിമാപ്രദർശനം (2.1 ലക്ഷം രൂ.), മറ്റ് സംഭാവന (5.21 ലക്ഷം രൂ.) എന്നിങ്ങനെ 20.28 ലക്ഷം രൂപ ധനസമാഹാരണം നടത്തിയാണ് പദ്ധതി നടപ്പിലാക്കിയത്. 1.4 മീ. ഉയരത്തിൽ പാർശ്വഭിത്തി കെട്ടിയും, 2.352 മീ. വീതിയിൽ കനാലിന്റെ അടിഭാഗത്ത് കരിങ്കൽ പാകിയും 401 മീ. നീളത്തിലും, 2.4 മീ. വീതിയിലും കൊട്ടേക്കനാൽ നിർമ്മാണം പൂർത്തിയായി. തുടർന്നു ഗുണഭോക്തൃ സമിതി സ്വരൂപിച്ച 4.7 ലക്ഷം രൂപ ഉൾപ്പെടെ ഉപയോഗപ്പെടുത്തി 401 മീ. നീളത്തിൽ കവർസ്ലാബ് ഇട്ട് 6 മീ വീതിയിൽ റോഡും നിർമ്മിച്ചു. 1200 ലധികം കുടുംബങ്ങൾ നേരിട്ടു ഗുണഭോക്താക്കളായുള്ള ഈ പദ്ധതിയുടെ എസ്റ്റിമേറ്റ് തുകയുടെ 4 ഇരട്ടി പുറമേനിന്നു സമാഹരിക്കാൻ കഴിഞ്ഞു എന്നത് തദ്ദേശവാസികൾ ജനകീയാസൂത്രണ പ്രസ്ഥാനം എന്താണ് എന്ന് മനസ്സിലാക്കിയതിന് ഉദാഹരണമാണ്.

കൊതുക് നിയന്ത്രണത്തിലൂടെ നഗരശുചിത്വം മെച്ചപ്പെടുത്തി ആരോഗ്യസംരക്ഷണം ഉറപ്പുവരുത്തുന്നതിന് കൊയിലാണ്ടി നഗരസഭ നടപ്പിലാക്കിയ പദ്ധതി ജനകീയാസൂത്രണ പ്രസ്ഥാനം നല്കിയ അനുയോജ്യ പ്രാദേശിക സാദ്ധ്യതയ്ക്ക് ഉദാഹരണമാണ്. കൊതുകു നിയ

ന്ത്രണത്തിന്റെ പ്രാധാന്യം, രാസകീടനാശിനികളുടെ ദൂഷ്യഫലങ്ങൾ, സംയോജിതരീതികളുടെ പ്രാധാന്യം ഉൾപ്പെടെയുള്ള കാര്യങ്ങളിൽ അവബോധം സൃഷ്ടിച്ച് സംയോജിത കൊതുകുനിയന്ത്രണം നടപ്പിലാക്കുന്ന പദ്ധതിയായാണ് കൊയിലാണ്ടിയിൽ ആവിഷ്കരിച്ചത്. സസ്യജന്യ ലാർവിസൈഡ്, ബാക്ടീരിയൽ ലാർവിസൈഡ് എന്നിവ ഇടവിട്ട ആഴ്ചകളിൽ മലിനജലം കെട്ടിനില്ക്കുന്ന സ്ഥലങ്ങളിൽ തളിച്ചു കൊതുകിന്റെ ലാർവയെ നശിപ്പിക്കുക, ഓവിപൊസിഷൻ റിപ്പല്ലന്റ് മലിനജലം കെട്ടിനില്ക്കുന്ന ഇടങ്ങളിൽ തളിച്ച് പെൺകൊതുകുകളെ വികർഷിച്ച് മലിനജലത്തിൽ മുട്ടയിടുന്നത് തടയുക, മുട്ടയിടാറായ പെൺകൊതുകുകളെ ആകർഷിക്കുന്ന ഒവിട്രാപ് സ്ഥാപിച്ച് ലാർവകളെ നശിപ്പിക്കുക, സെപ്റ്റിക് ടാങ്കിന്റെ വെന്റ് പൈപ്പ് വലകൊണ്ടു മൂടിക്കെട്ടുക, സെപ്റ്റിക് ടാങ്ക്, സോക്പിറ്റ് ഇവ പൊട്ടിപ്പൊളിഞ്ഞിട്ടുണ്ടെങ്കിൽ അവ സിമന്റ് വെച്ചടയ്ക്കുക, കൊതുകുവ്യാപനത്തിന്റെ ദോഷവശങ്ങൾ സംബന്ധിച്ചു സമഗ്ര ബോധവല്ക്കരണം നടത്തുക എന്നീ ലക്ഷ്യങ്ങളാണ് പദ്ധതിയിൽ ഉൾപ്പെടുത്തിയത്. ജൈവലാർവിസൈഡിന്റെ പ്രയോഗത്താൽ ആദ്യത്തെ രണ്ടു മാസംകൊണ്ട് ഓടകളിലെ 75% ലാർവകളെ നശിപ്പിക്കുന്നതിന് സാധിച്ചു. നാലുമാസത്തെ ഒവിട്രാപ്പ് ഉപയോഗത്തിലൂടെ 88% ലാർവകളെ നശിപ്പിക്കാനായി. മറ്റുരണ്ട് പ്രവർത്തനങ്ങളും കൊതുകുകളുടെ വ്യാപനം കുറയ്ക്കുന്നതിന് ഗണ്യമായി സഹായിക്കുകയുണ്ടായി. ബോധവല്ക്കരണ പ്രവർത്തനത്തിലൂടെ നിരവധി വീട്ടുകാർ പൊതു ഡ്രെയിനേജിലേക്ക് മലിനജലം ഒഴുക്കിക്കളയുന്നത് നിർത്തലാക്കുകയും കോമ്പൗണ്ടിനുള്ളിൽത്തന്നെ മലിനജലം നിർമ്മാർജ്ജനം ചെയ്യാനുള്ള സംവിധാനം ഉണ്ടാക്കുകയും ചെയ്തു. സംയോജിത ജൈവരീതിയിലൂടെ കൊതുക് നിയന്ത്രണം സാദ്ധ്യമാക്കാമെന്നും ആ അവസ്ഥ കൂടുതൽ കാലം നീട്ടിക്കൊണ്ടുപോകാൻ സാധിക്കുമെന്നും പദ്ധതി തെളിയിച്ചു. ബയോലാർവിസൈഡ് പെട്ടെന്നു തന്നെ ജൈവവിഘടനത്തിന് വിധേയമാകുമെന്നതിനാൽ കൊതുകുകൾ പ്രതിരോധം ആർജ്ജിക്കുന്നതിനുള്ള സാദ്ധ്യത പരിമിതപ്പെടുന്നു. ഏകദേശം 4 ലക്ഷം രൂപ മതിപ്പുവരുന്ന മനുഷ്യ പ്രയത്നം പ്രദേശത്തെ കോളേജ് വിദ്യാർത്ഥികളിൽനിന്നു സന്നദ്ധസേവനമായി ലഭിച്ചു. കോഴിക്കോട് സർവ്വകലാശാല ബിരുദ വിദ്യാർത്ഥികൾക്ക് നിർദ്ദേശിച്ചിട്ടുള്ള നിർബ്ബന്ധ സാമൂഹ്യസേവന പരിപാടി സന്നദ്ധസേവനം സമാഹരിക്കുന്നതിൽ സഹായിച്ചു. കോഴിക്കോട് സർവ്വകലാശാല ലൈഫ് സയൻസ് വിഭാഗത്തിന്റെയും, കാഞ്ഞങ്ങാട് സെന്റ് പയസ് കോളേജിലെ മൈക്രോബയോളജി വിഭാഗത്തിന്റെയും സഹായം പദ്ധതിനിർവ്വഹണത്തിൽ സഹായിച്ചു. ശാസ്ത്രീയ അറിവുകളും, ഉന്നത വിദ്യാഭ്യാസ സംവിധാനങ്ങളുടെ സൗകര്യങ്ങളും, പ്രാദേശിക വിദ്യാർത്ഥികളുടെ കാര്യശേഷിയും, സന്നദ്ധസേവനവും സംയോജിപ്പിച്ച് പ്രാദേശിക പ്രശ്നങ്ങൾ പരിഹരിക്കുന്നതിന് പ്രയോജനപ്പെടുത്തുന്നതിനുള്ള സാദ്ധ്യത ജനകീയാസൂത്രണ

പ്രസ്ഥാനത്തിന്റെ പശ്ചാത്തലത്തിൽ സാദ്ധ്യമാക്കാം എന്ന് ഈ പദ്ധതി തെളിയിച്ചു. ജനകീയാസൂത്രണ പ്രസ്ഥാനത്തിലൂടെ സർവ്വകലാശാല കളിൽ നടക്കുന്ന ഗവേഷണ ഫലങ്ങൾ പ്രായോഗികതലത്തിൽ കൊണ്ടു വരിക എന്ന സാദ്ധ്യതയും ഈ പദ്ധതി വഴി സഫലീകൃതമായി.

വളർന്ന് വരുന്ന തലമുറയിൽ ശുചിത്വാരോഗ്യസംസ്കാരം വളർത്തി യെടുക്കുക എന്ന ലക്ഷ്യത്തോടെ തിരുവനന്തപുരം ജില്ലാ പഞ്ചായത്ത് ജനകീയാസൂത്രണ പദ്ധതിയുടെ ഭാഗമായി സ്കൂൾ ശുചിത്വാരോഗ്യ പരിപാടി നടപ്പിലാക്കുകയുണ്ടായി. ശുചിത്വ ബോധം പഠനബോധന പ്രവർത്തനങ്ങളുടെ ഭാഗമായി വികസിപ്പിക്കുവാനും പ്രയോഗത്തിലൂടെ അവ ശീലമാക്കി മാറ്റുവാനുമാണ് ഈ പദ്ധതിയിലൂടെ ഉദ്ദേശിച്ചത്. സമ്പൂർണ്ണ ശുചിത്വം ഉറപ്പുവരുത്തുന്നതിനാവശ്യമായ കക്കൂസ്, മൂത്ര പ്പുര, ഖരദ്രവ മാലിന്യ നിർമ്മാർജ്ജന സംവിധാനം, കുടിവെള്ള ലഭ്യത എന്നിവ ഓരോ സ്കൂളിലും ഉണ്ടാക്കുക; വിവര വിനിമയത്തിലൂടെയും, പരിശീലനത്തിലൂടെയും ശുചിത്വാരോഗ്യശീലങ്ങൾ വളർത്തിയെടുത്ത് പ്രയോഗത്തിലാക്കുന്നതിന് പ്രേരിപ്പിക്കുക; സ്കൂളിൽനിന്ന് ലഭ്യമാകുന്ന ശുചിത്വബോധം വീട്ടിലേയും സമൂഹത്തിലേയും ശുചിത്വാരോഗ്യസ്ഥിതി മെച്ചപ്പെടുത്തുന്നതിനുള്ള സാമൂഹ്യ ഇച്ഛാശക്തി സമാഹരിക്കുക എന്നീ കാര്യങ്ങളാണ് പദ്ധതിയിലൂടെ ലക്ഷ്യമിട്ടത്. തിരുവനന്തപുരത്തെ പരിസ്ഥിതി വികസന കേന്ദ്രം (CED), തിരുവനന്തപുരം മെഡിക്കൽ കോളേജിലെ പൊതുജനാരോഗ്യ വിഭാഗത്തിലെ ഡോക്ടർമാർ, കോളേജ് സ്കൂൾ അദ്ധ്യാപകർ എന്നിവരുടെ സഹായത്തോടെയാണ് പദ്ധതി നടപ്പിലാക്കിയത്. ആദ്യപടിയായി വിദഗ്ദ്ധരുടെ സഹായത്തോടെ നിർദ്ദിഷ്ട ലക്ഷ്യങ്ങൾ കൈവരിക്കുന്നതിനുള്ള പ്രവർത്തന മാനദണ്ഡങ്ങളും, രീതി കളും വിശദീകരിച്ചുള്ള കൈപ്പുസ്തകം ലഭ്യമാക്കി. തുടർന്നു ജില്ലയിലെ 810 സ്കൂളുകളിൽനിന്ന് അദ്ധ്യാപകരെയും, പി ടി എ പ്രതിനിധികളെയും പങ്കെടുപ്പിച്ചുകൊണ്ടു 112 ഉപജില്ലകളിലായി ഏകദിന പരിശീലനം സംഘടിപ്പിച്ചു. ഉപജില്ലാ പരിശീലനത്തിൽ പങ്കെടുത്തവർ പരിപാടിയിൽ പങ്കെടുത്തു. ഉപജില്ലാ പരിശീലനത്തിൽ പങ്കെടുത്തവർ അവരവരുടെ സ്കൂളുകളിലെ മുഴുവൻ അദ്ധ്യാപകരോടും പ്രവർത്തന പരിപാടി വിശദീകരിച്ചു. ആദ്യഘട്ടമെന്ന നിലയിൽ ജില്ലയിലെ 800 സ്കൂളുകളിൽ ഒക്ടോബർ 2 ന് ഹെൽത്ത് ക്ലബ്ബുകൾ രൂപീകരിച്ചു. ഹെൽത്ത് ക്ലബ്ബുക ളുടെ ആഭിമുഖ്യത്തിൽ ശുചിത്വത്തിന്റെ വിവിധ വശങ്ങളെ സംബന്ധിച്ച ചർച്ചകൾ, ലഘുപ്രഭാഷണങ്ങൾ എന്നിവയും, ചില പ്രവർത്തനങ്ങളും നടത്തി. ഒക്ടോബർ 8 ന് ഹെൽത്ത് ക്ലബ് അംഗങ്ങളുടെയും, അദ്ധ്യാപ കരുടെയും, രക്ഷകർത്താക്കളുടെയും നേതൃത്വത്തിൽ മുൻകൂട്ടി തയ്യാറാ ക്കിയ ഫോറത്തിന്റെ അടിസ്ഥാനത്തിൽ സ്കൂളിലെ ശുചിത്വാവശ്യങ്ങളെ സംബന്ധിച്ച് വിശദമായ പഠനം നടത്തി. ഇതിന്റെ അടിസ്ഥാനത്തിൽ ഓരോ സ്കൂളിലും വേണ്ട അടിസ്ഥാന ഭൗതികസൗകര്യങ്ങൾ ഒരുക്കു ന്നതിനുള്ള പ്രവർത്തനപരിപാടി തയ്യാറാക്കി. ജില്ലാ പഞ്ചായത്തിന്റെ

കീഴിൽവരുന്ന സ്കൂളുകളുടെ ശുചിത്വാവശ്യങ്ങൾ നടപ്പാക്കുന്നതിനായുള്ള ഒരു പദ്ധതി ജില്ലാ പഞ്ചായത്തിന്റെ വാർഷിക പദ്ധതിയിൽ ഉൾപ്പെടുത്തി നടപ്പിലാക്കി. മൊത്തം 88 കക്കൂസുകളും, 124 മൂത്രപ്പുരകളും ഇതിന്റെ ഭാഗമായി നിർമ്മിക്കുകയുണ്ടായി. ഗ്രാമപഞ്ചായത്തുകളുടെ കീഴിലുള്ള സർക്കാർ പ്രൈമറി സ്കൂളുകളിലെ കണക്കുകൾ കൈമാറുകയും വാർഷിക പദ്ധതിയിൽപ്പെടുത്തി അവയുടെ നിർമ്മാണം സാദ്ധ്യമാക്കുന്നതിനും നടപടി സ്വീകരിച്ചു. സ്കൂൾ ഹെൽത്ത് ക്ലബ്ബുകളുടെ നേതൃത്വത്തിലും, ഉപജില്ലാടിസ്ഥാനത്തിലും, ജില്ലാടിസ്ഥാനത്തിലുമുള്ള വിലയിരുത്തലിലൂടെ പദ്ധതിയുടെ പോരായ്മകൾ പരിഹരിച്ച് നിർവ്വഹണം കൂടുതൽ കാര്യക്ഷമമാക്കുകയുണ്ടായി. ഈ പദ്ധതിയിലൂടെ സ്കൂളുകൾ സമ്പൂർണ്ണ ശുചിത്വത്തിന്റെ പ്രതീകങ്ങളാകുകയും കുട്ടികൾ ഇതിന്റെ സന്ദേശവാഹകരാകുകയും ചെയ്തു എന്നതാണു പ്രത്യേകത.

കോട്ടക്കൽ ഗ്രാമ പഞ്ചായത്തിന്റെ സമഗ്ര അഴുക്കുചാൽ പദ്ധതി, കാഞ്ഞിരപ്പുഴ ഗ്രാമ പഞ്ചായത്തിന്റെ സമ്പൂർണ്ണ ശുചിത്വ ഗ്രാമം പദ്ധതി, പിണറായി ഗ്രാമ പഞ്ചായത്തിന്റെ സമ്പൂർണ്ണ ശുചിത്വ പദ്ധതി തുടങ്ങി നിരവധി തദ്ദേശഭരണ സ്ഥാപനങ്ങൾ ജനകീയാസൂത്രണ സാദ്ധ്യത ഉപയോഗപ്പെടുത്തി ശുചിത്വാരോഗ്യ മേഖലകളിൽ ഉണ്ടാക്കിയ മാറ്റം ശുചിത്വ മേഖലയിൽ കുറഞ്ഞ കാലയളവിൽ രാജ്യത്തെ മറ്റ് സംസ്ഥാനങ്ങളെ അപേക്ഷിച്ച് വലിയ പുരോഗതി ഉണ്ടാക്കുന്നതിന് സംസ്ഥാനത്തെ സഹായിച്ചു.

5

സമ്പൂർണ്ണ ശുചിത്വ പരിപാടി

ഗാർഹിക കക്കൂസുകളുടെ വ്യാപനം കേന്ദ്ര ഗ്രാമീണ ശുചിത്വ പരിപാടി (CRSP)ക്ക് വേണ്ടത്ര വർദ്ധിപ്പിക്കാനായില്ല എന്ന വിമർശനം ഉയർന്ന സാഹചര്യത്തിൽ പുതിയ ഗ്രാമീണ ശുചിത്വ തന്ത്രം മെനയുന്നതിനായുള്ള ഒരു ദേശീയ സെമിനാർ രാജീവ്ഗാന്ധി ദേശീയ കുടിവെള്ള ദൗത്യം (RGNDWM) 1998 ജൂലൈയിൽ സംഘടിപ്പിക്കുകയുണ്ടായി. വെസ്റ്റ് ബംഗാളിൽ കാര്യക്ഷമതയോടെ പരീക്ഷിച്ച 'തീവ്ര ശുചിത്വ കാമ്പയിൻ (ISP)', കേന്ദ്ര ഗ്രാമീണ ശുചിത്വ പരിപാടി വിവിധ സംസ്ഥാനങ്ങളിൽ നടപ്പിലാക്കിയതുമായി ബന്ധപ്പെട്ട അനുഭവങ്ങൾ, ശുചിത്വ മേഖലയിൽ യൂണിസെഫിന്റെയും, വിവിധ സന്നദ്ധ സംഘടനകളുടെയും പ്രായോഗിക നിർദ്ദേശങ്ങൾ, വിവിധ സംസ്ഥാനങ്ങളുടെ അഭിപ്രായങ്ങൾ, 1996–97 ൽ ഇന്ത്യൻ ഇൻസ്റ്റിറ്റ്യൂട്ട് ഓഫ് മാസ് കമ്യൂണിക്കേഷൻ രാജ്യത്തെ വിവിധ ജില്ലകളിൽ നടത്തിയ അറിവ്, മനോഭാവം, പ്രയോഗം (KAP) സർവ്വേ ഇവയെല്ലാം സെമിനാറിൽ വിശദമായി പരിഗണിക്കുകയുണ്ടായി. വ്യക്തിഗത കക്കൂസ് നിർമ്മാണത്തിന് പൂർണ്ണ സബ്സിഡി നല്കിക്കൊണ്ടുള്ള ഒരു പദ്ധതിയിലൂടെ മാത്രം രാജ്യത്തു ശുചിത്വ വ്യാപനം സാദ്ധ്യമല്ല എന്നും, ജനങ്ങളുടെ അവബോധം വർദ്ധിപ്പിച്ചുകൊണ്ട് ശുചിത്വ ശീലങ്ങളിൽ മാറ്റം വരുത്തുക എന്നതാണു നിർണ്ണായകമെന്നും, ദാരിദ്ര്യരേഖയ്ക്ക് താഴെയുള്ളവർക്ക് മാത്രം നിശ്ചിത സബ്സിഡി നല്കുന്നതിന് മാത്രം ഊന്നൽ നല്കിയാൽ മതി എന്നുമുള്ള നിർദ്ദേശങ്ങളാണ് ഉരുത്തിരിഞ്ഞത്. അതിന്റെ അടിസ്ഥാനത്തിൽ രാജ്യത്തെ ഗ്രാമീണ ശുചിത്വ തന്ത്രത്തിൽ ചരിത്രപരമായ ഒരു മാറ്റത്തിന് തുടക്കംകുറിച്ചുകൊണ്ട് 1999 ൽ സമ്പൂർണ്ണ ശുചിത്വ പദ്ധതി (Total Sanitation Campaign (TSC) ക്കു തുടക്കംകുറിച്ചു.

വെളിയിട വിസർജ്യ വിമുക്ത സംസ്ഥാനം- പ്രഖ്യാപനം

ഗ്രാമീണ മേഖലയിൽ താഴെപ്പറയുന്ന ഉദ്ദേശലക്ഷ്യങ്ങൾ നേടുന്നതിനായാണ് പദ്ധതി വിഭാവനം ചെയ്തത്.

- ആരോഗ്യവിദ്യാഭ്യാസത്തിലൂടെയും അവബോധ പ്രവർത്തനങ്ങളിലൂടെയും ശുചിത്വ സൗകര്യങ്ങൾക്കുള്ള ഡിമാൻഡ് വർദ്ധിപ്പിക്കുക
- കുടിവെള്ളത്തിന്റെയും, ഭക്ഷണത്തിന്റെയും മലിനീകരണ സാദ്ധ്യത ഒഴിവാക്കുന്നതിന് വെളിയിട വിസർജ്ജനം പൂർണ്ണമായും ഇല്ലാതാക്കുക
- ഗൃഹങ്ങൾ, സ്കൂളുകൾ, അംഗൻവാടികൾ എന്നിവിടങ്ങളിൽ കക്കൂസ് സൗകര്യങ്ങൾ ലഭ്യമാക്കി ശുചിത്വ വ്യാപനം ത്വരിതപ്പെടുത്തുക
- വിദ്യാർത്ഥികളിൽ ശുചിത്വാവബോധവും ആരോഗ്യശീലങ്ങളും മെച്ചപ്പെടുത്തുക
- അനുയോജ്യവും, സാമ്പത്തിക ക്ഷമതയുള്ളതുമായ ശുചിത്വ സാങ്കേതിക വിദ്യകൾ പ്രോത്സാഹിപ്പിക്കുക
- സമൂഹത്തിന്റെ ജീവിത നിലവാരം മെച്ചപ്പെടുത്തുക
- തുറന്ന കക്കൂസുകൾ (Dry Latrines) ശുചിത്വ കക്കൂസുകളായി (Pour-flush latrines) പരിവർത്തനപ്പെടുത്തുക.

തുടക്കത്തിൽ രാജ്യത്തെ എല്ലാ സംസ്ഥാനങ്ങളിലുമായി 67 ജില്ലകളിൽ പദ്ധതി ഏറ്റെടുക്കുകയുണ്ടായി. പദ്ധതിയുടെ നിർവ്വഹണത്തിനായി താഴെപ്പറയുന്ന 9 ഘടകങ്ങൾ നിർണ്ണയിക്കുകയുണ്ടായി.

(1) വിവരവിദ്യാഭ്യാസവിനിമയ (IEC) പ്രവർത്തനങ്ങളും, ആരംഭ പ്രവൃത്തികളും
(2) വ്യക്തിഗത ഗാർഹിക കക്കൂസുകളുടെ (Individual Household Latrines) നിർമ്മാണം

(3) സ്കൂൾ അംഗനവാടി ടോയ്‌ലറ്റുകൾ
(4) സാമൂഹ്യ ശുചിത്വ സമുച്ചയം (Communtiy Sanitary Complex)
(5) കക്കൂസ് നിർമ്മാണത്തിനുള്ള ഉല്പാദന കേന്ദ്രങ്ങൾ, സ്വയം സഹായ സംഘങ്ങൾക്കുള്ള സഹായം (Production Centre, Rural Sanitary Mart, Revolving Fund for SHGs)
(6) ഖരദ്രവ മാലിന്യ പരിപാലനം (Solid & Liquid Waste Management)
(7) പരിശീലനം, നിരീക്ഷണ വിശകലനം, ഭരണ ചെലവുകൾ (Administrative charges including Training, Staff, Monitoring& Evaluation etc.)

വിവിധ ഘടകങ്ങൾക്ക് 60% മുതൽ 80% വരെ കേന്ദ്രവിഹിതമായും, 20% മുതൽ 30% വരെ സംസ്ഥാനവിഹിതമായും, 0% മുതൽ 20% വരെ ഗുണഭോക്തൃവിഹിതവും ഉൾപ്പെടുത്തിയുള്ള സാമ്പത്തിക സഹായ മാണ് പദ്ധതിക്കു ലഭ്യമാക്കിയത്. ദാരിദ്ര്യരേഖയ്ക്ക് മുകളിലുള്ളവർക്ക് സബ്സിഡി വകകൊള്ളിക്കുകയുണ്ടായില്ല.

1999 ൽ പദ്ധതി പ്രഖ്യാപിക്കപ്പെട്ടു എങ്കിലും അത് നടപ്പിൽ വരുത്തുന്നതിന് വീണ്ടും കാലതാമസമുണ്ടായി. പദ്ധതിയുടെ തത്ത്വങ്ങളും, തന്ത്രങ്ങളും കേന്ദ്രസംസ്ഥാന തലത്തിലും, സർക്കാരിതരതലങ്ങളിലും ചർച്ചയ്ക്ക് വിധേയമാക്കി സർവ്വസമ്മത പ്രകാരം നടപ്പിലാക്കുന്നതിനുള്ള ശ്രമമാണ് കാലതാമസത്തിന് കാരണമായത്. പ്രധാനമായും ഗാർഹിക കക്കൂസ് നിർമ്മാണത്തിന് ബി പി എൽ കുടുംബങ്ങൾക്കുനല്കുന്ന സബ്സിഡിയാണ് കൂടുതൽ ചർച്ചയ്ക്ക് വിധേയമായത്. അതോടൊപ്പം, വിവിധ സ്ഥാപന സംവിധാനങ്ങളായ, പഞ്ചായത്തുകൾ, സർക്കാരിതര സംഘടനകൾ, സർക്കാർ സ്ഥാപനങ്ങൾ തുടങ്ങിയവയുടെ പങ്കിനെ സംബന്ധിച്ച വ്യക്തതയും ചർച്ചാവിഷയമായി. കേന്ദ്രസംസ്ഥാന സർക്കാരുകളും, പഞ്ചായത്ത് രാജ് സംവിധാനങ്ങളും, ബന്ധപ്പെട്ട സർക്കാർ വകുപ്പുകളും, വിദഗ്ദ്ധരും, പൗര സംഘടനകളുമെല്ലാം ചർച്ചകളിൽ ഭാഗഭാക്കായി. ഈ ചർച്ചകളുടെ അടിസ്ഥാനത്തിൽ പൊതുസമ്മത പ്രകാരമുള്ള മാർഗ്ഗനിർദ്ദേശങ്ങൾക്ക് രൂപം കൊടുക്കുന്നതിനും അതിന്റെ അടിസ്ഥാനത്തിൽ ശക്തവും, വിപുലവുമായ സമ്പൂർണ്ണ ശുചിത്വ കാമ്പയിൻ നടപ്പിലാക്കുന്നതിന് ധാരണയായി. എന്നിരുന്നാലും വിവിധ സംസ്ഥാനങ്ങൾ വിവിധ രീതിയിലും പ്രാധാന്യത്തോടെയുമാണ് കാമ്പയിന്റെ വ്യത്യസ്ത ഘടകങ്ങളെ സമീപിച്ചത് എന്നത് പദ്ധതിയുടെ ഏകോപന പ്രശ്നങ്ങൾ സങ്കീർണ്ണമാക്കി.

കേരളത്തിൽ ജനകീയാസൂത്രണ പ്രസ്ഥാനത്തിന്റെ ഭാഗമായി ഏറ്റവും സജീവമായ സംവിധാനങ്ങളിൽ ഒന്നായ ഗ്രാമസഭയുടെ ചർച്ചകളിൽ ശുചിത്വത്തിന് വലിയ മുൻഗണന ലഭിക്കുകയുണ്ടായി. തുടർന്ന് ശുചിത്വ സൗകര്യങ്ങളുടെ വ്യാപനത്തിനുള്ള പദ്ധതികൾക്ക് ജില്ലാ

ആസൂത്രണ സമിതി പ്രത്യേക പ്രാധാന്യം നല്കുന്ന സ്ഥിതിയുണ്ടായി. കോട്ടയം ജില്ലാ ആസൂത്രണ സമിതിയാകട്ടെ അവരുടെ ആഭിമുഖ്യത്തിൽ ഒരു സംയോജിത പദ്ധതിക്കു രൂപം കൊടുക്കുന്നതിന് തീരുമാനിക്കുകയും അതിന്റെ അടിസ്ഥാനത്തിൽ ഒരു പദ്ധതി തയ്യാറാക്കുന്നതിന് ജില്ലാ ശുചിത്വ ദൗത്യത്തിന് നിർദ്ദേശം നല്കുകയും ചെയ്തു. ഇപ്രകാരം രൂപം നല്കിയ ഒരു നൂതന പദ്ധതിയാണ് നിർമ്മൽ 2000.

5.1 നിർമ്മൽ 2000 എന്ന നൂതന പരീക്ഷണം

സമ്പൂർണ്ണ സാക്ഷരതയ്ക്ക് ഖ്യാതിനേടിയ കോട്ടയം ജില്ലയിലെ ദാരിദ്ര്യരേഖയ്ക്ക് താഴെയുള്ള 60% ത്തിലധികം കുടുംബങ്ങൾക്കും കക്കൂസ് സൗകര്യം ലഭ്യമായിരുന്നില്ല. ജില്ലയിലെ ശരാശരി 80,000ലധികം ആളുകൾക്ക് വർഷംതോറും അതിസാരം പിടിപെടുന്നു എന്നും മറ്റ് ജലജന്യരോഗങ്ങളുടെ വ്യാപനവും അധികമാണെന്നും പ്രാഥമിക ആരോഗ്യകേന്ദ്രങ്ങളിൽ നിന്നുള്ള കണക്കുകളും ശുചിത്വആരോഗ്യ പ്രശ്നങ്ങളുടെ വ്യാപ്തി ബോദ്ധ്യപ്പെടുത്തുന്നതായിരുന്നു. ഈ പശ്ചാത്തലത്തിൽ ജില്ലാ ആസൂത്രണ സമിതി അദ്ധ്യക്ഷന്റെയും, ജില്ലാ കളക്ടറുടെയും നേതൃത്വത്തിൽ നടത്തിയ തദ്ദേശഭരണ സ്ഥാപന അദ്ധ്യക്ഷന്മാരുടെ യോഗതീരുമാന പ്രകാരം ജില്ലയിലെ മുഴുവൻ വാർഡുകളിലും സർവ്വേ നടത്തുകയും ആകെ 78000 ടോയ്ലറ്റുകളുടെ ആവശ്യകത ഉണ്ടെന്ന് കണ്ടെത്തുകയുമുണ്ടായി. ഇവയിൽ 40% ത്തോളം വെള്ളക്കെട്ടുള്ള പ്രദേശങ്ങളിലാണ് എന്നതും ശ്രദ്ധിക്കപ്പെട്ടു. ജില്ലയിൽ ആകെയുള്ള 923 സ്കൂളുകളിൽ 400 ഇടങ്ങളിലും ടോയ്ലറ്റ് സൗകര്യങ്ങൾ അപര്യാപ്തമാണ് എന്നും കണ്ടെത്തി. ഇതിന്റെ അടിസ്ഥാനത്തിൽ 75,000 ഗാർഹിക കക്കൂസുകൾ, പണം നല്കി ഉപയോഗിക്കാവുന്ന 1520 പൊതു കക്കൂസുകൾ, സ്കൂളുകൾ, അംഗനവാടികൾ, പ്രാഥമിക ആരോഗ്യ കേന്ദ്രങ്ങൾ, പൊതു സ്ഥാപനങ്ങൾ എന്നിവിടങ്ങളിൽ 460 ടോയ്ലറ്റ് സൗകര്യങ്ങൾ എന്നിവ നിർമ്മിക്കുന്നതിനും, ഖരമാലിന്യ പരിപാലന സംവിധാനങ്ങൾ, മലിനജല നിർമ്മാർജ്ജന സൗകര്യങ്ങൾ എന്നിവ ഏർപ്പെടുത്തുന്നതിനും, ബ്ലോക്കിൽ ഒന്നു എന്ന രീതിയിൽ 11 ശുചിത്വ സാമഗ്രികളുടെ ഉല്പാദനവിതരണ കേന്ദ്രം (റൂറൽ സാനിട്ടറി മാർട്ട്) സ്ഥാപിക്കുന്നതിനും, സമൂഹത്തിൽ ശുചിത്വാവബോധ പ്രവർത്തനങ്ങൾ സംഘടിപ്പിക്കുന്നതിനും, 1998–2000 കാലയളവിൽ പൂർത്തീകരിക്കുന്നതിനും ലക്ഷ്യമിട്ട് 33 കോടി രൂപയുടെ പദ്ധതി നടപ്പിലാക്കുകയുണ്ടായി. കേന്ദ്ര ഗ്രാമീണ ശുചിത്വ പദ്ധതി വിഹിതം, തദ്ദേശഭരണ സ്ഥാപനങ്ങളുടെ വിഹിതം, ഗുണഭോക്തൃവിഹിതം, സർക്കാരിതര സംഘടനകളുടെ സഹായം, സാമൂഹ്യ സംഘടനകളുടെ സംഭാവന, അദ്ധ്യാപക രക്ഷകർത്തൃ സംഘടനകളുടെ സഹായം, വിവരവിദ്യാഭ്യാസവിനിമയ പ്രവർത്തനങ്ങൾക്ക് നെതർലാന്റ്സ് സർക്കാർ ലഭ്യമാക്കിയ സഹായം,

സോഷ്യോ എക്കോണോമിക് യൂണിറ്റ് ഫൗണ്ടേഷൻ, നിർമ്മിതി കേന്ദ്രം എന്നിവരുടെ സഹായം എന്നീ രീതിയിൽ പദ്ധതിക്കായി ഫണ്ട് സ്വരൂപിച്ചു.

ജില്ലാ ശുചിത്വ ദൗത്യത്തിന്റെ ആഭിമുഖ്യത്തിലാണ് പദ്ധതി പ്രവർത്തനങ്ങൾ നടപ്പിലാക്കിയത്. നിർവ്വഹണ അവലോകനത്തിനായി ജില്ലാതല നിരീക്ഷണ സമിതിയും രൂപീകരിച്ചു. ബ്ലോക്ക് പഞ്ചായത്ത് പ്രസിഡന്റിന്റെ നേതൃത്വത്തിലുള്ള ബ്ലോക്ക്തല സമിതി, ഗ്രാമപഞ്ചായത്ത് പ്രസിഡന്റിന്റെ നേതൃത്വത്തിലുള്ള പഞ്ചായത്ത്തല സമിതിയുമാണ് പ്രാദേശിക പ്രവർത്തനങ്ങൾ നിരീക്ഷിച്ചത്. സംസ്ഥാന ശുചിത്വ സെല്ലിന്റെ സഹായവും പദ്ധതിക്കു ലഭിക്കുകയുണ്ടായി. ഗാർഹിക കക്കൂസുകൾ ഗുണഭോക്താക്കൾ തന്നെ നിർമ്മിക്കുന്ന രീതിയാണ് അവലംബിച്ചത്. പദ്ധതിയുടെ ഭാഗമായി വിപുലമായ ശുചിത്വാവബോധ പ്രവർത്തനങ്ങളും, പരിശീലനങ്ങളും നടത്തുകയുണ്ടായി. വ്യക്തിശുചിത്വം, കൈകഴുകി ശുചിയാക്കൽ, പരിസര ശുചിത്വം, കക്കൂസുകളുടെ നിർമ്മാണവും, ഉപയോഗവും, പരിപാലനവും, അതിസാരം തടയുന്നതിനുള്ള ബോധവല്ക്കരണം, ഗാർഹിക മാലിന്യ സംസ്കരണം തുടങ്ങിയ വിഷയങ്ങൾ കേന്ദ്രീകരിച്ചാണ് അവബോധ പ്രവർത്തനങ്ങളും, പരിശീലനങ്ങളും സംഘടിപ്പിച്ചത്. വാർഡ് ശുചിത്വ സമിതി, സാമൂഹ്യ സംഘാടകർ, ആരോഗ്യവകുപ്പ് ഉദ്യോഗസ്ഥർ, തദ്ദേശഭരണ ഉദ്യോഗസ്ഥർ, സർക്കാരിതര സംഘടനകൾ, ഐ സി ഡി എസ് പ്രവർത്തകർ എന്നിങ്ങനെ വിവിധ തലങ്ങളിൽ പരിശീലനങ്ങൾ സംഘടിപ്പിച്ചു. പദ്ധതിയുടെ ഭാഗമായി 75,000 ഗാർഹിക കക്കൂസുകൾ, 400 സ്കൂൾ ടോയ്ലറ്റുകൾ, 60 സ്ഥാപന ടോയ്ലറ്റുകൾ, 15 പൊതു ടോയ്ലറ്റ് സമുച്ചയങ്ങൾ, 11 സാനിട്ടറി മാർട്ടുകൾ എന്നിവ സാദ്ധ്യമാക്കി. വിപുലമായ ജനപങ്കാളിത്തത്തോടെ സംയോജിതമായി ആസൂത്രണം ചെയ്തു നടപ്പിലാക്കിയ ഈ പദ്ധതി സംസ്ഥാനത്തെ ആദ്യ ജില്ലാതല മാതൃകയായി മാറി. ഈ പദ്ധതിയിലൂടെ സമ്പൂർണ്ണ ശുചിത്വ പദ്ധതി നടപ്പിലാക്കുന്ന കേരളത്തിലെ ആദ്യജില്ലയായി കോട്ടയം മാറി.

5.2 ത്രിതല പഞ്ചായത്ത് സംവിധാനവും സമ്പൂർണ്ണ ശുചിത്വ പദ്ധതിയും

ജനകീയാസൂത്രണ കാമ്പയിന്റെയും, വികേന്ദ്രീകൃത ഭരണ സംവിധാനത്തിന്റെയും ആവിർഭാവത്തോടെ ശക്തിപ്പെട്ട ത്രിതല പഞ്ചായത്ത് സംവിധാനം ശുചിത്വ ആരോഗ്യ പദ്ധതികൾ നടപ്പിലാക്കുന്നതിനും മുൻകൈ എടുത്തു. ഗ്രാമവികസന ആരോഗ്യ വകുപ്പുകളുടെ ഉദ്യോഗസ്ഥന്മാരുടെ സഹായത്തോടെയാണ് ഈ പദ്ധതികൾ ഏറ്റെടുക്കുകയും, നിർവ്വഹിക്കുകയും ചെയ്തത്. ജനസാന്ദ്രതയേറിയ കേരളത്തിലെ വർദ്ധിച്ചുവന്ന ആരോഗ്യപ്രശ്നങ്ങൾ നിയന്ത്രിക്കുന്നതിന് ശുചിത്വസംവിധാനങ്ങൾ വ്യാപിപ്പിക്കുകയും, ശുചിത്വ ശീലങ്ങൾ വളർത്തുകയും ചെയ്യുക എന്നത് അത്യന്താപേക്ഷിതമായി മാറി. ഇത് സാദ്ധ്യമാകണ

മെങ്കിൽ ത്രിതല പഞ്ചായത്തുകൾക്ക് സാങ്കേതികവും, സംഘടനാപര വുമായ സഹായം ആവശ്യമായി വന്നു. ഈ സാഹചര്യത്തിലാണ് സമ്പൂർണ്ണ ശുചിത്വ ആരോഗ്യ പ്രവർത്തനം ഒരു ദൗത്യമായി ഏറ്റെടു ക്കണമെന്ന് സംസ്ഥാന സർക്കാർ തീരുമാനിച്ചത്.

പൊതുജനാരോഗ്യശുചിത്വ മേഖലകളിലെ വിദഗ്ദ്ധരെ ഉൾപ്പെടുത്തി ഗ്രാമവികസന വകുപ്പിന് കീഴിൽ സംസ്ഥാനാടിസ്ഥാനത്തിൽ സമ്പൂർണ്ണ ശുചിത്വ ആരോഗ്യ ദൗത്യത്തിന് 2000 ൽ രൂപം കൊടുത്തു. ഈ സംവി ധാനത്തെക്കുറിച്ച് അടുത്ത അദ്ധ്യായത്തിൽ കൂടുതൽ വിശദീകരിക്കു ന്നുണ്ട്. ഇതോടൊപ്പം ജില്ലാ പഞ്ചായത്ത് പ്രസിഡന്റ് അദ്ധ്യക്ഷനായും, ജില്ലാ കളക്ടർ എക്സിക്യൂട്ടിവ് ഡയറക്ടറായും ജില്ലാ മിഷനുകളും ആരംഭിച്ചു. സംസ്ഥാനത്തും, ജില്ലകളിലും രൂപീകരിച്ച മിഷനുകളുടെ ആഭിമുഖ്യത്തിലാണ് പഞ്ചായത്ത് തലത്തിൽ നടപ്പിലാക്കിയ ശുചിത്വ പ്രവർത്തനങ്ങൾ ഏകോപിപ്പിച്ചത്. ത്രിതല പഞ്ചായത്തുകളുടെ ആഭി മുഖ്യത്തിൽ നടത്തിവന്നിരുന്ന ശുചിത്വആരോഗ്യ പദ്ധതികൾക്ക് സഹായം നല്കുന്നതിന് പുറമെ രാജ്യത്തു വിപുലമായി നടപ്പിലാക്കാൻ തീരുമാനിച്ച സമ്പൂർണ്ണ ശുചിത്വ പദ്ധതിക്കായി ജില്ലാടിസ്ഥാനത്തിലുള്ള പദ്ധതികൾ തയ്യാറാക്കി സമർപ്പിക്കുന്ന പ്രവർത്തനവും ഏറ്റെടുത്തു.

കേരളത്തിൽ കാസർഗോഡ്, കൊല്ലം ജില്ലകളിലാണ് 2001 ൽ സമ്പൂർണ്ണ ശുചിത്വ പദ്ധതി അനുവദിച്ചത്. തുടർന്ന് തിരുവനന്തപുരം, ആലപ്പുഴ, മലപ്പുറം, വയനാട് ജില്ലകൾക്ക് 2002 ലും, കണ്ണൂർ, കോഴി ക്കോട്, പാലക്കാട്, തൃശ്ശൂർ, എറണാകുളം, ഇടുക്കി, പത്തനംതിട്ട ജില്ല കൾക്ക് 2003 ലും, കോട്ടയം ജില്ലയ്ക്ക് 2005 ലും പദ്ധതി അനുവദിച്ചു. 11 ലക്ഷത്തോളം ഗാർഹിക കക്കൂസുകളും, 1090 പൊതു ടോയ്‌ലറ്റ് സമുച്ച യങ്ങളും, 3600 സ്കൂൾ ടോയ്‌ലറ്റുകളും, 4957 അംഗനവാടി ടോയ്‌ല റ്റുകളും, 98 റൂറൽ സാനിട്ടറി മാർട്ടുകളും ഉൾപ്പെടുന്ന പദ്ധതിയാണ് ലക്ഷ്യമിട്ടത്. ഇതിനായി ഏകദേശം 215 കോടി രൂപ അടങ്കലുള്ള പദ്ധ തിക്കാണ് അംഗീകാരം ലഭിച്ചത്. ഇതിൽ 53% തുക കേന്ദ്ര വിഹിതമായും, 24% തുക സംസ്ഥാന വിഹിതമായും 23% ഗുണഭോക്തൃവിഹിതമായും വകകൊള്ളിച്ചു. ഇതിനുപരിയായി വിവരവിദ്യാഭ്യാസവിനിമയ (IEC) പ്രവർത്തനങ്ങൾക്കും, ശേഷി വർദ്ധനയ്ക്കും, ഭരണപരമായ കാര്യ ങ്ങൾക്കും പദ്ധതി വിഹിതം ലഭിക്കുകയുണ്ടായി. കേരളത്തിനനുവദിച്ച സമ്പൂർണ്ണ ശുചിത്വ പദ്ധതി കേരള സമ്പൂർണ്ണ ശുചിത്വാരോഗ്യ യജ്ഞ ത്തിന്റെ ഭാഗമായി ഗ്രാമ ബ്ലോക്ക് ജില്ലാ പഞ്ചായത്തുകളുടെ ആഭി മുഖ്യത്തിൽ ഗ്രാമ വികസന വകുപ്പ് ഉദ്യോഗസ്ഥരുടെ ഉത്തരവാദിത്വ ത്തിലാണ് നിർവ്വഹണം നടത്തിയത്.

5.3 വിവര വിദ്യാഭ്യാസ വിനിമയ പ്രവർത്തനങ്ങൾ

കാലാതീതമായി ലോകമെമ്പാടുമുള്ള മനുഷ്യൻ ശരിയെന്ന് കരുതി തുടർന്നു വന്ന ഒരു ശീലമാണ് തുറസ്സായ സ്ഥലങ്ങളിൽ നടത്തുന്ന

വിസർജ്ജനം. സാമ്പത്തികമോ, സാംസ്കാരികമോ ആയ കടമ്പകളൊന്നും അനാരോഗ്യകരവും, ലജ്ജാകരവുമായ ഈ ശീലത്തെ ബാധിച്ചില്ല. അതിസാരം, കോളറ, ടൈഫോയിഡ്, മഞ്ഞപ്പിത്തം, ത്വക് രോഗങ്ങൾ തുടങ്ങി നിരവധിയായ രോഗങ്ങൾക്ക് പ്രധാനമായും കാരണമാകുന്നത് ശുചിത്വശീലങ്ങളുടെ അഭാവവും, വൃത്തിയില്ലായ്മയുമാണ് എന്ന് പൊതുജനാരോഗ്യശാസ്ത്രം നമ്മെ കാട്ടിത്തന്നു. ഈ അറിവ് ഉപയോഗപ്പെടുത്തി ജനകോടികളുടെ അന്ധവിശ്വാസം മാറ്റിയെടുക്കുക എന്ന അധൈര്യപ്പെടുത്തുന്ന പ്രവൃത്തിയായാണ് ശുചിത്വാവബോധ കാമ്പയിന്റെ ആദ്യകാല അനുഭവങ്ങൾ. എന്നാൽ അന്ധവിശ്വാസവും, അജ്ഞതയും ഇല്ലാതാക്കാൻ അറിവും, അവബോധവും മാത്രമാണ് ആയുധങ്ങൾ എന്ന തിരിച്ചറിവ് ശുചിത്വ പ്രവർത്തകരെ അവബോധ പ്രവർത്തനങ്ങളിൽനിന്നും പിന്തിരിപ്പിച്ചില്ല. മനുഷ്യന്റെ അന്തസ്സുയർത്തുന്ന രണ്ടു കാര്യങ്ങളാണ് ശുചിത്വ ബോധവും, വൃത്തിയും എന്ന തിരിച്ചറിവും ശുചിത്വ പ്രവർത്തകരെ മുന്നോട്ട് നയിച്ചു. സാംസ്കാരിക ഉന്നതിക്കും, ജീവിതനിലവാരം മെച്ചപ്പെടുത്തുന്നതിനും ശുചിത്വ ശീലങ്ങൾക്ക് വലിയ പങ്കുണ്ട് എന്നതിനാൽ അത് വികസനപ്രവർത്തനത്തിന്റെ ഭാഗമായി മാറി. അതുകൊണ്ടുതന്നെ ഓരോ വ്യക്തിയുടെയും സമൂഹത്തിന്റെയും ശുചിത്വ അവബോധം വർദ്ധിപ്പിക്കുന്നതിനുള്ള വിവര വിദ്യാഭ്യാസ വിനിമയ (IEC) പ്രവർത്തനങ്ങൾ വളരെ പ്രാധാന്യത്തോടെതന്നെ ഏറ്റെടുക്കണമെന്ന സ്ഥിതിയുണ്ടായി. വ്യക്തി ശുചിത്വം, ഗാർഹിക ശുചിത്വം, ഭക്ഷണ ശുചിത്വം, പരിസര ശുചിത്വം തുടങ്ങി വൃത്തിയുടെ വിവിധ ഘടകങ്ങൾ സ്വാംശീകരിച്ച് അത് ശീലമാക്കി മാറ്റുകയും പൗരധർമ്മമായി അനുഷ്ഠിക്കുകയും ചെയ്യുന്ന സമൂഹത്തെ വളർത്തുകയും നിലനിർത്തുകയും ചെയ്യുക എന്ന മഹത്തായ പ്രവർത്തനമായി വിവര വിദ്യാഭ്യാസ വിനിമയ പ്രവർത്തനങ്ങൾ മാറി. ഏറ്റവും വലിയ വെല്ലുവിളി നിറഞ്ഞ ഈ പ്രവർത്തനത്തിന്റെ പ്രയോജനം നിലനില്ക്കണമെങ്കിൽ ഇതൊരു തുടർപ്രവർത്തനമായി മാറണമെന്നും നിർണ്ണയിക്കപ്പെട്ടു. ഈ പശ്ചാത്തലത്തിലാണ് വിവര വിദ്യാഭ്യാസ വിനിമയ പ്രവർത്തനങ്ങൾ സമ്പൂർണ്ണ ശുചിത്വ പദ്ധതിയുടെ മുഖമുദ്രയായി മാറിയത്.

5.4 വ്യക്തിശുചിത്വം

ആരോഗ്യകരമായ ജീവിതത്തിന്റെ ഏറ്റവും അടിസ്ഥാന ഘടകം വ്യക്തികൾ ആർജ്ജിക്കുന്ന ശുചിത്വ ശീലങ്ങളാണ്. ശാരീരിക ശുദ്ധി, വൃത്തിയായ വസ്ത്രങ്ങളുടെ ധാരണം, ശരിയായ ആരോഗ്യ ശീലങ്ങൾ എന്നിവ നിത്യേന പുലർത്തുന്നതിനുള്ള മനോഭാവം ഇവയെല്ലാം കേരള ജനതയുടെ പ്രത്യേകതയായി നാം അഭിമാനിക്കാറുണ്ട്. ഇന്ത്യയിലെ മറ്റുജനവിഭാഗങ്ങൾ ഇത് അംഗീകരിക്കാറുമുണ്ട്. മലമൂത്ര വിസർജ്ജനത്തിന് ശേഷം ശരീരഭാഗം ശരിയായി വൃത്തിയാക്കുന്നതിലും, ഭക്ഷ

ണത്തിന് മുൻപും പിൻപും കൈകഴുകുന്നതിലും, പല്ല് തേക്കുന്നതിലും, നഖംവെട്ടി വൃത്തിയായി സൂക്ഷിക്കുന്നതിലും, നിത്യേന കുളിക്കുന്നതിലും, ആർത്തവശുചിത്വം കൃത്യമായി പാലിക്കുന്നതിനും, അടിവസ്ത്രങ്ങൾ പ്രത്യേകം വൃത്തിയാക്കുന്നതിലും മറ്റുമുള്ള അവബോധം മാതാപിതാക്കളിൽനിന്നും, അംഗനവാടികളിൽനിന്നും സ്കൂളുകളിൽനിന്നും കേരളത്തിലെ ഭൂരിഭാഗം ജനങ്ങൾക്കും ലഭിച്ചുവരുന്നു. മൂക്കിലും, വായിലും വിരലിടുക, നഖം കടിക്കുക, എപ്പോഴും, എവിടേയും തുപ്പുക, വായും മൂക്കും മറയ്ക്കാതെ തുമ്മുക, ചുമയ്ക്കുക, കൈകഴുകുന്നതിലുള്ള ശ്രദ്ധക്കുറവ് തുടങ്ങി ഒട്ടനവധി ദുഃശീലങ്ങൾ ഇനിയും ശ്രദ്ധിക്കപ്പെടാതെയുണ്ട്. ഇതൊക്കെ പരിഗണിച്ചുകൊണ്ട് വ്യക്തി ശുചിത്വശീലങ്ങൾ കുട്ടിക്കാലം മുതൽ തന്നെ വളർത്തിക്കൊണ്ട് വരുന്നതിന് വീടുകളിലും, അംഗനവാടികളിലും, സ്കൂളുകളിലും സ്ഥിരതയോടെയുള്ള പ്രവർത്തനങ്ങൾ തുടർന്നുകൊണ്ടേയിരിക്കണം. ഒരുതരത്തിൽ ശുചിത്വ ശീലവല്ക്കരണത്തിന്റെ ആദ്യപടിയാണ് വ്യക്തിശുചിത്വം. ആയതിനാൽ ഇക്കാര്യത്തിൽ തദ്ദേശ സ്വയംഭരണ സ്ഥാപനങ്ങൾക്കും ഗ്രാമ സഭകൾക്കും ഉത്പ്രേരക ശക്തി എന്ന നിലയിൽ നിർണ്ണായക സ്ഥാനം ഉണ്ട്. ഈ സ്ഥാനം സാർത്ഥകമാക്കുന്നതിന് തദ്ദേശഭരണ സ്ഥാപനങ്ങളെ പ്രേരിപ്പിക്കുന്നതിൽ സമ്പൂർണ്ണ ശുചിത്വ പരിപാടി പങ്ക് വഹിക്കുകയുണ്ടായി. എന്നാൽ പൗരധർമ്മം എന്ന രീതിയിൽ വ്യക്തി ശുചിത്വശീലങ്ങൾ നിലനിർത്തുന്നതിന് വിദ്യാഭ്യാസ സംവിധാനവുമായി ബന്ധിപ്പിക്കേണ്ടതുണ്ട്.

5.5 ഗാർഹിക ശുചിത്വം

വീടിനുൾവശം വൃത്തിയായി സൂക്ഷിക്കുന്ന ഒരു സാമ്പ്രദായികരീതി കേരളത്തിന്റെ പ്രത്യേകതയായി കരുതിപ്പോരുന്നു. എന്നാൽ വീടിന്റെ പരിസരം മാലിന്യം വലിച്ചെറിഞ്ഞും, മലിനജലം ഒഴുക്കിവിട്ടും വൃത്തിഹീനമായി ഇടുന്ന നമ്മുടെ സ്വതസിദ്ധമായ രീതിയും തുടർന്നുപോരുന്നു. കേരളത്തിലെ പൊതുജനാരോഗ്യസ്ഥിതിയുടെ ഒരു പ്രത്യേകതയായ മരണനിരക്ക് കുറയുമ്പോൾത്തന്നെ രോഗഭാരം വർദ്ധിക്കുന്ന സാഹചര്യം ഈ അശ്രദ്ധയുടെ ഫലമായി വിലയിരുത്തപ്പെടുന്നു. ഈ പശ്ചാത്തലത്തിൽ എല്ലാ ജനങ്ങളുടെയും ഉപയോഗത്തിന് കക്കൂസുകൾ ലഭ്യമാക്കുന്നതിനുപരിയായി അത് ഉപയോഗിക്കുന്നതിനും, വൃത്തിയായി സൂക്ഷിക്കുന്നതിനുമുള്ള മനോഭാവം ഉണ്ടാകുക, അതൊരു ശീലമായി മാറുക എന്നത് അത്യധികം പ്രധാനമാണ്. അതോടൊപ്പം വീടുകളിൽ ഉണ്ടാകുന്ന മലിനജലം ഒരുകുഴിയിൽ ശേഖരിച്ച് മണ്ണിലേക്ക് ഇറക്കിവിടുന്നതിനും, മാലിന്യം കുഴിയിൽ നിക്ഷേപിച്ച് കമ്പോസ്റ്റ് ആക്കി ഉപയോഗിക്കുന്നതിനുള്ള ലളിതമായ മാർഗ്ഗങ്ങൾ അവലംബിക്കുന്നതും പ്രധാനമാണ്. ഇത് മുൻനിർത്തി മുൻകാലങ്ങളിൽ നടത്തിയ ശുചിത്വ പരിപാടിയിൽനിന്നു വിഭിന്നമായി സമൂഹാഭിമുഖ്യത്തിൽ ജനകേന്ദ്രീകൃത

മായ രീതിയിൽ ശുചിത്വ വ്യാപനം നടത്തുന്നതിനാണ് സമ്പൂർണ്ണ ശുചിത്വ പരിപാടി (TSC) ലക്ഷ്യമിട്ടത്.

വലിയതോതിൽ ആരോഗ്യ സംരക്ഷണ ബോധവല്ക്കരണം നടത്തി അതിലൂടെ ശുചിത്വ സൗകര്യങ്ങൾ കാംക്ഷിക്കുന്ന നിലയിലേക്ക് സമൂഹത്തെയും കുടുംബങ്ങളെയും എത്തിക്കുക എന്ന രീതിയാണ് അവലംബിച്ചത്. വീടുകളിലും സ്കൂളുകളിലും ശുചിത്വ സൗകര്യങ്ങൾ ഉണ്ടാക്കുക എന്നതോടൊപ്പം അത് ശരിയായ രീതിയിൽ ഉപയോഗിക്കുന്നതിനും അതിലൂടെ പരിസര ശുചിത്വം കൈവരിക്കുന്നതിനും ശ്രദ്ധിച്ചു. ഭക്ഷണത്തിൽ ബാക്ടീരിയ പോലെയുള്ള അതിസൂക്ഷ്മ ജീവികൾ വ്യാപിച്ച് ഭക്ഷണം മലിനമാകുന്നതിനും, അതിലൂടെ രോഗങ്ങൾ വ്യാപിക്കുന്നതിനുള്ള സാദ്ധ്യതകൾ ഒഴിവാക്കുക എന്നതും ശുചിത്വപാലനത്തിൽ പ്രധാനമാണ്. കുടിവെള്ളം ശ്രദ്ധയോടെയും വൃത്തിയായും സൂക്ഷിച്ചു ഉപയോഗിക്കുക, ഭക്ഷണം ശരിയായ രീതിയിൽ സൂക്ഷിക്കുക, പാത്രങ്ങൾ വൃത്തിയായി കഴുകി ഉപയോഗിക്കുക, ഭക്ഷണത്തിന് മുമ്പും പിമ്പും കൈ വൃത്തിയായി കഴുകുക, ഭക്ഷണത്തിൽ ഈച്ചയും, പാറ്റയും, കൃമികീടങ്ങളും എത്താതെ അടച്ചു സൂക്ഷിക്കുക തുടങ്ങിയ ശീലത്തിലൂടെ ഭക്ഷണശുചിത്വം കൈവരിക്കുക എന്നതും ഗാർഹിക ശുചിത്വം കൈവരിക്കുന്നതിന് അത്യന്താപേക്ഷിതമാണ്. വ്യക്തികളുമായി നേരിട്ടുള്ള സംഭാഷണം, ഫോക്കസ് ഗ്രൂപ്പ് ചർച്ചകൾ, അച്ചടിദൃശ്യശ്രാവ്യ മാധ്യമങ്ങൾ വഴിയുള്ള പ്രചരണം, കലാജാഥകൾ, ചുവരെഴുത്തുകൾ, പോസ്റ്ററുകൾ തുടങ്ങിയ വിവിധ മാർഗ്ഗങ്ങളിലൂടെയാണ് ക്യാംപെയിൻ പ്രവർത്തനങ്ങൾ സംഘടിപ്പിക്കപ്പെട്ടത്.

1994 ൽ യൂണിസെഫ് ആലപ്പുഴയിൽ ആരംഭിച്ച അതിസാര രോഗ നിയന്ത്രണം, കുടിവെള്ളം, ശുചിത്വം എന്നിവ കേന്ദ്രീകരിച്ചു നടത്തിയ പ്രവർത്തനങ്ങൾ 2001 ൽ കൊല്ലം, കോട്ടയം, മലപ്പുറം, വയനാട്, കാസർഗോഡ് ജില്ലകളിലേക്കും വ്യാപിപ്പിച്ചു. സ്കൂൾ ശുചിത്വം, ആരോഗ്യ സംരക്ഷണത്തിലെ നൂതന രീതികളുടെ പ്രചരണം, കുടിവെള്ളത്തിന്റെ ഗുണനിലവാരം നിരീക്ഷിക്കൽ, മഴവെള്ള സംഭരണം, വനിതാ മേസ്ത്രി പരിശീലനം തുടങ്ങി പ്രാദേശിക പ്രസക്തിയുള്ള നിരവധി ഘടകങ്ങൾ ഈ പ്രവർത്തനങ്ങളിൽ ഉൾപ്പെടുത്തി. തദ്ദേശ സ്വയംഭരണ സ്ഥാപനങ്ങൾ, സർക്കാർ വകുപ്പുകൾ, സർക്കാരിതര സംഘടനകൾ, സാമൂഹ്യ പ്രവർത്തകർ എന്നിവരെയെല്ലാം പങ്കെടുപ്പിച്ച് നടത്തിയ പ്രവർത്തനങ്ങൾ ശീലവല്ക്കരണ പ്രവർത്തനങ്ങളിൽ നിർണ്ണായക പ്രവണതകൾ ഉണ്ടാക്കുന്നതിന് സഹായിച്ചു. അംഗനവാടികളിലെ ശിശു സൗഹൃദ ടോയ്ലറ്റ് പോലെ നിരവധി നൂതന രീതികൾ പ്രയോഗത്തിൽ വന്നു. ഈ രീതിയിൽ സഹവർത്തിത്വം വളർത്തിയും, ആശയ വിനിമയം നടത്തിയും, കൂട്ടായ പ്രവർത്തനങ്ങളിലൂടെയും മറ്റ് ജില്ലകളിലേക്കും വ്യാപിച്ച പ്രവർത്തനങ്ങൾ ശുചിത്വ അവബോധം വർദ്ധിക്കുന്നതിനും ശുചിത്വ ശീലങ്ങളിൽ വലിയ മാറ്റങ്ങൾ കൊണ്ടുവരുന്നതിനും സഹായിച്ചു.

സോഷ്യോ എക്കോണോമിക് യൂണിറ്റ് ഫൗണ്ടേഷൻ (SEUF), പരിസ്ഥിതി വികസന കേന്ദ്രം (CED), പീരുമേട് വികസന സമിതി (PDS), പഴകുളം സോഷ്യൽ സർവ്വീസ് സൊസൈറ്റി (PASS) തുടങ്ങിയ നിരവധി സ്ഥാപനങ്ങളും, വ്യക്തികളും, ഉദ്യോഗസ്ഥരും ബോധവല്ക്കരണശീലവല്ക്കരണ പ്രവർത്തനങ്ങളിൽ വലിയ സംഭാവന നല്കുകയുണ്ടായിട്ടുണ്ട്.

5.6 വ്യക്തിഗത ഗാർഹിക കക്കൂസുകൾ (IHHL)

ദേശീയതലത്തിൽ സമ്പൂർണ്ണ ശുചിത്വ പദ്ധതിയുടെ കീഴിൽ ഗ്രാമീണ ശുചിത്വ വ്യാപനത്തിന് വലിയ പ്രോത്സാഹനമാണ് ലഭിച്ചത്. 2001 ൽ രാജ്യത്തെ 22% വീടുകളിലാണ് കക്കൂസുകൾ ഉണ്ടായിരുന്നത് എങ്കിൽ 2008 ൽ അത് 57% വീടുകളിലേക്ക് വ്യാപിച്ചു. എന്നാൽ നിർമ്മിച്ച് കക്കൂസുകളിൽ 25 ശതമാനത്തിലധികം പല കാരണങ്ങളാൽ ഉപയോഗിക്കപ്പെടുന്നില്ല എന്ന സ്ഥിതി ആശങ്ക ഉണ്ടാക്കുന്നതായിരുന്നു. ശുചിത്വത്തിന്റെ പ്രാധാന്യത്തെക്കുറിച്ചുള്ള ധാരണക്കുറവ്, ജലലഭ്യതയുടെ കുറവ്, നിർമ്മാണത്തിലെ അപാകത തുടങ്ങിയ പ്രശ്നങ്ങളാണ് ഉപയോഗത്തിന് വിഘാതമായത് എന്നായിരുന്നു ആസൂത്രണ കമ്മീഷന്റെ നിരീക്ഷണം. ഈ പ്രശ്നങ്ങൾ പരിഹരിക്കുന്നതിനു കൂടുതൽ സാമൂഹിക പങ്കാളിത്തവും ഗുണഭോക്താക്കളുടെ താല്പര്യവും വർദ്ധിപ്പിക്കുന്നതിനും തദ്ദേശഭരണ സ്ഥാപനങ്ങളുടെയും, സർക്കാരിതര സംഘടനകളുടെയും കൂടുതൽ ശ്രദ്ധ ആകർഷിക്കുന്നതിന്റെ ഭാഗമായി നിർമ്മൽ ഗ്രാം പുരസ്കാര (NGP) എന്ന പേരിൽ ഒരു ഉത്തേജക പദ്ധതി 2004ൽ കേന്ദ്ര സർക്കാർ വിഭാവനം ചെയ്യുകയുണ്ടായി. നിർമ്മൽ ഗ്രാം പുരസ്കാറിനെ സംബന്ധിച്ചു പിന്നീട് പ്രതിപാദിക്കാം.

ദേശീയസ്ഥിതിയിൽനിന്നു വിഭിന്നമായി കേരളത്തിൽ ഗാർഹിക കക്കൂസുകളുടെ വ്യാപനത്തിലും അവയുടെ ഉപയോഗത്തിലും വലിയ മുന്നേറ്റമാണ് ഉണ്ടായത്. ഇതിന് പ്രധാന കാരണം തദ്ദേശ സർക്കാരുകൾ ശുചിത്വ പദ്ധതി ഏറ്റെടുത്തു എന്നതാണ്. ഗ്രാമസഭാ നിർദ്ദേശങ്ങൾ സ്വരൂപിച്ച് തദ്ദേശ സർക്കാരുകൾ നേരിട്ടാണ് സമ്പൂർണ്ണ ശുചിത്വ പദ്ധതികൾ നടപ്പിലാക്കിയത്. ഇതിന്റെ ഭാഗമായി പ്രദേശത്തെ ആരോഗ്യ പ്രശ്നങ്ങളെ മുൻനിർത്തി ശുചിത്വത്തിന്റെ അനിവാര്യത സംബന്ധിച്ച് വീടുകൾ കേന്ദ്രീകരിച്ചുള്ള അവബോധ പ്രവർത്തനങ്ങൾ, ഗ്രാമസഭകൾ കേന്ദ്രീകരിച്ചുള്ള നിരീക്ഷണാവലോകന പ്രവർത്തനങ്ങൾ, ദാരിദ്ര്യ രേഖയ്ക്ക് താഴെയുള്ളവർക്ക് നല്കിയ അധിക സബ്സിഡി ഇവയൊക്കെ കക്കൂസുകളുടെ ആവശ്യകത വർദ്ധിക്കുന്നതിനും, അവ ശരിയായ രീതിയിൽ ഉപയോഗിക്കുന്നതിനുള്ള ധാരണ ഉണ്ടാക്കുന്നതിനും സഹായിച്ചു. ഇതിന് സമ്പൂർണ്ണ ശുചിത്വ ആരോഗ്യ മിഷനിൽ നിന്നു ലഭിച്ച സാങ്കേതികവും, സാമ്പത്തികവും, സംഘടനാപരവുമായ സഹായങ്ങളും, പിന്തുണയും തദ്ദേശസർക്കാരുകൾക്ക് വലിയ ആത്മവിശ്വാസം നല്കി. ഇതിന്റെ ഫലമായി 2007 അവസാനിച്ചപ്പോൾ സമ്പൂർണ്ണ ശുചിത്വ

പദ്ധതിയുടെ ഭാഗമായി ലക്ഷ്യമിട്ടിരുന്ന ഗാർഹിക കക്കൂസുകളിൽ 94% പൂർത്തീകരിച്ചു കേരളം രാജ്യത്തു ഒന്നാം സ്ഥാനത്ത് എത്തുകയുണ്ടായി. 2006-07 ലെ കണക്കനുസരിച്ച് കേരളത്തിലെ 65.95 ലക്ഷം വീടുകളിൽ 57.17 ലക്ഷം (86%) വീടുകളിലും കക്കൂസ് സൗകര്യം ലഭ്യമാകുകയുണ്ടായി.

5.7 സ്കൂൾ–അംഗൻവാടി ടോയ്‌ലറ്റുകൾ

ദേശീയ തലത്തിൽ 1993 ൽ നടത്തിയ ആറാമത് അഖിലേന്ത്യാ വിദ്യാഭ്യാസ സർവേ പ്രകാരം രാജ്യത്തെ 8% ഗ്രാമീണ സ്കൂളുകളിൽ മാത്രമാണ് ടോയ്‌ലറ്റ് സൗകര്യം ഉണ്ടായിരുന്നത് എന്നും അതിൽത്തന്നെ 4% സ്കൂളുകളിൽ മാത്രമാണ് പെൺകുട്ടികൾക്ക് പ്രത്യേകമായി ടോയ്‌ലറ്റ് സൗകര്യം ഉള്ളത് എന്നും കണ്ടെത്തുകയുണ്ടായി. കൗമാര പ്രായത്തിലുള്ള പെൺകുട്ടികൾ സ്കൂളിൽ പോകുന്നതിനു വിമുഖത കാണിച്ചിരുന്നതിനുള്ള ഒരു പ്രധാന കാരണം സ്കൂളുകളിലെ ഈ ശോചനീയ സ്ഥിതിയാണെന്ന് നിസ്സംശയം പറയാം. എന്നാൽ പൊതു വിദ്യാഭ്യാസ വകുപ്പിന്റെ കണക്കനുസരിച്ച് 2001 ആയപ്പോഴേക്കും കേരളത്തിലെ 74% ത്തോളം സ്കൂളുകളിൽ ടോയ്‌ലറ്റ് സൗകര്യം ലഭ്യമായിരുന്നു. ഇതിന് പ്രധാന കാരണം ജനകീയാസൂത്രണ ക്യാംപെയിന്റെ ഭാഗമായി തദ്ദേശ സർക്കാരുകൾ നടപ്പിലാക്കിയ വികസന പ്രവർത്തനങ്ങളിൽ സ്കൂളുകളിലെ അടിസ്ഥാന സൗകര്യം വർദ്ധിപ്പിക്കുന്നതിന് നല്കിയ മുൻഗണനയാണ്. എന്നാൽ ടോയ്‌ലറ്റ് വൃത്തിയായി സൂക്ഷിക്കുന്നതിനും, വിദ്യാർത്ഥികൾക്ക് ടോയ്‌ലറ്റ് സൗകര്യം ലഭ്യമാക്കുന്നതിനും, പെൺകുട്ടികൾക്ക് പ്രത്യേകം ടോയ്‌ലറ്റ് സൗകര്യം നിർമ്മിക്കുന്നതിനും വളരെ പരിമിതമായ സ്കൂളുകൾ മാത്രമാണ് ശ്രദ്ധിച്ചിരുന്നത്.

സ്കൂൾ ശുചിത്വത്തിനും, ശുചിത്വ പഠനത്തിനും സമ്പൂർണ്ണ ശുചിത്വ പദ്ധതിയിൽ തുടക്കം മുതൽ തന്നെ വളരെ പ്രാധാന്യം നല്കുകയുണ്ടായി. ഇതിന്റെ അടിസ്ഥാനത്തിൽ സ്കൂൾ ടോയ്‌ലറ്റുകളുടെ നിർമ്മാണത്തിന് 60% തുക കേന്ദ്ര സർക്കാരും, 30% തുക സംസ്ഥാന സർക്കാരും ലഭ്യമാക്കുവാൻ തീരുമാനിക്കുകയുണ്ടായി. പിന്നീട് ബാക്കിയുള്ള 10% തുക സാമൂഹ്യമായി സ്വരൂപിക്കണമെന്നുള്ള നിബന്ധന മാറ്റി അതും കേന്ദ്രസർക്കാർ സഹായമായി വകയിരുത്തി. ഈ സാഹചര്യം ഉപയോഗപ്പെടുത്തി സ്കൂൾ ടോയ്‌ലറ്റുകൾ നിർമ്മിച്ചു നല്കുന്നതിനും പ്രത്യേകിച്ചു ബാലിക സൗഹൃദ ടോയ്‌ലറ്റ് (Girl Friendly Toilet) നിർമ്മിക്കുന്നതിനും പ്രത്യേക പരിഗണന സംസ്ഥാനം നല്കുകയുണ്ടായി. ഈ പശ്ചാത്തലത്തിലാണ് കേരളത്തിലെ ത്രിതല പഞ്ചായത്ത് സംവിധാനം സർക്കാർ സ്കൂളുകളിലെല്ലാം വിദ്യാർത്ഥികളുടെ എണ്ണത്തിനനുസരിച്ച് ടോയ്‌ലറ്റുകൾ നിർമ്മിക്കുന്നതിനും, ബാലിക സൗഹൃദ ടോയ്‌ലറ്റുകൾ നിർമ്മിക്കുന്നതിന് പ്രത്യേക പരിഗണന നല്കിയും പദ്ധതികൾ തയ്യാറാക്കി നടപ്പിലാക്കിത്തുടങ്ങിയത്. പ്ലാൻ ഫണ്ടിനൊപ്പം സമ്പൂർണ്ണ

ശുചിത്വ പദ്ധതിയുടെ വിഹിതവും, എം എൽ എമാരുടെ പ്രാദേശിക വികസന പദ്ധതിയും ഇതിനായി ഉപയോഗപ്പെടുത്തി. കൂടുതൽ വൃത്തിയും, ജലലഭ്യതയുമുള്ള ടോയ്‌ലറ്റുകൾ നിർമ്മിക്കുന്നതിന് പ്രത്യേക ശ്രദ്ധയും നല്കി. ബാലിക സൗഹൃദ ടോയ്‌ലറ്റുകളിൽ സാനിട്ടറി നാപ്കിൻസ് നിർമ്മാർജ്ജനം ചെയ്യുന്നതിനുള്ള സൗകര്യവും പ്രത്യേകം ഉറപ്പാക്കി. ഈ പ്രവർത്തനങ്ങൾ സ്കൂൾ ടോയ്‌ലറ്റുകളുടെ ഉപയോഗത്തിൽ വലിയ വർദ്ധന ഉണ്ടാകുന്നതിനും കാരണമായി. പൊതു വിദ്യാഭ്യാസ വകുപ്പിന്റെ കണക്കനുസരിച്ച് 2010-11 ഓടെ 100% സർക്കാർ സ്കൂളുകളിലും മെച്ചപ്പെട്ട ടോയ്‌ലറ്റ് സൗകര്യം ലഭ്യമാകുന്ന സ്ഥിതി ഉണ്ടായി. സർവ്വശിക്ഷാ അഭിയാൻ ഫണ്ട് കൂടി ലഭ്യമായതോടെ ടോയ്‌ലറ്റ് സൗകര്യങ്ങളുടെ ലഭ്യതയും, പരിപാലനവും കൂടുതൽ മെച്ചപ്പെടുത്തുന്നതിനും തദ്ദേശഭരണ സ്ഥാപനങ്ങൾക്ക് സാധിച്ചു.

ബാല്യകാലത്തിൽത്തന്നെ ശുചിത്വ ശീലം വളർത്തിയെടുക്കുക എന്നതിന്റെ പ്രാധാന്യം പരിഗണിച്ചാണ് എല്ലാ അംഗനവാടികളിലും ടോയ്‌ലറ്റ് സൗകര്യങ്ങൾ ലഭ്യമാക്കുന്ന പ്രവർത്തനം പ്രധാനമായി ഉയർന്നുവന്നത്. കേരളത്തിലെ 120 സംയോജിത ശിശുവികസന പരിപാടിയുടെ ഭാഗമായി 15000 ലധികം അംഗൻവാടികൾ നിലവിൽ വരികയുണ്ടായി. ഇവയിൽ 30% അംഗൻവാടികൾക്ക് മാത്രമാണ് സ്വന്തമായി കക്കൂസുകൾ ഉണ്ടായിരുന്നത്. ജനകീയാസൂത്രണ പ്രവർത്തനങ്ങളുടെ ഭാഗമായി ഇവയുടെ പ്രവർത്തനം കൂടുതൽ മെച്ചപ്പെടുത്തുന്നതിനുള്ള പദ്ധതികൾ തദ്ദേശ സർക്കാരുകൾ ആവിഷ്കരിക്കുകയുണ്ടായി. ഇതിന്റെ ഫലമായി സംസ്ഥാനത്തെ 24565 അംഗൻവാടികൾക്കു സ്വന്തമായ കെട്ടിട സൗകര്യങ്ങളും ടോയ്‌ലറ്റ് സൗകര്യങ്ങളും ലഭ്യമാക്കുന്നതിനാണ് ലക്ഷ്യമിട്ടത്. സമ്പൂർണ്ണ ശുചിത്വ പദ്ധതി രൂപീകരിക്കുന്ന വേളയിൽ 4957 അംഗൻവാടികൾക്ക് കൂടി ടോയ്‌ലറ്റ് സൗകര്യം ഒരുക്കേണ്ടതുണ്ടായിരുന്നു. 2011 ആയപ്പോഴേക്കും ഇതിൽ 4583 അംഗൻവാടികൾക്ക് (92%) ടോയ്‌ലറ്റ് സൗകര്യം ലഭ്യമാക്കുകയുണ്ടായി. ചില അംഗൻവാടികൾ സ്വകാര്യ കെട്ടിടങ്ങളിലാണ് പ്രവർത്തിച്ചിരുന്നത് എന്നത് ടോയ്‌ലറ്റ് നിർമ്മാണം പൂർത്തിയാക്കുന്നതിന് വിഘാതമാകുകയുണ്ടായി. സമ്പൂർണ്ണ ശുചിത്വ പദ്ധതിയിൽ 5000 രൂപയാണ് ഒരു അംഗൻവാടി ടോയ്‌ലറ്റ് നിർമ്മാണത്തിന് വകയിരുത്തിയത്. ശിശുസൗഹൃദമായ ടോയ്‌ലറ്റുകളുടെ നിർമ്മാണത്തിന് ഇത് അപര്യാപ്തമാണ് എന്നതും അംഗൻവാടി ടോയ്‌ലറ്റുകളുടെ നിർമ്മാണത്തിന്റെ വേഗതയിൽ കുറവ് വരുത്തി. എന്നിരുന്നാലും ബാക്കിയുള്ള അംഗൻവാടികൾക്കും തുടർന്നു ടോയ്‌ലറ്റ് ലഭ്യമാക്കുകയുണ്ടായി. നിർമ്മിച്ച ടോയ്‌ലറ്റുകൾ ശിശു സൗഹൃദ ടോയ്‌ലറ്റുകളാണ് എന്ന പ്രത്യേകതയുമുണ്ട്. 2014 ൽ കേന്ദ്ര സർക്കാർ നടത്തിയ പഠന പ്രകാരം രാജ്യത്ത് ഏറ്റവും വൃത്തിയുള്ളതും കൃത്യമായി പരിപാലിക്കുന്നതുമായ അംഗൻവാടി ടോയ്‌ലറ്റുകൾ ഉള്ള സംസ്ഥാനങ്ങളിൽ കേരളം ഒന്നാം സ്ഥാനത്താണ് എന്നു കണ്ടെത്തുക

യുണ്ടായി. കേരളത്തിലെ 59% അംഗൻവാടി ടോയ്‌ലറ്റുകളും ഏറ്റവും വൃത്തിയുള്ള വിഭാഗത്തിൽത്തന്നെ ഉൾപ്പെടുകയുണ്ടായി.

5.8 സാമൂഹ്യ ശുചിത്വ സമുച്ചയം

സമ്പൂർണ്ണ ശുചിത്വ കാമ്പയിന്റെ ആദ്യഘട്ടത്തിൽ വനിതകൾക്ക് മാത്രമായി പരിമിതമായ എണ്ണം കക്കൂസ് സമുച്ചയങ്ങൾ നിർമ്മിക്കുന്നതിനാണ് നിർദ്ദേശിക്കപ്പെട്ടത്. വ്യക്തിഗത ഗാർഹിക കക്കൂസുകൾ എല്ലാ വീടുകളിലും ഉണ്ടാകുക എന്ന നിർബന്ധവും നിർമ്മിച്ച പൊതു കക്കൂസ് സമുച്ചയങ്ങളുടെ പരിതാപകരമായ പരിപാലന സ്ഥിതിയുമായിരുന്നു ഇതിന് കാരണം. എന്നാൽ ചില സ്ഥലങ്ങളിലെങ്കിലും എല്ലാ വീടുകൾക്കും കക്കൂസ് പണിയുന്നതിനുള്ള സ്ഥലപരിമിതി പ്രശ്നമായി മാറി. ജനസാന്ദ്രത കൂടിയ ചില കോളനികളിൽ പൊതുകക്കൂസുകൾ നല്കി ഗാർഹിക കക്കൂസുകളുടെ ആവശ്യകത ബോദ്ധ്യപ്പെടുത്തുന്നതും ആവശ്യമായി വന്നു. തുടർന്ന് ജനങ്ങൾ നിത്യേന വന്നുപോകുന്ന പൊതുസ്ഥലങ്ങൾ, പ്രത്യേകിച്ചു ചന്തകൾ, ബസ് കാത്തിരുപ്പുകേന്ദ്രങ്ങൾ, ബസ് സ്റ്റാന്റുകൾ, റെയിൽവേ സ്റ്റേഷനുകൾ, വിനോദ സഞ്ചാര കേന്ദ്രങ്ങൾ, തീർത്ഥാടന കേന്ദ്രങ്ങൾ എന്നിവിടങ്ങളിൽ ശുചിത്വ പരിപാലനത്തിന് കക്കൂസുകളുടെ അഭാവം വലിയ പ്രശ്നങ്ങൾ സൃഷ്ടിച്ചു. ഈ സാഹചര്യത്തിലാണ് സമൂഹ ശുചിത്വ സഞ്ചയങ്ങൾ (CSC) നിർമ്മിക്കുന്നതിനുള്ള തദ്ദേശഭരണ സ്ഥാപനങ്ങളുടെ പദ്ധതികൾക്ക് സമ്പൂർണ്ണ ശുചിത്വ പദ്ധതിപ്രകാരമുള്ള സാമ്പത്തിക സഹായം ലഭ്യമാക്കുകയുണ്ടായത്. ഒരു സമുച്ചയത്തിന് 2 ലക്ഷം രൂപ വരെ വകയിരുത്തുന്നതിനാണ് പദ്ധതിയിൽ വിഭാവനം ചെയ്തത്. 2011 ആയപ്പോഴേക്കും സമ്പൂർണ്ണ ശുചിത്വ പദ്ധതിയുടെ ഭാഗമായി നിർമ്മിക്കാനുദ്ദേശിച്ചിരുന്ന 1090 സമൂഹ ശുചിത്വ സമുച്ചയങ്ങളിൽ 930 എണ്ണവും പൂർത്തിയാകുകയുണ്ടായി. കൊല്ലം, എറണാകുളം, തൃശൂർ ജില്ലകളാണ് സമൂഹ ശുചിത്വ സമുച്ചയങ്ങളുടെ നിർമ്മാണത്തിൽ കൂടുതൽ ശ്രദ്ധ പതിപ്പിച്ചത്.

5.9 ഉല്പാദനകേന്ദ്രങ്ങൾ, റൂറൽ സാനിട്ടറി മാർട്ട്

ഗ്രാമീണ മേഖലയിലെ ശുചിത്വ നിലവാരം മെച്ചപ്പെടുത്തുന്നതിൽ റൂറൽ സാനിട്ടറി മാർട്ടുകൾ വളരെ പ്രധാന പങ്ക് വഹിച്ചിട്ടുണ്ട്. 1991–92 ൽ യുണിസെഫ് ആണ് റൂറൽ സാനിട്ടറി മാർട്ട് (RSM) എന്ന സംവിധാനം രാജ്യത്ത് ആദ്യമായി ആരംഭിച്ചത്. തുടക്കത്തിൽ ഉത്തർപ്രദേശിലും തുടർന്നു പശ്ചിമബംഗാളിലെ മിദ്നാപ്പൂർ ജില്ലയിലും അതിനുശേഷം രാജ്യവ്യാപകമായും ഇവ പ്രചരിപ്പിക്കപ്പെട്ടു. ജനങ്ങൾ, വിശിഷ്യാ ദാരിദ്ര്യരേഖയ്ക്ക് താഴെ അധിവസിക്കുന്നവർ, അവർക്ക് ലഭിക്കുന്ന ആരോഗ്യ ബോധവല്ക്കരണത്തിന്റെ അടിസ്ഥാനത്തിൽ ശുചിത്വ സംവിധാനങ്ങൾ വേണം എന്നാഗ്രഹിക്കുമ്പോൾ അത്

യഥാസമയം ലഭ്യമാക്കി അവരുടെ താല്പര്യം നിലനിർത്തേണ്ടതുണ്ട്. അതിനായി ചെലവ് കുറഞ്ഞ സാനിട്ടറി കക്കൂസുകളുടെയും ഇതര ശുചിത്വ സംവിധാനങ്ങളുടെയും മാതൃക പ്രദർശിപ്പിക്കുക, അവയുടെ പ്രവർത്തനം വിശദമാക്കിക്കൊടുക്കുക, ഇവയുടെ നിർമ്മാണത്തിന് ആവശ്യമായ വിദഗ്ദ്ധ തൊഴിലാളികളെ പരിശീലിപ്പിച്ച് ലഭ്യമാക്കുക, ആവശ്യമായ സാധന സാമഗ്രികൾ പൊതുകമ്പോളങ്ങളിൽനിന്നു കുറഞ്ഞ വിലയ്ക്ക് ലഭ്യമാക്കുക, ശുചിത്വവും ആരോഗ്യവുമായി ബന്ധപ്പെട്ട ബോധനപ്രവർത്തനം നടത്തുക എന്നീ ലക്ഷ്യം സാദ്ധ്യമാക്കുന്നതിനുള്ള സംവിധാനമായാണ് റൂറൽ സാനിട്ടറി മാർട്ട് വിഭാവനം ചെയ്യപ്പെട്ടത്. കേരളത്തിൽ നിർമ്മൽ 2000 പദ്ധതിയുടെ ഭാഗമായി കോട്ടയത്താണ് ഇത് ആദ്യം ആരംഭിച്ചത്. തുടർന്ന് തിരുവനന്തപുരം, ആലപ്പുഴ, കണ്ണൂർ, കൊല്ലം, മലപ്പുറം, തൃശ്ശൂർ തുടങ്ങി മിക്ക ജില്ലകളിലും സമ്പൂർണ്ണ ശുചിത്വ പദ്ധതിയുടെ ഭാഗമായി ഉല്പാദന കേന്ദ്രങ്ങളുടെയും, റൂറൽ സാനിട്ടറി മാർട്ടുകളുടെയും പ്രവർത്തനം കക്കൂസുകളുടെ വ്യാപനത്തിൽ വളരെ പ്രധാന പങ്ക് വഹിച്ചിട്ടുണ്ട്. സമ്പൂർണ്ണ ശുചിത്വ പദ്ധതിയുടെ ഭാഗമായി നിർദ്ദേശിക്കപ്പെട്ട 98 റൂറൽ സാനിട്ടറി മാർട്ടുകളിൽ 91 എണ്ണം വിവിധ ജില്ലകളിൽ പ്രവർത്തനക്ഷമമായി. എന്നാൽ കേരളത്തിലെ ഗ്രാമങ്ങളിൽപോലും ശുചിത്വ സൗകര്യങ്ങൾ നിർമ്മിക്കുന്നതിനുള്ള സാമഗ്രികൾ സുലഭമായി ലഭിക്കാൻ തുടങ്ങിയ സ്ഥിതിയിൽ ഇവയുടെ പ്രസക്തി കാലക്രമത്തിൽ കുറഞ്ഞുപോയി.

സർക്കാർ, അർദ്ധസർക്കാർ സ്ഥാപനങ്ങളിൽ നിന്നു വേർപെട്ടു സ്വന്തം നിലയിൽ ശുചിത്വ ആരോഗ്യ പ്രവർത്തനം നടത്താൻ ശേഷിയുള്ള സംവിധാനങ്ങൾ ആയാണ് റൂറൽ സാനിട്ടറി മാർട്ട് വിഭാവനം ചെയ്യപ്പെട്ടത്. വിപണന കേന്ദ്രങ്ങൾ എന്നതിനുപരിയായി റൂറൽ റിസോഴ്സ് സെന്റർ എന്ന നിലയിൽ ഇവ പ്രവർത്തിക്കുമ്പോൾ ഇവയെ സഹായിക്കുന്ന തരത്തിൽ പ്രാദേശിക ആവശ്യകതയ്ക്ക് അനുസൃതമായി ശുചിത്വ സംവിധാനങ്ങൾ നിർമ്മിച്ചു നല്കുന്നതിന് ഉല്പാദന കേന്ദ്രങ്ങളും (Production Centres) വിഭാവനം ചെയ്യപ്പെട്ടു. കാര്യക്ഷമതയും, പ്രവർത്തനശേഷിയും, സാങ്കേതിക വൈദഗ്ദ്ധ്യവുമുള്ള സർക്കാരിതര സംഘടനകളാണ് റൂറൽ സാനിട്ടറി മാർട്ട് തുടങ്ങുന്നതിന് ആദ്യമായി തയ്യാറായത്. ഗ്രാമ/ബ്ലോക്ക് പഞ്ചായത്ത് അടിസ്ഥാനത്തിൽ തിരഞ്ഞെടുത്ത വനിതകൾക്ക് മേസ്ത്രിപരിശീലനം നല്കി റൂറൽ സാനിട്ടറി മാർട്ടിന്റെയും, ഉല്പാദനകേന്ദ്രത്തിന്റെയും പ്രവർത്തനം പ്രാദേശിക തലത്തിൽ സംഘടിപ്പിച്ചു. റൂറൽ സാനിട്ടറി മാർട്ട്, ഉല്പാദനകേന്ദ്രം എന്നിവ ആരംഭിക്കുന്നതിനും അവയുടെ പ്രവർത്തനം സുഗമമായി നിലനിർത്തുന്നതിനും ആവശ്യമായ പ്രവർത്തന മൂലധനം, റിവോൾവിങ് ഫണ്ട് എന്നിവ സമ്പൂർണ്ണ ശുചിത്വ പദ്ധതി, ബാങ്ക് വായ്പ, സുവർണ്ണ ജയന്തി റോസ്ഗാർ യോജന എന്നിവയിൽനിന്നും കണ്ടെത്തുന്നതിന് വ്യവസ്ഥ ചെയ്തിരുന്നു.

മുനിസിപ്പൽ ഖരമാലിന്യം

സോഷ്യോ എക്കണോമിക് യൂണിറ്റ് ഫൗണ്ടേഷൻ (SEUF), ഗ്രാമീണ വികസന ശാസ്ത്രസാങ്കേതിക കേന്ദ്രം (COSTFORD), പീരുമേട് വികസന സമിതി (PDS), പഴകുളം സോഷ്യൽ സർവ്വീസ് സൊസൈറ്റി (PASS) തുടങ്ങിയ സ്ഥാപനങ്ങൾ റൂറൽ സാനിട്ടറി മാർട്ട്, ഉല്പാദന കേന്ദ്രങ്ങൾ ഇവയുടെ പ്രവർത്തനങ്ങളിൽ വലിയ സംഭാവന നല്കുകയുണ്ടായിട്ടുണ്ട്.

5.10 ഖരദ്രവ മാലിന്യ പരിപാലനം

മനുഷ്യ മലവും, അവ കലർന്ന വസ്തുക്കളുമൊഴികെ ഉപേക്ഷിക്കപ്പെടുന്ന ഘനദ്രവ്യങ്ങളെയാണ് ഖരമാലിന്യം എന്ന് നിർവ്വചിക്കുന്നത്. ഇവ ഉപേക്ഷിക്കുന്ന സ്ഥലത്ത്, സമയത്ത്, വ്യക്തിക്ക് ഒരു ഉപയോഗവും കല്പിക്കാനില്ല എന്നതിനാൽ അവ ഉപയോഗശൂന്യമാകുന്നു അഥവാ പാഴ്വസ്തുവാകുന്നു. നഗരവല്ക്കരണം, രാസവളങ്ങൾക്ക് നല്കിയ അമി

തമായ പ്രാധാന്യം, പ്ലാസ്റ്റിക് പോലെയുള്ള പാക്കേജിങ് വസ്തുക്കളുടെ വർദ്ധന ഇവയെല്ലാം വിവിധ രീതിയിൽ ഖരമാലിന്യ വർദ്ധനയ്ക്ക് കാരണമായി. ഉപയോഗശേഷമുള്ള ജലം ഭൂമിയിലേക്ക് കിനിഞ്ഞിറങ്ങുന്നതിന് തടസ്സം സൃഷ്ടിക്കുക വഴി മലിനജലം കെട്ടിനില്ക്കുന്നതിനും, പൊതു സ്ഥലങ്ങളിലേക്ക് അത് ഒഴുക്കിവിടുന്ന പ്രവണതയും വർദ്ധിച്ചു. വീടുകളിലും, സ്ഥാപനങ്ങളിലും, പൊതുഇടങ്ങളിലും കക്കൂസുകളുടെ ലഭ്യത വർദ്ധിപ്പിക്കുക വഴി വെളിയിട വിസർജ്ജനം ഇല്ലാതാക്കി രോഗാതുരത കുറച്ചുകൊണ്ടു വന്ന അവസരത്തിൽ രോഗഭാരം വർദ്ധിക്കുന്ന ഒരു സ്ഥിതിയിലേക്ക് ഖരദ്രവ മാലിന്യ പ്രശ്നം മാറി. അതിനാൽ തന്നെ സമ്പൂർണ്ണ ശുചിത്വ ആരോഗ്യപദ്ധതിയുടെ മുന്നോട്ടുള്ള പോക്കിന് ഖരദ്രവ മാലിന്യ പരിപാലനത്തിൽ ശ്രദ്ധ കേന്ദ്രീകരിക്കേണ്ടത് അത്യന്താപേക്ഷിതമായി.

2007 ലെ യൂണിസെഫിന്റെ കണക്ക് പ്രകാരം ഗ്രാമീണ ഇന്ത്യയിൽ മാത്രം ദിനംപ്രതി 18000 ദശലക്ഷം ലിറ്റർ മലിനജലവും (Grey water) 0.4 ദശലക്ഷം ടൺ ഖരമാലിന്യവും ഉണ്ടാകുന്നു എന്നു കണക്കാക്കുകയുണ്ടായി. വീടുകളിലും, സ്ഥാപനങ്ങളിലും, ചന്തകളിലും, മറ്റ് പൊതു ഇടങ്ങളിലും ഉണ്ടാകുന്ന ഖരമാലിന്യം അതതു സ്രോതസ്സിൽത്തന്നെ ശേഖരിക്കുന്നതിനും അവയിൽ ജൈവ മാലിന്യം (Organic waste) അതതിടങ്ങളിൽത്തന്നെ ലളിതമായ കംപോസ്റ്റിങ്, വെർമി കംപോസ്റ്റിങ്, ബയോഗ്യാസ് പ്ലാന്റ് എന്നീ സങ്കേതങ്ങൾ ഉപയോഗപ്പെടുത്തി സംസ്കരിക്കുന്നതിനുമുള്ള രീതിയാണ് നിർദ്ദേശിക്കപ്പെട്ടത്. മലിനജലം അതതിടങ്ങളിൽത്തന്നെ അടുക്കളത്തോട്ടങ്ങൾ നനയ്ക്കുന്നതിന് ഉപയോഗിക്കാം. അധികമുണ്ടെങ്കിൽ അരിപ്പക്കുഴികൾ (Leach pit), നനത്തോടുകൾ (Soakage channel) എന്നിവ ഉപയോഗപ്പെടുത്തി ഭൂഗർഭത്തിലേക്ക് ഇറക്കിവിടാം. ഈ രീതിയിൽ ലളിതവും, ചെലവു കുറഞ്ഞതുമായ രീതികൾ ഉപയോഗപ്പെടുത്തി ഗ്രാമങ്ങളിലുണ്ടാകുന്ന ഖരദ്രവ മാലിന്യങ്ങൾ അനുയോജ്യമായി ഉപയോഗപ്പെടുത്തുക വഴി മെച്ചപ്പെട്ട കാർഷികവിഭവങ്ങൾ ലഭിക്കുന്നതോടൊപ്പം പരിസര ശുചിത്വം മെച്ചപ്പെടുന്നതിനും രോഗഭാരം ഗണ്യമായി കുറച്ചുകൊണ്ടുവരുന്നതിനും സാധിക്കും. ഖരദ്രവ മാലിന്യപരിപാലനത്തിന്റെ ആവശ്യകതയും അതിനുപയോഗിക്കേണ്ടതായ രീതിശാസ്ത്രവും പ്രചരിപ്പിക്കുന്നതിനുള്ള വ്യാപകമായ പരിശ്രമം സമ്പൂർണ്ണ ശുചിത്വ ആരോഗ്യ ദൗത്യത്തിന്റെ ഭാഗമായി ആരംഭിക്കുകയുണ്ടായി. സോഷ്യോ എക്കണോമിക് യൂണിറ്റ് ഫൗണ്ടേഷൻ (SEUF) ഉൾപ്പെടെയുള്ള സർക്കാരിതര സംഘടനകളുടെ സഹായത്തോടെ ചുനക്കര, ആലപ്പുഴ മുനിസിപ്പാലിറ്റിയിലെ ചില വാർഡുകൾ തുടങ്ങിയ പലയിടങ്ങളിലും ഖരമാലിന്യ സംസ്കരണത്തിന് കംപോസ്റ്റിങ്, മണ്ണിര കംപോസ്റ്റിങ് തുടങ്ങിയ നാടൻ സാങ്കേതിക വിദ്യകളുടെ പ്രയോഗം സംബന്ധിച്ച മാതൃകകൾ വികസിപ്പിക്കുകയുണ്ടായി. പരിസ്ഥിതി സംരക്ഷണ നിയമത്തിന്റെ ഭാഗമായി കേന്ദ്ര പരിസ്ഥിതി വനം

മന്ത്രാലയം ഉത്തരവാക്കിയ ഖരമാലിന്യം (പരിപാലനവും, കൈകാര്യം ചെയ്യലും) ചട്ടങ്ങൾ, 2000 ലെ നിർദ്ദേശങ്ങളും സമ്പൂർണ്ണ ശുചിത്വ പദ്ധതിയുടെ ഭാഗമായ മാലിന്യ സംസ്കരണ പ്രവർത്തനങ്ങൾക്ക് പ്രാധാന്യം നല്കുന്നതിന് കാരണമായി.

5.11 ശേഷി വർദ്ധന (Capactiy Development)

മനുഷ്യൻ തന്നെയാണ് അവന്റെ ഭാഗധേയം തീരുമാനിക്കുന്നത് എന്നു പറയുന്നതിന് പ്രാഥമികകാരണം അവൻ നേരിടുന്ന പ്രശ്നങ്ങൾക്കു പരിഹാരം കാണുന്നതിനുള്ള അവന്റെ കഴിവും ഏതൊരു വിപരീത സാഹചര്യത്തെയും അനുകൂലമാക്കി മാറ്റുന്നതിനുള്ള അവന്റെ ശേഷിയുമാണ്. ആയതിനാൽത്തന്നെ കാലാതീതമായി തുടർന്നുവന്ന വെളിയിട വിസർജ്ജനമെന്ന മനുഷ്യശീലത്തെ, അന്ധവിശ്വാസമായി മാറിയ സാഹചര്യത്തെ, മാറ്റിയെടുക്കണമെങ്കിൽ ഇതൊരു പ്രശ്നമായി സമൂഹത്തിൽ ഉന്നയിക്കപ്പെടണം. അസാധാരണമായ വൈഭവത്തിലൂടെ മാത്രമേ ഇത്തരമൊരു സാഹചര്യം സൃഷ്ടിക്കാൻ സാദ്ധ്യമാകൂ. ഇതിനായി ഓരോ വ്യക്തിയും സംവിധാനവും സങ്കീർണ്ണമായ ഉത്തരവാദിത്വങ്ങൾ ഏറ്റെടുക്കുന്നതിനുള്ള ശേഷിയും അറിവും വർദ്ധിപ്പിക്കണം. ആയതിനാൽ ശേഷി വർദ്ധനയ്ക്കും, പരിശീലനത്തിനും സമ്പൂർണ്ണ ശുചിത്വ ലക്ഷ്യം നേടുന്നതിൽ പ്രഥമ പരിഗണന നല്കുകയുണ്ടായി. ദേശീയതലത്തിൽ ലോകാരോഗ്യ സംഘടനയുടെ സഹായത്തോടെ സഫായ് വിദ്യാലയ (അഹമ്മദാബാദ്), രാമകൃഷ്ണ മിഷൻ വിദ്യാലയ (നരേന്ദ്രപൂർ), ഗാന്ധിഗ്രാം റൂറൽ യൂണിവേഴ്സിറ്റി (ദിണ്ഡിഗൽ) എന്നീ സ്ഥാപനങ്ങളാണ് ആദ്യകാല ശുചിത്വ പരിശീലനങ്ങളിൽ ഏർപ്പെട്ടത്. വാട്ടർ &സാനിറ്റേഷൻ പ്രോഗ്രാം സൗത്ത് ഏഷ്യ (WSP-SA), യൂണിസെഫ് തുടങ്ങിയ അന്തർദ്ദേശീയ സംഘടനകളും ശുചിത്വ പരിശീലന മോഡ്യൂൾ തയ്യാറാക്കുന്നതിനും മേഖലാ പരിശീലനങ്ങൾ സംഘടിപ്പിക്കുന്നതിനും താല്പര്യമെടുത്തു. യൂണിസെഫിന്റെ ആഭിമുഖ്യത്തിൽ 2003 ആഗസ്ത് മാസം അഹമ്മദാബാദ് സഫായി വിദ്യാലയയിൽ നടത്തിയ വിപുലമായ ശില്പശാലയിൽ രാജ്യത്തെ വിവിധ മേഖലകളിൽ നിന്നുള്ള ഏജൻസികളുടെ ആഭിമുഖ്യത്തിൽ നടത്തിവന്ന പരിശീലന മോഡ്യൂളുകൾ പരിശോധിക്കുകയും ചർച്ച ചെയ്തു പരിഷ്കരിക്കുകയും ചെയ്തു. ശേഷി വികസന പരിപാടികൾക്കായി സംസ്ഥാനങ്ങൾക്ക് സഹായം നല്കുന്നതിനും, പ്രത്യേക പരിശീലന കേന്ദ്രങ്ങൾ (Key Resource Centres- KRC) ശക്തിപ്പെടുത്തുന്നതിനുമുള്ള തീരുമാനത്തിലേക്ക് നയിച്ചു എന്നതാണ് ഈ ശില്പശാലയുടെ മറ്റൊരു നേട്ടം. തുടർന്നു സംസ്ഥാനങ്ങളിൽ വിവര വിനിമയശേഷി വികസന യൂണിറ്റുകൾ ആരംഭിക്കുന്നതിനും തീരുമാനിച്ചു.

ദേശീയതലത്തിൽ 2001 നുശേഷമാണ് വിപുലമായ പരിശീലനപരിപാടികൾക്കു തുടക്കമിട്ടത്. എന്നാൽ കേരളത്തിലാകട്ടെ ജനകീയാ

സൂത്രണ പ്രസ്ഥാനത്തിന്റെ ഭാഗമായി 1996 ൽത്തന്നെ ആരംഭിച്ച പ്രാദേശിക വികസന പ്രക്രിയയുമായി ബന്ധപ്പെട്ട വിപുലമായ പരിശീലന പരിപാടികളിൽ ശുചിത്വ പ്രവർത്തനങ്ങളും പ്രധാന വിഷയമായി. ഗ്രാമവികസന വകുപ്പിന് കീഴിലുള്ള എക്സ്റ്റെൻഷൻ ട്രെയിനിങ് സെന്ററുകളും (ETC), സംസ്ഥാന ഗ്രാമ വികസന ഇൻസ്റ്റിറ്റ്യൂട്ടും (SIRD) ശുചിത്വവുമായി ബന്ധപ്പെട്ട പരിശീലനങ്ങൾക്കു മുൻകൈയെടുത്തു. അതോടൊപ്പം ജനപ്രതിനിധികൾക്കും, ജനകീയാസൂത്രണ പ്രവർത്തകർക്കുമുള്ള ശുചിത്വ പരിശീലനത്തിന് കേരള ലോക്കൽ അഡ്മിനിസ്ട്രേഷൻ ഇൻസ്റ്റിറ്റ്യൂട്ടും (KILA) താല്പര്യമെടുത്തു. ശുചിത്വ കാമ്പയിന്റെ ഫീൽഡ്തല പ്രവർത്തകർക്കുള്ള പ്രായോഗിക പരിശീലനം നല്കുന്നതിലും അതിനുള്ള പരിശീലന മോഡ്യൂൾ തയ്യാറാക്കുന്നതിലും സോഷ്യോ എക്കണോമിക് യൂണിറ്റ് ഫൗണ്ടേഷൻ വലിയ സംഭാവന നല്കുകയുണ്ടായിട്ടുണ്ട്. യൂണിസെഫിന്റെ സഹായവും ഈ പരിശീലനങ്ങൾക്ക് ലഭിക്കുകയുണ്ടായി.

ജനകീയാസൂത്രണവുമായി ബന്ധപ്പെട്ട് തദ്ദേശഭരണ സ്ഥാപനങ്ങൾ ഏറ്റെടുത്ത ശുചിത്വ പദ്ധതികൾ നടപ്പിലാക്കുന്നതുമായി ബന്ധപ്പെട്ടാണ് ആദ്യകാല പരിശീലനങ്ങൾ ആരംഭിച്ചത്. അയൽക്കൂട്ട കമ്മിറ്റികൾ, ഹെൽത്ത് പ്രൊമോഷൻ ടീം, വാർഡ്തല ശുചിത്വ സമിതി, ശുചിത്വ പ്രവർത്തനങ്ങളുമായി ബന്ധപ്പെട്ടു നിയോഗിക്കപ്പെട്ട വില്ലേജ് എക്സ്റ്റെൻഷൻ ഓഫീസർ, ഹെൽത്ത് ഇൻസ്പെക്ടർ, പബ്ലിക് ഹെൽത്ത് നഴ്സ് തുടങ്ങിയ ചാർജ് ഓഫീസർമാർ, സ്കൂൾ അദ്ധ്യാപകർ, സ്കൂൾ ഹെൽത്ത് ക്ലബ് പ്രവർത്തകർ, പി ടി എ ഭാരവാഹികൾ, അംഗൻവാടി പ്രവർത്തകർ, റൂറൽ സാനിട്ടറി മാർട്ട് പ്രതിനിധികൾ, വനിതാ മേസ്ത്രിമാർ, സർക്കാർ സർക്കാരിതര സംഘടനാ പ്രതിനിധികൾ തുടങ്ങിയവർക്കായി നിരവധി പരിശീലനം സംഘടിപ്പിക്കുകയുണ്ടായി. ശുചിത്വാരോഗ്യ അവബോധ പ്രവർത്തനങ്ങൾ, ശുചിത്വ പദ്ധതികളുമായി ബന്ധപ്പെട്ട സാങ്കേതികം, സംഘാടനം, ആരോഗ്യവിദ്യാഭ്യാസം തുടങ്ങിയ പ്രവർത്തനങ്ങൾ, പദ്ധതി നടത്തിപ്പ്, പദ്ധതി പ്രവർത്തനങ്ങളുടെ പുരോഗതി നിരീക്ഷണം തുടങ്ങി നിരവധി വിഷയങ്ങൾ കേന്ദ്രീകരിച്ച് പരിശീലനം സംഘടിപ്പിച്ചു. സമ്പൂർണ്ണ ശുചിത്വ ആരോഗ്യ മിഷൻ രൂപീകരിച്ചതോടെ പരിശീലന പ്രവർത്തനങ്ങളുടെ പൊതു മേൽനോട്ടം മിഷന്റെ നേതൃത്വത്തിലായി. എല്ലാ വർഷവും പരിശീലന ആവശ്യകത നിർണ്ണയിച്ചു (Training Need Assessment) കൊണ്ടാണ് പരിശീലന പരിപാടികൾ സംഘടിപ്പിക്കപ്പെട്ടത്. നിലവാരമുള്ള ശുചിത്വ നിർമ്മിതികൾ സ്ഥാപിക്കുന്നതിനും, അവ ശരിയായ രീതിയിൽ ഉപയോഗപ്പെടുത്തുന്നതിനും, കൃത്യമായി പരിപാലിക്കുന്നതിനും ഈ പരിശീലനങ്ങൾ സഹായിച്ചു. കേരളത്തിലെ ശുചിത്വ നേട്ടങ്ങളെ ദേശീയ ശുചിത്വ പ്രവർത്തനങ്ങൾക്കും മാതൃകയാക്കുന്നതിന് ചിട്ടയാർന്ന പരിശീലന പ്രവർത്തനങ്ങൾ വലിയ പങ്കുവഹിച്ചു.

5.12 നിർമ്മൽ ഗ്രാമ പുരസ്കാർ

1998 മുതൽ പശ്ചിമ ബംഗാളിലെ നന്ദിഗ്രാം II ബ്ലോക്കിന്റെ ആഭിമുഖ്യത്തിൽ നടത്തിയ തീവ്ര ശുചിത്വ വ്യാപന പ്രവർത്തനത്തിലൂടെ ആ ബ്ലോക്കിലെ എല്ലാ വീടുകളിലും 2001 ഡിസംബർ ആയപ്പോഴേക്കും കക്കൂസുകൾ ലഭ്യമാക്കുന്നതിനും അവ ഉപയോഗിച്ചു തുടങ്ങുന്നതിനും സാദ്ധ്യമായി. പ്രദേശത്തെ തിരഞ്ഞെടുക്കപ്പെട്ട ജനപ്രതിനിധികൾ, ബ്ലോക്ക് ഡെവലപ്മെന്റ് ഓഫീസർ, താഴെത്തട്ടിൽവരെ പ്രവൃത്തിയെടുക്കുന്ന സർക്കാർ ഉദ്യോഗസ്ഥർ, രാമകൃഷ്ണമിഷൻ പ്രവർത്തകർ എന്നിവരുടെ മികവാർന്ന പ്രവർത്തനത്തിന്റെയും സമർപ്പണത്തിന്റെയും ഫലമായാണ് രാജ്യത്തെ ആദ്യത്തെ വെളിയിടവിസർജ്ജ്യ ബ്ലോക്ക് ആയി നന്ദിഗ്രാം II രേഖപ്പെടുത്തപ്പെട്ടത്. ഈ മാതൃകാ പ്രവർത്തനങ്ങൾ കേന്ദ്രസർക്കാർ തലത്തിൽ വിശദമായി അവലോകനം ചെയ്യപ്പെടുകയുണ്ടായി. ഇതിന്റെ അടിസ്ഥാനത്തിൽ സമ്പൂർണ്ണ ശുചിത്വ ക്യാമ്പയിൻ വിജയിക്കണമെങ്കിൽ തദ്ദേശ സ്വയംഭരണ സ്ഥാപനങ്ങളിലെ ജനപ്രതിനിധികളുടെയും, ഉദ്യോഗസ്ഥരുടെയും കൂട്ടായ പരിശ്രമം മുൻ ഉപാധിയായി മാറണമെന്ന് തീരുമാനിക്കപ്പെടുകയുമുണ്ടായി. എന്നാൽ ശുചിത്വമേഖല നമ്മുടെ സമൂഹത്തിലെ എല്ലാവരെയും പ്രചോദിപ്പിക്കുന്ന ഒരു പ്രവർത്തനമേഖലയല്ല. സമൂഹത്തിന്റെ ആരോഗ്യം, വൃത്തി, ജീവനോപാധി, സ്വാഭിമാനം, സ്വകാര്യത, അന്തസ്സ് എന്നീ കാര്യങ്ങളിൽ ഏറ്റവും കടുത്ത നാശമുണ്ടാക്കുന്നത് ശുചിത്വത്തിന്റെ അഭാവമാണ് എന്ന് തിരിച്ചറിയുന്ന ജനപ്രതിനിധികളും, ഉദ്യോഗസ്ഥരും, വിദഗ്ദ്ധരും ഈ കാലഘട്ടത്തിൽ വളരെ പരിമിതവുമാണ്. ഈ സാഹചര്യത്തിലാണ് ശുചിത്വ പ്രവർത്തനങ്ങൾ സമർപ്പണത്തോടെയും, കാര്യക്ഷമമായും ഏറ്റെടുത്തു വിജയിപ്പിക്കുന്ന വ്യക്തികളെയും, സംഘടനകളെയും, തദ്ദേശഭരണ സ്ഥാപനങ്ങളെയും ദേശീയതലത്തിൽ അംഗീകരിക്കുന്നതും പ്രോത്സാഹിപ്പിക്കുന്നതും ശുചിത്വ പരിപാടിയുടെ അന്തസ്സും മഹിമയും വർദ്ധിപ്പിക്കും എന്ന തീരുമാനത്തിലെത്തിയത്.

2001 ലെ സെൻസസ് പ്രകാരം രാജ്യത്തെ 78% (110 ദശലക്ഷം) ഗ്രാമീണ വീടുകളിൽ കക്കൂസുകൾ ഇല്ല എന്നും പരിതാപകരമായ ഈ സ്ഥിതി വളരെവേഗം മാറ്റിയെടുക്കുക എന്നത് പരിമിതമായ സർക്കാർ ഉദ്യോഗസ്ഥരെയും, സർക്കാരിതര സംഘടനകളെയും മാത്രം ആശ്രയിച്ച് സാദ്ധ്യമാകുകയില്ല എന്നും ത്രിതല പഞ്ചായത്ത് സംവിധാനങ്ങളെ വലിയ തോതിൽ പ്രോത്സാഹിപ്പിച്ചുകൊണ്ടു മാത്രമേ സമ്പൂർണ്ണ ശുചിത്വ പരിപാടിയുടെ ലക്ഷ്യങ്ങൾ വേഗത്തിൽ നേടിയെടുക്കാനാകൂ എന്നും തിരിച്ചറിഞ്ഞു. ഈ തിരിച്ചറിവാണ് നിർമ്മൽ ഗ്രാമ പുരസ്കാർ (NGP) എന്ന അവാർഡിനും അതോടൊപ്പം പ്രോത്സാഹന ധനസഹായവും നല്കുന്ന തീരുമാനത്തിലെത്തിയത്. ഈ അംഗീകാരത്തിന് അർഹത നേടുന്നതിന് നാല് പ്രധാന മാനദണ്ഡങ്ങൾ ആണ് നിർണ്ണയിക്കപ്പെട്ടത്.

1. എല്ലാ കുടുംബങ്ങൾക്കും ടോയ്ലറ്റ് സൗകര്യം ലഭ്യമാകുകയും, അവരതുപയോഗിക്കുകയും ചെയ്യുക, അതിലൂടെ പഞ്ചായത്ത് പ്രദേശം വെളിയിട വിസർജ്ജനമില്ലാത്ത പ്രദേശമാണ് എന്നു ഉറപ്പുവരുത്തുക.
2. പഞ്ചായത്ത് പ്രദേശത്തെ എല്ലാ സ്കൂളുകളിലും ആൺകുട്ടികൾക്കും, പെൺകുട്ടികൾക്കും പ്രത്യേകം, പ്രത്യേകം ഉപയോഗ്യമായ ടോയ്ലറ്റ് സൗകര്യം ലഭ്യമാകുക, അവ ശരിയായി പരിപാലിക്കപ്പെടുക.
3. പഞ്ചായത്ത് പ്രദേശത്തെ എല്ലാ അംഗൻവാടികളിലും ഉപയോഗക്ഷമമായ ശിശുസൗഹൃദ ടോയ്ലറ്റുകൾ ഉണ്ടാകുക.
4. പരിസര ശുചിത്വം ഉറപ്പാക്കി ഗ്രാമം പൊതുവേ വൃത്തിയായി പരിരക്ഷിക്കപ്പെടുന്ന സ്ഥിതി ഉറപ്പാക്കുക.

ഈ നാലു മാനദണ്ഡങ്ങൾ പ്രകാരം സ്വന്തം പരിശോധനയുടെയും, ഒരു മൂന്നാം കക്ഷിയുടെ പരിശോധനയുടെയും അടിസ്ഥാനത്തിലാണ് നിർമ്മൽ ഗ്രാമ പുരസ്കാരത്തിനായി ഗ്രാമ പഞ്ചായത്തുകളെ തിരഞ്ഞെടുത്തത്. ഒരു ബ്ലോക്കിലെ എല്ലാ ഗ്രാമ പഞ്ചായത്തുകളും നിർമ്മൽ ഗ്രാമ പുരസ്കാരം നേടുന്ന മുറയ്ക്ക് നിർമ്മൽ ബ്ലോക്കുകളെയും, ഒരു ജില്ലയിലെ എല്ലാ ബ്ലോക്കുകളും നിർമ്മൽ പുരസ്കാരം നേടുന്ന മുറയ്ക്ക് നിർമ്മൽ ജില്ലകളെയും പ്രഖ്യാപിച്ചു. എല്ലാ ജില്ലകളും നിർമ്മൽ പുരസ്കാരം നേടുന്ന മുറയ്ക്ക് ആ സംസ്ഥാനത്തെ വെളിയിട വിസർജ്ജന മുക്ത (Open Defecation Free- ODF) സംസ്ഥാനമായി പ്രഖ്യാപിച്ചു. വെളിയിട വിസർജ്ജനം ഇല്ലാതാക്കി സമൂഹത്തിൽ ശുചിത്വബോധം വളർത്തുന്നതിൽ വിജയിക്കുന്നവരെ ഇന്ത്യൻ പ്രസിഡന്റ് തന്നെ ആദരിക്കും എന്ന വ്യവസ്ഥ പുരസ്കാരത്തിന്റെയും രാജ്യത്തിന്റെയും മഹത്ത്വം വർദ്ധിപ്പിക്കുന്നതിന് കാരണമായി.

രാജ്യത്തെ പ്രഥമ പൗരൻ നല്കുന്ന ആദരവിനും, അംഗീകാരത്തിനും പുറമെ നിർമ്മൽ ഗ്രാമ പുരസ്കാരം നേടുന്ന ഗ്രാമ പഞ്ചായത്തിന് 5 ലക്ഷം രൂപ വീതവും, ബ്ലോക്ക് പഞ്ചായത്തിന് 20 ലക്ഷം രൂപ വീതവും, ജില്ലാ പഞ്ചായത്തിന് 50 ലക്ഷം രൂപ വീതവും ധനസഹായവും ലഭ്യമാക്കി. ODF നേട്ടം നിലനിർത്തുന്നതിനും, ശുചിത്വാരോഗ്യ പ്രവർത്തനങ്ങൾ മെച്ചപ്പെടുത്തുന്നതിനും, ശുചിത്വ സൗകര്യങ്ങൾ വർദ്ധിപ്പിക്കുന്നതിനും ഈ ധനസഹായം യഥേഷ്ടം ഉപയോഗപ്പെടുത്തുന്നതിന് അതതു തദ്ദേശ സ്ഥാപനങ്ങൾക്ക് അധികാരം നല്കി. രാജ്യത്തെ 40 ഗ്രാമ പഞ്ചായത്തുകൾക്ക് ആദ്യ നിർമ്മൽ ഗ്രാമ പുരസ്കാരം 2005 ഫെബ്രുവരി 24 ന് ഇന്ത്യൻ പ്രസിഡന്റ് നല്കുകയുണ്ടായി. കേരളത്തിൽ നിന്ന് പിലിക്കോട് ഗ്രാമപഞ്ചായത്താണ് 2005 ൽ ആദ്യമായി അവാർഡിനർഹമായത്. തുടർന്ന് 2010 വരെ 972 ഗ്രാമ പഞ്ചായത്തുകൾക്കും, 105 ബ്ലോക്കുകൾക്കും, 6 ജില്ലകൾക്കും നിർമ്മൽ പുരസ്കാരം ലഭിക്കുക

യുണ്ടായി. ഇതിലൂടെ 7260 ലക്ഷം രൂപ ശുചിത്വ പ്രവർത്തനങ്ങൾക്ക് കേരളത്തിൽ അധികമായി ലഭിക്കുകയുണ്ടായി. 2011 ഓടെ 15 പഞ്ചായത്തുകളൊഴിച്ച് ബാക്കിയുള്ള ഗ്രാമ പഞ്ചായത്തുകൾക്കും, ബ്ലോക്ക് പഞ്ചായത്തുകൾക്കും, ജില്ലാ പഞ്ചായത്തുകൾക്കും നിർമ്മൽ പുരസ്കാരം ലഭിച്ചു. എങ്കിലും കേരളം സമ്പൂർണ്ണ വെളിയിട വിസർജ്ജന മുക്ത സംസ്ഥാനമായി മാറുന്നതിന് 2016 വരെ കാത്തിരിക്കേണ്ടി വന്നു.

2019 ഒക്ടോബർ 2 ന് മഹാത്മാഗാന്ധിയുടെ 150–ാം ജന്മവാർഷികമാകുമ്പോൾ ഇന്ത്യ വെളിയിട വിസർജ്ജ്യമുക്ത രാജ്യമാകണമെന്ന ലക്ഷ്യത്തോടെ 2014 ആഗസ്ത് 15 ന് സ്വച്ഛ് ഭാരത് മിഷൻ എന്ന ദൗത്യം കേന്ദ്ര സർക്കാർ പ്രഖ്യാപിക്കുകയുമുണ്ടായി. ഈ ദൗത്യത്തിന്റെ സഹായം കൂടി സ്വീകരിച്ചുകൊണ്ട് എല്ലാ വീടുകൾക്കും എല്ലാ സ്ഥാപനങ്ങൾക്കും ടോയിലറ്റ് സൗകര്യം ലഭ്യമാക്കുന്ന ദൗത്യം കേരളം പൂർത്തീകരിച്ചു. 2016 ലെ കേരളപ്പിറവിദിനത്തിൽ വെളിയിട വിസർജ്യമുക്തമാകുന്ന രാജ്യത്തെ വലിയ സംസ്ഥാനങ്ങളിൽ ആദ്യ സംസ്ഥാനമായി കേരളം പ്രഖ്യാപിക്കപ്പെട്ടു. കേരളത്തിന്റെയും ഇന്ത്യയുടെയും ശുചിത്വ ചരിത്രത്തിലെ സുവർണ്ണദിനം എന്നതിനുപരി ശുചിത്വകേരളവും ശുചിത്വഭാരതവും സാദ്ധ്യമാക്കുന്നതിനുള്ള വലിയ ഊർജ്ജവും ഈ പ്രഖ്യാപനത്തിലൂടെ സംസ്ഥാനവും രാജ്യവും നേടുകയുണ്ടായി.

6

രാജ്യത്തിന് മാതൃകയായി ശുചിത്വ ദൗത്യങ്ങൾ

വികസിത രാജ്യങ്ങളോട് താരതമ്യം ചെയ്യാവുന്ന രീതിയിലുള്ള നേട്ടങ്ങൾ ആരോഗ്യമേഖലയിൽ കേരളത്തിനുണ്ടായിട്ടുണ്ട്. മരണ നിരക്ക് കുറയുന്നതിനുള്ള പ്രവർത്തനങ്ങൾ ഫലം നല്കിയെങ്കിലും രോഗം പിടിപെടാനുള്ള സാദ്ധ്യതയും, രോഗമുള്ള അവസ്ഥയും വർദ്ധിച്ചു വന്നു. 1996 ൽ കേരള ശാസ്ത്ര സാഹിത്യ പരിഷത് നടത്തിയ പഠനത്തിൽ 24% ത്തോളം ജനങ്ങൾ ഏത് സമയത്തും പലതരം രോഗങ്ങൾ ബാധിച്ച വരാണെന്നും ഉയർന്ന രോഗാതുരത എന്ന സ്ഥിതിവിശേഷം കേരളത്തിൽ വർദ്ധിക്കുന്നു എന്നും കാണുകയുണ്ടായി. പനി, വയറിളക്കം, അതിസാരം, സന്നിപാതജ്വരം തുടങ്ങിയ രോഗങ്ങളുടെ തോത് കുറച്ചു കൊണ്ടുവരാനായി എങ്കിലും വൈറസ്, ബാക്ടീരിയ തുടങ്ങിയവമൂലമുള്ള പകർച്ചവ്യാധികൾ വർദ്ധിക്കുന്ന സ്ഥിതിയുണ്ടായി. ഈ പശ്ചാത്തല ത്തിൽ ശുചിത്വ – പൊതുജനാരോഗ്യമേഖല മെച്ചപ്പെടുത്തുന്നതിനുള്ള നയവും തന്ത്രങ്ങളും പരിപാടികളും നിർദ്ദേശിക്കുന്നതിന് ഡോ. എം പി പരമേശ്വരന്റെ നേതൃത്വത്തിലുള്ള ഒരു കർമ്മസമിതിക്ക് 1998 ൽ സർക്കാർ രൂപം നല്കി. ആരോഗ്യരക്ഷാ സംവിധാനങ്ങൾ മെച്ചപ്പെടുന്നതോടൊപ്പം ശുദ്ധമായ കുടിവെള്ളം, മെച്ചപ്പെട്ട ശുചിത്വ സൗകര്യങ്ങൾ, വൃത്തിയുള്ള വീടും പരിസരവും മറ്റും ഉണ്ടായാൽ മാത്രമേ രോഗാതുരത കുറയുന്ന സ്ഥിതിയുണ്ടാകൂ എന്ന് കർമ്മസമിതി നിർദ്ദേശിക്കുകയുണ്ടായി. കേവലം കക്കൂസുകൾ ലഭ്യമാക്കുന്നതിനുപരിയായി ആരോഗ്യ സംരക്ഷ ണത്തിനും, സംപോഷണത്തിനും, രോഗപ്രതിരോധത്തിനും ഉതകുന്ന രീതിയിലുള്ള സമ്പൂർണ്ണ ശുചിത്വ പരിപാടിയിലൂടെ മാത്രമേ രോഗാ തുരത കുറച്ച് ആരോഗ്യസുരക്ഷയുള്ള ആനന്ദകരമായ ഒരു കേരളം സാദ്ധ്യമാക്കാനാവൂ എന്നും സമിതി നിർദ്ദേശിച്ചു. ഈയൊരു

കാഴ്ചപ്പാടിൽനിന്നാണ് 2000 മാണ്ടിൽ കേരള സമ്പൂർണ്ണ ശുചിത്വ ആരോഗ്യ ദൗത്യം രൂപംകൊണ്ടത്. ഈ മിഷന്റെ ആഭിമുഖ്യത്തിൽ തദ്ദേശ സർക്കാരുകളുടെ നേതൃത്വത്തിൽ നടത്തിയ ശുചിത്വ പ്രവർത്തനങ്ങൾ പില്ക്കാലത്ത് രാജ്യത്തിന് തന്നെ മാതൃകയായി. തുടർന്ന് ഖരമാലിന്യ പരിപാലന പ്രവർത്തനങ്ങൾ ഏറ്റെടുക്കുന്ന നഗരസഭകളുടെയും, പഞ്ചായത്തുകളുടെയും ശേഷിവർദ്ധനയും അവർക്ക് സാങ്കേതിക സഹായം ലഭ്യമാക്കുന്നതും ലക്ഷ്യമിട്ട് 2003 ൽ ക്ലീൻ കേരള മിഷനും, സംസ്ഥാനത്തെ മാലിന്യമുക്തമാക്കുക എന്ന ലക്ഷ്യത്തോടെ ശുചിത്വാരോഗ്യ മിഷനും ക്ലീൻ കേരള മിഷനും സംയോജിപ്പിച്ച് 2008 ൽ ശുചിത്വ മിഷനും സർക്കാർ രൂപംനല്കി. ഈ മിഷനുകളുടെയെല്ലാം പ്രവർത്തനം അതതു കാലങ്ങളിൽ രാജ്യത്തെ ശുചിത്വവ്യാപന പ്രവർത്തനങ്ങൾക്കും മാലിന്യ സംസ്കരണ പ്രവർത്തനങ്ങൾക്കും മാതൃകാപരമായ സംഭാവനകൾ നല്കുകയുണ്ടായി.

6.1 കേരള സമ്പൂർണ്ണ ശുചിത്വ ആരോഗ്യ യജ്ഞം

ഒരു സമ്പൂർണ്ണ ശുചിത്വ ആരോഗ്യ യജ്ഞം വിജയിപ്പിക്കുന്നതിനു വേണ്ട സ്ഥാപനവല്ക്കരണത്തിന്റെ ഭാഗമായി കേരളാ ടോട്ടൽ സാനിറ്റേഷൻ ആൻഡ് ഹെൽത്ത് മിഷൻ (KTSHM) എന്ന ഒരു സൊസൈറ്റിക്കു സർക്കാർ രൂപംനല്കി. ഗ്രാമീണ ശുചിത്വ മേഖലയുമായി ബന്ധപ്പെട്ട നയരൂപീകരണത്തിലും, പരിപാടി നടത്തിപ്പിലും, ശ്രദ്ധേയമായ സംഭാവനകൾ നല്കിയിട്ടുള്ള, സർക്കാർ നാമനിർദ്ദേശംചെയ്ത ഒരു വിദഗ്ദ്ധൻ അദ്ധ്യക്ഷനായും, ഗ്രാമവികസന കമ്മീഷണർ മെംബർ സെക്രട്ടറിയായുമാണ് സൊസൈറ്റി രൂപീകരിച്ചത്. ആസൂത്രണ ബോർഡിലെ പ്രസക്ത അംഗം, ആരോഗ്യം, ജലവിതരണം, പഞ്ചായത്ത്, മുനിസിപ്പൽ ഭരണം, പട്ടികജാതി, പട്ടികവർഗ്ഗം, സാമൂഹ്യക്ഷേമം എന്നീ വകുപ്പുകളുടെ തലവന്മാരും, സർക്കാർ നാമനിർദ്ദേശം ചെയ്ത 6 സാങ്കേതിക വിദഗ്ദ്ധർ, 3 പ്രമുഖ വനിതകൾ, 3 സർക്കാരിതര സംഘടനാ പ്രതിനിധികൾ എന്നിവരാണ് സൊസൈറ്റിയുടെ മറ്റംഗങ്ങൾ. സൊസൈറ്റിയുടെ പ്രവർത്തനത്തെ സഹായിക്കുന്നതിനായി ഡയറക്ടർമാരും, പ്രോഗ്രാം ഓഫീസർമാരുമടങ്ങിയ ഒരു സാങ്കേതിക സഹായ വിഭാഗത്തെയും സർക്കാർ നിയമിച്ചു. കർമ്മപദ്ധതിയുടെ ആസൂത്രണം, നിർവ്വഹണ വിശദാംശങ്ങൾ തയ്യാറാക്കൽ, സാങ്കേതിക രീതി വികസിപ്പിക്കൽ, പ്രയോഗ ഗവേഷണം, ബഡ്ജറ്റിങ്, ധനസമാഹരണം, ആശയാവിഷ്കാരം, പരിശീലനം, സാങ്കേതിക സഹായം എന്നിവ സാങ്കേതിക സഹായ വിഭാഗത്തിന്റെ പ്രാഥമിക കർത്തവ്യമായി നിജപ്പെടുത്തി. 1998 ൽ ഗ്രാമ വികസന വകുപ്പിൽ ആരംഭിച്ച സംസ്ഥാന IEC സെൽ മിഷൻ സംവിധാനത്തിൽ ലയിപ്പിക്കുകയുണ്ടായി. ഇതോടൊപ്പം ജില്ലാതലത്തിലും, ബ്ലോക്ക് തലത്തിലും ഗ്രാമവികസന വകുപ്പ് ഉദ്യോഗസ്ഥരുടെ സഹായവും മിഷന് ലഭ്യമാക്കി. ത്രിതല പഞ്ചായത്തുകളുടെ നേതൃത്വ

ത്തിൽ ഏറ്റെടുക്കുന്ന ശുചിത്വ പ്രവർത്തനങ്ങൾക്ക് നേതൃത്വവും മാർഗ്ഗനിർദ്ദേശവും നല്കുന്നതിന് രൂപീകൃതമായ ജില്ലാ ശുചിത്വ സമിതിയുടെ പ്രവർത്തനവും മിഷൻ പ്രവർത്തനങ്ങളുടെ കാര്യക്ഷമത വർദ്ധിപ്പിച്ചു. കഴിഞ്ഞ അദ്ധ്യായത്തിൽ സൂചിപ്പിച്ചതുപോലെ ജില്ലാ പഞ്ചായത്ത് പ്രസിഡന്റ് അദ്ധ്യക്ഷനായും, ജില്ലാ കളക്ടർ എക്സിക്യൂട്ടീവ് ഡയറക്ടർ ആയുമാണ് ജില്ലാ ശുചിത്വ സമിതി രൂപീകരിച്ചത് എന്നതിനാൽ ജില്ലാ ആസൂത്രണ സമിതിയുടെ ശ്രദ്ധയും, ജില്ലാ കളക്ടറുടെ മേൽനോട്ടവും ശുചിത്വ പദ്ധതികൾക്ക് ലഭ്യമായി.

6.2 ദൗത്യത്തിന്റെ ലക്ഷ്യങ്ങൾ, തന്ത്രങ്ങൾ, മാർഗ്ഗങ്ങൾ

ആരോഗ്യപരിസര ശുചിത്വ കാര്യങ്ങളിൽ പുതിയ അറിവും സംസ്കാരവും ഉൾക്കൊണ്ട് വ്യക്തിഗതസാമൂഹിക ശുചിത്വപരിപാലന ശീലങ്ങൾ സ്വായത്തമാക്കുന്നതിന് കേരള സമൂഹത്തെ പ്രാപ്തമാക്കുകയും അതിലൂടെ കേരള ജനതയുടെ ജീവിത നിലവാരം മെച്ചപ്പെടുത്തുകയും ചെയ്യുക എന്നതാണ് ദൗത്യത്തിന്റെ ദീർഘകാല ലക്ഷ്യമായി നിശ്ചയിച്ചത്. ഇതിനായി സ്ഥലസംബന്ധിയായ പ്രത്യേകതകൾക്ക് അനുസൃതമായി മാതൃകാ പദ്ധതികൾ രൂപപ്പെടുത്തുന്നതിനും അവയുടെ വിജയകരമായ നിർവ്വഹണത്തിനും തദ്ദേശ സ്വയംഭരണ സ്ഥാപനങ്ങളെ പ്രേരിപ്പിക്കുന്നതിന് ലക്ഷ്യമിട്ടു. ഇതോടൊപ്പം ജനങ്ങളിൽ കുടിവെള്ളം, ശുചിത്വം, ആരോഗ്യം എന്നീ വിഷയങ്ങളിൽ അവബോധം സൃഷ്ടിക്കുന്നതിനും, ലഭ്യമായ ശുചിത്വ ആരോഗ്യ സൗകര്യങ്ങൾ വിവേകത്തോടെ ഉപയോഗപ്പെടുത്തുന്നതിന് അവരിൽ ഉത്തരവാദിത്വം ജനിപ്പിക്കുന്നതിനും ശ്രമമുണ്ടായി. കൂടാതെ പരിസരശുചിത്വം ഉറപ്പാക്കുന്നതിന് സമൂഹത്തെ പങ്കാളിത്ത പ്രവർത്തനങ്ങളിൽ ആകൃഷ്ടരാക്കുന്നതിനുള്ള പ്രവർത്തനങ്ങളും ഉന്നമിട്ടു.

ഇവ സാക്ഷാൽക്കരിക്കുന്നതിനായി താഴെപ്പറയുന്ന വിവിധ പ്രവർത്തനതന്ത്രങ്ങൾ ആവിഷ്കരിച്ചു.

- മനുഷ്യമലവും, ഖരദ്രവ മാലിന്യവും സുരക്ഷിതമായി നിർമ്മാർജ്ജനം ചെയ്യുന്നതിന് ആവശ്യാനുസൃതവും, അനുയോജ്യവുമായ സൗകര്യങ്ങൾ ആർജ്ജിക്കുന്നതിന് ഓരോ കുടുംബത്തെയും, സമൂഹത്തെയും പ്രാപ്തമാക്കൽ;
- ആരോഗ്യപരിസരശുചിത്വ പരിപാടിയുടെ പഞ്ചായത്ത്തല ആസൂത്രണം, നിർവ്വഹണം, പരിപാലനം എന്നിവയ്ക്കുള്ള ശേഷി വർദ്ധിപ്പിക്കൽ;
- കുടിവെള്ളം ശുചിത്വം ആരോഗ്യം ഇവയുമായി ബന്ധപ്പെട്ട ലിംഗസമത്വ പ്രശ്നങ്ങളിൽ ശ്രദ്ധ കേന്ദ്രീകരിക്കൽ;
- ശുചിത്വ ആരോഗ്യ ക്യാംപെയിൻ ജനകീയ മുന്നേറ്റമാക്കൽ;
- ദ്രുത മൂല്യനിർണ്ണയ സങ്കേതങ്ങളും, ലളിതവും, കാര്യക്ഷമവുമായ

നിരീക്ഷണ സംവിധാനവും വികസിപ്പിക്കൽ;

- പ്രാദേശിക തലത്തിൽ ദത്ത ശേഖരണ (Data bank) സംവിധാനം നിർമ്മിക്കൽ;
- പദ്ധതിയുടെ പ്രഭാവം നിർണ്ണയിക്കുന്നതിനുള്ള വസ്തുനിഷ്ഠമായ രീതികൾ വികസിപ്പിക്കൽ.

ശുചിത്വ ലക്ഷ്യങ്ങൾ നിശ്ചിത സമയപരിധിക്കുള്ളിൽ സാർവ്വത്രിക മാക്കുന്നതിന് താഴെപ്പറയുന്ന മാർഗ്ഗങ്ങൾ അവലംബിക്കുകയുണ്ടായി.

- വ്യാപകമായ വിവരവിദ്യാഭ്യാസവിനിമയ പ്രവർത്തനത്തിലൂടെ തുറസ്സായ സ്ഥലത്തു മലവിസർജ്ജനം ഒഴിവാക്കുന്നതിനും സാനിറ്ററി കക്കൂസുകൾ നിർമ്മിച്ചുപയോഗിക്കുന്നതിനും പ്രേരിപ്പിക്കുക
- ഗുണഭോക്തൃപങ്കാളിത്തം വർദ്ധിപ്പിക്കുകയും, ധനസഹായ വിതരണം കൂടുതൽ ഫലപ്രദവും, കാര്യക്ഷമവുമാക്കുക;
- സാങ്കേതികപ്പിഴവുകളില്ലാത്തതും, ചെലവുകുറഞ്ഞതുമായ കക്കൂസുകൾ നിർമ്മിക്കുന്നതിനാവശ്യമായ മാതൃകകൾ വികസിപ്പിച്ച് ലഭ്യമാക്കുക;
- വിവിധ ശുചിത്വ സംവിധാനങ്ങളുടെ ആവശ്യകത പ്രചരിപ്പിക്കുക;
- തദ്ദേശ സ്വയംഭരണ സ്ഥാപനങ്ങളുടെയോ, സർക്കാരിന്റെയോ സബ്സിഡിയെ ആശ്രയിക്കാതെ ഗുണഭോക്താക്കൾ സ്വയം ശുചിത്വ സൗകര്യങ്ങൾ ഏർപ്പെടുത്താൻ തയ്യാറാകുന്ന സാഹചര്യം സൃഷ്ടിക്കുക.

ഈ മാർഗ്ഗങ്ങൾ അവലംബിച്ചുകൊണ്ട് വിപുലമായ പ്രവർത്തനങ്ങളാണ് മിഷന്റെ ആഭിമുഖ്യത്തിൽ കേരളത്തിൽ നടപ്പിലായത്. സമ്പൂർണ്ണ ശുചിത്വ ആരോഗ്യ ദൗത്യത്തിന്റെ ആരംഭഘട്ടത്തിൽ തദ്ദേശ സർക്കാരുകളുടെ താല്പര്യം മുൻനിർത്തി കേന്ദ്രസംസ്ഥാന സർക്കാരുകളുടെയും, യൂണിസെഫ് പോലെയുള്ള അന്തർദ്ദേശീയ ശുചിത്വ ഏജൻസികളെയും, സോഷ്യോ എക്കണോമിക് യൂണിറ്റ് ഫൗണ്ടേഷൻ, കോസ്റ്റ്ഫോർഡ് തുടങ്ങിയ സർക്കാരിതര സംഘടനകളുടെയും സഹകരണത്തോടെ കോട്ടയം ജില്ലയിൽ നടപ്പിലായ നിർമ്മൽ 2000 എന്ന കർമ്മഗവേഷണ വിപുലീകരണ പദ്ധതി മിഷൻ പ്രവർത്തനങ്ങൾക്ക് ഉത്തേജനം നല്കുകയുണ്ടായി.

സംസ്ഥാനത്തെ എല്ലാ ജില്ലകളിലെയും സമ്പൂർണ്ണ ശുചിത്വ പദ്ധതികളുടെ രൂപീകരണം, ത്രിതല പഞ്ചായത്ത് പദ്ധതികളുമായി അവയുടെ സംയോജനം, പദ്ധതികളുടെ നിർവ്വഹണത്തിന് സഹായമൊരുക്കൽ, പുരോഗതി നിരീക്ഷണം, കേന്ദ്രസർക്കാരിന് പദ്ധതി സംബന്ധിച്ച് റിപ്പോർട്ട് സമർപ്പിക്കൽ തുടങ്ങിയ നിരവധി പ്രവർത്തനങ്ങൾ മിഷൻ നേരിട്ടു നിർവ്വഹിക്കുകയുണ്ടായി. കൂടാതെ പദ്ധതിയുമായി ബന്ധപ്പെട്ട വിപുലമായ പരിശീലന പരിപാടി തയ്യാറാക്കുന്നതിനും, ഗ്രാമ

വികസന പരിശീലന ഇൻസ്റ്റിറ്റ്യൂട്ട്, എക്സ്റ്റെൻഷൻ ട്രെയിനിങ് സെന്ററുകൾ, കില തുടങ്ങിയ സർക്കാർ പരിശീലന സ്ഥാപനങ്ങളുമായും, സർക്കാരിതര സംഘടനകളുമായും ബന്ധപ്പെട്ട് അവ നടപ്പിലാക്കുന്നതിനും അതിലൂടെ സംസ്ഥാനത്ത് വിപുലമായ ഒരു ശുചിത്വ സേനയെ സജ്ജമാക്കുന്നതിനും മിഷന് സാധിച്ചു. സംസ്ഥാനത്തെ നിരവധി സർക്കാരിതര സംഘടനകളെ പ്രചോദിപ്പിച്ചും, നൂതന സങ്കേതങ്ങൾ ഉപയോഗപ്പെടുത്തിയും അയൽക്കൂട്ടം മുതൽ സംസ്ഥാനതലംവരെ ശ്രദ്ധേയമായ വിവര വിദ്യാഭ്യാസവിനിമയ പ്രവർത്തനങ്ങളിലൂടെ ജനങ്ങളുടെ ശുചിത്വ ആരോഗ്യ അവബോധം വർദ്ധിപ്പിക്കുന്നതിനും മിഷന് സാധിച്ചു. ജനകീയാസൂത്രണ ക്യാംപെയിനിൽ ശുചിത്വ മേഖലയുമായി ബന്ധപ്പെട്ട മാർഗ്ഗനിർദ്ദേശങ്ങൾ തയ്യാറാക്കുന്നതിനും, ശുചിത്വ പദ്ധതികളുടെ സാങ്കേതിക മേന്മ ഉറപ്പാക്കുന്നതിനും, നിർവ്വഹണ സഹായം നല്കുന്നതിനുള്ള വിദഗ്ദ്ധ ഗ്രൂപ്പായും മിഷൻ പ്രവർത്തിക്കുകയുണ്ടായി. ഒരു സംസ്ഥാനത്തെയാകെ പഞ്ചായത്ത് സംവിധാനങ്ങളെ ഏകോപിപ്പിച്ച് വളരെ ദ്രുതഗതിയിൽ ശുചിത്വ സൗകര്യങ്ങളുടെ വ്യാപനം സാദ്ധ്യമാക്കുന്നതിനും, അതോടൊപ്പം ജനങ്ങളിൽ ശുചിത്വ അവബോധം വർദ്ധിപ്പിച്ച് ശുചിത്വ സൗകര്യങ്ങൾ ശരിയായ രീതിയിൽ ഉപയോഗിക്കുന്നതിനും, പരിപാലിക്കുന്നതിനും അതിലൂടെ ആരോഗ്യപരിരക്ഷ ഉറപ്പാക്കാൻ സമൂഹത്തെ പ്രാപ്തമാക്കി എന്നതും രാജ്യത്തിന് തന്നെ മാതൃകയായി. രാജ്യത്തെ നിരവധി സംസ്ഥാനങ്ങൾക്ക് ശുചിത്വ മാർഗ്ഗനിർദ്ദേശം നല്കുന്നതിന് മിഷന്റെ സഹായം കേന്ദ്രസർക്കാർ ഉപയോഗപ്പെടുത്തുകയുമുണ്ടായി.

6.3 ക്ലീൻ കേരള മിഷൻ

വീടും, വീടിന് ചുറ്റും മുറ്റവും, പുരയിടവും അടങ്ങുന്ന തറവാട് രീതിയിലുള്ള (Homestead) വാസരീതിയാണ് കേരളത്തിന്റെ പ്രത്യേകത. വീട്ടിലുണ്ടാകുന്ന ഭക്ഷണ അവശിഷ്ടങ്ങൾ വളർത്തുമൃഗങ്ങൾക്ക് നല്കുകയോ, ചെടികൾക്ക് വളമായി ഉപയോഗിക്കുകയോ, കുപ്പക്കുഴിയിൽ നിക്ഷേപിക്കുകയോ ചെയ്ത് വീടും പരിസരവും വൃത്തിയായി സൂക്ഷിക്കുന്ന ഒരു ശീലവും കേരളത്തിന്റെ പ്രത്യേകതയായിരുന്നു. വലിയ നഗരങ്ങളിലെ ചന്തകൾ ഉൾപ്പെടെയുള്ള പൊതുഇടങ്ങളിൽ അടിഞ്ഞുകൂടുന്ന മാലിന്യവും ജൈവമാകയാൽ അവ കർഷകർ വിലയ്ക്ക് വാങ്ങി കൃഷിസ്ഥലങ്ങളിൽ ഉപയോഗിക്കുന്ന രീതിയും നിലനിന്നിരുന്നു. 1990 കൾ വരെ മാലിന്യം എന്ന പദം നമ്മുടെ സമൂഹത്തിനു അത്രയൊന്നും പരിചിതമായിരുന്നില്ല. 1990 നു മുൻപുതന്നെ യൂറോപ്പിലും, അമേരിക്കയിലും മറ്റും പ്രചുരപ്രചാരത്തിലായ പ്ലാസ്റ്റിക് കാരിബാഗ് 90 കളുടെ മദ്ധ്യത്തോടെ നമ്മുടെ നാട്ടിലും പ്രചരിച്ചുതുടങ്ങി. ഇതോടെ ഉപയോഗശേഷം വലിച്ചെറിയുന്ന പ്ലാസ്റ്റിക് ആഹാരാവശിഷ്ടത്തോടൊപ്പം മാലിന്യമായി വ്യാപിച്ചുതുടങ്ങി. നഗരവല്ക്കരണത്തിന്റെ ഭാഗമായി പൊതുഇടങ്ങളിലും ചന്തകളിലും ഉണ്ടാകുന്ന പ്ലാസ്റ്റിക് അവശിഷ്ടങ്ങൾ

വർദ്ധിച്ചതോടെ മാലിന്യം കാർഷികാവശ്യങ്ങൾക്ക് ഉപയോഗിക്കുന്ന രീതിയും ഇല്ലാതായി. ഇതോടെ മാലിന്യം വലിച്ചെറിയുന്ന ശീലം അധികരിച്ചു, മാലിന്യം വഴിവക്കിലും പൊതുയിടങ്ങളിലും കുന്നുകൂടുന്ന സ്ഥിതി രൂക്ഷമായി. അതോടൊപ്പം രോഗഭാരം വർദ്ധിക്കുന്നതിനും, ജനങ്ങളുടെ പരാതികൾ വർദ്ധിക്കുന്നതിനും കാരണമായി. ഇത്തരത്തിൽ വർദ്ധിച്ച ഖരമാലിന്യം കൈകാര്യം ചെയ്യുന്നതിനുള്ള സാങ്കേതിക അറിവോ, അതിനാവശ്യമായ സൗകര്യങ്ങളോ, അവ സ്വരൂപിക്കുന്നതിനുള്ള സാമ്പത്തിക സ്ഥിതിയോ പ്രാദേശിക സർക്കാരുകൾക്ക് ഉണ്ടായിരുന്നില്ല. ആയതിനാൽ മിക്ക പ്രാദേശിക സർക്കാരുകളും അവരുടെ പ്രദേശത്തെ മാലിന്യം കുഴിച്ചിടുകയോ, കത്തിച്ചുകളയുകയോ ചെയ്യുന്ന രീതി അവലംബിച്ചു. ഇത് വ്യാപകമായ പരിസ്ഥിതി പ്രശ്നങ്ങൾക്ക് കാരണമായി. കേരളത്തിൽ മാത്രമല്ല, ഇന്ത്യയിലെ നഗരങ്ങളിലെല്ലാം തന്നെ ഖരമാലിന്യ സംസ്കരണവും നിർമ്മാർജ്ജനവുമായി ബന്ധപ്പെട്ട പ്രശ്നങ്ങൾ വളരെ രൂക്ഷമായിരുന്നു. നഗരങ്ങളിൽ നിന്ന് ശേഖരിക്കുന്ന എല്ലാത്തരം മാലിന്യവും തുറസ്സായ സ്ഥലങ്ങളിൽ കൂട്ടിയിടുന്നത് അസഹ്യമായ ദുർഗ്ഗന്ധത്തിനും, മാലിന്യം അഴുകിയ ദ്രാവകം (Leachate) ഊറിയിറങ്ങി സമീപത്തെ ജലസ്രോതസ്സുകളെല്ലാം മലിനമാകുന്നതിനും കാരണമായി. അതോടൊപ്പം ഈച്ച, കൊതുക് തുടങ്ങിയവയുടെ വർദ്ധന, അണുക്കളുടെ വ്യാപനം തുടങ്ങിയവ പ്രദേശത്തെ രോഗാതുരമാക്കി. ഭൂമിയും, ജലവും, വായുവും മലിനീകരിക്കപ്പെട്ട്, അസഹ്യമായ ദുർഗ്ഗന്ധവും, വിട്ടുമാറാത്ത രോഗങ്ങളും പേറിയുള്ള ഈ പ്രദേശങ്ങളിലെ കുടുംബങ്ങളിലെ ജീവിതം അതിദാരുണമായി മാറി.

ഈ കാലഘട്ടത്തിലാണ് മാലിന്യസംസ്കരണത്തിന്റെ അഭാവം ചൂണ്ടിക്കാണിച്ചുകൊണ്ട് 1996 ൽ ഒരു പൊതുതാല്പര്യ ഹർജി സുപ്രീം കോടതിയുടെ പരിഗണനയ്ക്ക് വന്നത്. ഈ കേസിൽ വിധി പറയവെ രാജ്യത്തെ മുഖ്യ പട്ടണങ്ങളിലെ ഖരമാലിന്യ പരിപാലനവുമായി ബന്ധപ്പെട്ട എല്ലാവശങ്ങളും പരിശോധിക്കുന്നതിനും റിപ്പോർട്ട് സമർപ്പിക്കുന്നതിനും ഭരണകർത്താക്കളും, ആസൂത്രകരും, വിദഗ്ദ്ധരും അടങ്ങുന്ന എട്ടംഗസമിതിയെ സുപ്രീം കോടതി നിയോഗിക്കുകയുണ്ടായി. ശരിയായ രീതിയിൽ ഖരമാലിന്യ സംസ്കരണം സ്വായത്തമാക്കുന്നതിന് പ്രാദേശികമായി സ്വീകരിക്കേണ്ട രീതിശാസ്ത്രവും, കൈവരിക്കേണ്ട നിലവാരവും, ഉപയോഗിക്കേണ്ട ലളിതമായ സാങ്കേതിക വിദ്യയും വിശദമാക്കിക്കൊണ്ടു സമിതി സമർപ്പിച്ച നിർദ്ദേശങ്ങൾ കോടതി അംഗീകരിക്കുകയും കോടതിയുടെ നിർദ്ദേശപ്രകാരം കേന്ദ്ര വനംപരിസ്ഥിതി മന്ത്രാലയം മുനിസിപ്പൽ ഖരമാലിന്യം (പരിപാലനവും, കൈകാര്യം ചെയ്യലും) ചട്ടങ്ങൾ, 2000 വിളംബരപ്പെടുത്തുകയുമുണ്ടായി. ഇതനുസരിച്ച് മുനിസിപ്പൽ ഖരമാലിന്യം തരംതിരിച്ച് ശേഖരിക്കുന്നതിനും, സാദ്ധ്യമായവ പുനരുപയോഗിക്കുന്നതിനോ, പുനചംക്രമണം നടത്തുന്നതിനോ സൗകര്യം ഒരുക്കുന്നതിനും, ബാക്കിയുള്ളവ അനുയോജ്യമായ വാഹന

ങ്ങളിൽ സംസ്കരണശാലയിൽ എത്തിച്ചു സംസ്കരിക്കുന്നതിനും, ബാക്കിയുള്ളവ സുരക്ഷിതമായി നിർമ്മാർജ്ജനം ചെയ്യുന്നതിനുമുള്ള സംവിധാനങ്ങൾ സമയബന്ധിതമായി സജ്ജീകരിക്കണമെന്ന് നിർദ്ദേശിക്കുകയുണ്ടായി. ഖരമാലിന്യം ശേഖരിച്ച് മുനിസിപ്പാലിറ്റിക്ക് കൈമാറുന്നതിന് മാലിന്യഉല്പാദകനും, മാലിന്യം സംസ്കരണശാലയിൽ എത്തിച്ച് സംസ്കരിക്കുന്നതിനും, നിർമ്മാർജ്ജനം ചെയ്യുന്നതിനും നഗരസഭകൾക്കും, ഈ പ്രക്രിയകൾക്ക് മേൽനോട്ടം വഹിക്കുന്നതിന് സംസ്ഥാന സർക്കാരുകൾക്കും, ചട്ടത്തിലെ വ്യവസ്ഥകൾ ശരിയായി പാലിക്കപ്പെടുന്നു എന്നുറപ്പാക്കുന്നതിനുള്ള ഉത്തരവാദിത്വം മലിനീകരണ നിയന്ത്രണ ബോർഡുകൾക്കും നല്കുകയുണ്ടായി. എന്നാൽ ഈ ഉത്തരവാദിത്വങ്ങൾ സമയബന്ധിതമായും, ഫലപ്രദമായും നടപ്പിലാക്കുന്നതിന് നഗരസഭകൾക്കു വേണ്ടത്ര അറിവോ, ശേഷിയോ, സാമ്പത്തിക സ്ഥിതിയോ ഉണ്ടായിരുന്നില്ല.

6.4 ക്ലീൻ കേരള പദ്ധതിയായി തുടക്കം

2003 ലെ കണക്കനുസരിച്ച് കേരളത്തിലെ പട്ടണങ്ങളിൽ പ്രതിദിനം 2500 ടണ്ണോളം ഖരമാലിന്യം ഉണ്ടാകുന്നുവെന്ന് കണക്കാക്കിയിരുന്നു. ഇതിൽ പകുതിയിലധികം നിരത്തുവക്കിലും, ഓടകളിലും, മറ്റ് തുറസ്സായ സ്ഥലങ്ങളിലും കിടന്ന് ചീഞ്ഞഴുകി രൂക്ഷമായ പൊതുജനാരോഗ്യ പ്രശ്നമായി മാറിയിരുന്നു. 2000 ലെ മുനിസിപ്പൽ ഖരമാലിന്യം (പരിപാലനവും, കൈകാര്യം ചെയ്യലും) ചട്ടങ്ങൾ പ്രകാരം എല്ലാ നഗരസഭകളും 2003 ഡിസംബർ 31 നകം ഖരമാലിന്യ പരിപാലന സംവിധാനം ഒരുക്കേണ്ട ഉത്തരവാദിത്വവും ഉണ്ടായിരുന്നു. ഈ പശ്ചാത്തലത്തിൽ സംസ്ഥാനത്തെ 58 നഗരസഭാ പ്രദേശങ്ങളിലെയും മാലിന്യ നിർമ്മാർജ്ജനം ഉറപ്പാക്കുന്നതിനായി ഓരോ നഗരസഭകളിലും ക്ലീൻ കേരള പ്രോജക്ട് എന്ന പേരിൽ ഒരു ഖരമാലിന്യ പരിപാലന ക്രമം നടപ്പാക്കുന്നതിന് സർക്കാർ ഉത്തരവിടുകയുണ്ടായി. താഴെപ്പറയുന്ന ഘടകങ്ങളാണ് പദ്ധതിയിൽ ഉൾപ്പെടുത്തുന്നതിന് നിർദ്ദേശിച്ചത്.

1. മുനിസിപ്പൽ മാലിന്യത്തിന്റെ ഉറവിടത്തിൽത്തന്നെ ജൈവ-അജൈവ-അപകടകരമായ മാലിന്യങ്ങൾ പ്രത്യേകം തരം തിരിക്കുക;
2. ഉത്ഭവസ്ഥലത്തുനിന്നും സംസ്കരണ സ്ഥലത്ത് എത്തുന്നതുവരെ മാലിന്യങ്ങൾ തറയിൽ വീഴാതിരിക്കുക;
3. ജൈവമാലിന്യങ്ങൾ എയ്റോബിക് കമ്പോസ്റ്റിങ്ങിലൂടെയും, മണ്ണിര കമ്പോസ്റ്റിങ്ങിലൂടെയും വളമാക്കി മാറ്റുക;
4. ഗ്ലാസ്, പേപ്പർ, പ്ലാസ്റ്റിക് തുടങ്ങിയവ പുനരുപയോഗിക്കുക, പുനചംക്രമണം നടത്തുക;
5. മാലിന്യങ്ങളുടെ അന്തിമനിർമ്മാർജ്ജനത്തിന് ദീർഘകാലാടിസ്ഥാ

നത്തിലുള്ള ലാൻഡ്ഫിൽ സൈറ്റ് വികസിപ്പിക്കുക;

6. ബയോമെഡിക്കൽ മാലിന്യം സംസ്കരിക്കുന്നതിനായി ലാൻഡ് ഫിൽ സൈറ്റിനോടു ചേർന്ന് പൊതുസൗകര്യം ഏർപ്പെടുത്തുക;
7. ഖരമാലിന്യശേഖരണത്തിനും നീക്കം ചെയ്യലിനും മെച്ചപ്പെട്ട ഉപ കരണങ്ങളും വാഹനങ്ങളും ഏർപ്പെടുത്തുക;
8. സാനിട്ടറി വർക്കേഴ്സിനെ വിന്യസിച്ചതിന് ശേഷം വരുന്ന ശുചീ കരണ ജോലികൾ സി ഡി എസ് സംവിധാനത്തെയോ മറ്റ് ഏജൻ സികളെയോ ഏല്പിക്കുക;
9. ബോധവല്ക്കരണ പ്രവർത്തനങ്ങൾ നടപ്പാക്കുക.

ഒരു ലക്ഷം ജനസംഖ്യയുള്ള ഒരു നഗരപ്രദേശത്ത് ഒരു എയ്റോ ബിക് കമ്പോസ്റ്റിങ് പ്ലാന്റ് സ്ഥാപിക്കുന്നതിന് 60 ലക്ഷം രൂപയും, ഉപക രണങ്ങൾ വാങ്ങുന്നതിന് 120 ലക്ഷം രൂപയും എന്ന മാനദണ്ഡപ്രകാരം സംസ്ഥാനത്തെ 58 നഗരസഭകൾക്ക് മാലിന്യസംസ്കരണ സംവിധാ നമൊരുക്കുന്നതിന് 6419 ലക്ഷം രൂപ ആവശ്യമാണെന്നും ഈ തുക നഗരസഭകളുടെ വാർഷിക പദ്ധതിവിഹിതത്തിൽനിന്നും മുൻഗണനാടി സ്ഥാനത്തിൽ വിനിയോഗിക്കാവുന്നതാണെന്നും സർക്കാർ നിർദ്ദേശിച്ചു. അതോടൊപ്പം പ്ലാന്റിന്റെ നടത്തിപ്പിനായി വേണ്ടിവരുന്ന ആവർത്തന ചെലവ് അതതു നഗരസഭകളുടെ വരുമാനത്തിൽനിന്ന് കണ്ടെത്തു ന്നതിനും നിർദ്ദേശിച്ചു. പ്രോജക്ട് റിപ്പോർട്ടു തയ്യാറാക്കുന്നതിനും, അംഗീ കരിക്കുന്നതിനും, നടപ്പാക്കുന്നതിനും എഞ്ചിനീയറിങ്, പൊതു ജനാരോഗ്യം, മുനിസിപ്പൽ ഫൈനാൻസ്, കമ്യൂണിറ്റി ഡെവലപ്മെന്റ്, വിവരവിദ്യാഭ്യാസവിനിമയം എന്നീ വിവിധ മേഖലകളിൽ പ്രാവീണ്യമുള്ള വിദഗ്ദ്ധരുടെ സേവനം വിനിയോഗിക്കുന്നതിനും നിർദ്ദേശിച്ചു. ക്ലീൻ കേരള പദ്ധതി ഫലവത്തായി നടപ്പിലാക്കുന്നതിന് പൂർണ്ണമായും പ്രവർത്തന സ്വാതന്ത്ര്യമുള്ള ഒരു എംപവേർഡ് കമ്മിറ്റിയെയും, മുഴുവൻ സമയ പ്രവർത്തകനായി ഒരു പ്രോജക്ട് ഡയറക്ടറേയും നിയോഗിച്ചു. തദ്ദേശ സ്വയംഭരണ വകുപ്പ് സെക്രട്ടറി ചെയർമാനായും ധനകാര്യം, ആരോഗ്യം, ടൂറിസം, ആസൂത്രണസാമ്പത്തിക കാര്യം എന്നീ വകുപ്പു കളുടെ സെക്രട്ടറിമാരും, നഗരകാര്യം, പഞ്ചായത്ത്, സംസ്ഥാന മലി നീകരണ നിയന്ത്രണ ബോർഡ്, കേരള സമ്പൂർണ്ണ ശുചിത്വ ആരോഗ്യ മിഷൻ, സോഷ്യോ എക്കണോമിക് യൂണിറ്റ് ഫൗണ്ടേഷൻ എന്നിവയുടെ മേധാവികളും അംഗങ്ങളുമായാണ് എംപവേർഡ് കമ്മിറ്റി രൂപീകരിച്ചത്. തുടർന്ന് അഗ്രികൾച്ചർ ഡയറക്ടർ, കുടുംബശ്രീ മിഷൻ ഡയറക്ടർ എന്നിവരെയും കമ്മിറ്റിയിൽ ഉൾപ്പെടുത്തി. കൂടാതെ പദ്ധതിക്കാ വശ്യമായത്ര കൺസൾട്ടന്റുമാരെ നിയമിക്കുന്നതിന് എംപവേർഡ് കമ്മി റ്റിയെ ചുമതലപ്പെടുത്തുകയും ചെയ്തു.

നിർദ്ദിഷ്ട പദ്ധതിപ്രവർത്തനങ്ങൾ ഫലവത്താകുന്നതിന് വിവിധ തരത്തിലുള്ള ബോധവല്ക്കരണ പ്രവർത്തനങ്ങൾ സ്കൂൾതലം മുതൽ

എല്ലാ തദ്ദേശ സ്വയംഭരണ സ്ഥാപനങ്ങളും സംഘടിപ്പിക്കുകയുണ്ടായി. ശുചിത്വ കേരളം സുന്ദര കേരളം എന്ന ബാനറിൽ മാലിന്യമുക്തകേരളം എന്ന സ്വപ്നം സാക്ഷാൽക്കരിക്കുമെന്ന് സ്കൂൾ വിദ്യാർത്ഥികൾ പ്രതിജ്ഞ എടുത്തുകൊണ്ടാണ് പ്രവർത്തനങ്ങൾ ആരംഭിച്ചത്. ഏകദേശം 14000 സ്കൂളുകൾ ഈ ക്യാംപെയിനിൽ പങ്കെടുത്തു. ബസ്സ്റ്റാന്റ്, റെയിൽവേ സ്റ്റേഷൻ തുടങ്ങിയ പൊതുഇടങ്ങളിൽ ഡസ്റ്റ് ബിന്നുകൾ സ്ഥാപിച്ച് മാലിന്യം ശേഖരിക്കുന്നതിനും അവ യഥാസമയം നിർമ്മാർജ്ജനം ചെയ്യുന്നതിനുമുള്ള നിർദ്ദേശങ്ങൾ മിക്ക റെയിൽവേ സ്റ്റേഷനുകളും ബസ്സ്റ്റാന്റുകളും കേന്ദ്രീകരിച്ച് ആരംഭിച്ചു. തുടർന്ന് വഴിയോരങ്ങളിലും, തോടുകളിലും, പുഴകളിലും മാംസാവശിഷ്ടങ്ങളും മറ്റ് മാലിന്യങ്ങളും നിക്ഷേപിക്കുന്നവർക്കെതിരെ ശിക്ഷണ നടപടികൾ സ്വീകരിക്കുന്നതിനും, പാതയോരങ്ങളും ഓടകളും വൃത്തിയാക്കുന്നതിനും അതിനായി ആവശ്യമെങ്കിൽ കുടുംബശ്രീ യൂണിറ്റുകളെ ഉപയോഗിക്കുന്നതിനുമുള്ള പ്രവർത്തനങ്ങൾ ഏറ്റെടുത്തുകൊണ്ടാണ് തദ്ദേശഭരണ സ്ഥാപനങ്ങൾ ക്ലീൻ കേരള പ്രവർത്തനങ്ങൾ തുടങ്ങിയത്.

6.5 മിഷൻ രൂപീകരണവും പ്രവർത്തനങ്ങളും

ഖരമാലിന്യസംസ്കരണ പ്രവർത്തനങ്ങൾക്ക് കൂടുതൽ പ്രാധാന്യം നല്കുന്നതിനും ഊർജ്ജസ്വലമായി അവ ഏറ്റെടുക്കുന്നതിന് നേതൃത്വം നല്കുന്നതിനും മുഖ്യമന്ത്രിയുടെ അദ്ധ്യക്ഷതയിൽ മന്ത്രിസഭാ ഉപസമിതി രൂപീകരിക്കുകയും, ചീഫ് സെക്രട്ടറി അദ്ധ്യക്ഷനായി ഉന്നതാധികാര സമിതി പുനഃസംഘടിപ്പിക്കുകയും, കുടുംബശ്രീ മിഷൻ എക്സിക്യൂട്ടിവ് ഡയറക്ടർ അദ്ധ്യക്ഷനായി ക്ലീൻ കേരള മിഷൻ (CKM) രൂപീകരിക്കുകയും ചെയ്തു. മിഷന്റെ സാങ്കേതിക പ്രവർത്തനങ്ങൾക്കു സഹായം നല്കുന്നതിന് ആരോഗ്യം, ശുചിത്വം, മലിനീകരണ നിയന്ത്രണം തുടങ്ങിയ മേഖലകളിലെ വിദഗ്ദ്ധരെ ഉൾപ്പെടുത്തി ഒരു ടാസ്ക് ഫോഴ്സും രൂപീകരിച്ചു. സാങ്കേതിക സാദ്ധ്യതയുള്ളതും, സുസ്ഥിരമായ പ്രവർത്തനശേഷിയുള്ളതും, സാമ്പത്തിക ക്ഷമതയുള്ളതും, സമൂഹം അംഗീകരിക്കുന്നതും, സംരംഭക സൗഹൃദവുമായ മാലിന്യപരിപാലന സേവനങ്ങൾ നടപ്പിലാക്കുക എന്നതാണ് മിഷന്റെ ലക്ഷ്യമായി തീരുമാനിച്ചത്. തുടർന്നു നിബന്ധനകൾക്ക് വിധേയമായി താഴെപ്പറയുന്ന പ്രവർത്തനങ്ങൾ നടപ്പിലാക്കുന്നതിന് വിശദമായ പദ്ധതിരേഖ ശാസ്ത്രീയമായി തയ്യാറാക്കി സാങ്കേതിക അനുമതി വാങ്ങി നിർവ്വഹിക്കുന്നതിന് തയ്യാറാകുന്ന നഗരസഭകൾക്കും, പഞ്ചായത്തുകൾക്കും സാമ്പത്തികവും, സാങ്കേതികവുമായ സഹായവും, നിർവ്വഹണ മേൽനോട്ടവും നല്കി പദ്ധതി നിർവ്വഹണം സംഘടിപ്പിച്ചു.

1. മുനിസിപ്പൽ ഖരമാലിന്യ പരിപാലന ചട്ടങ്ങളിലെ നിബന്ധനകൾക്കനുസൃതമായി നഗരങ്ങളിൽ സംയോജിത ഖരമാലിന്യ പരിപാലന സംവിധാനം സ്ഥാപിക്കൽ;

2. ബ്ലോക്ക്, താലൂക്ക്, ജില്ലാകേന്ദ്രങ്ങൾ സ്ഥിതി ചെയ്യുന്നതോ, വിനോദസഞ്ചാരമുൾപ്പെടെ പ്രാധാന്യമുള്ളതോ ആയ പഞ്ചായത്തുകളിൽ മാലിന്യസംസ്കരണ സംവിധാനം സ്ഥാപിക്കൽ;
3. ഖരമാലിന്യ പരിപാലന സൈറ്റുകളുടെ പാരിസ്ഥിതിക പരിപാലനം ഉറപ്പാക്കൽ, ഗ്രീൻ ബെൽട്ട് സ്ഥാപിക്കൽ;
4. നൂതന പാതയോര കംഫർട്ട് സ്റ്റേഷനുകളുടെ നിർമ്മാണവും പരിപാലനവും സാദ്ധ്യമാക്കൽ
5. സ്കൂൾ പരിസ്ഥിതി ക്ലബ്ബുകൾക്കും, പരിസ്ഥിതി അവബോധം, പരിശീലനം, ശില്പശാല സംഘടിപ്പിക്കൽ, പ്രവൃത്തി ഗവേഷണ പദ്ധതികൾ ഏറ്റെടുക്കൽ;
6. കുടുംബശ്രീ സ്വയം സഹായസംഘങ്ങൾ വഴി മാലിന്യസംസ്കരണ പ്രവർത്തനങ്ങൾ ഏറ്റെടുക്കുന്നതിനുള്ള സാമ്പത്തിക പ്രോത്സാഹനം നല്കൽ
7. കോഴിയിറച്ചി മാലിന്യങ്ങൾ സംസ്കരിക്കുന്നതിനും, അറവുശാല മാലിന്യങ്ങൾ സംസ്കരിക്കുന്നതിനുമുള്ള പദ്ധതികൾ നടപ്പിലാക്കൽ:
8. സർക്കാരിതര സാമൂഹ്യ സംഘടനകൾവഴി മാലിന്യസംസ്കരണവുമായി ബന്ധപ്പെട്ട അവബോധ പ്രവർത്തനങ്ങൾ സംഘടിപ്പിക്കൽ
9. അച്ചടി, ദൃശ്യ, ശ്രാവ്യ മാധ്യമങ്ങൾ വഴി വിവരവിദ്യാഭ്യാസവിനിമയ പ്രവർത്തനങ്ങൾ, പരിശീലനം, പ്രചരണോപാധികൾ തയ്യാറാക്കൽ.

എല്ലാ നഗരസഭകളിലെയും ജനപ്രതിനിധികൾക്കും , ആസൂത്രണ, സാങ്കേതിക വിഭാഗം ജീവനക്കാർക്കും, നിർവ്വഹണ ഉദ്യോഗസ്ഥർക്കും ഖരമാലിന്യ പരിപാലന ചട്ടങ്ങളുടെ വിശദാംശങ്ങൾ, ഖരമാലിന്യ ശേഖരണവും, കടത്തലും, സംസ്കരണവും, നിർമ്മാർജ്ജനവും സംബന്ധിച്ച സാങ്കേതിക കാര്യങ്ങൾ, ശരിയായ രീതിയിൽ പ്രവർത്തിക്കുന്ന സംയോജിത ഖരമാലിന്യ പരിപാലന സംവിധാനങ്ങളുടെ മാതൃകകൾ തുടങ്ങിയ കാര്യങ്ങൾ മുൻനിർത്തി വിവിധ പരിശീലന പരിപാടികൾ പലവട്ടം സംഘടിപ്പിക്കുകയുണ്ടായി. സർക്കാരിതര സംഘടനകളുമായി ചേർന്നുള്ള അവബോധ ക്യാംപെയിനുകൾ, അച്ചടിമാധ്യമങ്ങൾ വഴിയുള്ള പരസ്യങ്ങൾ, സ്കൂൾ പരിസ്ഥിതി ക്ലബ്ബുകൾ കേന്ദ്രീകരിച്ചുള്ള അവബോധപ്രവർത്തനങ്ങൾ തുടങ്ങി നിരവധി സംരംഭങ്ങളിലൂടെ ശരിയായ ഖരമാലിന്യ പരിപാലനത്തിന്റെ ആവശ്യകതയും സാദ്ധ്യതയും സമൂഹത്തിന്റെ അജണ്ടയാക്കി ഉയർത്തിക്കൊണ്ട് വന്നു.

ശാസ്ത്രീയമായ ഖരമാലിന്യ സംസ്കരണ പ്ലാന്റുകൾ സ്ഥാപിക്കുന്നതിന് സംസ്ഥാനത്തെ 12 നഗരസഭകൾക്ക് 5 ഏക്കറിലധികവും, 25 നഗരസഭകൾക്ക് രണ്ടേക്കറിലധികവും, 11 നഗരസഭകൾക്ക് ഒരേക്കറില

ധികവും, 6 നഗരസഭകൾക്ക് ഒരേക്കറിൽ താഴെയും സ്ഥലമുണ്ട് എന്ന തിന്റെ അടിസ്ഥാനത്തിൽ അവ ഉപയോഗപ്പെടുത്തിയുള്ള പദ്ധതികളാണ് ആദ്യഘട്ടത്തിൽ ആലോചിച്ചത്. അതോടൊപ്പം നിലവിലുള്ള പദ്ധതി കളുടെ സാദ്ധ്യതകളും പ്രശ്നങ്ങളും പരിശോധിക്കുകയുണ്ടായി. പ്രതി ദിനം 300 ടൺ ശേഷിയുണ്ട് എന്ന് കരുതപ്പെട്ട തിരുവനന്തപുരം നഗര സഭയുടെ കംപോസ്റ്റിങ് പ്ലാന്റ്, പ്രതിദിനം 200 ടൺ ശേഷിയുണ്ട് എന്ന് കരുതപ്പെട്ട കോഴിക്കോട് നഗരസഭയുടെ കംപോസ്റ്റിങ് പ്ലാന്റ്, പ്രതിദിനം 3 ടൺ ശേഷിമാത്രമുള്ള ചാലക്കുടി നഗരസഭയുടെ കംപോസ്റ്റിങ് പ്ലാന്റ്, വടക്കൻ പറവൂർ നഗരസഭ ഉൾപ്പെടെയുള്ള മണ്ണിര കംപോസ്റ്റിങ് പ്ലാന്റ്, തൃശൂർ നഗരസഭയിൽ സ്ഥാപിക്കപ്പെട്ട മെക്കാനിക്കൽ കംപോസ്റ്റിങ് പ്ലാന്റ്, കോവളം വിനോദസഞ്ചാര കേന്ദ്രവുമായി ബന്ധപ്പെട്ട് 'തണൽ' എന്ന സന്നദ്ധ സംഘടനയുടെ നേതൃത്വത്തിൽ നടന്നുവന്ന 'സീറോ വേസ്റ്റ് കോവളം' പദ്ധതി, സോഷ്യോ എക്കണോമിക് യൂണിറ്റ് ഫൗണ്ടേ ഷന്റെ നേതൃത്വത്തിൽ നടന്നുവന്ന ഗാർഹിക മണ്ണിര കംപോസ്റ്റിങ് പദ്ധതി തുടങ്ങിയവയുടെ പ്രവർത്തനം അവലോകനം ചെയ്യപ്പെട്ടു. ഈ പ്രവർത്തനങ്ങളുടെ അടിസ്ഥാനത്തിൽ മലിനീകരണ നിയന്ത്രണ ബോർഡിലെ വിദഗ്ദ്ധരുടെ കൂടി സഹായത്തോടെയാണ് ക്ലീൻ കേരള മിഷൻ സംയോജിത ഖരമാലിന്യ പദ്ധതി രേഖകൾ തയ്യാറാക്കുന്നതിന് ആരംഭിച്ചത്.

ആറ്റിങ്ങൽ നഗരസഭയ്ക്കുവേണ്ടിയുള്ള സംയോജിത മുനിസിപ്പൽ ഖരമാലിന്യ പരിപാലന പദ്ധതിയാണ് നഗരസഭയുടെകൂടി പങ്കാളിത്ത ത്തോടെ 2004 ൽ മിഷൻ ആദ്യമായി തയ്യാറാക്കിയത്. ഈ പദ്ധതി നടപ്പി ലാക്കുന്നതിന് ഭാഗിക സാമ്പത്തിക സഹായവും, സാങ്കേതിക മേൽ നോട്ടവും മിഷന്റെ ആഭിമുഖ്യത്തിൽ ലഭ്യമാക്കുകയുണ്ടായി. നഗരസഭ യുടെ ആത്മാർത്ഥമായ പ്രവർത്തനത്തിന്റെ ഫലമായി മെച്ചപ്പെട്ട രീതിയിൽ പ്രവർത്തിക്കുന്ന ഈ പദ്ധതി നിരവധി അംഗീകാരങ്ങളും പുര സ്കാരങ്ങളും നേടുകയുണ്ടായി. സമീപവാസികളുടെ എതിർപ്പൊന്നും തന്നെ ഇല്ലാതെ കഴിഞ്ഞ 15 വർഷത്തിലധികമായി പ്രവർത്തിക്കുന്ന ഈ പദ്ധതി കാലാകാലങ്ങളിൽ പരിഷ്കരിക്കുന്നതിനും, മെച്ചപ്പെട്ട പ്രവർ ത്തനരീതി നിലനിർത്തുന്നതിനും നഗരസഭ പ്രത്യേക ശ്രദ്ധ പുലർ ത്തുന്നു എന്നത് പ്രത്യേകം പറയേണ്ടിയിരിക്കുന്നു. തുടർന്ന് മിഷന്റെ മൂന്നുവർഷക്കാലത്തിനിടെ 18 നഗരസഭകളിലും, 4 ഗ്രാമ പഞ്ചായത്തു കളിലും ഖരമാലിന്യ സംസ്കരണ പ്ലാന്റുകൾ നിലവിൽവന്നു. കൂടാതെ 5 നഗരസഭകളിലും 4 ഗ്രാമ പഞ്ചായത്തുകളിലും പ്ലാന്റിന്റെ പണി പൂർ ത്തിയായി. അശാസ്ത്രീയമായി ഖരമാലിന്യം നിക്ഷേപിക്കപ്പെട്ടു നാശ മായിത്തീർന്ന സ്ഥലം വൃത്തിയാക്കിയാണ് മിക്ക പ്ലാന്റുകളും സ്ഥാപി ക്കപ്പെട്ടത്. കൂടുതൽ നഗരസഭകളും, പഞ്ചായത്തുകളും മിഷൻ നല്കിയ ഭാഗിക സാമ്പത്തിക സഹായവും സാങ്കേതിക സഹായവും ഉപയോഗ പ്പെടുത്തിയുള്ള സംയോജിത ഖരമാലിന്യ പരിപാലന പദ്ധതികൾ

വിഭാവനം ചെയ്തു. എയ്റോബിക് കംപോസ്റ്റിങ്, മണ്ണിര കംപോസ്റ്റിങ്, ബയോഗ്യാസ് തുടങ്ങിയ സാങ്കേതികവിദ്യകൾ ഉപയോഗപ്പെടുത്തിയുള്ള പ്ലാന്റുകളാണ് സ്ഥാപിക്കപ്പെട്ടത്. പാരിസ്ഥിതിക പ്രശ്നങ്ങൾ വർദ്ധിക്കുമെന്നതിനാൽ മാലിന്യം കത്തിക്കുന്ന ഇൻസിനറേഷൻ സാങ്കേതികവിദ്യ മിഷൻ പ്രോത്സാഹിപ്പിക്കുകയുണ്ടായില്ല. മാലിന്യം തരംതിരിച്ച് ശേഖരിക്കുന്നതിനും, സംസ്കരണ ശാലയിൽ എത്തിക്കുന്നതിനും നിലവിലുള്ള സംവിധാനം മെച്ചപ്പെടുത്തുന്നതിനുള്ള പദ്ധതികൾ നടപ്പിലാക്കുന്നതിന് നഗരസഭകളെ പ്രോത്സാഹിപ്പിക്കുകയുണ്ടായി. 14 നഗരസഭകളിൽ കുടുംബശ്രീ മിഷനുമായി ചേർന്ന് മാലിന്യശേഖരണത്തിനായി സംരംഭക യൂണിറ്റുകൾ രൂപീകരിച്ച് പ്രവർത്തനമാരംഭിച്ചത് ഒരു നൂതന മാതൃകയായി. രാജ്യത്തെ ഖരമാലിന്യ പ്രശ്നങ്ങൾ പരിഹരിക്കുന്നതിന് തയ്യാറാക്കിയ മുനിസിപ്പൽ ഖരമാലിന്യം (പരിപാലനവും, കൈകാര്യം ചെയ്യലും) ചട്ടങ്ങൾ ത്വരിതഗതിയിൽ നടപ്പിലാക്കുന്നതിന് ഒരു മിഷൻ രൂപീകരിച്ച് പ്രവർത്തനം ആരംഭിച്ചത് രാജ്യത്തിന് തന്നെ മാതൃകയായി.

6.6 ഖരമാലിന്യ പരിപാലന മേഖലയുടെ അവസ്ഥാപഠനം

ഖരമാലിന്യ പരിപാലന പ്രവർത്തനങ്ങളിൽ ക്ലീൻ കേരള മിഷൻ നേരിട്ട വെല്ലുവിളികൾ പരിഗണിച്ച് മേഖലയുടെ നിലവിലെ സ്ഥിതി അവലോകനം ചെയ്യുന്നതിനും, ഖരമാലിന്യ പരിപാലന സംവിധാനം മെച്ചപ്പെടുത്തുന്നതിനും, മിഷൻ ശക്തിപ്പെടുത്തുന്നതിനുമുള്ള നിർദ്ദേശങ്ങൾ സ്വരൂപിക്കുന്നതിനും, അവ നടപ്പിലാക്കുന്നതിനുള്ള തന്ത്രങ്ങൾ രൂപപ്പെടുത്തുന്നതിനും, മാർഗ്ഗനിർദ്ദേശങ്ങൾ തയ്യാറാക്കുന്നതിനുമായി ലോക ബാങ്ക് സഹായത്തോടെ ഖരമാലിന്യ പരിപാലന മേഖലയുടെ അവസ്ഥാപഠനം 2006 ൽ നടത്തുകയുണ്ടായി. വിശദമായ പഠനങ്ങളുടെ അടിസ്ഥാനത്തിൽ കേരളത്തിലെ ശരാശരി ആളോഹരി ഖരമാലിന്യ ഉല്പാദനം മുനിസിപ്പൽ കോർപ്പറേഷനുകളിൽ 400 ഗ്രാം എന്നും, മുനിസിപ്പാലിറ്റികളിൽ 300 ഗ്രാം എന്നും, പഞ്ചായത്തുകളിൽ 200 ഗ്രാം എന്നും കണക്കാക്കുകയുണ്ടായി. ഇതനുസരിച്ച് 2001 ലെ ജനസംഖ്യാ പ്രകാരം കേരളത്തിലെ പ്രതിദിന മാലിന്യ ഉല്പാദനം 5 കോർപ്പറേഷനുകളിൽ 983 ടൺ, 53 മുനിസിപ്പാലിറ്റികളിൽ 1743 ടൺ, 999 പഞ്ചായത്തുകളിൽ 4715 ടൺ എന്ന പ്രകാരം ആകെ 7441 ടൺ ആണെന്നും, 2006 ആയപ്പോഴേക്കും ഇത് 9301 ടൺ ആയി വർദ്ധിച്ചു എന്നും കണക്കാക്കുകയുണ്ടായി. നഗരസഭകളിൽ നടത്തിയ പഠന പ്രകാരം അവിടെയുണ്ടാകുന്ന മാലിന്യത്തിന്റെ 35% മാത്രമാണ് ശേഖരിക്കുന്നതെന്നും ബാക്കി വരുന്ന ഏകദേശം 738 ലോഡ് മാലിന്യം ശേഖരിക്കപ്പെടാതെ നമുക്ക് ചുറ്റും മാലിന്യക്കൂമ്പാരമായി മാറുന്നു എന്ന ബോദ്ധ്യമാണ് ലഭിച്ചത്. അതായത് പ്രതിവർഷം 80847 ടൺ വരെ മാലിന്യം നഗരങ്ങളിൽ ശേഖരിക്കപ്പെടുന്നില്ല. ഇത് കുടിവെള്ളത്തെയും ആരോഗ്യത്തെയും

നശിപ്പിക്കുകയും പകർച്ചവ്യാധികളുടെ തുടർച്ചയ്ക്ക് കാരണമാകുകയും ചെയ്തു. പഞ്ചായത്തുകളിലെ സ്ഥിതിയും വിഭിന്നമല്ല. ഇതുണ്ടാക്കുന്ന ആരോഗ്യ പാരിസ്ഥിതിക പ്രശ്നങ്ങളും രൂക്ഷമായിരുന്നു.

പഠനത്തിന്റെ ഭാഗമായി ഖരമാലിന്യ പരിപാലന ചട്ടങ്ങളിലെ വിവിധ വ്യവസ്ഥകൾ എത്രമാത്രം കേരളം പാലിക്കുന്നു എന്നും പരിശോധിക്കുകയുണ്ടായി. തരംതിരിച്ചുള്ള ശേഖരണം 4%, ഉറവിടങ്ങളിലെ സൂക്ഷിപ്പ് 33%, വീടുകളിൽ നിന്നുള്ള ശേഖരണം 21%, ദ്വിതീയ സംഭരണം 10%, തൂത്തുവാരൽ 40%, കടത്തൽ 53%, സംസ്കരണം 29%, സുരക്ഷിത നിർമ്മാർജ്ജനം 0% അങ്ങനെ ആകെ ശരാശരി 24%. ദേശീയ ശരാശരിയായ 34% അപേക്ഷിച്ച് കേരളത്തിന്റെ അനുവർത്തനത്തോത് വളരെ താഴെയായിരുന്നു. എന്നാൽ ശാസ്ത്രീയമായ സംസ്കരണ നിർമ്മാർജ്ജനത്തിന്റെ അഭാവത്തിലും ഒരു ടൺ മാലിന്യം നിക്ഷേപകേന്ദ്രത്തിൽ തള്ളുന്നതിന് നമ്മൾ ചെലവഴിച്ചിരുന്ന തുക വൻ നഗരങ്ങളെ അപേക്ഷിച്ച് വളരെ കൂടുതലായിരുന്നു. 2004–05ൽ ഇന്ത്യയിലെ ഒരു ശരാശരി പട്ടണം ഒരു ടൺ മാലിന്യം സംസ്കരിക്കുന്നതിന് 900 രൂപയും വൻ നഗരങ്ങൾ 1200 രൂപയും ചെലവഴിച്ചിരുന്നപ്പോൾ കേരളത്തിൽ മാലിന്യം നിക്ഷേപകേന്ദ്രത്തിൽ തള്ളുന്നതിനുമാത്രം ചെലവ് 1283 രൂപ മുതൽ 2460 രൂപ വരെയായിരുന്നു. അശാസ്ത്രീയമായ മാലിന്യ നിർമ്മാർജ്ജനം ഉപരിതലഭൂഗർഭ ജല മലിനീകരണം, ദുർഗ്ഗന്ധമുൾപ്പെടെയുള്ള അന്തരീക്ഷമലിനീകരണം, ഹരിതവാതക ബഹിർഗ്ഗമനം, ബാക്ടീരിയ, ഫംഗസ്, ഈച്ച, പ്രാണി, എലി തുടങ്ങിയവയുടെ അനിയന്ത്രിത വർദ്ധന തുടങ്ങി നിരവധി പ്രശ്നങ്ങൾക്ക് കാരണമായി. കേരളത്തിലെ 70% കുടുംബങ്ങൾ കുടിവെള്ളത്തിനായി ആശ്രയിച്ചിരുന്ന 90% കിണറുകളും മലിനമാണ് എന്നും ഇത് രോഗാതുരത വർദ്ധിക്കുന്നതിന് കാരണമാകുന്നു എന്നും കണ്ടെത്തുകയുണ്ടായി. ഉയർന്ന ജനസാന്ദ്രത, ഗ്രാമനഗര തുടർച്ച, 6 മാസത്തോളം ദൈർഘ്യമുള്ള മൺസൂൺകാലം, തീരദേശത്തെ ഉയർന്ന ഭൂഗർഭജലവിതാനവും, വെള്ളക്കെട്ടും, വിനോദസഞ്ചാര മേഖലയുടെ പ്രാധാന്യം ഇവയൊക്കെ പരിഗണിക്കുമ്പോൾ കേരളത്തിലെ ഖരമാലിന്യമേഖലയുടെ മെച്ചപ്പെടുത്തൽ വളരെ പ്രാധാന്യമർഹിക്കുന്നതാണ് എന്നും പഠനം വിലയിരുത്തി. ഇതിന്റെ അടിസ്ഥാനത്തിൽ മാലിന്യം വലിച്ചെറിയുന്നത് തടയുന്നതിനും, ഉറവിടത്തിൽത്തന്നെ തരംതിരിച്ച് സംഭരിക്കുന്നതിനും, ദിനംപ്രതി സ്രോതസ്സിൽനിന്ന് ശേഖരിക്കുന്നതിനും, തെരുവുകൾ മാർഗ്ഗനിർദ്ദേശങ്ങൾക്ക് അനുസൃതമായി വൃത്തിയാക്കുന്നതിനും, മൂടിയുള്ള വാഹനത്തിൽ സംസ്കരണശാലയിലേക്ക് കടത്തുന്നതിനും, ജൈവസാങ്കേതികവിദ്യ ഉപയോഗപ്പെടുത്തി കമ്പോസ്റ്റ്, ബയോഗ്യാസ് ഇവ ഉല്പാദിപ്പിക്കുന്നതിനും, ഒരുതരത്തിലും ഉപയോഗ്യമല്ലാത്ത മാലിന്യം എഞ്ചിനീയേർസ് ലാൻഡ് ഫിൽസൈറ്റിൽ നിക്ഷേപിക്കുന്നതിനുമുള്ള പദ്ധതികൾ രൂപീകരിച്ച് നടപ്പിലാക്കുന്നതിനുള്ള സാങ്കേതിക രീതിശാസ്ത്രവും, നിബന്ധനകളും നിർദ്ദേശിക്കുകയു

ണ്ടായി. കൂടാതെ മേഖല ലാൻഡ്ഫിൽ കേന്ദ്രങ്ങൾ വികസിപ്പിക്കുന്ന തുമായി ബന്ധപ്പെട്ട മാർഗ്ഗനിർദ്ദേശങ്ങൾക്ക് അനുസൃതമായി സാദ്ധ്യമായ സ്ഥലങ്ങൾ കണ്ടെത്തുകയും അവ നടപ്പിലാക്കുന്നതിനുള്ള സാങ്കേതിക നിർദ്ദേശം ലഭ്യമാക്കുകയുമുണ്ടായി. അതോടൊപ്പം മാലിന്യ പരി പാലനവുമായി ബന്ധപ്പെട്ട വിവര വിദ്യാഭ്യാസ വിനിമയ പ്രവർത്തനങ്ങൾ, നഗരസഭകളുടെ കാര്യശേഷി വികസനം, മുനിസിപ്പൽ ഫിനാൻസിന്റെ മെച്ചപ്പെടുത്തൽ, ക്ലീൻ കേരള മിഷന്റെ ശേഷിവർദ്ധന തുടങ്ങിയ പ്രവർത്തനങ്ങൾ സംഘടിപ്പിക്കുന്നതുമായി ബന്ധപ്പെട്ട വിശദാംശങ്ങളും ലഭ്യമാക്കുകയുണ്ടായി.

6.7 ശുചിത്വ മിഷൻ

സംസ്ഥാനത്തെ ഗ്രാമീണ മേഖലയിൽ നടപ്പിലാക്കി വന്ന സമ്പൂർണ്ണ ശുചിത്വ ക്യാംപെയിനിന്റെ ഏകോപനനമാണ് 2000 ൽ രൂപീകരിച്ച കേരള സമ്പൂർണ്ണ ശുചിത്വ ആരോഗ്യ ദൗത്യം (KTSHM) പ്രധാനമായും നിർ വ്വഹിച്ചുവന്നത്. ശുചിത്വ ക്യാംപെയിനിന്റെ ഒരു ഘടകമായ ഖരമാലിന്യ പരിപാലനവുമായി ബന്ധപ്പെട്ട് തദ്ദേശഭരണ സ്ഥാപനങ്ങൾക്ക് സാങ്കേ തിക സഹായവും പരിശീലനവും ലഭ്യമാക്കുന്ന പ്രവർത്തനമാണ് 2003 ൽ രൂപീകരിച്ച ക്ലീൻ കേരള മിഷൻ നിർവ്വഹിച്ചുവന്നത്. തദ്ദേശ സ്വയം ഭരണ വകുപ്പിന് കീഴിൽ ഒരേ മേഖലയ്ക്കുവേണ്ടി പ്രവർത്തിക്കുന്നതിന് രണ്ടു മിഷനുകൾ പ്രവൃത്തി ഇരട്ടിക്കലും, ആശയക്കുഴപ്പവുമുണ്ടാക്കും എന്നതിനാൽ ഇവ രണ്ടും സംയോജിപ്പിച്ച് 2008 ജനുവരി 31 ന് ശുചിത്വ മിഷന് രൂപംനല്കുകയുണ്ടായി. 2007 നവംബർ 1 ന് സംസ്ഥാന സർക്കാർ പ്രഖ്യാപിച്ച മാലിന്യ മുക്ത കേരളം പ്രവർത്തന രൂപരേഖ നടപ്പിലാക്കുക എന്നതാണ് മിഷന്റെ മുഖ്യ ലക്ഷ്യമായി തീരുമാനിക്കപ്പെട്ടത്.

6.8 മിഷൻ സംയോജനം

മിഷനുകളുടെ സംയോജനത്തിനായി ക്ലീൻ കേരള മിഷന്റെ ആസ് തികളും ഉത്തരവാദിത്വങ്ങളും കേരള സമ്പൂർണ്ണ ശുചിത്വ ആരോഗ്യ ദൗത്യത്തിന് കൈമാറ്റം ചെയ്യപ്പെടുകയുണ്ടായി. അതോടൊപ്പം കേരള സമ്പൂർണ്ണ ശുചിത്വ ആരോഗ്യ ദൗത്യത്തിന്റെ ഉപനിയമ (Bylaw) ത്തിൽ ഭേദഗതി വരുത്തുകയുണ്ടായി. തദ്ദേശ സ്വയംഭരണ വകുപ്പുമന്ത്രി അദ്ധ്യ ക്ഷനായും, തദ്ദേശ സ്വയംഭരണ വകുപ്പ് സെക്രട്ടറി ഉപാദ്ധ്യക്ഷനായും, ഗ്രാമവികസന കമ്മീഷണർ മെംബർ സെക്രട്ടറിയായുമാണ് സൊസൈറ്റി രൂപീകരിച്ചത്. ഗ്രാമപഞ്ചായത്ത് അസോസിയേഷൻ പ്രസിഡന്റ്, മേയേഴ്സ് കൗൺസിൽ അദ്ധ്യക്ഷൻ, മുനിസിപ്പൽ ചെയർമാൻസ് ചേംബർ അദ്ധ്യക്ഷൻ, ആസൂത്രണബോർഡിലെ വികേന്ദ്രീകൃത ആസു ത്രണ അംഗം, ആരോഗ്യം, പൊതുവിദ്യാഭ്യാസം, ജലവിതരണം, സാമൂഹ്യക്ഷേമം എന്നീ വകുപ്പ് സെക്രട്ടറിമാർ, പഞ്ചായത്ത്, നഗരകാര്യം എന്നീ വകുപ്പുകളുടെ തലവന്മാർ, കുടുംബശ്രീ എക്സിക്യൂട്ടിവ് ഡയറ

ക്ടർ, സർക്കാർ നാമനിർദ്ദേശം ചെയ്യുന്ന 3 സാങ്കേതിക വിദഗ്ദ്ധർ, 3 പ്രമുഖ വനിതകൾ, 3 പൊതുജനാരോഗ്യമേഖലയിൽ പ്രവർത്തിക്കുന്ന സർക്കാരിതര സംഘടനാ പ്രതിനിധികൾ എന്നിവരാണ് സൊസൈറ്റി യുടെ മറ്റംഗങ്ങൾ. സൊസൈറ്റിയുടെ മെംബർ കൺവീനർ ആയി ശുചി ത്വമിഷൻ എക്സിക്യൂട്ടിവ് ഡയറക്ടറെയും നിയോഗിച്ചു. മിഷന്റെ ദൈനം ദിന ഭരണത്തിന് മേൽനോട്ടം നല്കുന്നതിനായി തദ്ദേശ സ്വയംഭരണ വകുപ്പ് പ്രിൻസിപ്പൽ സെക്രട്ടറി അദ്ധ്യക്ഷനായും, കുടുംബശ്രീ, റൂറൽ ഡെവലപ്മെന്റ്, ആരോഗ്യം, ദേശീയ ഗ്രാമീണ ആരോഗ്യ മിഷൻ, കേരള ജല അതോറിറ്റി, പഞ്ചായത്ത്, നഗരകാര്യം, സാമൂഹ്യക്ഷേമം, പൊതു വിദ്യാഭ്യാസം എന്നിവയുടെ മേധാവികളും, ചെയർമാൻ നാമനിർദ്ദേശം ചെയ്ത വനിതയുൾപ്പെടെ രണ്ടുപേരും അംഗങ്ങളായും ശുചിത്വമിഷൻ എക്സിക്യൂട്ടിവ് ഡയറക്ടർ മെംബർ കൺവീനറുമായി ഒരു എക്സിക്യൂ ട്ടിവ് കമ്മിറ്റിയെയും നിയോഗിച്ചു. മിഷന്റെ സാങ്കേതികവും ഭരണപര വുമായ പ്രവർത്തനങ്ങൾ ഏറ്റെടുക്കുന്നതിന് ഒരു സാങ്കേതിക സഹായ വിഭാഗവും രൂപീകരിച്ചു. ഇതിൽ എക്സിക്യൂട്ടിവ് ഡയറക്ടറെക്കൂടാതെ 3 ഡയറക്ടർമാരും, 3 പ്രോഗ്രാം ഓഫീസർമാരും, 2 സീനിയർ കൺസൽ ട്ടന്റുമാരും നിയമിക്കപ്പെട്ടു. ജില്ലാ പഞ്ചായത്ത് പ്രസിഡന്റ് അദ്ധ്യക്ഷ നായും, ജില്ലാ കളക്ടർ എക്സിക്യൂട്ടിവ് ഡയറക്ടർ ആയും പ്രവർത്തിച്ചു വന്ന ജില്ല ശുചിത്വ സമിതി അപ്രകാരം തന്നെ തുടരുകയുമുണ്ടായി. ജില്ല ശുചിത്വസമിതിയുടെ ഭാഗമായി ജില്ലാ കോ-ഓർഡിനേറ്ററും, അനുബന്ധ സാങ്കേതിക ഉദ്യോഗസ്ഥരും പ്രവർത്തിച്ചു. ശുചിത്വമാലിന്യ പരിപാലനവുമായി ബന്ധപ്പെട്ട കർമ്മപദ്ധതിയുടെ ആസൂത്രണം, നിർ വ്വഹണ വിശദാംശങ്ങൾ തയ്യാറാക്കൽ, സാങ്കേതിക രീതി വികസിപ്പി ക്കൽ, പ്രയോഗ ഗവേഷണം, ബഡ്ജറ്റിങ്, ധനസമാഹരണം, ആശയാവി ഷ്കാരം, പരിശീലനം, സാങ്കേതിക ശില്പശാല സംഘടിപ്പിക്കൽ തുട ങ്ങിയ പ്രവർത്തനങ്ങൾക്ക് സാങ്കേതിക സഹായ വിഭാഗം മുൻതൂക്കം നല്കി. കേരള സമ്പൂർണ്ണ ശുചിത്വ ആരോഗ്യ മിഷൻ ഏകോപിപ്പിച്ചിരുന്ന ശുചിത്വ വ്യാപന പ്രവർത്തനങ്ങളും ക്ലീൻ കേരള മിഷൻ നടപ്പിലാക്കി വന്നിരുന്ന ഖരമാലിന്യ പ്രവർത്തനങ്ങളുടെയും തുടർപ്രവർത്തനങ്ങൾ ശുചിത്വ മിഷൻ ഉറപ്പുവരുത്തി.

6.9 പതിനൊന്നാം പഞ്ചവത്സര പദ്ധതിയും ശുചിത്വ രൂപരേഖയും

2006 ൽ പുതിയ സംസ്ഥാന സർക്കാർ അധികാരമേറ്റപ്പോൾ ജന കീയാസൂത്രണ പ്രവർത്തനങ്ങൾക്ക് പുത്തനുണർവ്വ് നല്കുന്നതിന് തീരുമാനിക്കുകയുണ്ടായി. ചില പ്രത്യേക പ്രശ്നങ്ങൾക്ക് ശ്രദ്ധ കേന്ദ്രീ കരിക്കത്തക്കവണ്ണം 11-ാം പഞ്ചവത്സര പദ്ധതി പുനഃസംഘടിപ്പി ക്കുകയുണ്ടായി. അതിന്റെ അടിസ്ഥാനത്തിൽ നീർത്തട പരിപാലനം, ശുചിത്വം എന്നീ മേഖലകൾക്ക് മുന്തിയ പരിഗണന നല്കുകയുണ്ടായി.

ശുചിത്വം എന്നത് ഗ്രാമപഞ്ചായത്തുകളുടെയും നഗരസഭകളുടെയും അനിവാര്യ ചുമതലയായതിനാൽ സമഗ്രമായ ഒരു രൂപരേഖ തയ്യാറാക്കിക്കൊണ്ടു പ്രവർത്തനങ്ങൾ ആരംഭിക്കണമെന്നും തീരുമാനിക്കുകയുണ്ടായി. ഖരദ്രവ മാലിന്യ പരിപാലനം, ഗാർഹിക കക്കൂസുകൾ, പരിസരശുചിത്വം, കിണർ ശുചീകരണം, ആധുനിക അറവുശാലകൾ, ശ്മശാനങ്ങൾ, പൊതുവിടങ്ങളിലെ ശുചീകരണം തുടങ്ങിയ ഘടകങ്ങൾ ഉൾപ്പെടുത്തിയാകണം രൂപരേഖ തയ്യാറാക്കേണ്ടത് എന്നും തീരുമാനിക്കുകയുണ്ടായി. തുടർന്ന് 2006 ഒക്ടോബർ 2 ന് എല്ലാ ഗ്രാമപഞ്ചായത്തുകളും നഗരസഭകളും സമ്പൂർണ്ണ ശുചിത്വ രൂപരേഖ തയ്യാറാക്കൽ ആരംഭിച്ചു. ഗ്രാമസഭയിലുൾപ്പെടെ ചർച്ചചെയ്തു തയ്യാറാക്കിയ രൂപരേഖയെ അടിസ്ഥാനപ്പെടുത്തി തദ്ദേശഭരണ സ്ഥാപനങ്ങൾ തയ്യാറാക്കുന്ന പദ്ധതികൾക്ക് ജില്ലാ ആസൂത്രണ സമിതി പ്രത്യേക പ്രോത്സാഹനം നല്കണമെന്നും നിർദ്ദേശിക്കുകയുണ്ടായി. തദ്ദേശ സ്ഥാപനങ്ങൾ ആവേശത്തോടെ ഏറ്റെടുത്ത ഈ ക്യാംപെയിനിൽ ഉരുത്തിരിഞ്ഞ ആശയങ്ങൾ കൂട്ടിയോജിപ്പിച്ചപ്പോൾ അത് സംസ്ഥാനത്തിന്റെ ഒരു പൊതുതാല്പര്യ രേഖയായി മാറി. ഈ രേഖയിൽനിന്നാണ് മാലിന്യമുക്ത കേരളം പ്രവർത്തന രൂപരേഖ തയ്യാറായത്. ഈ പ്രവർത്തന രൂപരേഖ നടപ്പിലാക്കുക എന്നതായിരുന്ന ശുചിത്വ മിഷന്റെ ദൗത്യം.

7

മാലിന്യ മുക്തകേരളം

മനുഷ്യന്റെ അന്തസ്സ് നിലനിർത്തുന്നതിനുള്ള പോരാട്ടത്തിന്റെ ഫലമായി ഒട്ടും മാനുഷികമല്ലാത്ത തോട്ടിപ്പണി പൂർണ്ണമായും നിർമ്മാർജ്ജനം ചെയ്യപ്പെട്ട ആദ്യ സംസ്ഥാനമാണ് കേരളം. ഗാർഹിക കക്കൂസുകളുടെ കാര്യത്തിൽ അൻപതുകളുടെ അവസാനം മുതൽ കേരളം മറ്റ് സംസ്ഥാനങ്ങളേക്കാൾ മുമ്പിലാണ്. കേരളത്തിലെ നഗരഗ്രാമ പ്രദേശങ്ങളിലെ കക്കൂസ് വ്യാപനവും ഏറക്കുറെ തുല്യമാണ്. കേന്ദ്രസർക്കാർ ദേശീയതലത്തിൽ ഏർപ്പെടുത്തിയ നിർമ്മൽ ഗ്രാമ പുരസ്കാരം നേടുന്നതിലും കേരളത്തിലെ ത്രിതല പഞ്ചായത്തുകൾ മുന്നിലായി. സ്കൂളുകളിലും അംഗനവാടികളിലും കക്കൂസ് സൗകര്യങ്ങൾ ലഭ്യമാക്കുന്നതിൽ കേരളം പ്രത്യേക ശ്രദ്ധ നല്കുകയുണ്ടായി. ജലജന്യ രോഗങ്ങൾ കുറയ്ക്കുന്നതിലും കൊതുകുകൾ പരത്തുന്ന മന്തും, മലേറിയയും പോലുള്ള രോഗങ്ങൾ നിയന്ത്രിക്കുന്നതിലും കേരളത്തിന്റെ നേട്ടങ്ങൾ അംഗീകരിക്കപ്പെട്ടിട്ടുണ്ട്. ഖരദ്രവ മാലിന്യ നിർമ്മാർജ്ജന പ്രവർത്തനങ്ങളിൽ തദ്ദേശ സർക്കാരുകളുടെ ശേഷി ഉപയോഗപ്പെടുത്താനുള്ള പരിശ്രമങ്ങൾ ജനകീയാസൂത്രണ പ്രവർത്തനങ്ങളുടെ ഭാഗമായി ആരംഭിക്കുകയുണ്ടായി. സാങ്കേതികവും, സംഘടനാപരവുമായ തടസ്സങ്ങൾ ഏറെയുണ്ടെങ്കിലും ഖരമാലിന്യ പരിപാലനത്തിന്റെ പ്രാധാന്യം തദ്ദേശ സർക്കാരുകൾ തിരിച്ചറിയുകയും അതിനാവശ്യമായ പ്രവർത്തനങ്ങൾക്ക് തുടക്കംകുറിക്കുകയുണ്ടായി. കേരളത്തിന്റെ ഉയർന്ന മനുഷ്യശേഷി വികസനം ഈ നേട്ടങ്ങളുടെ ഫലമാണ്. സാക്ഷരതാ ക്യാംപെയിൻ പോലെ ഒത്തൊരുമിച്ചുള്ള പ്രവർത്തനങ്ങൾ, ജനകീയ പ്രതിബദ്ധതയുള്ള സർക്കാരുകൾ, പുരോഗമനപരമായ രാഷ്ട്രീയനിയമനിർമ്മാണ ഇച്ഛാശക്തി, സന്നദ്ധത പുലർത്തുന്ന മാധ്യമങ്ങൾ, സാമൂഹ്യപ്രതിബദ്ധതയുള്ള കോടതികൾ, സ്ത്രീശാക്തീകരണം, ജനപങ്കാളിത്ത ആസൂത്രണം,

അധികാര വികേന്ദ്രീകരണം, പ്രാദേശിക വികസനം, ശാസ്ത്രസാങ്കേതിക ബോധനം, 1996 മുതൽ സജീവമായ തദ്ദേശ സർക്കാരുകൾ അവയിലെ ജനപ്രതിനിധികളുടെ സംഘടനകൾ തുടങ്ങി നിരവധി ഘടകങ്ങൾ കേരളത്തിന്റെ നേട്ടങ്ങൾക്ക് കാരണമായിട്ടുണ്ട്.

കേരളത്തിലെ സമ്പന്നമായ പ്രകൃതി വിഭവ വൈവിദ്ധ്യമാണ് മറ്റ് വികസിത രാജ്യങ്ങളുമായി താരതമ്യം ചെയ്യാവുന്ന വിധത്തിലുള്ള ഭൗതിക ജീവിത നിലവാരം നേടുവാൻ കേരളത്തെ സഹായിച്ചത്. എന്നാൽ പരിസര ശുചിത്വത്തിന്റെ കാര്യത്തിലുള്ള അശ്രദ്ധമൂലം കേരളത്തിന്റെ സമ്പന്നമായ പ്രകൃതിവിഭവങ്ങൾ അനുദിനം ശോഷിച്ചു വന്നു. ഇതുമൂലമുണ്ടാകുന്ന പരിസ്ഥിതി പ്രശ്നങ്ങളും, ആരോഗ്യപ്രശ്നങ്ങളും കേരളത്തിന്റെ സുസ്ഥിര വികസന സാദ്ധ്യതകളെ ദോഷകരമായി ബാധിച്ചു തുടങ്ങി. ആയതിനാൽ കേരളത്തിന്റെ നേട്ടങ്ങൾ നിലനിർത്തുന്നതിന് ശുചിത്വമേഖലയിൽ സംയോജിതമായ പ്രവർത്തനം അനിവാര്യമായി തീർന്നു.

7.1 ശുചിത്വ സ്ഥിതി വിലയിരുത്തൽ

ശുചിത്വ മേഖലയിലെ പ്രവർത്തനങ്ങൾ കൂടുതൽ കാര്യക്ഷമമായി ഏറ്റെടുക്കുന്നതിന് ഒരു ഇടക്കാല വിലയിരുത്തൽ ആവശ്യമായിരുന്നു. 2005 ലെ ദേശീയ കുടുംബാരോഗ്യ സർവേ (NFHS) പ്രകാരം കേരളത്തിലെ 94.9% ഗ്രാമീണ വീടുകൾക്കും 98.3% നാഗരിക വീടുകൾക്കും കക്കൂസുകൾ ലഭ്യമാക്കാനായി എന്നത് ത്രിതല പഞ്ചായത്തുകളുടെയും

മാലിന്യമുക്തകേരളം– പരിശീലന ഉത്ഘാടനം

ബന്ധപ്പെട്ട സർക്കാർ വകുപ്പുകളുടെയും സുസംഘടിതമായ പ്രവർത്തനങ്ങളാണ് സൂചിപ്പിച്ചത്. സർക്കാർ സ്കൂളുകളിലെ ശുചിത്വ നിലവാരം പരിശോധിച്ചപ്പോൾ 73.9% സ്കൂളുകൾക്കും കക്കൂസുകൾ ലഭ്യമാണ് എന്നു കാണുകയുണ്ടായി. ആയതിനാൽ കേരളത്തെ വെളിയിട വിസർജ്ജനമുക്ത സംസ്ഥാനമാക്കി മാറ്റുന്നതിന് 3,14,000 ഗാർഹിക കക്കൂസുകളും, 2220 സ്കൂൾ കക്കൂസുകളും, 5000 അംഗൻവാടി കക്കൂസുകളും നിർമ്മിക്കുകയും എല്ലാ കക്കൂസുകളും ഉപയോഗിക്കുന്നു എന്നുറപ്പാക്കുകയും ചെയ്താൽ മതിയാകും എന്നു കാണുകയുണ്ടായി.

ഗാർഹിക പ്രവർത്തനങ്ങളുടെയും വ്യാപാര പ്രവർത്തനങ്ങളുടെയും ഫലമായുണ്ടാകുന്ന ജൈവമാലിന്യങ്ങളുടെയും, ജൈവേതര മാലിന്യങ്ങളുടെയും ഒരു മിശ്രിതമാണ് മുനിസിപ്പൽ ഖരമാലിന്യം. ഖരമാലിന്യ മേഖലയുടെ അവസ്ഥ സംബന്ധിച്ച് ലോകബാങ്ക് സഹായത്തോടെ 2006 ൽ നടത്തിയ പഠനപ്രകാരം കേരളത്തിലെ ഖരമാലിന്യ ഉല്പാദനം 9301 ടൺ എന്നു കണക്കാക്കിയിട്ടുണ്ട്. ഇതിൽ 49% വീടുകളിലും, 17% ഹോസ്റ്റലുകൾ, വിവാഹമണ്ഡപങ്ങൾ, സ്ഥാപനങ്ങൾ എന്നിവിടങ്ങളിലും, 16% കടകൾ, ചന്തകൾ എന്നിവിടങ്ങളിലും, 9% തെരുവോരങ്ങളിലും, 6% നിർമ്മാണമേഖലയിലും, 3% ആശുപത്രികൾ, കശാപ്പുശാലകൾ എന്നിവിടങ്ങളിൽ നിന്നുമാണെന്ന് കണക്കാക്കുകയുണ്ടായി. ഉല്പാദിപ്പിക്കപ്പെടുന്ന മാലിന്യത്തിന്റെ 71.83% ജൈവവും, 3.55% പേപ്പർ, 5.9% പ്ലാസ്റ്റിക്, റബ്ബർ, ഗ്ലാസ്, ലോഹം തുടങ്ങിയവയും, 4.911.5% നിർമ്മാണ അവശിഷ്ടം, അപകടമാലിന്യം തുടങ്ങിയവയുമാണ്. 2006 ലെ സ്ഥിതി പരിശോധിക്കുമ്പോൾ ആകെയുള്ള 5 കോർപ്പറേഷനുകൾക്കും ഖരമാലിന്യ സംസ്കരണത്തിന് ആവശ്യമായ സ്ഥലം ലഭ്യമാണ് എങ്കിലും ശേഖരണം, പരിവഹണം, സംസ്കരണം തുടങ്ങിയ സൗകര്യങ്ങൾ ഏർപ്പെടുത്തിയിട്ടുള്ളത് തിരുവനന്തപുരം, കോഴിക്കോട്, തൃശ്ശൂർ നഗരങ്ങളിൽ മാത്രമാണ്. ആകെയുള്ള 53 മുനിസിപ്പാലിറ്റികളിൽ 17 മുനിസിപ്പാലിറ്റികൾക്ക് സ്ഥലവും സംസ്കരണ സൗകര്യങ്ങളുമുണ്ട്. 33 മുനിസിപ്പാലിറ്റികളിൽക്കൂടി സ്ഥലസൗകര്യം ലഭ്യമാണെങ്കിലും സംസ്കരണ സംവിധാനങ്ങൾ ഇല്ല. 3 മുനിസിപ്പാലിറ്റികൾക്ക് സ്ഥലമോ സൗകര്യങ്ങളോ ഇല്ല. 999 ഗ്രാമ പഞ്ചായത്തുകളിൽ 126 പഞ്ചായത്തുകൾക്ക് സംസ്കരണ സംവിധാനം ഒരുക്കുന്നതിനുള്ള സ്ഥലം ലഭ്യമാണ്. എന്നാൽ പൂർണ്ണമായും പ്രവർത്തനക്ഷമമായ സംസ്കരണ സൗകര്യങ്ങൾ 7 ഗ്രാമ പഞ്ചായത്തുകളിൽ മാത്രമാണുള്ളത്. ബയോഗ്യാസ് പ്ലാന്റുകളും കംപോസ്റ്റിങ് യൂണിറ്റുകളുമായി ഭാഗിക സംസ്കരണ സംവിധാനങ്ങൾ 105 പഞ്ചായത്തുകളിൽ നിലവിലുണ്ട്. പ്ലാസ്റ്റിക്കും, മറ്റ് പുനചംക്രമണ സാദ്ധ്യതയുള്ള വസ്തുക്കളും ശേഖരിച്ച് കൈകാര്യം ചെയ്യുന്നതിനുള്ള വിഭവ വീണ്ടെടുക്കൽ യൂണിറ്റുകൾ 35 ഗ്രാമ പഞ്ചായത്തുകൾ ആരംഭിച്ചു.

വീടുകളിലും സ്ഥാപനങ്ങളിലും, പൊതു ഇടങ്ങളിലും ഉണ്ടാകുന്ന

മലിനജലം അഥവാ ദ്രവമാലിന്യം മൂലമുണ്ടാകുന്ന നിരവധിയായ പരിസ്ഥിതി പ്രശ്നങ്ങൾ കേരളത്തിൽ വർദ്ധിച്ചിട്ടുണ്ട്. കക്കൂസിൽനിന്നുള്ള മനുഷ്യമലം കലർന്ന രോഗാണുക്കൾ ഉള്ള 'കരിജലം (Black water),' അടുക്കളയിൽനിന്നും കുളിമുറിയിൽനിന്നും മറ്റും ഒഴുകുന്ന മനുഷ്യമലം കലരാത്ത 'ചാരജലം (Grey water)' എന്നീ രണ്ടുതരം മലിനജലവും ശരിയായ രീതിയിൽ സംസ്കരണത്തിന് വിധേയമാക്കിയില്ല എങ്കിൽ അവ പകർച്ചവ്യാധികൾ പെരുകുന്നതിനും, കുടിവെള്ളം മലിനീകരിക്കുന്നതിനും മറ്റും കാരണമാകും. രോഗാണുക്കൾ വലിയതോതിൽ അടങ്ങിയ കരിജലമാണ് ഏറ്റവും അപകടമുണ്ടാക്കുക. ആയതിനാൽ ഇവ സംസ്കരിക്കുന്നതിനുള്ള സംവിധാനങ്ങൾ, പ്രത്യേകിച്ചു ജനസാന്ദ്രതയേറിയ നഗരപ്രദേശങ്ങളിൽ, അനിവാര്യമാണ്. എന്നാൽ കേരളത്തിന്റെ നഗരപ്രദേശങ്ങളിൽ പോലും ദ്രവമാലിന്യ സംസ്കരണ സംവിധാനം വളരെ കുറവാണ്. തിരുവനന്തപുരം കോർപ്പറേഷനിൽ ഉല്പാദിപ്പിക്കപ്പെടുന്ന മലിനജലത്തിന്റെ 30% വും, കൊച്ചി കോർപ്പറേഷനിൽ ഉല്പാദിപ്പിക്കപ്പെടുന്ന മലിനജലത്തിന്റെ 5% വും മാത്രമാണു ശാസ്ത്രീയമായി സംസ്കരിക്കപ്പെട്ടിരുന്നത്. മറ്റ് മുനിസിപ്പൽ പ്രദേശങ്ങളിലും, പഞ്ചായത്തുകളിലും സെപ്റ്റിക് ടാങ്കുകളിലോ, കക്കൂസ് കുഴികളിലോ ശേഖരിക്കുന്ന ദ്രവമാലിന്യം അവ നിറയുമ്പോൾ ടാങ്കറുകളിൽ ശേഖരിച്ച് തുറസ്സായ ഓടകളിലോ, ജലാശയങ്ങളിലോ, പാടങ്ങളിലോ അപകടകരമായി ഒഴുക്കിവിടുകയാണ് പതിവ്. ഇതുമൂലമുണ്ടായ വെള്ളക്കെട്ടുകളാണ് 2006 ൽ പൊട്ടിപ്പുറപ്പെട്ട ചിക്കുൻ ഗുനിയയ്ക്ക് കാരണമായ കൊതുകുകളുടെ ഉല്പാദനകേന്ദ്രമായത്. ചന്തകൾ, അറവുശാലകൾ, വളർത്തുമൃഗങ്ങളുടെ ഫാമുകൾ, മാലിന്യ നിക്ഷേപ സ്ഥലങ്ങൾ ഇവയുടെ പരിസരത്ത് മലിനജലം വളരെ അപകടകരമായ അവസ്ഥയിൽ കെട്ടിനില്ക്കുന്ന സ്ഥിതിയും രൂക്ഷമായി.

7.2 ശുചിത്വ മേഖലയിലെ വെല്ലുവിളികൾ

ഉയർന്ന കക്കൂസ് വ്യാപനം നേടിയശേഷം ഇനിയും അവശേഷിക്കുന്നവർ ഭൂരഹിതരോ, ഭൂപരിമിതിയോ ഉള്ളവരാണ്. തീരപ്രദേശത്തും താഴ്ന്ന പ്രദേശങ്ങളിലുമുള്ള ഉയർന്ന ജലനിരപ്പും വെള്ളക്കെട്ടും സാങ്കേതിക പ്രശ്നം സൃഷ്ടിക്കുന്നുണ്ട്. വനപ്രദേശങ്ങളിലും വനാതിർത്തികളിലും താമസിക്കുന്ന ആദിവാസികളിൽ നല്ലൊരു വിഭാഗം ഇനിയും കക്കൂസ് ഉപയോഗവുമായി പൊരുത്തപ്പെടുവാനുണ്ട്. ആദ്യകാലത്തു നിർമ്മിക്കപ്പെട്ട പല കക്കൂസുകളും സാങ്കേതികമായി മെച്ചപ്പെടുത്തേണ്ടതുണ്ട്. പുരയിട വാസരീതി (Homestead habitation) അനുവർത്തിക്കുന്ന കേരളത്തിൽ കക്കൂസ് കുഴികളുടെയും കുടിവെള്ള സ്രോതസ്സുകളുടെയും സാമീപ്യം ദോഷകരമായ ഫലങ്ങൾ ഉണ്ടാക്കിയേക്കാം. ശിശു സൗഹൃദ, സ്ത്രീ സൗഹൃദ, വികലാംഗ സൗഹൃദ കക്കൂസുകൾ എന്ന ആശയം പ്രായോഗികമാക്കേണ്ടതുണ്ട്. വിനോദസഞ്ചാരികൾ,

കുടിയേറ്റ തൊഴിലാളികൾ തുടങ്ങി വന്നുപോകുന്ന ജനവിഭാഗങ്ങളെ പരിഗണിച്ചുകൊണ്ടു വൃത്തിയും വെടിപ്പുമുള്ള പൊതു കക്കൂസുകൾ കൂടുതൽ വ്യാപിപ്പിക്കേണ്ടതുമുണ്ട്.

കേരളത്തിലെ പ്രത്യേക ഉപഭോഗ രീതികൾ കാരണം ഇവിടത്തെ ആളോഹരി മാലിന്യ ഉല്പാദനം മറ്റ് സംസ്ഥാനങ്ങളെ അപേക്ഷിച്ച് കൂടുതലാണ്. അപൂർവ്വം ചില നഗരസഭകളും, ഗ്രാമ പഞ്ചായത്തുകളും ഒഴിച്ച് സ്രോതസ്സിൽത്തന്നെ മാലിന്യങ്ങൾ തരംതിരിക്കുന്ന രീതി ഇല്ല എന്നു തന്നെ പറയാം. ആദ്യകാലങ്ങളിൽ വളരെ വ്യാപകമായിരുന്ന ഗാർഹിക കമ്പോസ്റ്റ് നിർമ്മാണ ശീലങ്ങൾ ഇന്ന് ഏറക്കുറെ ഇല്ലാതായിരിക്കുന്നു. ഇത് പുനരാരംഭിക്കേണ്ടത് ആവശ്യമായിരിക്കുന്നു. പ്ലാസ്റ്റിക് മാലിന്യം അനുദിനം വർദ്ധിക്കുന്ന സ്ഥിതിയുമുണ്ട്. നഗരസഭകളിൽ മാത്രമാണു സ്രോതസ്സിൽനിന്ന് അല്പമെങ്കിലും പ്രാഥമിക ശേഖരണം ഉള്ളത്. ബാക്കിയുള്ള മാലിന്യം ശേഖരിക്കപ്പെടാതെ പൊതുസ്ഥലങ്ങളിൽ കുന്നു കൂടുന്നു. പരിവഹണ സൗകര്യങ്ങൾ ആവശ്യത്തിന് ലഭ്യമല്ല. ഉപയോഗിക്കപ്പെടുന്ന വാഹനത്തിന്റെ 70% കാലാവധി കഴിഞ്ഞവയാണ്. മിക്ക വാഹനങ്ങളും തുറന്നവയായതിനാൽ മാലിന്യം വഴിയിൽ വീഴുന്നതിനും വാഹനം പോകുന്നയിടങ്ങളിലെല്ലാം ദുർഗ്ഗന്ധം ഉണ്ടാകുന്നതിനും കാരണമാകുന്നു. തെരുവ് വൃത്തിയാക്കുന്നതുമായി ബന്ധപ്പെട്ട മാനദണ്ഡങ്ങളോ തൊഴിലാളികളുടെ പ്രവർത്തനക്രമങ്ങളോ ചിട്ടപ്പെടുത്തിയിട്ടില്ല. താല്ക്കാലിക സംഭരണികൾ അനുദിനം വൃത്തിയാക്കാറില്ല. 176 തദ്ദേശ സ്വയംഭരണ സ്ഥാപനങ്ങൾ ഒഴിച്ച് ബാക്കിയുള്ളവയ്ക്കൊന്നും നിർമ്മാർജ്ജനയിടങ്ങൾ ഇല്ല. തിരസ്കൃത മാലിന്യങ്ങൾ നിക്ഷേപിക്കുന്നതിന് ഒരൊറ്റ സാനിട്ടറി ലാൻഡ്ഫിൽ പോലും സ്ഥാപിക്കപ്പെട്ടിട്ടില്ല. മാലിന്യ സംസ്കരണ സംവിധാനം എന്റെ പിന്നാമ്പുറത്ത് വേണ്ട (Not In My Back Yard-NIMBY) എന്ന ചിന്താഗതി വർദ്ധിക്കുന്നതും മാലിന്യം കുറയ്ക്കുന്നതിന്റെ ആവശ്യകതയെപ്പറ്റിയുള്ള അവബോധക്കുറവും മാലിന്യസംസ്കരണ സംവിധാനങ്ങൾ സ്ഥാപിക്കുന്നതിലും പ്രവർത്തിപ്പിക്കുന്നതിലും പ്രശ്നങ്ങൾ സൃഷ്ടിക്കുന്നു. ഈ സാഹചര്യത്തിൽ സംസ്ഥാനത്തെ ഖരമാലിന്യ പരിപാലനം വെല്ലുവിളിയായി ഏറ്റെടുക്കേണ്ടതാണ്.

പരമ്പരാഗതമായ ജലനിർഗ്ഗമന മാർഗ്ഗങ്ങൾ അടയുന്നതും വിവേചനരഹിതമായ നിർമ്മാണപ്രവർത്തനങ്ങളും വെള്ളക്കെട്ടുണ്ടാകുന്നതിനും കൊതുകുകൾ പെരുകുന്നതിനും കാരണമാകുന്നു. ചന്തകൾ, ഹോട്ടലുകൾ, ഹോസ്റ്റലുകൾ, കല്യാണ മണ്ഡപങ്ങൾ, ആശുപത്രികൾ തുടങ്ങി മലിനജലം കൂടുതലായി ഉല്പാദിപ്പിക്കുന്ന കേന്ദ്രങ്ങളിൽപോലും മലിനജല പരിപാലന സൗകര്യങ്ങൾ പൊതുവേ അപര്യാപ്തമാണ്. ദ്രവമാലിന്യ പരിപാലനത്തിന് പ്രാദേശിക മാർഗ്ഗങ്ങൾ പരിമിതമാണ് എന്നതിനാൽ അനുയോജ്യ സാങ്കേതിക രീതികളുടെ പ്രയോഗം അനിവാര്യമാണ്. എന്നാൽ തദ്ദേശ സർക്കാരുകൾക്ക് ദ്രവമാലിന്യ മേഖലയിൽ വൈ

ദഗ്ദ്ധ്യമുള്ള ഏജൻസികളുടെയോ, വിദഗ്ദ്ധരുടെയോ സേവനം ലഭിക്കുന്നതിലും നിലവിൽ പരിമിതികൾ ഉണ്ട്.

7.3 പ്രാഥമിക ക്യാംപെയിനുകൾ

വിവിധ ശുചിത്വ ഘടകങ്ങളുടെ അവസ്ഥയും ശുചിത്വ മേഖലയിലെ വെല്ലുവിളികളും കണക്കിലെടുത്ത് 2006 ലെ ഗാന്ധിജയന്തി ദിനത്തിലാണ് മാലിന്യമുക്ത കേരളം കാമ്പയിൻ ആരംഭിച്ചത്. പൊതുസ്ഥലങ്ങൾ, ചന്തകൾ ഉൾപ്പെടെയുള്ള വാണിജ്യവ്യാപാര കേന്ദ്രങ്ങൾ, ആശുപത്രികൾ, വിദ്യാഭ്യാസ സ്ഥാപനങ്ങൾ, ഓഫീസുകൾ, ഹോസ്റ്റലുകൾ, കല്യാണമണ്ഡപങ്ങൾ, ഹോട്ടലുകൾ തുടങ്ങി എല്ലായിടവും അതതു തദ്ദേശ സർക്കാരുകൾ, സ്ഥാപനമേധാവികൾ, ജീവനക്കാർ എന്നിവരുടെ നേതൃത്വത്തിൽ ശുചീകരിച്ചുകൊണ്ടാണ് ക്യാംപെയിൻ ആരംഭിച്ചത്. പൊതുയിടങ്ങളിലും, ജലാശയങ്ങളിലും, കെട്ടിട പരിസരങ്ങളിലും അടിഞ്ഞുകൂടിയിട്ടുള്ള പ്ലാസ്റ്റിക് ശേഖരിച്ച് കൈമാറ്റം ചെയ്യുന്നതിനും, വെള്ളക്കെട്ട് ഇല്ലാതാക്കുന്നതിനും, പൊതുശുചീകരണം നടത്തുന്നതിനും ജനപ്രതിനിധികളുടെ നേതൃത്വത്തിൽ വിദ്യാർത്ഥികൾ, സാമൂഹ്യപ്രവർത്തകർ, സ്വയം സഹായ സംഘങ്ങൾ എന്നിങ്ങനെ സമൂഹത്തിലെ എല്ലാ വിഭാഗം ജനങ്ങളുടെയും പങ്കാളിത്തത്തോടെയാണ് ശുചീകരണ യജ്ഞം നടത്തിയത്. തുടർന്നു വിവിധ സ്രോതസ്സുകളിൽ നിന്നുള്ള മാലിന്യ ഉല്പാദനത്തെക്കുറിച്ചുള്ള വിവരശേഖരണം 999 പഞ്ചായത്തുകളിലും നടത്തുകയും 996 പഞ്ചായത്തുകളിൽ ഇത് ക്രോഡീകരിക്കുകയും ചെയ്തു. ക്രോഡീകരിച്ച വിവരങ്ങൾ 150–250 പേർ പങ്കെടുത്ത നയസമീപന യോഗങ്ങൾ സംഘടിപ്പിച്ച് അതിൽ ചർച്ച ചെയ്യുകയും, പൊതുചട്ടക്കൂടിന്റെ അടിസ്ഥാനത്തിൽ ശുചിത്വ സമീപന രേഖ തയ്യാറാക്കി അച്ചടിച്ചു വിതരണം ചെയ്യുകയും ചെയ്തു. ഈ സമീപന രേഖ 16 ലക്ഷത്തോളം പേർ ഭാഗഭാക്കായ പ്രത്യേക ഗ്രാമസഭകളിൽ ചർച്ച ചെയ്തു മെച്ചപ്പെടുത്തി. സമീപനരേഖ പ്രവൃത്തിപഥത്തിൽ എത്തിക്കുന്നതിന് തദ്ദേശ സർക്കാരുകളെ സഹായിക്കുന്നതിന് 14 ജില്ലകളിലും സാങ്കേതിക സഹായ ഗ്രൂപ്പ് ആരംഭിച്ചു. ഓരോ ജില്ലയിലും 20–35 പേർ വീതം 420 വിദഗ്ദ്ധർ ഈ ഗ്രൂപ്പിൽ അംഗങ്ങളായി. ശുചിത്വം, പൊതുജനാരോഗ്യം, പരിസ്ഥിതി എന്നീ മേഖലകളിൽ അഗ്രഗണ്യരായിരുന്ന വിദഗ്ദ്ധരാണ് സാങ്കേതിക സഹായ ഗ്രൂപ്പിന് നേതൃത്വം നല്കിയത്. ഖരമാലിന്യ പദ്ധതികൾ ഏറ്റെടുക്കുന്നതിന് സാങ്കേതിക ഗ്രൂപ്പിന്റെ സഹായം തദ്ദേശ സർക്കാരുകൾക്ക് ധൈര്യം പകർന്നു. ഓരോ വാർഡിൽനിന്നും ഒരു പുരുഷനും ഒരു സ്ത്രീയും ഉൾപ്പെട്ട ഹെൽത്ത് പ്രൊമോഷൻ ടീം എല്ലാ പഞ്ചായത്തുകളിലും രൂപീകരിക്കപ്പെട്ടു. അതോടൊപ്പം വാർഡ് തലത്തിലും പഞ്ചായത്ത് തലത്തിലും ജനകീയസമിതികളും മിക്ക പഞ്ചായത്തുകളിലും രൂപീകരിച്ചു.

ശുചിത്വ സമീപന രേഖ നടപ്പിലാക്കുന്നതുമായി ബന്ധപ്പെട്ട് ജില്ലാ

തല വിദഗ്ദ്ധർക്ക് 2006 ഫെബ്രുവരിയിലും 2007 ജൂലൈയിലുമായി രണ്ടു തവണ ദ്വിദിന പരിശീലനം നല്കി. സംസ്ഥാനതലത്തിൽ 200 വിദഗ്ദ്ധർക്കു 2006 സെപ്തംബറിൽ ത്രിദിന പരിശീലനവും നല്കി. തദ്ദേശ സ്വയംഭരണ സ്ഥാപനങ്ങളുടെ സാങ്കേതിക അറിവ് വർദ്ധിപ്പിക്കാനുതകുന്ന തരത്തിലുള്ള സാങ്കേതിക സഹായിയും ശുചിത്വ കർമ്മപദ്ധതി തയ്യാറാക്കുന്നതിന് സഹായകരമായ കൈപ്പുസ്തകവും തയ്യാറാക്കി അതുപയോഗപ്പെടുത്തിയാണ് പരിശീലനം സംഘടിപ്പിച്ചത്. 30,000 ഹെൽത്ത് പ്രൊമോഷൻ ടീം അംഗങ്ങൾക്ക് രണ്ടു ദിവസത്തെ ബ്ലോക്ക്തല പരിശീലനവും നല്കി. നിരവധി തുടർപരിശീലനങ്ങളും സംഘടിപ്പിക്കപ്പെട്ടു. കഴിഞ്ഞകാലങ്ങളിൽ നിരവധി നഗരങ്ങളിലും, ഗ്രാമങ്ങളിലും ഒട്ടനവധി ശുചിത്വ മാതൃകകൾ, പ്രത്യേകിച്ചു ഖരമാലിന്യ പരിപാലനവുമായി ബന്ധപ്പെട്ട്, പ്രവർത്തനക്ഷമമായിട്ടുണ്ട്. ഈ മാതൃകകൾ മറ്റ് തദ്ദേശഭരണ സ്ഥാപനങ്ങൾക്ക് പരിചയപ്പെടുത്തുന്നതിനും ശ്രദ്ധിച്ചു. ഇപ്രകാരം മാലിന്യമുക്ത കേരളം ക്യാംപെയിനിന്റെ മുന്നൊരുക്കങ്ങൾ കാര്യശേഷിവികസനത്തിന് മുൻതൂക്കം നല്കിയാണ് സംഘടിപ്പിക്കപ്പെട്ടത്.

7.4 കർമ്മപരിപാടി

മാലിന്യമുക്ത കേരളം ക്യാംപെയിനിലൂടെ വൃത്തിയുള്ള കേരളം എന്ന ലക്ഷ്യം സാക്ഷാൽക്കരിക്കുന്നതിനുള്ള ദൗത്യ കർമ്മപരിപാടിക്ക് രൂപം നല്കുകയും അത് നടപ്പിലാക്കുന്നതിന് അനുയോജ്യമായ സാഹചര്യം സൃഷ്ടിക്കുകയും ചെയ്തു. ദൗത്യ കർമ്മപരിപാടി 2007 ലെ കേരളപ്പിറവി ദിനത്തിൽ ബഹു. രാഷ്ട്രപതി കേരളത്തിന് സമർപ്പിച്ചു. കർമ്മപരിപാടി നടപ്പിലാക്കുന്നതിനുള്ള പ്രവർത്തന തന്ത്രങ്ങൾ, സ്വീകരിക്കേണ്ട തത്ത്വങ്ങൾ എന്നിവ ഇതിൽ വിശദമായി പ്രതിപാദിക്കുകയുണ്ടായി. കക്കൂസ് വ്യാപനം, ഖരമാലിന്യ പരിപാലനം, ദ്രവമാലിന്യ നിർമ്മാർജ്ജനം എന്നീ ശുചിത്വ ഘടകങ്ങൾക്കുള്ള പ്രവർത്തന തന്ത്രങ്ങളാണ് വിശദീകരിച്ചത്. ഇവ പ്രായോഗികമായി നടപ്പിലാക്കാൻ ആവശ്യമായ താത്ത്വിക സമീപനങ്ങൾ, പ്രത്യേകിച്ചു സംഘടനാ പരിഷ്കാരങ്ങൾ, പങ്കാളിത്ത ആസൂത്രണം, കാര്യശേഷി വികസനം, നിയാമക ചട്ടക്കൂട്, സാമ്പത്തിക സ്രോതസ്സുകൾ, മോണിറ്ററിങ് എന്നിവ സംബന്ധിച്ചും വിശദമാക്കുകയുണ്ടായി.

7.5 പ്രവർത്തന തന്ത്രങ്ങൾ

സംസ്ഥാനത്തെ പൂർണ്ണമായും വെളിയിടവിസർജ്ജ്യമുക്ത പ്രദേശമാക്കി മാറ്റുക എന്ന ലക്ഷ്യത്തോടെ കക്കൂസ് വ്യാപനം പൂർത്തിയാക്കുക എന്നതിനാണ് പ്രഥമ പരിഗണന നല്കിയത്. സുരക്ഷിതമല്ലാത്ത കക്കൂസുകൾ കണ്ടെത്തി മെച്ചപ്പെടുത്തുക, സ്ഥലലഭ്യത തീരെ കുറവുള്ള ഇടങ്ങളിൽ വ്യക്തിഗത കക്കൂസുകൾക്ക് പകരം പൊതുകക്കൂസുകൾ

സ്ഥാപിക്കുക, ശിശുബാലികാ സൗഹൃദ കക്കൂസുകൾ, വനിതാ സൗഹൃദ കക്കൂസുകൾ, അംഗപരിമിതർക്കുള്ള കക്കൂസുകൾ എന്നിവ പ്രചരിപ്പിക്കുക, തീരദേശത്തിനും, വെള്ളക്കെട്ടുപ്രദേശത്തിനും അനുയോജ്യമായ കക്കൂസുകളുടെ സാങ്കേതികവിദ്യ ആവിഷ്കരിച്ച് പ്രചരിപ്പിക്കുക തുടങ്ങിയ പ്രവർത്തനങ്ങൾ അടിയന്തരമായി പൂർത്തിയാക്കുന്നതിന് നിർദ്ദേശിക്കുകയുണ്ടായി. പൊതുസ്ഥലങ്ങളിലും, വിനോദ സഞ്ചാര കേന്ദ്രങ്ങളിലും, തീർത്ഥാടന കേന്ദ്രങ്ങളിലും, ബീച്ചുകൾക്ക് സമീപവും പണം കൊടുത്തുപയോഗിക്കാവുന്നതും നിത്യേന പരിപാലിക്കുന്നതും, സ്ത്രീകൾക്കും, പുരുഷന്മാർക്കും, അംഗപരിമിതർക്കും അനുയോജ്യമായ കക്കൂസുകൾ സ്ഥാപിക്കുന്നതിനും പ്രാധാന്യം നല്കണം.

മാലിന്യം പരമാവധി കുറയ്ക്കുക, സാദ്ധ്യമായത്ര പുനരുപയോഗിക്കുക, ബാക്കിയുള്ളവ പുനഃചംക്രമണം നടത്തുക (Reduce, Reuse, Recycle- 3R) എന്ന പ്രവർത്തന തന്ത്രമാണ് സ്വീകരിച്ചത്. ഈ രീതിയിലൂടെ മാലിന്യ ഉല്പാദനം പരമാവധി കുറച്ചുകൊണ്ട് മാലിന്യമുക്തമായ (Zero waste) കേരളം എന്ന സങ്കല്പം യാഥാർത്ഥ്യമാക്കുന്നതിനുള്ള പ്രവർത്തനരീതിയാണ് നിർദ്ദേശിക്കപ്പെട്ടത്. മാലിന്യം ഉണ്ടാകുന്നത് ബോധപൂർവ്വം കുറയ്ക്കുക, ഉണ്ടാകുന്ന മാലിന്യം തരംതിരിച്ച് ശേഖരിക്കുക, സ്രോതസ്സിൽത്തന്നെ മാലിന്യം പുനരുപയോഗിക്കുന്നതിനോ, പുനഃചംക്രമണം നടത്തുന്നതിനോ സാദ്ധ്യത തേടുക എന്നതാണ് ഈ സമീപനത്തിന്റെ ആദ്യപടി. ബോധവല്ക്കരണ പ്രവർത്തനങ്ങളിലൂടെയും സാങ്കേതിക ഉപദേശത്തിന് അവസരം ഒരുക്കിയും ആശയ വിനിമയ പ്രവർത്തനങ്ങൾ ശക്തിപ്പെടുത്തിയും ഇത് സാദ്ധ്യമാക്കുന്നതിനുള്ള ശ്രമമാണ് നിർദ്ദേശിക്കപ്പെട്ടത്.

ഗാർഹിക മാലിന്യത്തിന്റെ തരംതിരിച്ചുള്ള സംഭരണം ഉറപ്പാക്കുന്നതിന് കുടുംബങ്ങൾ കേന്ദ്രീകരിച്ചുള്ള ക്യാംപെയിൻ അനിവാര്യമാണ്. നഗരസഭകളിലും, നഗരസ്വഭാവമുള്ള പഞ്ചായത്തുകളിലും മാലിന്യം തരംതിരിച്ച് സംഭരിക്കുന്നതിന് പ്രത്യേകം ബക്കറ്റുകൾ നല്കുക, ഗാർഹികതലത്തിലും സമൂഹതലത്തിലും കമ്പോസ്റ്റ് യൂണിറ്റുകളും, ബയോഗ്യാസ് യൂണിറ്റുകളും സ്ഥാപിക്കുക, പുനരുപയോഗപുനചംക്രമണ യോഗ്യമായ വസ്തുക്കളുടെ ശേഖരണത്തിനും വിനിയോഗത്തിനും ബന്ധപ്പെട്ട സംഘടനകളുടെ ശൃംഖല സ്ഥാപിക്കുക, വീടുകളിലെ അപകടകരമായ മാലിന്യങ്ങൾ പ്രത്യേകം ശേഖരിച്ച് മേഖലാടിസ്ഥാനത്തിലും, ജില്ലാടിസ്ഥാനത്തിലും സുരക്ഷിതമായ നിർമ്മാർജ്ജനത്തിനായി ഭദ്രമായ ലാൻഡ്ഫിൽ സംവിധാനം ഉപയുക്തമാക്കുക തുടങ്ങിയ പ്രവർത്തനങ്ങളിലൂടെ ഗാർഹികമാലിന്യം സംസ്കരിക്കുവാനാകും. ഇത് സാദ്ധ്യമായാൽ സംസ്ഥാനത്തെ ഏറ്റവും പ്രധാനപ്പെട്ട, 49% മാലിന്യം ഉല്പാദിപ്പിക്കുന്ന സ്രോതസ്സിൽത്തന്നെ മാലിന്യം ഇല്ലാതാക്കുന്നതിനോ, ഗണ്യമായി കുറയ്ക്കുന്നതിനോ സാധിക്കും എന്നതിന് ഊന്നൽ നല്കുകയുണ്ടായി.

പൊതുകക്കൂസ് സമുച്ചയം- കടക്കൽ

വാണിജ്യകേന്ദ്രങ്ങളിൽ ഉടമകൾ തന്നെ മാലിന്യം തരം തിരിച്ച് ശേഖരിക്കുന്നതിനുള്ള സൗകര്യം ഒരുക്കേണ്ടതാണ്. വലിച്ചെറിയൽ ഇല്ലാതാക്കുന്നതിനും മാലിന്യ സംഭരണികൾ അതതു ദിവസം തന്നെ വൃത്തിയാക്കുന്നതിനും നടപടികൾ ഉണ്ടാകണം. ഒറ്റത്തവണ ഉപയോഗത്തിനുള്ള കപ്പുകളും പ്ലേറ്റുകളും, പ്ലാസ്റ്റിക് സഞ്ചികളും നിരുത്സാഹപ്പെടുത്തുക, ഫ്ളെക്സ് ബോർഡുകൾ ഉപയോഗിക്കുന്നില്ല എന്നുറപ്പാക്കുക, സാദ്ധ്യമെങ്കിൽ സമീപത്ത് തന്നെ ഒരു ജൈവമാലിന്യ സംസ്കരണ യൂണിറ്റ് (കംപോസ്റ്റിങ്/ബയോഗ്യാസ്) സ്ഥാപിച്ചു പ്രവർത്തിപ്പിക്കുന്നതിന് തയ്യാറാകുക എന്നീ കാര്യങ്ങൾ സംഘടിതമായി ചെയ്യേണ്ടതാണ്. സാദ്ധ്യമല്ല എങ്കിൽ തദ്ദേശ സർക്കാർ സംവിധാനം ജൈവ മാലിന്യം ദിനംപ്രതി ശേഖരിക്കുന്നു എന്നുറപ്പാക്കുക. ഈ സ്രോതസ്സുകളിൽ ജൈവേതര മാലിന്യമാകാം കൂടുതൽ എന്നതിനാൽ പുനരുപയോഗ പുനചംക്രമണ സംവിധാനങ്ങളുമായി ബന്ധം വെച്ച് അവ കൃത്യമായി നീക്കം ചെയ്യുന്നു എന്നുറപ്പാക്കാവുന്നതാണ്.

ഹോട്ടലുകളിലും, റെസ്റ്റോറന്റുകളിലും, കാറ്ററിങ് യൂണിറ്റുകളിലും ആഹാരം പൊതിയുന്നതിന് പ്ലാസ്റ്റിക് ഉപയോഗിക്കുന്നത് നിരുത്സാഹപ്പെടുത്തേണ്ടതാണ്. ഈ സ്രോതസ്സുകളിൽ ജൈവമാലിന്യമാകാം കൂടുതൽ എന്നതിനാൽ സ്വന്തം പരിസരത്ത് തന്നെ ഒരു ജൈവമാലിന്യ സംസ്കരണ യൂണിറ്റ് (കംപോസ്റ്റിങ്/ബയോഗ്യാസ്) സ്ഥാപിച്ചു പ്രവർ

ത്തിപ്പിക്കുന്നത് നിയമപരമായി നിർബ്ബന്ധമാക്കേണ്ടതാണ്. ഭക്ഷണ അവശിഷ്ടങ്ങൾ മൃഗം വളർത്തൽ കേന്ദ്രങ്ങൾക്ക് നല്കുന്നതും പ്രോത്സാഹിപ്പിക്കാവുന്നതാണ്. ഉല്പാദിപ്പിക്കപ്പെടുന്ന ജൈവമാലിന്യം അപ്പപ്പോൾ തന്നെ സംസ്കരണത്തിനായി നീക്കം ചെയ്യണം. ഭക്ഷണം പാകം ചെയ്യുന്ന ഇടങ്ങളും പച്ചക്കറികളും ഭക്ഷണവസ്തുക്കളും സൂക്ഷിക്കുന്ന ഇടങ്ങളും എപ്പോഴും സുരക്ഷിതമായി പരിപാലിക്കേണ്ടതാണ്. വിവാഹ മണ്ഡപങ്ങൾ, ഹോസ്റ്റലുകൾ, കാന്റീനുകൾ എന്നിവിടങ്ങളിലും മാലിന്യം ശാസ്ത്രീയമായി കൈകാര്യം ചെയ്യുന്നതിനുള്ള സൗകര്യം നിർബ്ബന്ധമാക്കേണ്ടതാണ്.

തെരുവുകളും, വഴിയോരങ്ങളും കേന്ദ്ര പൊതുജനാരോഗ്യപരിസ്ഥിതി എഞ്ചിനീയറിങ് സ്ഥാപനത്തിന്റെ മാനദണ്ഡങ്ങൾ പ്രകാരം തൂത്തുവൃത്തിയാക്കുന്നു എന്നുറപ്പാക്കേണ്ടതാണ്. അതുപോലെതന്നെ ബീച്ചുകളുൾപ്പെടെയുള്ള വിനോദ സഞ്ചാര കേന്ദ്രങ്ങളും, തീർത്ഥാടന കേന്ദ്രങ്ങളും ദിനംപ്രതി വൃത്തിയാക്കേണ്ടതാണ്. മാലിന്യം തരം തിരിച്ച് നിക്ഷേപിക്കുന്നതിന് സംവിധാനം ഏർപ്പെടുത്തുക, സംഭരണികൾ അതതു ദിവസം തന്നെ കൃത്യമായി നീക്കം ചെയ്യുക, വലിച്ചെറിയൽ നിരോധിക്കുക, പണം കൊടുത്തുപയോഗിക്കാവുന്ന തരത്തിൽ അംഗപരിമിതർക്കുൾപ്പെടെ ഉപയോഗിക്കാവുന്ന വിധമുള്ള പൊതുകക്കൂസുകൾ സ്ഥാപിക്കുക തുടങ്ങിയ പ്രവർത്തനങ്ങൾ നടത്തേണ്ടതാണ്. വിനോദ സഞ്ചാര കേന്ദ്രങ്ങളിലും, തീർത്ഥാടന കേന്ദ്രങ്ങളിലും പ്ലാസ്റ്റിക് കവറുകൾ ശേഖരിക്കുവാൻ ഗ്രീൻ ചെക്ക്പോസ്റ്റുകൾ സ്ഥാപിക്കുകയും, പ്ലാസ്റ്റിക്കിനുപകരം നിശ്ചിത തുകയ്ക്ക് തുണി/പേപ്പർ ബാഗുകൾ ലഭ്യമാക്കുകയും, സ്ഥലലഭ്യതയുള്ള ഇടങ്ങളിൽ അനുയോജ്യ ശേഷിയുള്ള കംപോസ്റ്റിങ് സംവിധാനങ്ങൾ ഒരുക്കേണ്ടതുമാണ്. ശുചിത്വ പരിപാലനവുമായി ബന്ധപ്പെട്ട നിയമങ്ങൾ കർശനമായി നടപ്പിലാക്കുന്നതിനും നിയമം ലംഘിക്കുന്നവരിൽനിന്നും പിഴ ഈടാക്കുന്നതിനും സംവിധാനങ്ങൾ ഒരുക്കണം. ജനകീയ പങ്കാളിത്തത്തോടെ സ്ഥാപിക്കാവുന്ന ഗ്രീൻ പൊലീസ് സംവിധാനം നിയമം ലംഘിക്കുന്നവരിൽനിന്നും പിഴ ഈടാക്കാൻ സഹായിക്കും.

ചന്തകളിൽ മാലിന്യം തരംതിരിച്ച് സംഭരിക്കുന്നതിനുള്ള സംവിധാനം ഏർപ്പാടാക്കുക, ജൈവമാലിന്യങ്ങൾ അവിടെതന്നെ ബയോഗ്യാസ് പ്ലാന്റുകളോ, മണ്ണിരവിൻഡ്രോ കംപോസ്റ്റിങ് പ്ലാന്റുകളോ സ്ഥാപിച്ചു സംസ്കരിക്കുക, ജൈവേതര മാലിന്യങ്ങൾ വിഭവ വീണ്ടെടുപ്പ് കേന്ദ്രങ്ങളിലേക്ക് (Resource Recovery Centre) അയക്കുക, ഒട്ടുംതന്നെ ഉപയോഗ്യമല്ലാത്ത വസ്തുക്കൾ ശാസ്ത്രീയ ലാൻഡ്ഫിൽ കേന്ദ്രങ്ങളിൽ സംസ്കരിക്കുന്നതിന് നഗരസഭകൾക്ക് കൈമാറുക തുടങ്ങിയ നടപടികൾ സ്വീകരിക്കാവുന്നതാണ്. ചന്തകളിൽ സ്ഥാപിക്കുന്ന മാലിന്യ സംസ്കരണ സംവിധാനങ്ങൾ പരിപാലിക്കുന്നതിന് പരിശീലനം ലഭിച്ച സ്വയം സംരംഭക ഗ്രൂപ്പുകളുടെ (Self Help Group) സേവനം സ്വീക

രിക്കുന്നത് അനുയോജ്യമാണ്. ഓരോ ചന്തയുടെയും പരിപാലനത്തിന് ജനപ്രതിനിധികളും, വ്യാപാരികളും, ഉദ്യോഗസ്ഥരും അടങ്ങുന്ന സമിതി രൂപീകരിക്കേണ്ടതാണ്.

ആധുനിക അറവുശാലകളിൽ ശാസ്ത്രീയ ഖരദ്രവ മാലിന്യ സംസ്കരണ സംവിധാനങ്ങൾ അനിവാര്യമാണ്. കോഴിയിറച്ചി കടകളും സ്വന്തമായോ പൊതുവിലുള്ളതോ ആയ അനുയോജ്യ മാലിന്യസംസ്കരണ സംവിധാനങ്ങൾ ഉപയോഗപ്പെടുത്തുന്നു എന്നുറപ്പാക്കണം. മാലിന്യ സംസ്കരണ സംവിധാനങ്ങൾ ഇല്ലാത്തതോ, ഉപയോഗപ്പെടുത്താത്തതോ ആയ അറവുശാലകളും, കോഴിയിറച്ചിക്കടകളും നിർബ്ബന്ധമായും അടച്ചുപൂട്ടേണ്ടതാണ്. അറവുശാലകളും, കോഴിയിറച്ചിക്കടകളും വൃത്തിയായി സൂക്ഷിക്കാതിരിക്കുന്നവരെയും, അവിടെയുണ്ടാകുന്ന മാലിന്യം പൊതുസ്ഥലങ്ങളിലും ജലസ്രോതസ്സുകളിലും നിക്ഷേപിച്ച് പൊതുദ്രോഹം ഉണ്ടാക്കുന്നവരെയും കർശന ശിക്ഷാനടപടികൾക്ക് വിധേയരാക്കേണ്ടതാണ്.

സർക്കാർ ഓഫീസുകളിൽ പ്ലാസ്റ്റിക് കൂടുകൾ, കപ്പുകൾ, പ്ലേറ്റുകൾ, ഫ്ളെക്സ് ബോർഡുകൾ എന്നിങ്ങനെ ഒറ്റത്തവണ ഉപയോഗിച്ച് ഉപേക്ഷിക്കുന്ന വസ്തുക്കളുടെ ഉപയോഗം നിരോധിക്കുകയോ, നിരുത്സാഹപ്പെടുത്തുകയോ ചെയ്യേണ്ടതാണ്. അതോടൊപ്പം സ്റ്റീൽ പാത്രങ്ങളും ഗ്ലാസുകളും ഉപയോഗിക്കുന്ന ശീലം പ്രോത്സാഹിപ്പിക്കുകയും വേണ്ടതാണ്. പേപ്പർ മാലിന്യം പുനഃചംക്രമണത്തിന് ലഭ്യമാക്കേണ്ടതാണ്. ജൈവമാലിന്യം ധാരാളമുണ്ടാകുന്ന ഓഫീസ് കോംപ്ലക്സുകളിലും, ക്വാർട്ടേഴ്സുകളിലും ബയോഗ്യാസ് പ്ലാന്റുകളോ കംപോസ്റ്റിങ് സംവിധാനങ്ങളോ ഏർപ്പെടുത്തേണ്ടതാണ്. ഓഫീസുകളിലെ ശുചിത്വ സംബന്ധിയായ കാര്യങ്ങൾ ആലോചിച്ചു നടപ്പിൽവരുത്തുന്നതിന് ഒരു കമ്മിറ്റി രൂപീകരിച്ച് പ്രവർത്തിക്കുന്നതും ഉചിതമായിരിക്കും. ഇതേ കാര്യങ്ങൾ ആശുപത്രികളും നടപ്പിലാക്കാവുന്നതാണ്. അതോടൊപ്പം ദ്രവമാലിന്യം കൂടുതൽ ഉണ്ടാകുന്ന ആശുപത്രികളിൽ ആധുനിക ദ്രവ മാലിന്യ സംസ്കരണ പ്ലാന്റുകളും സ്ഥാപിക്കേണ്ടതാണ്. ആശുപത്രികളിലും മറ്റ് മെഡിക്കൽ സ്ഥാപനങ്ങളിലും ബയോമെഡിക്കൽ മാലിന്യങ്ങൾ തരംതിരിച്ച് ശേഖരിക്കുന്നതിനും ശാസ്ത്രീയ സംസ്കരണത്തിന് കൈമാറുന്നതിനും വ്യവസ്ഥകൾ നിർബ്ബന്ധമാക്കണം.

ശുചിത്വശീലം വളർത്തുന്നതിൽ പ്രധാന പങ്ക് വഹിക്കുന്ന വിദ്യാഭ്യാസ സ്ഥാപനങ്ങളിൽ കൂടുതൽ ശുഷ്കാന്തിയോടെ മാലിന്യ സംസ്കരണ പ്രവർത്തനങ്ങൾ സംഘടിപ്പിക്കേണ്ടതാണ്. പ്ലാസ്റ്റിക് കൂടുകൾ, കപ്പുകൾ, പ്ലേറ്റുകൾ, ഫ്ളെക്സ് ബോർഡുകൾ എന്നിവയുടെ ഉപയോഗം വിദ്യാഭ്യാസ സ്ഥാപനങ്ങളിൽ നിരോധിക്കാം. പേപ്പർ മാലിന്യം പരിമിതപ്പെടുത്തുകയും ഉണ്ടാകുന്നവ പുനഃചംക്രമണത്തിന് ലഭ്യമാക്കുകയും വേണ്ടതാണ്. ക്ലാസ് മുറികളിൽ പേപ്പർ മാലിന്യം ശേഖരിക്കുന്നതിന് സംവിധാനമുണ്ടാകണം. ചോറുപാത്രം പ്ലാസ്റ്റിക് കവറുകളിലും പേപ്പ

റിലും പൊതിഞ്ഞു കൊണ്ടുവരുന്നതിന് പകരം തുണിയിൽ പൊതിഞ്ഞു കൊണ്ടുവരുന്നതിന് നിർദ്ദേശിക്കണം. തെർമോക്കോൾ ഉപയോഗിച്ചുള്ള പ്രോജക്ടുകൾ നിരോധിക്കേണ്ടതാണ്. ജൈവമാലിന്യം ശേഖരിക്കുന്നതിന് സംഭരണികൾ അനുയോജ്യമായ സ്ഥലങ്ങളിൽ സ്ഥാപിക്കേണ്ടതാണ്. ജൈവമാലിന്യം സംസ്കരിക്കുന്നതിന് ബയോഗ്യാസ് പ്ലാന്റുകളോ, മണ്ണിര/എയ്റോബിക് കംപോസ്റ്റിങ് സംവിധാനങ്ങളോ ഏർപ്പെടുത്തേണ്ടതാണ്. ഇതിൽനിന്നു ലഭിക്കുന്ന ഗ്യാസ് സ്കൂൾ അടുക്കളയിൽ ഉപയോഗിക്കുകയും, കമ്പോസ്റ്റ് പൂന്തോട്ടം, പച്ചക്കറി തോട്ടം ഇവ വികസിപ്പിക്കുന്നതിനു ഉപയോഗിക്കേണ്ടതാണ്. പ്രവൃത്തി പരിചയ പരിപാടിയുടെ ഭാഗമായി പേപ്പർ/തുണി സഞ്ചികൾ നിർമ്മിക്കുന്നതിനു പരിശീലനം ലഭ്യമാക്കേണ്ടതാണ്. ഖരമാലിന്യ സംസ്കരണം സ്കൂൾ പാഠ്യപദ്ധതിയുടെ ഭാഗമാക്കാവുന്നതാണ്. ആരോഗ്യശുചിത്വമാലിന്യ പരിപാലന പരിപാടികൾ വിദ്യാർത്ഥികൾക്കിടയിൽ എത്തിക്കുവാൻ സ്കൂൾ ഹെൽത്ത് ക്ലബ്ബുകളുടെ പ്രവർത്തനം ഊർജ്ജിതമാക്കണം. വിദ്യാർത്ഥികളുടെ എണ്ണത്തിനനുസരിച്ച് ആൺപെൺശിശു സൗഹൃദ കക്കൂസുകൾ സ്ഥാപിക്കുന്നതിനും അവ ശുചിത്വപൂർണ്ണമായി പരിപാലിക്കുന്നതിനും വ്യവസ്ഥയുണ്ടാക്കണം.

7.6 പ്രവൃത്തി നിർവ്വഹണം

പ്രവർത്തന രൂപരേഖ വിശദമായി രൂപപ്പെടുത്തുന്നതിനും നടപ്പിലാക്കുന്നതിനും സഹായകരമായ തരത്തിൽ സമ്പൂർണ്ണ ശുചിത്വ ആരോഗ്യ മിഷനും, ക്ലീൻ കേരള മിഷനും 2008 ജനുവരി 31 ന് സമന്വയിപ്പിച്ചു. ശുചിത്വ മിഷൻ എന്നു നാമകരണം ചെയ്യപ്പെട്ട പുതിയ മിഷൻ ആരോഗ്യശുചിത്വകുടിവെള്ളപരിസ്ഥിതി സംരക്ഷണ മേഖലകളിൽ പ്രവർത്തിക്കുന്ന സർക്കാർ സർക്കാരിതര വിദഗ്ദ്ധ സ്ഥാപനങ്ങളുടെ അഭിപ്രായങ്ങളും, സഹായങ്ങളും സ്വരൂപിച്ച് പ്രവർത്തിക്കുന്നതിനുള്ള രീതി ആവിഷ്കരിച്ചു. തദ്ദേശ സ്വയംഭരണ സ്ഥാപനങ്ങൾ തയ്യാറാക്കിയ ശുചിത്വ സമീപന രേഖ പ്രായോഗിക നിർദ്ദേശങ്ങൾ കൂടി സ്വരൂപിച്ച് വിശദ പദ്ധതി രേഖ (Detailed Project Report) തയ്യാറാക്കി. ഈ പദ്ധതി രേഖ ആരോഗ്യ സ്ഥിരം സമിതി അദ്ധ്യക്ഷന്റെ നേതൃത്വത്തിലുള്ള വർക്കിങ് ഗ്രൂപ്പ് ജില്ലാതല വിദഗ്ദ്ധരുടെ സഹായത്തോടെ പരിശോധിച്ചു അനുയോജ്യമാണെന്ന് ഉറപ്പുവരുത്തുകയുണ്ടായി. വീടുകളിലെയും, പൊതുസ്ഥാപനങ്ങളിലെയും കക്കൂസുകളുടെ വ്യാപനം, സംയോജിത ഖരമാലിന്യ സംസ്കരണം, ദ്രവമാലിന്യ സംസ്കരണം, ആധുനിക അറവുശാലകളുടെ നിർമ്മാണം, ശ്മശാനം സ്ഥാപിക്കൽ തുടങ്ങിയ ഘടകങ്ങൾ ഉൾപ്പെടുത്തിയുള്ള ശുചിത്വ പദ്ധതി ജില്ലാ ആസൂത്രണ സമിതിയുടെ അംഗീകാരം നേടിയെടുക്കുകയുണ്ടായി. ഇപ്രകാരം തയ്യാറാക്കിയ പദ്ധതികൾക്കു വിവിധ കേന്ദ്രസംസ്ഥാനാവിഷ്കൃത പദ്ധതി വിഹിതത്തിൽനിന്നും, തദ്ദേശ സർക്കാരുകളുടെ വികസന ഫണ്ടിൽ

നിന്നും, സംസ്ഥാന ബഡ്ജറ്റ് പ്രകാരം ലഭ്യമാക്കിയിട്ടുള്ള വിഹിതത്തിൽനിന്നും ധനം സ്വരൂപിച്ച് നിർവ്വഹണം നടത്തുന്ന രീതിയാണ് അവലംബിച്ചത്. സമ്പൂർണ്ണ ശുചിത്വ പരിപാടി, ശുചിത്വ കേരളം പദ്ധതി, ജവഹർലാൽ നെഹ്റു ദേശീയ നഗര നവീകരണ ദൗത്യ (JNNURM) പദ്ധതി, ചെറുതും, ഇടത്തരവും നഗരങ്ങളുടെ അടിസ്ഥാന സൗകര്യ വികസന പദ്ധതി (UIDSSMT), മഹാത്മാ ഗാന്ധി തൊഴിലുറപ്പ് പദ്ധതി തുടങ്ങിയ നിരവധി സാമ്പത്തിക സ്രോതസ്സുകളുടെ സംയോജനത്തിലൂടെ വിവിധ പദ്ധതികൾക്കുള്ള ധനസഹായം കണ്ടെത്തുകയുണ്ടായി. ഈ രീതിയിൽ മാലിന്യ മുക്തകേരളം ക്യാംപെയിൻ സംസ്ഥാനത്തെ സംയോജിത ശുചിത്വ പ്രവർത്തനങ്ങളുടെ വ്യാപനത്തിന് ആക്കം കൂട്ടുകയുണ്ടായി.

7.7 നേട്ടങ്ങൾ, വ്യതിചലനങ്ങൾ

ശുചിത്വവുമായി ബന്ധപ്പെട്ട നിരവധിയായ പ്രവർത്തനങ്ങൾ മാലിന്യമുക്ത കേരളം പദ്ധതിയുടെ ഭാഗമായി നടപ്പിലാക്കുകയുണ്ടായി. അവയിൽ മനുഷ്യമല നിർമ്മാർജ്ജനം, ഖരമാലിന്യ സംസ്കരണം എന്നീ ഘടകങ്ങളുമായി ബന്ധപ്പെട്ട പ്രവർത്തനങ്ങൾക്കാണ് കൂടുതൽ പ്രാധാന്യം ലഭിച്ചത്. 15 ഗ്രാമ പഞ്ചായത്തുകളും, ഇവ ഉൾപ്പെടുന്ന ബ്ലോക്ക് ജില്ലാ പഞ്ചായത്തുകളും ഒഴികെ മറ്റെല്ലാ ഗ്രാമീണ തദ്ദേശഭരണ സ്ഥാപനങ്ങൾക്കും വെളിയിടവിസർജ്ജ്യം ഒഴിവാക്കുന്നതിനുള്ള അംഗീകാരമായ നിർമ്മൽ ഗ്രാമ പുരസ്കാർ 2010 ഓടെ തന്നെ ലഭിക്കുകയുണ്ടായി. 2000 ലെ മുനിസിപ്പൽ ഖരമാലിന്യം (പരിപാലനവും കൈകാര്യം ചെയ്യലും) ചട്ടങ്ങൾ അനുശാസിക്കും പ്രകാരം തിരുവനന്തപുരം, കോഴിക്കോട്, എറണാകുളം, ആറ്റിങ്ങൽ പാലക്കാട് തുടങ്ങി 21 നഗരസഭകളിൽ കേന്ദ്രീകൃത മാലിന്യസംസ്കരണ സംവിധാനം പ്രവർത്തനക്ഷമമായി. 15 നഗരസഭകളിൽ സംസ്കരണ പ്ലാന്റുകൾ സ്ഥാപിക്കപ്പെട്ടു. 2011 ആയപ്പോഴേക്ക് 19 നഗരസഭകളിൽ കൂടി പ്രവർത്തനങ്ങൾ ആരംഭിക്കുകയുണ്ടായി. ഇതോടൊപ്പം 100 ഓളം ഗ്രാമ പഞ്ചായത്തുകളിലും കേന്ദ്രീകൃതമോ, വികേന്ദ്രീകൃതമോ ആയ മാലിന്യ സംസ്കരണ സംവിധാനങ്ങൾ പ്രാവർത്തികമായി.

കേന്ദ്രീകൃത മാലിന്യ സംസ്കരണ സംവിധാനം സ്ഥാപിക്കുന്നതോടൊപ്പം മാലിന്യം തരം തിരിച്ച് സംഭരിക്കുന്നതിനും അവ കൃത്യമായി ശേഖരിക്കുന്നതിനും പരിസരസുരക്ഷ ഉറപ്പാക്കി പ്ലാന്റുകളിൽ എത്തിക്കുന്നതിനുമുള്ള പ്രവർത്തനങ്ങൾ നടക്കുകയുണ്ടായി. അതോടൊപ്പം കേന്ദ്രീകൃത പ്ലാന്റുകളുടെ ശേഷിക്ക് അനുസൃതമായി സംസ്കരണം ക്രമീകരിക്കുന്നതിനായി മാർക്കറ്റുകൾ, ആശുപത്രികൾ പോലെയുള്ള പൊതുസ്ഥാപനങ്ങൾ തുടങ്ങിയ ഇടങ്ങളിൽ ജൈവമാലിന്യം സംസ്കരിക്കുന്നതിനുള്ള വികേന്ദ്രീകൃത സംവിധാനങ്ങൾ സ്ഥാപിക്കുന്നതിനുള്ള

പ്രവർത്തനങ്ങളും നടന്നു. ഈ പ്ലാന്റുകളുടെ ചെറുതും വലുതുമായ പാരിസ്ഥിതിക ആഘാതം ക്രമാനുഗതമായി കുറച്ചുകൊണ്ടുവരുന്നതിനുള്ള പ്രവർത്തനങ്ങളും നടക്കുകയുണ്ടായി. ഈ രീതിയിൽ കേന്ദ്രീകൃത സംവിധാനങ്ങളുടെ പ്രവർത്തനം സാവകാശം മെച്ചപ്പെട്ടുവരുന്ന അവസ്ഥ നിലനില്ക്കെ തിരുവനന്തപുരം, തൃശ്ശൂർ, കോഴിക്കോട്, ആലപ്പുഴ തുടങ്ങിയ നഗരങ്ങളിലെ കേന്ദ്രീകൃത മാലിന്യ സംസ്കരണ സംവിധാനങ്ങൾക്കെതിരെ സമരങ്ങൾ ഉയർന്നുവരികയും പ്രവർത്തനക്ഷമമായ മാലിന്യ സംസ്കരണ പ്ലാന്റുകൾ പോലും പ്രവർത്തിപ്പിക്കാൻ സാധിക്കാത്ത രീതിയിൽ തദ്ദേശ സർക്കാരുകൾക്കുമേൽ സമ്മർദ്ദം ഉണ്ടാകുകയും ചെയ്തു. 2012 ൽ രാഷ്ട്രീയ കാരണങ്ങളാലെന്ന് സംശയം ജനിപ്പിക്കുംവിധം മെച്ചപ്പെട്ടുവന്ന, നൂതനമായ പരിസ്ഥിതിപരിപാലന സംവിധാനങ്ങൾ സ്ഥാപിക്കുന്ന പ്രവൃത്തി പുരോഗമിച്ചു വന്ന, തിരുവനന്തപുരം വിളപ്പിൽശാലയിലെ കംപോസ്റ്റിങ് പ്ലാന്റ് പൊടുന്നനവേ സംസ്ഥാന സർക്കാർ നിർത്തലാക്കുന്നതിന് തീരുമാനിച്ചു. ഇതിന്റെ പ്രത്യാഘാതമെന്നോണം മിക്ക നഗരസഭകളിലെയും പ്ലാന്റുകളുടെ പ്രവർത്തനം നിലയ്ക്കുന്ന സ്ഥിതിയായി. പലയിടങ്ങളിലും കുന്നുകൂടുന്ന മാലിന്യം കത്തിക്കുകയോ, കുഴിച്ചുമൂടുകയോ ചെയ്യേണ്ട അവസ്ഥയിൽ ആരോഗ്യ പാരിസ്ഥിതിക പ്രശ്നങ്ങൾ വർദ്ധിക്കുന്ന സ്ഥിതി സംജാതമായി.

മാലിന്യത്തിൽനിന്ന് ഊർജ്ജം ഉല്പാദിപ്പിക്കുന്ന 'വേസ്റ്റ് ടു എനർജി' പ്ലാന്റുകൾ സ്ഥാപിച്ചു പ്രശ്നങ്ങൾ അടിയന്തരമായി പരിഹരിക്കുമെന്ന് സർക്കാർ നിരന്തരം അവകാശപ്പെട്ടു എങ്കിലും ഇത് യാഥാർത്ഥ്യമായില്ല. കേരളത്തിലെ മാലിന്യത്തിന്റെ പ്രത്യേകതയാൽ ഈ സാങ്കേതിക വിദ്യയുടെ പ്രവർത്തനക്ഷമത തുലോം കുറവായിരിക്കുമെന്നും, പാരിസ്ഥിതികമായും സാമ്പത്തികമായും ഇവയുടെ നിലനില്പ് പ്രയാസകരമാണെന്നും വിദഗ്ദ്ധർ നല്കിയ മുന്നറിയിപ്പ് സർക്കാർ അവഗണിക്കുകയായിരുന്നു. നിരവധി ഏജൻസികൾ പ്ലാന്റ് സ്ഥാപിക്കാമെന്ന് വാഗ്ദാനം നല്കി എങ്കിലും കൂടുതൽ കൂടുതൽ ഇളവുകൾ ആവശ്യപ്പെട്ട് സർക്കാരിനെ സമ്മർദ്ദത്തിലാക്കുന്ന സ്ഥിതിയാണുണ്ടായത്. തുടർന്നു മാലിന്യപ്രശ്നം രൂക്ഷമായ തിരുവനന്തപുരം പോലെയുള്ള നഗരങ്ങളെ സഹായിക്കുന്നതിനായി മൊബൈൽ ഇൻസിനെറേറ്ററുകൾ വാങ്ങുന്നതിന് പരിസ്ഥിതിപ്രവർത്തകരുടെ വിമർശനങ്ങളെ അവഗണിച്ചുകൊണ്ടു സർക്കാർ തീരുമാനിക്കുകയുണ്ടായി. ആദ്യഘട്ടത്തിൽ വലിയ മുതൽമുടക്കോടെ ഒരു മൊബൈൽ ഇൻസിനെറേറ്റർ തിരുവനന്തപുരത്ത് പ്രവർത്തനം ആരംഭിച്ചുവെങ്കിലും ഇവയുടെ സംസ്കരണശേഷിയിലെ പോരായ്മയും, വളരെ ഉയർന്ന ഇന്ധനച്ചെലവും, മലിനീകരണപ്രശ്നങ്ങളും നഗരസഭയ്ക്ക് താങ്ങാനാവുമായിരുന്നില്ല. മറ്റ് നഗരസഭകൾക്ക് ഇത് കൈമാറ്റം ചെയ്യുന്നതിന് സർക്കാർ ശ്രമിച്ചുവെങ്കിലും ഒരു നഗരസഭയ്ക്കും കാര്യക്ഷമമല്ലാത്ത ഈ സംവിധാനം സ്വീകാര്യമായില്ല. തുടർന്ന് സർക്കാർ ഈ സംവിധാനം പിൻവലിക്കുന്നതിന് നിർബ്ബന്ധിതമായി.

ഖരമാലിന്യ പ്രശ്നം അതിരൂക്ഷമായി മാറിയ സാഹചര്യത്തിലും, സർക്കാർ സംവിധാനങ്ങൾ സഹായം നല്കുന്നതിൽ പരാജയപ്പെട്ട സ്ഥിതിയിലും കേന്ദ്രീകൃത മാലിന്യ സംസ്കരണത്തിന് ബദലായുള്ള സാദ്ധ്യതകളെ സംബന്ധിച്ച ചർച്ചകൾ ഉയർന്നു വന്നു. ഈ സാഹചര്യത്തിലാണ് കോസ്റ്റ്ഫോർഡ് സംഘടിപ്പിച്ച ഒരു ശില്പശാലയിൽ അധിക മാലിന്യ പരിപാലനം (Overflow Waste Management) സിദ്ധാന്തത്തിൽ അധിഷ്ഠിതമായ വികേന്ദ്രീകൃത മാലിന്യ സംസ്കരണ പ്രക്രിയ ജനകീയ ബദൽ എന്ന രീതിയിൽ അവതരിപ്പിക്കപ്പെട്ടത്. പരമാവധി ജൈവ മാലിന്യം അതതു സ്രോതസ്സിൽത്തന്നെ സംസ്കരിക്കുന്നതിനും, അതിനുള്ള സാദ്ധ്യതയില്ലാത്ത സ്ഥിതിയിൽ അധികമായി വരുന്ന ജൈവ മാലിന്യം വികേന്ദ്രീകൃതമായി സ്ഥാപിക്കപ്പെടുന്ന പൊതു മാലിന്യ സംസ്കരണ പ്ലാന്റുകളിൽ സംസ്കരിക്കുന്നതിനും ഇതുകൊണ്ടും പൂർണ്ണമായില്ല എങ്കിൽ മാത്രം കേന്ദ്രീകൃത പ്ലാന്റുകളെ ആശ്രയിക്കുന്നതുമായ രീതിയാണ് അവതരിപ്പിക്കപ്പെട്ടത്. ഇതോടൊപ്പം അജൈവമാലിന്യം കേന്ദ്രീകൃതമായി കൈകാര്യം ചെയ്യുന്നതിനായി വിഭവ വീണ്ടെടുക്കൽ സംവിധാനവും (ആർ ആർ എഫ്) നിർദ്ദേശിക്കപ്പെട്ടു. ഈ രീതിയുടെ പ്രായോഗിക സാദ്ധ്യത തിരിച്ചറിഞ്ഞ അന്നത്തെ നിയമസഭാ സാമാജികനും, പ്രമുഖ സാമ്പത്തിക ശാസ്ത്രജ്ഞനുമായ ഡോ. ടി എം തോമസ് ഐസക് വിദഗ്ദ്ധരുടെയും, പരിസ്ഥിതിപ്രവർത്തകരുടെയും, സാമൂഹ്യ സംഘടനകളുടെയും സഹായത്തോടെ ഈ രീതി ജനകീയമായി നടപ്പിലാക്കുന്നതിന് നേതൃത്വം ഏറ്റെടുത്തു. അദ്ദേഹത്തിന്റെ മേൽനോട്ടത്തിൽ ആദ്യം ആലപ്പുഴ നഗരസഭയിലും തുടർന്ന് തിരുവനന്തപുരം നഗരസഭയിലും അതതിടങ്ങളിലെ ജനപ്രതിനിധികളുടെ നേതൃത്വത്തിൽ വികേന്ദ്രീകൃത മാലിന്യ സംസ്കരണ രീതി പ്രാവർത്തികമാക്കുകയുണ്ടായി. വളരെ വേഗത്തിൽത്തന്നെ നല്ല വിഭാഗം ജനങ്ങളും ഈ ആശയം ഏറ്റെടുത്ത സ്ഥിതിയിൽ കേന്ദ്രീകൃത പ്ലാന്റുകൾക്ക് പ്രവർത്തനം നിഷേധിച്ച ഈ നഗരസഭകളിലെ മാലിന്യസംസ്കരണ പ്രശ്നങ്ങൾക്ക് കാതലായ പരിഹാരമായി ഈ രീതി മാറി.

ഈ ബദലിന്റെ ശാസ്ത്രീയതയും പാരിസ്ഥിതികസാമ്പത്തിക കാര്യക്ഷമതയും കണ്ടറിഞ്ഞ കേരളത്തിലെ നിരവധി നഗരസഭകളും ഗ്രാമ പഞ്ചായത്തുകളും ഈ ജനകീയ ബദൽ ഏറ്റെടുക്കുന്നതിന് മുന്നോട്ടു വരികയുണ്ടായി. ഇന്ത്യൻ സാഹചര്യത്തിൽ ഈ ബദൽ മാലിന്യ സംസ്കരണ രീതിക്ക് വർദ്ധിച്ച പ്രായോഗിക ക്ഷമത ഉണ്ട് എന്ന തിരിച്ചറിവു കൊണ്ടുകൂടിയാകണം കേന്ദ്ര പരിസ്ഥിതി മന്ത്രാലയം 2000 ലെ മുനിസിപ്പൽ ഖരമാലിന്യ പരിപാലനച്ചട്ടങ്ങൾ പൂർണ്ണമായും ഭേദഗതി ചെയ്ത് ഓവർഫ്ളോ വേസ്റ്റ് മാനേജ്മെന്റ് എന്ന തത്ത്വത്തിൽ അധിഷ്ഠിതമായ രീതിയിൽ പുതിയ ഖരമാലിന്യ പരിപാലനച്ചട്ടങ്ങൾ പ്രഖ്യാപിച്ചത്.

8

മാലിന്യ മുക്തകേരളം ക്യാംപെയിനും നൂതന സംരംഭങ്ങളും

സംസ്ഥാനത്ത് ശുചിത്വ ആരോഗ്യ മേഖലയിൽ പ്രവർത്തിക്കുന്ന അക്കാദമിക സമൂഹവും, ശാസ്ത്ര സാഹിത്യ പരിഷത്ത്, സോഷ്യോ എക്കണോമിക് യൂണിറ്റ് ഫൗണ്ടേഷൻ, തണൽ തുടങ്ങിയ സർക്കാരിതര സംഘടനകളും, സംസ്ഥാനത്തെ വിവിധ ഗവേഷണ സ്ഥാപനങ്ങളും, അച്ചടിദൃശ്യശ്രാവ്യ മാധ്യമങ്ങളും മാലിന്യ മുക്ത കേരളം എന്ന ആശയം നടപ്പിലാക്കുന്നതിന് ശുചിത്വ മിഷന് വലിയ പിന്തുണ നല്കുകയുണ്ടായി. നൂതന ആശയങ്ങൾ ചർച്ച ചെയ്യുന്നതിനും അവ പ്രയോഗത്തിലെത്തിക്കുന്നതിനും ഈ സംവിധാനങ്ങളുടെ പ്രേരണാ സഹായം സഹായപ്രദമായിരുന്നു. ഈ പശ്ചാത്തലത്തിൽ മാലിന്യമുക്തകേരളം കർമ്മപരിപാടി കൂടുതൽ ഫലപ്രദമാക്കുന്നതിന് നിരവധി നൂതന ആശയങ്ങൾ പ്രയോഗത്തിൽ കൊണ്ടുവരുന്നതിനുള്ള പ്രവർത്തനങ്ങൾ നടക്കുകയുണ്ടായി. മഴക്കാലപൂർവ്വ ശുചീകരണം, തെളിമ എന്ന സ്കൂൾ ശുചിത്വ പരിപാടി, പൊതുസ്ഥാപന ശുചിത്വ ക്യാംപെയിൻ, ജലഗുണനിലവാര പരിശോധന, ഇന്റഗ്രേറ്റഡ് ലോകോസ്റ്റ് സാനിറ്റേഷൻ, മാലിന്യമുക്ത അവാർഡുകൾ, സംസ്ഥാന ശുചിത്വ തന്ത്രം ആവിഷ്കരിക്കൽ, നഗര ശുചിത്വ പ്ലാൻ തയ്യാറാക്കൽ, ഗ്രീൻകേരള എക്സ്പ്രസ് എന്ന സോഷ്യൽ റിയാലിറ്റി ഷോ എന്നിങ്ങനെ ചില പ്രധാന സംരംഭങ്ങളെക്കുറിച്ച് കൂടുതൽ പരിശോധിക്കുന്നത് ഉചിതമായിരിക്കും.

8.1 മഴക്കാലപൂർവ്വ ശുചീകരണം

മൺസൂൺ കാലത്ത് കേരളത്തിൽ പടർന്നുപിടിക്കുന്ന പകർച്ചവ്യാധികളെ തടയുന്നതിനുള്ള സാദ്ധ്യത മുന്നിൽ കണ്ടുകൊണ്ടാണ് മഴക്കാലപൂർവ്വ ശുചീകരണ ക്യാംപെയിൻ എന്ന ജനകീയ പ്രതിരോധ

പ്രവർത്തനം 2007 ഏപ്രിൽ, മേയ്, ജൂൺ മാസങ്ങളിലായി സംഘടിപ്പിച്ചത്. പ്രാദേശിക പ്രവർത്തനങ്ങളിലൂടെ വീടിനകത്തും പുറത്തും വെള്ളം കെട്ടിനില്ക്കാൻ സാദ്ധ്യതയുള്ള കൊതുകിന്റെ ഉറവിടങ്ങൾ നശിപ്പിച്ചും, വീടും ചുറ്റുപാടും, പൊതുസ്ഥലങ്ങളും വൃത്തിയായും, വെള്ളക്കെട്ടില്ലാതെയും പരിപാലിച്ചും, ഓടകൾ, തോടുകൾ, കുളങ്ങൾ തുടങ്ങിയവ വൃത്തിയാക്കിയും പരിസരശുചിത്വം ഉറപ്പാക്കി പകർച്ചവ്യാധികളെ തടയുക എന്ന ലക്ഷ്യമാണ് ഈ ക്യാംപെയിനിലൂടെ നേടാൻ ശ്രമിച്ചത്. തദ്ദേശ സ്വയംഭരണ സ്ഥാപനങ്ങളുടെ നേതൃത്വത്തിൽ എല്ലാ വാർഡുകളിലും നിലവിലുള്ള ശുചിത്വ ആരോഗ്യസമിതിയുടെ ആഭിമുഖ്യത്തിൽ പ്രദേശത്തെ സന്നദ്ധ സംഘടനകൾ, റെസിഡൻസ് അസോസിയേഷനുകൾ, സ്കൂളുകൾ, നാഷണൽ സർവ്വീസ് സ്കീം, എൻ സി സി, കുടുംബശ്രീതൊഴിലുറപ്പ് പദ്ധതി പ്രവർത്തകർ, ഗ്രന്ഥശാലകൾ, തൊഴിലാളി സംഘടനകൾ, മറ്റ് സാമൂഹ്യ സംഘടനകൾ എന്നിവരെയെല്ലാം പങ്കെടുപ്പിച്ചുകൊണ്ട് വീട് വീടാന്തരമുള്ള ക്യാംപെയിനും, വിപുലമായ ശുചീകരണ പ്രവർത്തനങ്ങളുമാണ് സംഘടിപ്പിച്ചത്. സംസ്ഥാന മുഖ്യമന്ത്രി, മന്ത്രിമാർ, പാർലമെന്റ് അംഗങ്ങൾ, നിയമസഭാ സാമാജികർ, മറ്റ് ജനപ്രതിനിധികൾ, രാഷ്ട്രീയസാമൂഹ്യ സംഘടനാ നേതാക്കൾ തുടങ്ങി സമൂഹത്തിലെ എല്ലാ വിഭാഗം ജനങ്ങളും അണിചേർന്നാണ് ക്യാംപെയിൻ സംഘടിപ്പിച്ചത്. തദ്ദേശ സ്വയംഭരണം, ആരോഗ്യം, വിദ്യാഭ്യാസം, ജലവിഭവം, സാമൂഹ്യക്ഷേമം, കൃഷി, മൃഗസംരക്ഷണം, പൊതുമരാമത്ത് തുടങ്ങിയ എല്ലാ വകുപ്പുകളുടെയും പങ്കാളിത്തം തദ്ദേശ സ്ഥാപന തലത്തിൽ ഏകോപിപ്പിക്കുന്ന സമീപനമാണ് സ്വീകരിച്ചത്. തുടർന്നു വീടുകളും, സ്ഥാപനങ്ങളും, പൊതുവിടങ്ങളും എല്ലാ ആഴ്ചയിലും ഒരു ദിവസം 'ഡ്രൈ ഡേ' ആചരിച്ചുകൊണ്ടു കൊതുകിന്റെ പ്രജനനം ഇല്ലാതാക്കുന്നതിനുള്ള തുടർപ്രവർത്തനവും ക്യാംപെയിന്റെ ഭാഗമായി. മുൻവർഷങ്ങളിൽ പടർന്ന് പിടിച്ച ചിക്കുൻഗുനിയ, ഡെൻഗു തുടങ്ങിയ വൈറൽ പനിയെ ഫലപ്രദമായി പ്രതിരോധിക്കുന്നതിനു ക്യാംപെയിന് സാധിച്ചു എന്നത് മഴക്കാലപൂർവ്വ ശുചീകരണവും, ഡ്രൈ ഡേ ആചാരണവും തുടർന്നുള്ള വർഷങ്ങളിലും സംഘടിപ്പിക്കുന്നതിനുള്ള പ്രേരണയായി.

വാർഡ് തലത്തിൽ സാമൂഹ്യ സന്നദ്ധ സംഘടനകൾ, റെസിഡൻസ് അസോസിയേഷനുകൾ, യുവജന സംഘടനകൾ, വിദ്യാർത്ഥികൾ, മഹിളാ സംഘടനകൾ, കുടുംബശ്രീ പ്രവർത്തകർ, ആരോഗ്യ പ്രവർത്തകർ, ഉദ്യോഗസ്ഥർ, അദ്ധ്യാപകർ തുടങ്ങി വിവിധ തുറകളിൽപ്പെട്ടവരെ പങ്കെടുപ്പിച്ചുകൊണ്ട് വാർഡ് മെമ്പറുടെ അദ്ധ്യക്ഷതയിൽ നടക്കുന്ന ശുചിത്വ കൂട്ടായ്മയാണ് ആദ്യപടി. ഈ യോഗം വാർഡിലെ പ്രധാന ശുചിത്വ ആരോഗ്യ പ്രശ്നങ്ങൾ ചർച്ച ചെയ്യുകയും വാർഡുതല ശുചിത്വ മാപ്പിങ് നടത്തുന്നതിനും അതിന്റെ അടിസ്ഥാനത്തിൽ കർമ്മ പദ്ധതി രൂപീകരിക്കുന്നതിനും തീരുമാനിക്കുന്നു. ഇതിനായി കൂട്ടായ്മ

യിൽ പങ്കെടുക്കുന്നവരെ ഉൾക്കൊള്ളിച്ച് ജനപ്രതിനിധി, എ ഡി എസ് അംഗങ്ങൾ, ആശാവർക്കർ എന്നിവരിൽ ഒരാളുടെ നേതൃത്വത്തിൽ ശുചിത്വ സ്ക്വാഡ് രൂപീകരിക്കുന്നു. വാർഡിന്റെ വലിപ്പമനുസരിച്ചു ഒന്നിലധികം സ്ക്വാഡുകൾ ആവശ്യമെങ്കിൽ രൂപീകരിക്കുന്നു. താഴെപ്പറയുന്ന പ്രവർത്തനങ്ങളാണ് ഈ സ്ക്വാഡുകളിലൂടെ വിഭാവനം ചെയ്തത്.

- വാർഡിലെ വീടുകളും സ്ഥാപനങ്ങളും സന്ദർശിക്കുകയും മഴക്കാലപൂർവ്വ ശുചീകരണ പ്രവർത്തനങ്ങളും അവയുടെ പ്രാധാന്യവും ബോധ്യപ്പെടുത്തുകയും ചെയ്യുക;
- എല്ലാ വീടുകളിലും സ്ഥാപനങ്ങളിലും ആഴ്ചയിൽ ഒരുദിവസം 'ഡ്രൈ ഡേ' ആചരിക്കുവാൻ നിർദ്ദേശിക്കുകയും ആ ദിവസത്തിൽ ചെയ്യേണ്ട പ്രവർത്തനങ്ങൾ വിശദീകരിക്കുകയും ചെയ്യുക;
- കൊതുകുകളുടെ ഉറവിടങ്ങൾ നശിപ്പിക്കുക, ക്ലോറിനേഷൻ നടത്തുക തുടങ്ങിയ ശുചിത്വ പ്രവർത്തനങ്ങൾക്ക് സഹായവും പ്രേരണയും നല്കുക;
- ശുചിത്വ മാപ്പിങ് നടത്തുകയും പ്രദേശത്തെ ശുചിത്വ പ്രശ്നങ്ങളുമായി ബന്ധപ്പെട്ട റിപ്പോർട്ടു തയ്യാറാക്കുകയും ചെയ്യുക;
- ആഴ്ചയിലൊരിക്കൽ മഴക്കാലപൂർവ്വ ശുചീകരണ പ്രവർത്തനങ്ങളുടെ പുരോഗതി വിലയിരുത്തുക.

സംസ്ഥാനത്തെ ഓരോ വാർഡിലെയും മാലിന്യ പ്രശ്നങ്ങൾ ഉള്ള പ്രദേശങ്ങൾ, വെള്ളം കെട്ടിനിന്ന് കൊതുക് പെരുകുന്നതിന് സാദ്ധ്യതയുള്ള ഇടങ്ങൾ, ഓടകൾ നന്നായി പരിപാലിക്കാത്ത പ്രശ്നങ്ങൾ, കൊതുകിന് വളരാൻ സാഹചര്യമൊരുക്കുന്ന കുറ്റിച്ചെടികൾ നിറഞ്ഞ സ്ഥലങ്ങൾ, വെള്ളം കെട്ടിനില്ക്കുന്ന ടാങ്കുകൾ, പ്ലാസ്റ്റിക് വലിച്ചെറിയുന്നതുമായി ബന്ധപ്പെട്ട പ്രശ്നങ്ങൾ, വൃത്തിയില്ലാത്ത വീടും പരിസരവും കണ്ടെത്തുന്നതിന് ശുചിത്വ സ്ക്വാഡ് നടത്തുന്ന കൂട്ടായ ശ്രമമാണ് ശുചിത്വ മാപ്പിങ്. ഇതിലൂടെ കണ്ടെത്തുന്ന പ്രശ്നങ്ങൾ, പ്രദേശങ്ങൾ ഇവ വാർഡ് തല ശുചിത്വ കൂട്ടായ്മയിൽ ചർച്ച ചെയ്ത് ഏകോപിപ്പിക്കുകയും അവ പഞ്ചായത്ത്/നഗരസഭാ തലത്തിൽ റിപ്പോർട്ടായി ക്രോഡീകരിക്കുകയും ചെയ്തു. ഈ റിപ്പോർട്ടിന്റെ അടിസ്ഥാനത്തിൽ തദ്ദേശഭരണ സ്ഥാപന തലത്തിൽ ഏറ്റെടുക്കേണ്ട പ്രവർത്തനങ്ങൾ ബന്ധപ്പെട്ട ഉദ്യോഗസ്ഥരെ കൂടി പങ്കെടുപ്പിച്ചുകൊണ്ടു ഭരണ സമിതി ചർച്ച ചെയ്യുകയും വിവിധ പ്രവർത്തനങ്ങൾ ഉൾക്കൊള്ളിച്ചുകൊണ്ടുള്ള കർമ്മപദ്ധതിയായി അംഗീകരിക്കുകയും ചെയ്തു. റോഡുകളും, ഓടകളും വൃത്തിയാക്കുക, വെള്ളക്കെട്ട് ഒഴിവാക്കുക, തോട്, കുളം, കിണർ തുടങ്ങിയ എല്ലാ ജലസ്രോതസ്സുകളും വൃത്തിയാക്കി ശുചീകരിക്കുക, മാലിന്യസംസ്കരണത്തിനുള്ള പ്രവർത്തനങ്ങൾ നടത്തുക, പ്ലാസ്റ്റിക്

മാലിന്യം ഒഴിവാക്കുന്നതിനും, വലിച്ചെറിയുന്നത് തടയുന്നതിനുമുള്ള നടപടികൾ സ്വീകരിക്കുക, എലി, കൊതുക് മറ്റ് ജന്തുക്കൾ വഴി വ്യാപിക്കാവുന്ന രോഗങ്ങൾ പ്രതിരോധിക്കുന്നതിനുള്ള നടപടികൾ സ്വീകരിക്കുക തുടങ്ങിയ പ്രവർത്തനങ്ങൾ കർമ്മപദ്ധതിയുടെ ഭാഗമായി.

കർമ്മപദ്ധതിയിൽ വിഭാവനംചെയ്ത പ്രവർത്തനങ്ങൾ ഗാർഹിക സ്ഥാപന പൊതുതലങ്ങളെ പ്രത്യേകമായി കണ്ടുകൊണ്ടുള്ള ബോധവല്ക്കരണ പ്രവർത്തനങ്ങളാണ് നടത്തിയത്. എല്ലാ വീടുകളിലും സ്ഥാപനങ്ങളിലും 'ഡ്രൈ ഡേ' സന്ദേശം എത്തിക്കുന്നതിനും വീടും പരിസരവും മാലിന്യമുക്തമാക്കുന്നതിന്റെ ആവശ്യകത ഓരോ വീട്ടുകാരെയും ബോദ്ധ്യപ്പെടുത്തുന്നതിനും അത് അവരുടെ ഉത്തരവാദിത്വമാക്കി മാറ്റുന്നതിനുമുള്ള ഇടപെടലാണ് ഉണ്ടായത്. ജൈവമാലിന്യങ്ങൾ അതാതിടങ്ങളിൽത്തന്നെ കംപോസ്റ്റിങ് തുടങ്ങിയ രീതികൾ ഉപയോഗിച്ച് സംസ്കരിക്കുന്നതിനും പ്ലാസ്റ്റിക് തുടങ്ങിയ അജൈവമാലിന്യങ്ങൾ പരമാവധി കുറയ്ക്കുന്നതിനും, പുനഃചംക്രമണം സാദ്ധ്യമാക്കുന്നതിനുള്ള സാദ്ധ്യതകൾ തേടുന്നതിനും ഓരോ കുടുംബത്തെയും ബോദ്ധ്യപ്പെടുത്തുന്ന രീതിയാണ് ശുചിത്വ കൂട്ടായ്മയിലൂടെയും, ശുചിത്വ സ്ക്വാഡുകളിലൂടെയും സ്വീകരിച്ചത്. താഴെപ്പറയുന്ന ഘടകങ്ങളെ അടിസ്ഥാനപ്പെടുത്തി ഗാർഹികതലത്തിൽ നടത്തേണ്ട ബോധവല്ക്കരണ പ്രവർത്തനങ്ങൾക്ക് മുൻഗണന നല്കുകയുണ്ടായി.

- വീടിന് ചുറ്റുപാടുമുള്ള പുരയിടങ്ങളിൽ ഉപേക്ഷിക്കപ്പെട്ട ചിരട്ട, ടിന്നുകൾ, മുട്ടത്തോട്, തൊണ്ട്, പ്ലാസ്റ്റിക് കൂട്, കപ്പ്, ഷീറ്റ് തുടങ്ങിയവ, ഉടഞ്ഞ ഗ്ലാസ്, കുപ്പികൾ, കുപ്പിയുടെ അടപ്പുകൾ തുടങ്ങി വെള്ളം കെട്ടിനില്ക്കാൻ സാദ്ധ്യതയുള്ള എല്ലാ വസ്തുക്കളും ശേഖരിച്ച് പുനഃചംക്രമണത്തിന് നല്കുകയോ, സാദ്ധ്യമല്ലാത്തവ സംസ്കരിക്കുകയോ ചെയ്യുക.
- അടുക്കളയിൽനിന്നും, കുളിമുറിയിൽനിന്നും ഒഴുകിവരുന്ന ജലവും, കിണറ്റിങ്കരയിലും, മറ്റിടങ്ങളിലുമുള്ള ജലവും കെട്ടിക്കിടക്കുന്നില്ല എന്നുറപ്പാക്കുക.
- വെള്ളം കോരിയെടുക്കാത്ത കിണറുകളിലും, മോട്ടോർ സ്ഥാപിച്ചിട്ടുള്ള കിണറുകളിലും കൊതുക് വളരും എന്നതിനാൽ കിണറുകൾ ക്ലോറിനേറ്റ് ചെയ്യുകയോ അതിൽ ഗപ്പി മത്സ്യം വളർത്തുകയോ വേണം.
- ചെടിച്ചട്ടി, റഫ്രിജറേറ്ററിന്റെ അടിവശം മുതലായ കൊതുക് വളരാൻ സാദ്ധ്യതയുള്ള ഇടങ്ങൾ 'ഡ്രൈ' ആയി സൂക്ഷിക്കേണ്ടതാണ്.
- വീടുകളിലെ ടെറസ്സുകളിലും കൈവരിക്കുള്ളിലും, ചപ്പുചവറുകൾ കൂടിക്കിടക്കുന്ന ഇടങ്ങളിലും ജലം കെട്ടിനില്ക്കുന്നില്ല എന്നുറപ്പാക്കുക.

- മാലിന്യങ്ങൾ കുമിഞ്ഞുകൂടാൻ അനുവദിക്കാതിരിക്കുകയും അഴുക്കുവെള്ളം കെട്ടിക്കിടക്കുന്നത് ഒഴിവാക്കുകയും ചെയ്യുക.
- ആഴ്ചയിലൊരിക്കൽ കൊതുകിന്റെ ഉറവിടങ്ങൾ നശിപ്പിക്കുന്നതിനായി വീടുകളിൽ ഞായറാഴ്ചയും, സ്ഥാപനങ്ങളിൽ തിങ്കളാഴ്ചയും 'ഡ്രൈ ഡേ' ആയി ആചരിക്കുക.

ശുചിത്വ സ്ക്വാഡിലെ അംഗങ്ങൾ ഓരോ വീടും സന്ദർശിച്ച് ഇക്കാര്യങ്ങൾ വിശദീകരിക്കുകയും വെള്ളം കെട്ടിനില്ക്കാൻ സാദ്ധ്യതയുള്ള പല വസ്തുക്കളും, സ്ഥലങ്ങളും കാണിച്ചുകൊടുക്കുകയും ചെയ്തതിലൂടെ ശ്രദ്ധയിൽപ്പെടാത്ത പലവസ്തുക്കളും ഓരോ പുരയിടത്തിലും രോഗകാരകരായി ഉണ്ടെന്ന അവബോധം വീട്ടുകാരിൽ സൃഷ്ടിക്കുന്നതിനായി. മൺസൂൺ ആരംഭിക്കുന്നതിന് മുമ്പും, മഴക്കാലം ആരംഭിച്ച് അഞ്ചുദിവസം കഴിയുമ്പോഴും തുടർന്ന് ആഴ്ചയിലൊരിക്കലും ടീം അംഗങ്ങൾ ഭവന സന്ദർശനം നടത്തുന്നത് പ്രവർത്തനം ഫലപ്രദമാക്കുന്നതിന് അനിവാര്യമാണ്. മഴക്കാലം ആരംഭിച്ചശേഷം ഭവന സന്ദർശനം നടത്തുന്നതിനായി ആശാ വർക്കേഴ്സ്, കുടുംബശ്രീ ഹെൽത്ത് വാളന്റിയേഴ്സ്, യൂത്ത് കോ-ഓർഡിനേറ്റർ, എസ് സി/എസ് ടി പ്രൊമോട്ടർ, സന്നദ്ധസംഘടനാ പ്രതിനിധികൾ എന്നിവരുടെ സേവനം പ്രയോജനപ്പെടുത്താവുന്നതാണ്. കുടുംബശ്രീ അയൽക്കൂട്ട യോഗങ്ങൾ, ബാലസഭാ യോഗങ്ങൾ, അംഗൻവാടി മദേഴ്സ് കമ്മിറ്റി യോഗങ്ങൾ, തൊഴിലുറപ്പ് പ്രവൃത്തിസ്ഥലത്തെ ഉച്ചഭക്ഷണ ഇടവേളകൾ എന്നീ വേദികളും ബോധവല്ക്കരണ പ്രവർത്തനങ്ങൾക്ക് ഉപയോഗിക്കാവുന്നതാണ്.

സർക്കാർ/സ്വകാര്യ സ്ഥാപനങ്ങളുടെ പരിസരം ശുചിയായി പരിപാലിക്കുന്നതിനും അവിടെയുള്ള മാലിന്യങ്ങൾ അനുയോജ്യമായ രീതി ഉപയോഗപ്പെടുത്തി സംസ്കരിക്കുന്നതിനുമുള്ള ഉത്തരവാദിത്വം അതതു സ്ഥാപനങ്ങൾക്കാണ് എന്നത് തദ്ദേശസ്വയംഭരണ സ്ഥാപന അദ്ധ്യക്ഷൻ സ്ഥാപന മേധാവികളുടെ യോഗം വിളിച്ച് ബോദ്ധ്യപ്പെടുത്തുകയുണ്ടായി. ഗാർഹികതലത്തിൽ നടത്താൻ നിർദ്ദേശിച്ചിട്ടുള്ള എല്ലാ പ്രവർത്തനങ്ങളും സ്ഥാപനങ്ങളിലും നടക്കുന്നുവെന്ന് ഉറപ്പാക്കുകയുണ്ടായി. അതിന് സാമൂഹ്യപ്രവർത്തകർ, സന്നദ്ധ പ്രവർത്തകർ തുടങ്ങിയവർ അടങ്ങിയ മോണിറ്ററിങ് സമിതി രൂപീകരിച്ച് ആഴ്ചയിലൊരിക്കൽ സ്ഥാപന പരിസരം സന്ദർശിച്ചു പ്രവർത്തനം അവലോകനം ചെയ്ത് റിപ്പോർട്ട് തദ്ദേശഭരണ സ്ഥാപനത്തിന് നല്കുന്നരീതി അവലംബിച്ചു.

കർമ്മപദ്ധതി ആവിഷ്കരിക്കുന്നതിനും അവയുടെ ഫലപ്രദമായ നടത്തിപ്പിനും വിപുലമായ പരിശീലനം ശുചിത്വമിഷന്റെ ആഭിമുഖ്യത്തിൽ സംഘടിപ്പിക്കുകയുണ്ടായി. സംസ്ഥാന തലം മുതൽ വാർഡ് തലം വരെ വിപുലമായ പ്രചരണവും സംഘടിപ്പിക്കുകയുണ്ടായി. ലഘുലേഖകൾ, ബാനറുകൾ, മൈക്ക് അനൗൺസ്മെന്റ്, കലാജാഥകൾ തുടങ്ങി നിരവധി പ്രവർത്തനങ്ങളിലൂടെ ഈ ആശയം ജനങ്ങളിൽ

എത്തിക്കുന്നതിനുള്ള ശ്രമം ഉണ്ടായി. അച്ചടിദൃശ്യശ്രവ്യ മാധ്യമങ്ങളുടെ സഹായവും ക്യാംപെയിൻ വിജയിപ്പിക്കുന്നതിന് സഹായകരമായി. തദ്ദേശ ഭരണ സ്ഥാപനങ്ങളുടെ അദ്ധ്യക്ഷന്മാരുടെ നേതൃത്വത്തിൽ ജന പ്രതിനിധികളും, ബന്ധപ്പെട്ട ഉദ്യോഗസ്ഥരുമടങ്ങുന്ന ശുചിത്വ സമിതിയാണ് പ്രവർത്തനങ്ങളുടെ ഏകോപനം നിർവ്വഹിച്ചത്. വാർഡ്തല ശുചിത്വ ആരോഗ്യ സമിതിയും തദ്ദേശ സ്ഥാപനതല സമിതിയും ഓരോ ആഴ്ചയും യോഗം ചേർന്ന് പ്രവർത്തനങ്ങൾ വില യിരുത്തുകയുണ്ടായി. ഇതോടൊപ്പം തദ്ദേശ സ്വയംഭരണം, ആരോഗ്യം, വിദ്യാഭ്യാസം, ജലവിഭവം, സാമൂഹ്യക്ഷേമം, കൃഷി, മൃഗസംരക്ഷണം, പൊതുമരാമത്ത് തുടങ്ങിയ എല്ലാ വകുപ്പുകളുടെയും പ്രവർത്തനങ്ങൾ തദ്ദേശഭരണ സ്ഥാപനതലത്തിൽ ഏകോപിപ്പിക്കുന്നതിനും ശ്രദ്ധിക്കു കയുണ്ടായി. പകർച്ചവ്യാധികൾ തടയുന്നതിന് ക്യാംപെയിൻ വളരെ പ്രയോജനകരമായി എന്നതിനാൽ മഴക്കാലപൂർവ്വ ശുചീകരണം എല്ലാ വർഷവും തുടർന്നു വരുന്നു. ജനകീയാസൂത്രണ പ്രക്രിയയുടെ മറ്റൊരു വിജയമായി ഈ ക്യാംപെയിനെ വിശേഷിപ്പിക്കാം.

8.2 തെളിമ സ്കൂൾ ശുചിത്വ പരിപാടി

പോഷകാഹാരം, ശുദ്ധജലം, പരിസര ശുചിത്വം, എന്നിവ സമൂഹ ത്തിന്റെ ആരോഗ്യം പരിരക്ഷിക്കാൻ അനിവാര്യമായ ഘടകങ്ങളാണ്. വ്യക്തി ശുചിത്വത്തിന്റെയും, വീട്ടിനകത്തെ ശുചിത്വത്തിന്റെയും കാര്യ ത്തിൽ മറ്റ് സംസ്ഥാനങ്ങളെ അപേക്ഷിച്ച് കേരളത്തിലെ ജനങ്ങൾ കൂടു തൽ ജാഗരൂകരാണ്. എന്നാൽ പരിസരശുചിത്വം പരിപാലിക്കുന്നതിൽ നമുക്കുണ്ടായിരുന്ന ശുഷ്കാന്തിയിൽ ഗണ്യമായ കോട്ടമുണ്ടായിരി ക്കുന്നു. നമ്മുടെ ഓടകളിലേക്കും റോഡുകളിലേക്കും പൊതു ഇടങ്ങളി ലേക്കും മാലിന്യം വലിച്ചെറിയാൻ നമുക്ക് മടിയില്ലാതായി. ജലസ്രോത സ്സുകളെല്ലാം തന്നെ മാലിന്യം കലർന്ന് മലിനമായിരിക്കുന്നു. പൊതു സ്ഥാപനങ്ങളിലെയും, പൊതു ഇടങ്ങളിലെയും, സ്കൂളുകളിലെയും ടോയ്ലറ്റുകൾ ശുചിയായി സൂക്ഷിക്കുന്നതിൽ വലിയ അലംഭാവം നാം കാട്ടുന്നു. ഇതിന്റെ ഫലമായി രോഗം പകർത്തുന്ന ജീവികളുടെ വ്യാപനം വൻതോതിൽ വർദ്ധിക്കുന്നതിനും പകർച്ചവ്യാധികൾ വ്യാപകമാകുന്ന തിനും കാരണമായിരിക്കുന്നു. നമ്മുടെ പരിസരവും, പൊതു ജലസ്രോ തസ്സുകളും മലിനമാക്കുന്നത് ശരിയല്ല എന്നും നമ്മുടെ പ്രകൃതിയും, ജലവും അമൂല്യമാണെന്നും സംരക്ഷിക്കപ്പെടേണ്ടതാണ് എന്നും സ്വയം ബോദ്ധ്യപ്പെടേണ്ടതുണ്ട്. ശുചിത്വ പരിപാലനവും പ്രകൃതി സംരക്ഷ ണവും ജീവിത ശീലങ്ങളായി നമ്മളിൽ സ്വാംശീകരിക്കേണ്ടതുണ്ട്. ഇതിന് പുതിയ തലമുറയുടെ ശീലവല്ക്കരണത്തിന് വളരെ പ്രാധാന്യ മുണ്ട്. ഇതിനായി സ്കൂൾ പാഠപുസ്തകങ്ങളിലെ പാഠങ്ങളുടെ തുടർ പ്രവർത്തനങ്ങളായി ശുചിത്വം, പരിസ്ഥിതി പരിപാലനം തുടങ്ങിയ സമൂ ഹവുമായി ബന്ധപ്പെട്ട പ്രവർത്തനങ്ങളിലേക്ക് കുടി വിദ്യാർത്ഥികളുടെ

ശ്രദ്ധ ആകർഷിക്കുന്നതിനും അതിലൂടെ അവരിൽ ശരിയായ ശുചിത്വ പരിസ്ഥിതി ശീലങ്ങൾ വളർത്തുന്നതിനുമുള്ള ഒരു ശ്രമമാണ് തെളിമ ക്യാംപെയിൻ വിഭാവനം ചെയ്തത്. ശുചിത്വ മിഷനും, സർവ്വ ശിക്ഷാ അഭിയാനും ചേർന്നാണ് ഈ ക്യാംപെയിൻ നടപ്പിലാക്കിയത്.

വിദ്യാഭ്യാസം, പരിസ്ഥിതി, ശുചിത്വം എന്നീ മേഖലകളിൽ പ്രവർത്തിക്കുന്ന വിദഗ്ദ്ധരുടെ സഹായത്തോടെ ലളിതമായ പ്രവൃത്തിപരിചയ കൈപ്പുസ്തകം വിപുലമായ ചർച്ചയുടെ അടിസ്ഥാനത്തിൽ വികസിപ്പിക്കുകയുണ്ടായി. ശുചിത്വം, ജലസംരക്ഷണം, മലിനീകരണ നിയന്ത്രണം, സുരക്ഷ എന്നീ വിഷയങ്ങളെ ആസ്പദമാക്കി 'വൃത്തിയുള്ള ഞാൻ,' 'ജലം അമൂല്യം,' 'മലിനീകരണം മഹാവിപത്ത്,' 'നമ്മുടെ സുരക്ഷ നമ്മുടെ കൈയിൽ' എന്നീ നാല് അദ്ധ്യായങ്ങളായാണ് കുട്ടികളെ അടിസ്ഥാന അറിവുകളിലേക്കും, പ്രവൃത്തികളിലേക്കും, സമൂഹവുമായി ചർച്ചയിലൂടെ ബന്ധപ്പെടുത്തുന്നതിനുമായി തയ്യാറാക്കിയത്. ഈ വിഷയങ്ങളുമായി ബന്ധപ്പെട്ട ശാസ്ത്രീയ കാര്യങ്ങളും, പ്രശ്നങ്ങളും, പരിഹാര നിർദ്ദേശങ്ങളും നിരീക്ഷണ രീതിയിലൂടെയും ചോദ്യാവലിയിലൂടെയും, വിശകലന രീതിയിലൂടെയും വിദ്യാർത്ഥികളിലേക്ക് എത്തിക്കുന്നതിനാണ് ശ്രമിച്ചിട്ടുള്ളത്. ഇതുമായി ബന്ധപ്പെട്ട് സ്വയമോ, കൂട്ടുകാരുമായി ചേർന്നോ ചെയ്യാവുന്ന പ്രോജക്ടുകൾ, അവയുടെ രീതികൾ, സ്വയം വിലയിരുത്തൽ നിർദ്ദേശങ്ങൾ, സർഗ്ഗാത്മക പ്രവർത്തനങ്ങൾ ഇവയെല്ലാം ലഭ്യമാക്കിയിരിക്കുന്നു. ഇതോടൊപ്പം 'ഞാനും കൂട്ടുകാരും' എന്ന ഒരദ്ധ്യായത്തിലൂടെ വിദ്യാർത്ഥിയുടെ സാമൂഹിക ബന്ധം ശരിയായ രീതിയിൽ വളർത്തിയെടുക്കുന്നതിനും, ആശയ വിനിമയ ശേഷി വർദ്ധിപ്പിക്കുന്നതിനും, സമചിത്തത വളർത്തിയെടുക്കുന്നതിനുമുള്ള പ്രവർത്തനവും ഉൾക്കൊള്ളിച്ചിരിക്കുന്നു. തെളിമ എന്ന കൈപ്പുസ്തകത്തോടൊപ്പം അതിലെ അദ്ധ്യായങ്ങളെ ആസ്പദമാക്കി സി-ഡിറ്റ് വഴി തയ്യാറാക്കിയ ദൃശ്യ മോഡ്യൂളുകളും സ്കൂളുകളിൽ ലഭ്യമാക്കുകയുണ്ടായി. അദ്ധ്യാപകരുടെ നേതൃത്വത്തിൽ അദ്ധ്യയന സമയത്തെ ബാധിക്കാത്ത രീതിയിൽ ചർച്ചയിലൂടെയും, ഹോംവർക്ക് രീതിയിലും കുട്ടികളെ പങ്കാളികളാക്കി. പാഠ്യപദ്ധതിക്കുപരിയായി കുട്ടികളിൽ ശരിയായ ശീലങ്ങൾ വളർത്തിയെടുക്കുന്നതിനും, സമൂഹത്തിൽ നല്ല മാറ്റങ്ങൾ ഉണ്ടാക്കുന്നതിന് അവരെ പ്രാപ്തരാക്കുന്നതിനും ഈ ക്യാംപെയിനിലൂടെ സാദ്ധ്യമായി. ഒരുപക്ഷേ, ഇത്തരം ഒരു വിവര വിദ്യാഭ്യാസ വിനിമയ (IEC) പ്രവർത്തനവും രാജ്യത്തു തന്നെ ആദ്യമായിട്ടായിരിക്കണം നടന്നിട്ടുള്ളത്.

8.3 പൊതുസ്ഥാപന ശുചിത്വ ക്യാംപെയിൻ

മാലിന്യ മുക്ത കേരളം കർമ്മപരിപാടിയുടെ ഭാഗമായി സംസ്ഥാനത്തെ വിവിധ സർക്കാർ ഓഫീസുകളുടെയും മറ്റു പൊതുസ്ഥാപനങ്ങളുടെയും ശുചിത്വ നിലവാരം ഉയർത്തേണ്ടതുണ്ട്. ഇതിനായി ഈ സ്ഥാപ

നങ്ങളുടെ പരിസരവും ഓഫീസിനകവും വൃത്തിയായി സൂക്ഷിക്കുന്നതിനുള്ള നടപടികൾ അനിവാര്യമാണ്. എല്ലാ ഓഫീസുകളിലും അവിടുത്തെ ജീവനക്കാർക്കും അവിടെയെത്തുന്ന പൊതുജനങ്ങൾക്കും മതിയായ കക്കൂസ്/മൂത്രപ്പുര എന്നീ സൗകര്യങ്ങൾ ലഭ്യമാക്കുക എന്നത് പ്രധാനമാണ്. അവിടെയുണ്ടാകുന്ന ഖര മാലിന്യങ്ങൾ ജൈവം, അജൈവം എന്നീ രീതിയിൽ വേർതിരിച്ച് ശേഖരിക്കുന്നതിനുള്ള സൗകര്യം ഉണ്ടാകണം. ജൈവ മാലിന്യം അവിടെത്തന്നെ സംസ്കരിക്കുന്നതിനുതകുന്ന കമ്പോസ്റ്റിങ് സംവിധാനങ്ങളോ ജൈവവാതക പ്ലാന്റുകളോ സ്ഥാപിച്ച് പരിപാലിക്കേണ്ടതുണ്ട്. അജൈവമാലിന്യം പുനഃചംക്രമണത്തിനായി സ്ക്രാപ് വ്യാപാരികൾക്ക് നല്കുന്നതിന് വ്യവസ്ഥ ചെയ്യേണ്ടതുണ്ട്. ഓഫീസ് കോമ്പൗണ്ടിൽ വെള്ളം കെട്ടിനിന്ന് കൊതുകു പെരുകുന്നതിനുള്ള സാദ്ധ്യത ഒഴിവാക്കേണ്ടതാണ്. ശുദ്ധമായ കുടിവെള്ളം ലഭ്യമാക്കുന്നതിനുള്ള സൗകര്യം ചെയ്യേണ്ടതാണ്. ഓഫീസ് റെക്കോർഡുകൾ ചിട്ടയോടെ സൂക്ഷിക്കൽ, ഓഫീസിന്റെ പേരും സ്ഥലനാമവും പ്രദർശിപ്പിക്കുന്ന ആകർഷകമായ ബോർഡ് സ്ഥാപിക്കൽ, കോമ്പൗണ്ടിൽ ഒരു ചെറുപൂന്തോട്ടം/പച്ചക്കറിത്തോട്ടം വികസിപ്പിച്ച് പരിപാലനം ചെയ്യൽ തുടങ്ങി ആകർഷകമായ പ്രവർത്തനങ്ങളിലൂടെ ഓഫീസും പരിസരവും വൃത്തിയായി സൂക്ഷിക്കുന്നതിനുള്ള ഒരു കർമ്മപരിപാടി തയ്യാറാക്കി നടപ്പിലാക്കുന്നതിനുള്ള ഒരു ക്യാംപെയിൻ ആണ് പൊതുസ്ഥാപന ശുചിത്വ ക്യാംപെയിൻ. ഓരോ ഓഫീസും പൊതു സ്ഥാപനങ്ങളും സ്ഥാപനതല കമ്മിറ്റി രൂപീകരിച്ച് ജീവനക്കാരുടെ പങ്കാളിത്തത്തോടെ കർമ്മപരിപാടി നടപ്പിലാക്കുക എന്നതാണ് സമീപനം. ഓരോ പ്രവർത്തനങ്ങളും തീരുമാനിച്ച പ്രകാരം നടപ്പിലാക്കുന്നതിന് ഉത്തരവാദിത്വം നിർണ്ണയിച്ച് നല്കുകയും നിശ്ചിത ഇടവേളകളിൽ ജീവനക്കാരുടെ യോഗം ചേർന്ന് കർമ്മപരിപാടിയിൽ നിർദ്ദേശിച്ചിട്ടുള്ള പ്രവർത്തനങ്ങൾ സമയബന്ധിതമായി നടപ്പിലാക്കുന്നു എന്ന് ഉറപ്പാക്കുകയും വേണ്ടതാണ്. ഇതോടൊപ്പം ഓഫീസും പരിസരവും വൃത്തിയാക്കുന്നതിനും ശുചിത്വപൂർണ്ണമായി പരിപാലിക്കുന്നതിനുമുള്ള മനോഭാവമാറ്റം ജീവനക്കാരിൽ ഉണ്ടാകുന്നു എന്നതും ഉറപ്പാക്കേണ്ടത് പ്രധാനമാണ്. ഇതിനായി സമയബന്ധിതമായ പ്രവർത്തന കലണ്ടറും തീരുമാനിക്കുകയുണ്ടായി.

ജീവനക്കാരുടെ സേവനത്താൽ നടപ്പാക്കാവുന്ന ശുചീകരണം, ഓഫീസ് റെക്കോർഡുകൾ ചിട്ടയോടെ സൂക്ഷിക്കൽ, പ്രവൃത്തിയിടങ്ങൾ ആകർഷകമായി ക്രമീകരിക്കാൻ, പൂന്തോട്ട നിർമ്മാണം തുടങ്ങിയ സാമ്പത്തിക ആവശ്യമില്ലാത്ത പ്രവർത്തനങ്ങൾ മുൻഗണനാടിസ്ഥാനത്തിൽ നിർവ്വഹിക്കപ്പെടേണ്ടതാണ്. ഓഫീസ് റിപ്പയറിങ്ങും, മെയിന്റനൻസും വേണ്ട പ്രവർത്തനങ്ങൾ പൊതുമരാമത്തു വകുപ്പിന്റെ കൈവശമുള്ള മെയിന്റനൻസ് ഫണ്ട് ഉപയോഗപ്പെടുത്തി നിർവ്വഹിക്കാവുന്നതാണെന്നുള്ള നിർദ്ദേശം ചീഫ് സെക്രട്ടറി പുറപ്പെടുവിച്ചിട്ടുണ്ട്. കൈ

മാറ്റം ചെയ്യപ്പെട്ട സ്ഥാപനങ്ങളിലെ അത്യാവശ്യ സൗകര്യങ്ങൾ ഏർപ്പെടുത്തുന്നതിനും അറ്റകുറ്റപ്പണികൾ നിർവ്വഹിക്കുന്നതിനും നോൺറോഡ് മെയിന്റനൻസ് ഗ്രാന്റ് ഉപയോഗപ്പെടുത്താമെന്നുള്ള തീരുമാനം തദ്ദേശ സ്വയംഭരണ വകുപ്പ് സർക്കുലർ പ്രകാരം നിർദ്ദേശിച്ചിട്ടുണ്ട്. കൂടാതെ എം പി/എം എൽ എ എന്നിവരുടെ പ്രാദേശിക വികസന പദ്ധതിയെയും ഇക്കാര്യങ്ങൾക്ക് ആശ്രയിക്കാവുന്നതാണ്. ഗ്രാമപ്രദേശങ്ങളിലെ മുഴുവൻ ഓഫീസുകളിലെയും ചുറ്റുപാടുമുള്ള സ്ഥലത്തു ഭൂവികസന പ്രവർത്തനം നടത്തുന്നതിനും, മാലിന്യസംസ്കരണ സംവിധാനം ഒരുക്കുന്നതിനും, വൃക്ഷവല്ക്കരണം, ഉദ്യാനവല്ക്കരണത്തിനും ദേശീയ തൊഴിലുറപ്പു പദ്ധതിയുടെ ഫണ്ട് ചെലവഴിക്കുന്നതിനുള്ള നിർദ്ദേശം ഗ്രാമവികസന കമ്മീഷണറും നല്കിയിട്ടുണ്ട്. ഇതിനുപുറമെ ജീവനക്കാരുടെ സംഭാവന സ്വീകരിച്ച് ശുചിത്വ ഫണ്ട് സ്വരൂപിക്കാവുന്നതാണ്. ഇത്തരത്തിൽ വിഭവസമാഹരണം നടത്തി കർമ്മപദ്ധതിയുടെ പ്രവർത്തനങ്ങൾ പൂർത്തീകരിക്കാവുന്നതും സ്ഥിരമായി പരിപാലിക്കാവുന്നതുമാണ്.

ശുചിത്വ സൗകര്യങ്ങളുടെയും പരിപാലനത്തിന്റെയും മികവിന്റെ അടിസ്ഥാനത്തിൽ നടപ്പിലാക്കിയ പ്രവർത്തനങ്ങളും നേട്ടങ്ങളും ജീവനക്കാരുടെ പങ്കാളിത്തത്തോടെ വിലയിരുത്തി അംഗീകാരം നല്കുന്നതിനും ക്യാംപെയിന്റെ ഭാഗമായി തീരുമാനിക്കുകയുണ്ടായി. അതാതു സ്ഥാപനതലത്തിൽ സ്വയം വിലയിരുത്തലും, തദ്ദേശ സ്ഥാപനതലത്തിൽ സാമൂഹ്യപരിശോധനയും ജില്ലാതലത്തിൽ കളക്ടറുടെ നേതൃത്വത്തിൽ രൂപീകരിക്കുന്ന കമ്മിറ്റി ശുചിത്വ നിലവാരം പരിശോധിച്ച് ഏറ്റവും മികച്ചത്, മികച്ചത്, തൃപ്തികരം എന്നിങ്ങനെ ലേബൽ ചെയ്യുന്ന രീതിയുമാണ് അവലംബിച്ചത്. ഇതിനായി സ്ഥാപനങ്ങളുടെ പരിസരം ചപ്പു ചവറുകൾ ഇല്ലാതെയും, കൊതുകുപെരുകാനുള്ള സാദ്ധ്യത ഇല്ലാതാക്കിയും, മഴവെള്ള സംഭരണ സംവിധാനം പരിരക്ഷിച്ചും, പൊതുവൃത്തിയോടെയും, അത്യന്തം ഭംഗിയായും സംരക്ഷിക്കേണ്ടതുണ്ട്. സ്ഥാപനത്തിലെ ജീവനക്കാർക്കും, അവിടെയെത്തുന്ന അതിഥികൾക്കും ജലലഭ്യതയുള്ളതും, വെളിച്ചമുള്ളതും, വായുസഞ്ചാരമുള്ളതുമായ ടോയ്ലറ്റുകളും യൂറിനൽസും ആവശ്യാനുസരണം ഉണ്ടാകേണ്ടതാണ്. ലഭ്യമായ ടോയ്ലറ്റുകളിൽ ചിലത് ഭിന്നശേഷിക്കാർക്കും, സ്ത്രീകൾക്കും ഉപയോഗിക്കുന്നതിന് സൗഹൃദപരമാകണം. ടോയ്ലറ്റുകളിലും യൂറിനൽസിലും ഉണ്ടാകുന്ന മലിനജലം സംസ്കരിക്കുന്നതിന് സെപ്റ്റിക് ടാങ്ക് പോലെയുള്ള സൗകര്യം ഉണ്ടാകേണ്ടതാണ്. അതോടൊപ്പം മലമൂത്രം കലരാത്ത മലിനജലം ശേഖരിച്ച് പുനരുപയോഗിക്കുന്നതിനുള്ള ലളിതമായ സൗകര്യവും ഒരുക്കേണ്ടതാണ്. ഖരമാലിന്യം തരം തിരിച്ച് ശേഖരിക്കുന്നതിനുള്ള ബിന്നുകൾ, ശേഖരിക്കുന്ന ജൈവമാലിന്യം സംസ്കരിക്കുന്നതിനുള്ള കംപോസ്റ്റിങ്/ബയോഗ്യാസ് പ്ലാന്റ് സംവിധാനം, ഉല്പാദിപ്പിക്കപ്പെടുന്ന കമ്പോസ്റ്റ് ഉപയോഗപ്പെടുത്തിയുള്ള പച്ചക്കറി

കൃഷി തുടങ്ങിയ സൗകര്യങ്ങൾ ഏർപ്പെടുത്തേണ്ടതാണ്. ഒറ്റത്തവണ ഉപയോഗിച്ച് വലിച്ചെറിയുന്ന വസ്തുക്കൾ നിരുത്സാഹപ്പെടുത്തുന്നതിനും അജൈവമാലിന്യങ്ങൾ നീക്കം ചെയ്യുന്നതിനുമുള്ള വ്യവസ്ഥകൾ ഉണ്ടാകണം. സ്ഥാപനത്തിൽ കുടിവെള്ള ലഭ്യത ഉറപ്പാക്കുന്നതിനും, അതിനുള്ള സ്രോതസ്സ് ശുചിത്വപൂർണ്ണമായി സംരക്ഷിക്കുന്നതിനുമുള്ള രീതികൾ ആവിഷ്കരിക്കണം. ഓഫീസിനുള്ളിലും, പുറത്തും അടുക്കും ചിട്ടയുമുണ്ടാകണം. ആവശ്യാനുസരണമുള്ള ബോർഡുകൾ സ്ഥാപിക്കേണ്ടതാണ്. ഓഫീസിലെ ഫയലുകളും റെക്കോർഡുകളും വൃത്തിയായും, ചിട്ടയോടെയും സൂക്ഷിക്കുന്നതിനും, ജീവനക്കാർ ഉപയോഗിക്കുന്ന മേശകളും, അലമാരകളും, ജീവനക്കാർക്കും, അതിഥികൾക്കും ഉള്ള ഇരിപ്പിടങ്ങളും ഭംഗിയോടെയും, ഉറപ്പുള്ള രീതിയിലും പരിപാലിക്കണം. ഈ ഘടകങ്ങൾ എല്ലാം ചിട്ടയായി പരിശോധിച്ചു തദ്ദേശ സ്ഥാപനതലത്തിൽ സ്ഥാപനങ്ങളെ അംഗീകരിക്കുന്നതിനും, താലൂക്ക് ജില്ലാ തലങ്ങളിൽ മികച്ച സ്ഥാപനങ്ങളെ കണ്ടെത്തി സംസ്ഥാന സർക്കാർ അവാർഡുകൾ നല്കുന്നതിനും തീരുമാനിക്കുകയുണ്ടായി. സംസ്ഥാനതലത്തിലും, ജില്ലാതലത്തിലും, താലൂക്ക് തലത്തിലും, തദ്ദേശ ഭരണ സ്ഥാപനതലത്തിലുമുള്ള നിരവധി പൊതുസ്ഥാപനങ്ങൾ ഈ ക്യാംപെയിന്റെ ഭാഗമായി മാറുകയും, പ്രകടമായ മാറ്റം മിക്ക ഓഫീസുകളിലും ഉണ്ടാക്കിയെടുക്കുന്നതിനും സഹായകരമായി. ജീവനക്കാരുടെ സർവ്വീസ് സംഘടനകൾ സ്വീകരിച്ച അനുകൂല നിലപാടും, നേതൃത്വപരമായ പങ്കാളിത്തവും ക്യാംപെയിൻ വിജയിപ്പിക്കുന്നതിന് സഹായകരമായി.

8.4 ജല ഗുണനിലവാര പരിശോധന

ശുചിത്വവും, ആരോഗ്യവും പരിപാലിക്കുന്നതിനു ജലത്തിന്റെ ഗുണത നിലനിർത്തേണ്ടത് അത്യന്താപേക്ഷിതമാണ്. ലഭ്യമായ ജലസ്രോതസ്സുകൾ ശരിയായി സംരക്ഷിച്ചാൽ മാത്രമേ പരിസ്ഥിതി ശുചിത്വം പരിപാലിക്കുന്നതിനും രോഗഭാരം കുറയ്ക്കുന്നതിനും സാദ്ധ്യമാകുകയുള്ളൂ. എന്നാൽ ജലസ്രോതസ്സുകളിലേക്ക് മലിനജലം ഒഴുക്കിവിട്ടും ഖരമാലിന്യം വലിച്ചെറിഞ്ഞും ജലസ്രോതസ്സുകൾ വലിയതോതിൽ മലിനമാകുന്ന സ്ഥിതിയുണ്ട്. മലിനീകരണം തടയുന്നതിന് നിയമനടപടികൾ സ്വീകരിക്കുന്നതിന് തദ്ദേശ സ്ഥാപനങ്ങളെ പ്രാപ്തമാക്കുന്നതിനും, ജലസംരക്ഷണത്തിന് പ്രേരകാത്മക പ്രവർത്തനങ്ങൾ പ്രചരിപ്പിക്കുന്നതിനും സർക്കാർ നടപടി സ്വീകരിക്കുകയുണ്ടായി. എന്നാൽ അതോടൊപ്പം പ്രാദേശിക ജനങ്ങൾക്ക് അവരുടെ സമീപത്തുള്ള കിണറുകളിലെയും, കുളങ്ങളിലെയും, തോടുകളിലെയും നദികളിലെയും ജലത്തിന്റെ സ്ഥിതി അറിയാനായാൽ ജലമലിനീകരണത്തിനെതിരെയും ജലസംരക്ഷണത്തിനായും ഫലപ്രദമായ പ്രാദേശിക പ്രവർത്തനങ്ങൾ സംഘടിപ്പിക്കാനാകും എന്ന് വിലയിരുത്തപ്പെട്ടു.

കേരളത്തിലെ 60 ശതമാനത്തിലധികം ജനങ്ങൾ കുടിവെള്ളത്തിനായി ആശ്രയിക്കുന്നത് കിണറുകളെയാണ് എന്നതിനാൽ ഇവയുടെ ശുചിത്വ പരിപാലനവും വളരെ പ്രധാനമാണ്. പ്രാദേശികമായി സാങ്കേതിക സഹായം ഉറപ്പാക്കിയാൽ മാത്രമേ പ്രാദേശിക ജലസംരക്ഷണം ഫലപ്രദമാകൂ. ഇതിനായി ജലഗുണത പരിശോധിക്കുന്നതിനുള്ള സംവിധാനം തുലോം പരിമിതമാണ്. ജില്ലാ പഞ്ചായത്തുകളുടെയും, മുനിസിപ്പാലിറ്റികളുടെയും, കോർപ്പറേഷനുകളുടെയും അധീനതയിലുള്ള ഹയർ സെക്കന്ററി, വൊക്കേഷണൽ ഹയർ സെക്കന്ററി സ്കൂളുകളിലെ രസതന്ത്ര പരീക്ഷണശാലകൾ വിപുലീകരിക്കുകയും അവിടത്തെ രസതന്ത്ര, ജീവശാസ്ത്ര അദ്ധ്യാപകരെ കുടിവെള്ള ഗുണനിലവാരം പരിശോധിക്കുന്നതിന് പരിശീലിപ്പിക്കുകയും, ജലസംരക്ഷണവുമായി ബന്ധപ്പെട്ട ഉപദേശങ്ങൾ നല്കുന്നതിന് സജ്ജരാക്കുകയും ചെയ്താൽ ഫലപ്രദമായ ഒരു സാങ്കേതിക സഹായ സംവിധാനം പ്രാദേശികമായി സംഘടിപ്പിക്കാനാകും. തുടർന്ന് ജലത്തിന്റെ ഗുണനിലവാരം പരിശോധിക്കുന്നതിന് വിദ്യാർത്ഥികളെ പരിശീലിപ്പിക്കുകയും ജലസുരക്ഷയുമായി ബന്ധപ്പെട്ട പ്രോജക്ടുകൾ ചെയ്യുന്നതിന് അവർക്ക് സൗകര്യം ലഭ്യമാക്കുകയും ചെയ്താൽ അതിന്റെ ഭാഗമായി പ്രദേശത്തെ നിരവധി കിണറുകളും മറ്റ് ജലസ്രോതസ്സുകളും പരിശോധിക്കുന്നതിനും നിരീക്ഷിക്കുന്നതിനും സാധിക്കും. ഇതിലൂടെ സ്വന്തം കിണറുകളിലും ചുറ്റുപാടുമുള്ള ജലസ്രോതസ്സുകളിലെയും ജലഗുണനിലവാരം എപ്രകാരമാണെന്നും ജലസംരക്ഷണം എപ്രകാരം മെച്ചപ്പെടുത്താമെന്നും മറ്റുമുള്ള ഒരു ധാരണ സമൂഹത്തിൽ ഉണ്ടാക്കിയെടുക്കാനാകും. ഇത് ജലസുരക്ഷയുമായി ബന്ധപ്പെട്ട ഒരു പൊതുബോധം സമൂഹത്തിൽ സൃഷ്ടിക്കുന്നതിലേക്ക് നയിക്കുന്നതിന് സഹായിക്കും. ഈ പശ്ചാത്തലത്തിലാണ് തദ്ദേശ സ്വയംഭരണ വകുപ്പും വിദ്യാഭ്യാസ വകുപ്പും സംയുക്തമായി ഹയർ സെക്കന്ററി, വൊക്കേഷണൽ ഹയർ സെക്കന്ററി സ്കൂളുകളിൽ ജലഗുണനിലവാര പരിശോധനയ്ക്ക് സൗകര്യം ഒരുക്കുന്നതിനും, പരിശീലനം ലഭിച്ച അദ്ധ്യാപകർ വഴി പ്രാദേശിക ജനങ്ങൾക്ക് ജലസംരക്ഷണവുമായി ബന്ധപ്പെട്ട ഉപദേശനിർദ്ദേശങ്ങൾ നല്കുന്നതിന് അവസരം നല്കുന്നതിനും, ഈ പ്രവർത്തനങ്ങളിൽ വിദ്യാർത്ഥികളുടെ പങ്കാളിത്തം ഉറപ്പാക്കുന്നതിനുമുള്ള പദ്ധതി നടപ്പിലാക്കുന്നതിന് തീരുമാനിച്ചത്.

ശുചിത്വ മിഷന്റെ ആഭിമുഖ്യത്തിൽ കേരള സംസ്ഥാന മലിനീകരണ നിയന്ത്രണ ബോർഡ് (KSPCB), ഭൗമശാസ്ത്ര പഠന കേന്ദ്രം (CESS), ജലവിഭവ വികസന പരിപാലന കേന്ദ്രം (CWRDM), സംയോജിത ഗ്രാമീണ സങ്കേത കേന്ദ്രം (IRTC), മഹാത്മാ ഗാന്ധി സർവ്വകലാശാലയിലെ പരിസ്ഥിതി വിഭാഗം, തിരുവനന്തപുരം മെഡിക്കൽ കോളേജിലെ കമ്യൂണിറ്റി മെഡിസിൻ വിഭാഗം, ജലനിധി, കേരള ജല അതോറിറ്റി, യൂണിവേഴ്സിറ്റി കോളേജ്, മഹാരാജാസ് കോളേജ്, സംസ്ഥാന ഹയർ

സെക്കന്ററി, വൊക്കേഷണൽ ഹയർസെക്കന്ററി വകുപ്പുകൾ എന്നിവരുടെ സഹായത്തോടെയാണ് പദ്ധതിയുടെ ആസൂത്രണം, രീതിശാസ്ത്രം തയ്യാറാക്കൽ, പരിശീലനം തുടങ്ങിയ പ്രവർത്തനങ്ങൾ മൂന്നു ഘട്ട ങ്ങളായി നടപ്പിലാക്കിയത്. ആദ്യ ഘട്ടത്തിൽ വിദഗ്ദ്ധരുടെ സഹായ ത്തോടെ വിശദമായ ഒരു കൈപ്പുസ്തകം തയ്യാറാക്കുകയുണ്ടായി. ഇതിൽ വിശദീകരിച്ച രീതിശാസ്ത്രം അനുസരിച്ച് മൂന്നു വ്യത്യസ്ത തലങ്ങളിൽ ജല ഗുണനിലവാരം പരിശോധിക്കുന്നതിനാണ് തീരു മാനിച്ചത്. ആദ്യമായി ജലഗുണതയുടെ പ്രാഥമിക ഘടകങ്ങളായ പി എച്ച് (അമ്ലക്ഷാരത സ്ഥിതി), കണ്ടക്ടിവിറ്റി (വൈദ്യുതിവാഹക ശേഷി), ക്ലോറൈഡ് (ലവണാംശം), ഹാർഡ്നെസ് (കാഠിന്യം), ടർബൈഡിറ്റി (കലക്കൽ), ടോട്ടൽ കോളിഫോം (മൊത്ത ജൈവാണു), ഫിക്കൽ കോളിഫോം (മാലിന്യ ജൈവാണു) എന്നിവ പരിശോധിക്കണം. രണ്ടാമതായി ഐച്ഛിക ഘടകങ്ങളായ ഫ്ളൂറൈഡ്, നൈട്രേറ്റ്, ഇരുമ്പ് എന്നിവ പരിശോധിക്കാം. ഈ രണ്ടു തലത്തിലുമുള്ള പരിശോധന സാദ്ധ്യമാകും വിധം സ്കൂളുകളിലെ ലബോറട്ടറികൾ ശക്തിപ്പെടുത്തു ന്നതിനാണ് തീരുമാനിച്ചത്. ഇതോടൊപ്പം ആവശ്യമെങ്കിൽ ജലത്തിലെ ഘനലോഹങ്ങളുടെയും, കീടനാശിനികളുടെയും അംശം ഉണ്ടോ എന്നും പരിശോധിക്കാവുന്നതാണ്. ഇതിനായി ജില്ലാസംസ്ഥാന തലങ്ങളിലുള്ള വിദഗ്ദ്ധ സ്ഥാപനങ്ങളുടെ പരീക്ഷണശാലകൾ ഉപയോഗപ്പെടുത്തണ മെന്നും നിർദ്ദേശിക്കപ്പെട്ടു. ജലഗുണതാ ഘടകങ്ങളുടെ അഭിലഷണീയ പരിധി, ജല സാമ്പിളുകൾ ശേഖരിക്കുകയും, സൂക്ഷിക്കുകയും ചെയ്യേണ്ട രീതി, ജലപരിശോധനയുടെ രീതിശാസ്ത്രം, സ്കൂൾ പരീ ക്ഷണ ശാലകൾ സജ്ജമാക്കുന്നതിനു വേണ്ട അവശ്യ ഘടകങ്ങൾ, ഏകദേശ ചെലവ്, പരിശീലനം, സംഘാടനം എന്നീ ഘടകങ്ങളെല്ലാം തന്നെ കൈപ്പുസ്തകത്തിൽ വിശദമായി പ്രതിപാദിക്കുകയുണ്ടായി.

രണ്ടാം ഘട്ടത്തിൽ തെരഞ്ഞെടുക്കപ്പെട്ട അദ്ധ്യാപകർക്കുള്ള പ്രായോഗിക പരിശീലനമാണ് സംഘടിപ്പിച്ചത്. ഇതിനായി സംസ്ഥാ നത്തെ ഓരോ ജില്ലയിലെയും 5 ഹയർസെക്കന്ററി സ്കൂൾ, ഒരു വൊക്കേ ഷണൽ ഹയർസെക്കന്ററി സ്കൂൾ എന്നിവിടങ്ങളിൽ നിന്നുള്ള കെമി സ്ട്രി, ബയോളജി എന്നീ വിഷയങ്ങളിലെ 168 അദ്ധ്യാപകർക്കു കൈ പ്പുസ്തകത്തിൽ പ്രതിപാദിച്ച രീതിശാസ്ത്രം അനുസരിച്ച് ത്രിദിന പരിശീലനം ലഭ്യമാക്കുകയുണ്ടായി. ജലവിഭവ വികസന പരിപാലന കേന്ദ്രം (CWRDM), സംയോജിത ഗ്രാമീണ സങ്കേത കേന്ദ്രം (IRTC), സംസ്ഥാന മലിനീകരണ നിയന്ത്രണ ബോർഡ് (KSPCB), മഹാത്മാ ഗാന്ധി സർവ്വകലാശാലയിലെ പരിസ്ഥിതി വിഭാഗം, ഭൗമശാസ്ത്ര പഠന കേന്ദ്രം (CESS) എന്നീ കേന്ദ്രങ്ങളുടെ സഹായത്തോടെയാണ് പ്രായോ ഗിക പരിശീലനം പൂർത്തിയായത്. ഈ സ്കൂളുകളിലെ പരീക്ഷണശാ ലകൾ കൈപ്പുസ്തകത്തിൽ വിശദീകരിക്കുംപോലെ വികസിപ്പിക്കു ന്നതിന് 15 ലക്ഷം രൂപ വരെ ചെലവഴിക്കുന്നതിനും, പരിപാലനത്തിനായി

വർഷാവർഷം ആവശ്യമായ തുക ഉപയോഗപ്പെടുത്തുന്നതിനും ജില്ലാ പഞ്ചായത്തുകൾക്കും, കോർപ്പറേഷനുകൾക്കും, നഗരസഭകൾക്കും സർക്കാർ അനുമതി നല്കുകയുണ്ടായി. എന്നാൽ തിരുവനന്തപുരം ജില്ലാ പഞ്ചായത്തു മാത്രമാണ് ഒരു സ്കൂളിലെങ്കിലും രസതന്ത്ര പരീക്ഷണ ശാല വികസിപ്പിക്കുന്നതിനും ഈ പ്രവർത്തനം ഏറ്റെടുക്കുന്നതിനും തയ്യാറായുള്ളു. ഭരണതലത്തിൽ വന്ന മാറ്റങ്ങളിൽ ഈ പദ്ധതിക്കു സ്മൃതിഭ്രംശം സംഭവിച്ചു എന്നതാണ് വസ്തുത. വളരെ നൂതനവും പ്രയോജനപ്രദവുമായ ഈ ആശയം നടപ്പിലാക്കുന്നതിലൂടെ രാജ്യത്തിന് തന്നെ മാതൃകയാകേണ്ട ഒരു പ്രവർത്തനമാണ് വിസ്മൃതിയിലാണ്ടത്. എന്നാൽ സമീപകാലത്ത് ഹരിതകേരള മിഷന്റെ നേതൃത്വത്തിൽ സ്കൂളുകളിലൂടെ ജലഗുണനിലവാരം പരിശോധിക്കുന്ന പ്രവർത്തനങ്ങൾക്കു തുടക്കംകുറിച്ചിട്ടുണ്ട്.

8.5 ഇന്റഗ്രേറ്റഡ് ലോ കോസ്റ്റ് സാനിറ്റേഷൻ

2009–10 കാലഘട്ടത്തിൽ അന്ന് നിലവിലുണ്ടായിരുന്ന 58 നഗരസഭകളിൽ ശുചിത്വ മിഷൻ ഒരു ദ്രുത ശുചിത്വ സർവ്വേ നടത്തുകയുണ്ടായി. അതിൻപ്രകാരം ഈ നഗരങ്ങളെ വെളിയിടവിസർജ്ജ്യമുക്തമാക്കുന്നതിനു 89000 ലധികം ടോയ്‌ലറ്റുകൾ നിർമ്മിക്കേണ്ടതുണ്ട് എന്ന് കണക്കാക്കുകയുണ്ടായി. ഈ ആവശ്യകത 2008 ൽ പ്രഖ്യാപിച്ച 'ഇന്റഗ്രേറ്റഡ് ലോ കോസ്റ്റ് സാനിറ്റേഷൻ' (ILCS) എന്ന കേന്ദ്രാവിഷ്കൃത പദ്ധതിയിൽനിന്നും പരമാവധി സഹായം ലഭ്യമാക്കി പൂർത്തീകരിക്കുന്നതിനുള്ള ശ്രമം മാലിന്യമുക്ത കേരളം കർമ്മപദ്ധതിയുടെ ഭാഗമായി ഏറ്റെടുക്കുകയുണ്ടായി. നിർദ്ദിഷ്ട പദ്ധതിപ്രകാരം സാമ്പത്തികമായി പിന്നോക്കം നില്ക്കുന്നവരും ടോയ്‌ലറ്റ് ലഭ്യതയില്ലാത്തവരുമായ കുടുംബങ്ങൾക്ക് പുതിയ ടോയ്‌ലറ്റ് ലഭ്യമാക്കുന്നതിനും, സുരക്ഷിതമല്ലാത്ത ടോയ്‌ലറ്റുകൾ പരിവർത്തനപ്പെടുത്തി മെച്ചപ്പെട്ട ടോയ്‌ലറ്റ് ലഭ്യമാക്കുന്നതിനുമാണ് ലക്ഷ്യമിട്ടത്. കെട്ടിടമുൾപ്പെടെയുള്ള സുരക്ഷിതമായ കക്കൂസുകൾ നിർമ്മിക്കുന്നതിന് 10000 രൂപയാണ് യൂണിറ്റ് കോസ്റ്റ് ആയി നിജപ്പെടുത്തിയിരുന്നത്. ഇതിന്റെ 75% കേന്ദ്ര സർക്കാരും, 15% സംസ്ഥാന സർക്കാരും 10% ഗുണഭോക്താവും വഹിക്കണമെന്നും നിർദ്ദേശിക്കപ്പെടുകയുണ്ടായി. സംസ്ഥാന വിഹിതമായ 15% അതാതു നഗരസഭകൾ നല്കുന്നതിന് സംസ്ഥാന സർക്കാർ അനുമതി നല്കുകയുണ്ടായി. ശുചിത്വ മേഖലയിൽ പ്രാവീണ്യമുള്ള സർക്കാരിതര സംഘടനകളിലൂടെ നിർവ്വഹണം നടത്തുന്നതിന് നിർദ്ദേശിച്ച ഈ പദ്ധതിയുടെ യൂണിറ്റ് കോസ്റ്റിന്റെ 15% തുക അത്തരം സംഘടനകൾക്ക് ലഭ്യമാക്കണമെന്നും നിർദ്ദേശിച്ചിരുന്നു.

വിശദ പദ്ധതി രേഖ തയ്യാറാക്കുന്നതിനും പദ്ധതി നിർവ്വഹണം നടത്തുന്നതിനും നഗരസഭകളെ സഹായിക്കുന്നതിനായി ശുചിത്വ മേഖലയിൽ പ്രാവീണ്യമുള്ള മൈത്രി, ഇന്റഗ്രേറ്റഡ് റൂറൽ ടെക്നോളജി

സെന്റർ (IRTC), കോസ്റ്റ്ഫോർഡ്, സോഷ്യോഎക്കണോമിക് യൂണിറ്റ് ഫൗണ്ടേഷൻ (SEUF) എന്നീ സംഘടനകളെ സംസ്ഥാന സർക്കാർ നിയോഗിക്കുകയുണ്ടായി. ഓരോ നഗരസഭയും മേൽപ്പറഞ്ഞ ഒരേജൻസി മുഖാന്തരം പ്രാഥമിക വിവരശേഖരണം നടത്തി അതിന്റെ അടിസ്ഥാനത്തിൽ വിശദ പദ്ധതിരേഖ തയ്യാറാക്കി സംസ്ഥാന നോഡൽ ഏജൻസിക്കു സമർപ്പിക്കുന്നതിനും അവരുടെ പരിശോധനയുടെ അടിസ്ഥാനത്തിൽ സംസ്ഥാന സ്കീം ഏകോപന സമിതിക്കു ശുപാർശചെയ്യുന്നതിനും, അവരുടെ അംഗീകാരത്തോടെ ഹഡ്കോയുടെ മേഖലാ ഓഫീസിന്റെ വിലയിരുത്തലിന് സമർപ്പിക്കുന്നതിനും അതിന്റെ അടിസ്ഥാനത്തിൽ കേന്ദ്രപാർപ്പിടവും നഗര ദാരിദ്ര്യ ലഘൂകരണ മന്ത്രാലയത്തിന്റെ അനുമതിക്കായി സമർപ്പിക്കുന്നതിനുമായിരുന്നു മാർഗ്ഗനിർദ്ദേശം. പുതിയ ടോയ്‌ലറ്റുകൾ ബയോഗ്യാസ് ബന്ധിത ടോയ്‌ലറ്റുകളായി നിർമ്മിക്കുന്നതിനും അംഗീകാരമുണ്ടായിരുന്നു. യൂണിറ്റ് കോസ്റ്റിൽനിന്നും അധികരിക്കുന്ന തുക ബയോഗ്യാസ് പ്ലാന്റിന് സർക്കാർ നല്കിവരുന്ന സബ്സിഡി കിഴിച്ച് ബാക്കിവരുന്നത് ഗുണഭോക്താവ് വഹിക്കും എന്ന നിബന്ധനയിലാണ് അംഗീകാരം നല്കിയത്. അഞ്ചംഗങ്ങളുള്ള ഒരു കുടുംബത്തിന് ഒരു കയൂബിക് മീറ്റർ ശേഷിയുള്ള ബയോഗ്യാസ് പ്ലാന്റ് സ്ഥാപിക്കണമെന്നും അതിന്റെ അടിസ്ഥാനത്തിൽ ടോയ്‌ലറ്റിന്റെ യൂണിറ്റ് കോസ്റ്റ് 14000 രൂപയാകുമെന്നും അതിൽ 2800 രൂപ സംസ്ഥാന സബ്സിഡിയാകുമെന്നും തീരുമാനിക്കുകയുണ്ടായി. അതായത് ഒരു ഗുണഭോക്താവ് 2200 രൂപ നല്കിയാൽ കുടുംബത്തിന് പുതിയ ബയോഗ്യാസ് ബന്ധിത ടോയ്‌ലറ്റ് ലഭ്യമാകും എന്ന് സാരം.

ഇതിന്റെ അടിസ്ഥാനത്തിൽ 2009–10 ൽ ഒറ്റപ്പാലം, പെരിന്തൽമണ്ണ, മൂവാറ്റുപുഴ, വടക്കൻ പറവൂർ, ഷൊർണൂർ, കൊയിലാണ്ടി, മലപ്പുറം, കാഞ്ഞങ്ങാട് എന്നീ നഗരസഭകൾക്ക് 8272 ടോയ്‌ലറ്റുകൾ നിർമ്മിക്കുന്നതിന് 9.83 കോടി രൂപ അനുവദിക്കുകയുണ്ടായി. കാലതാമസം ഉണ്ടായി എങ്കിലും ഈ പദ്ധതികൾ എല്ലാം തന്നെ നടപ്പിലാകുകയുണ്ടായി. എന്നാൽ സമയബന്ധിതമായി പദ്ധതികൾ നടപ്പിലാക്കുന്നതിൽ വരുത്തിയ വീഴ്ചകാരണം കൂടുതൽ സ്കീമുകൾ കേരളത്തിന് ലഭിക്കുകയുണ്ടായില്ല. ശുചിത്വ മേഖലയിൽ പിന്നോക്കം നില്ക്കുന്ന സംസ്ഥാനങ്ങൾക്ക് കൂടുതൽ മുൻഗണന നല്കിയതും കേരളത്തിലെ കൂടുതൽ നഗരസഭകൾക്ക് പദ്ധതി ലഭിക്കുന്നതിന് വിഘാതമായി.

8.6 മാലിന്യമുക്ത അവാർഡുകൾ

2007 നവംബർ 1 ന് ഭാരതത്തിന്റെ രാഷ്ട്രപതി പുറത്തിറക്കിയ മാലിന്യമുക്ത കേരളം കർമ്മപദ്ധതി നിശ്ചിത സമയപരിധിക്കുള്ളിൽ കാര്യക്ഷമമായി നടപ്പിലാക്കിയ തദ്ദേശ സ്വയംഭരണ സ്ഥാപനങ്ങളെ അംഗീകരിക്കുന്നതിനും അവർക്ക് പ്രോത്സാഹന സമ്മാനങ്ങൾ നല്കുന്നതിനും 2010 ൽ സർക്കാർ തീരുമാനിക്കുകയുണ്ടായി. വീടുകളിലും, സ്കൂളു

കളിലും, അംഗൻവാടികളിലും, ആശുപത്രികളിലും ശുചിത്വമുള്ള ടോയ്ലറ്റുകൾ ലഭ്യമാക്കുക, അവിടങ്ങളിലെ പരിസരം ശുചിയായി സംരക്ഷിക്കുക, സർക്കാർ ഓഫീസുകളുടെയും, പൊതുസ്ഥാപനങ്ങളുടെയും പരിസരം വൃത്തിയായി സൂക്ഷിക്കുക, അവിടങ്ങളിൽ ആവശ്യാനുസരണം ശുചിത്വ സൗകര്യങ്ങൾ ലഭ്യമാക്കുക, ചന്തകളും, പരിസരവും വൃത്തിയായി പരിരക്ഷിക്കുക, പാതകൾ ചപ്പുചവറുകൾ ഇല്ലാതെ സംരക്ഷിക്കുക, ഗാർഹിക മാലിന്യം തരംതിരിച്ച് ശേഖരിക്കുക, ജൈവമാലിന്യങ്ങൾ സ്രോതസ്സിൽത്തന്നെ സംസ്കരിക്കുക, കോളനികളും പരിസരവും വൃത്തിയായി പരിരക്ഷിക്കുക, പ്ലാസ്റ്റിക് നിരോധനം ഫലപ്രദമായി നടപ്പിലാക്കുക തുടങ്ങിയ പ്രവർത്തനങ്ങളിൽ തദ്ദേശഭരണ സ്ഥാപനങ്ങളുടെ നേട്ടങ്ങൾ വിലയിരുത്തുന്നതിനാണ് നിർദ്ദേശിക്കപ്പെട്ടത്. ഇതോടൊപ്പം ഖരമാലിന്യ പരിപാലനത്തിനും, മലിനജല നിർമ്മാർജ്ജനത്തിനും, കോളനികളുടെ ശുചിത്വ പരിപാലനത്തിനുമുള്ള പദ്ധതിയുണ്ടാകണമെന്നും നിർദ്ദേശിക്കുകയുണ്ടായി.

ഖരമാലിന്യ പരിപാലനം, ദ്രവമാലിന്യ പരിപാലനം, മനുഷ്യ മല നിർമ്മാർജ്ജനം, കുടിവെള്ള വിതരണം, പൊതു ശുചിത്വം, പരിസരഭംഗി എന്നീ 5 ഘടകങ്ങൾ തദ്ദേശഭരണ പ്രദേശത്തെ മാർക്കറ്റുകൾ, വീടുകൾ, സ്കൂളുകൾ, അംഗൻവാടികൾ, ആശുപത്രികൾ, കോളനികൾ എന്നിവിടങ്ങളിൽ നടപ്പിലാക്കിയതിനു ശേഷമുള്ള അവസ്ഥ, പ്ലാസ്റ്റിക് നിരോധനം ഫലപ്രദമാക്കുന്നതിനു നടത്തിയ പ്രചാരണ പ്രവർത്തനങ്ങൾ, പരിശോധനകൾ, പിഴ ഈടാക്കൽ, കേസെടുക്കൽ, പുനരുപയോഗ പുനഃചംക്രമണ സാദ്ധ്യമായ വസ്തുക്കളുടെ പ്രചാരണത്തിന് സ്വീകരിച്ച നടപടികൾ, പൊതു സംഭരണികളിലെ വൃത്തിയും, സുരക്ഷയും, കുടിവെള്ള സ്രോതസ്സുകളുടെ സംരക്ഷണം ഇവയൊക്കെ പരിഗണിച്ചുകൊണ്ടുള്ള വിശദമായ പരിശോധനയും, അതിന്റെ അടിസ്ഥാനത്തിൽ മാർക്ക് നല്കാനുമാണ് നിർദ്ദേശിക്കപ്പെട്ടത്. ഇതിനായി മാതൃകാ സർവ്വേയുടെ അടിസ്ഥാനത്തിൽ വിപുലമായ മാർഗ്ഗനിർദ്ദേശങ്ങൾ തയ്യാറാക്കുകയും ഘടനാപരമായ വിലയിരുത്തൽ പട്ടിക തയ്യാറാക്കുകയും അതിനു സർക്കാർ അംഗീകാരം വാങ്ങുകയും ചെയ്യുകയുണ്ടായി. അന്ന് നിലവിലുണ്ടായിരുന്ന തദ്ദേശഭരണ സംവിധാനത്തിന്റെ അന്തിമ കാലഘട്ടമായിരുന്നതിനാലും, തുടർന്ന് വന്ന സംസ്ഥാന സർക്കാരിന്റെ മുൻഗണനയിൽ മാലിന്യമുക്ത കേരളം കർമ്മപദ്ധതി ഉണ്ടായില്ല എന്നതിനാലും മാലിന്യമുക്ത അവാർഡുകൾ എന്ന പദ്ധതി പ്രാവർത്തികമായില്ല. എന്നാൽ കൂലങ്കഷമായി തയ്യാറാക്കിയ പരിശോധനാരീതിയും റേറ്റിങ് സമ്പ്രദായവും തദ്ദേശഭരണ സ്ഥാപനങ്ങളുടെ ശുചിത്വസ്ഥിതി വിലയിരുത്തുന്നതിന് ഇന്നും പ്രസക്തമാണ്.

8.7 സംസ്ഥാന ശുചിത്വ തന്ത്രവും നഗര ശുചിത്വ പ്ലാനും

2008 ഡിസംബർ 20 ന് ദേശീയ നഗര ശുചിത്വ നയം കേന്ദ്ര സർ

ക്കാർ പ്രഖ്യാപിക്കുകയുണ്ടായി. സംസ്ഥാനതലത്തിൽ ശുചിത്വ തന്ത്രം ആവിഷ്കരിക്കുന്നതിനും നഗര ശുചിത്വ പ്ലാൻ (City Sanitation Plan) തയ്യാറാക്കി നടപ്പിലാക്കുന്നതിനും, ശുചിത്വ പരിപാലനത്തിൽ നേട്ടങ്ങൾ ഉണ്ടാക്കുന്ന നഗരങ്ങൾക്ക് പ്രതിഫലം നല്കി പ്രോത്സാഹിപ്പിക്കുന്നതിനും ഈ നയം ലക്ഷ്യമിട്ടു. ദേശീയ ശുചിത്വ നയം നടപ്പിലാക്കുന്നതിന് സഹായം നല്കിവന്ന ജർമ്മൻ സാങ്കേതിക ഏജൻസിയായ ജി ഐ ഇസഡിന്റെ സഹായത്തോടെ സംസ്ഥാന ശുചിത്വ തന്ത്രം രൂപീകരിക്കുന്നതിന് സർക്കാർ തീരുമാനമെടുക്കുകയുണ്ടായി. ശുചിത്വ മിഷൻ, കുടുംബശ്രീ, മലിനീകരണ നിയന്ത്രണ ബോർഡ്, ജല അതോറിറ്റി, ആരോഗ്യം, പൊതുവിദ്യാഭ്യാസം, നഗരാസൂത്രണം എന്നീ വകുപ്പുകൾ എന്നിവരടങ്ങുന്ന സംസ്ഥാനതല ശുചിത്വ കമ്മിറ്റിയുടെ നേതൃത്വത്തിലാണ് ജി ഐ ഇസഡ് ശുചിത്വ തന്ത്രം രൂപപ്പെടുത്തുന്ന പ്രവൃത്തിയിൽ ഏർപ്പെട്ടത്. ശുചിത്വ മേഖലയിൽ പ്രവർത്തിക്കുന്ന സർക്കാരിതര സംഘടനകൾ, വിവിധ നഗരസഭകൾ, ശുചിത്വ പ്രവർത്തനവുമായി ബന്ധപ്പെട്ട സർക്കാർ ഏജൻസികൾ എന്നിവരുമായി നടത്തിയ ചർച്ചകളുടെയും, വിദഗ്ദ്ധരെ നിയോഗിച്ചു നടത്തിയ പഠനങ്ങളുടെയും അടിസ്ഥാനത്തിൽ തയ്യാറാക്കിയ സംസ്ഥാന ശുചിത്വ തന്ത്രത്തിന് 2015 ൽ സർക്കാർ അംഗീകാരം നല്കുകയുണ്ടായി. ഖരദ്രവ മാലിന്യം പാരിസ്ഥിതിക സുരക്ഷ ഉറപ്പാക്കിക്കൊണ്ട് നിർമ്മാർജ്ജനം ചെയ്യുന്നതിനുള്ള പ്രവർത്തന ലക്ഷ്യങ്ങളും മാർഗ്ഗങ്ങളുമാണ് പ്രധാനമായും നിർദ്ദേശിക്കുകയുണ്ടായത്. സമ്പൂർണ്ണ മാലിന്യ സംസ്കരണവും, സുരക്ഷിതമായ നിർമ്മാർജ്ജനവും ഉറപ്പാക്കുക, വർദ്ധിച്ച അവബോധ പ്രവർത്തനങ്ങളിലൂടെ ശുചിത്വ ശീലവല്ക്കരണം സുസ്ഥിരമാക്കുക, വെളിയിട വിസർജ്ജ്യമില്ലാത്ത നഗരങ്ങൾ എന്ന ആശയം സാക്ഷാൽക്കരിക്കുക, മെച്ചപ്പെട്ട സ്ഥാപനവല്ക്കരണവും, വൈദഗ്ദ്ധ്യമുള്ള ശുചിത്വസേവനവും ഉറപ്പാക്കുക, അനുയോജ്യമായ സാങ്കേതിക രീതികളുടെ പ്രയോഗക്ഷമത വർദ്ധിപ്പിക്കുക എന്നീ ലക്ഷ്യങ്ങൾ നേടുന്നതിനുള്ള തന്ത്രങ്ങളാണ് ഇതിലൂടെ ആവിഷ്കരിക്കപ്പെട്ടത്.

സമാന്തരമായി കൊച്ചി കോർപ്പറേഷന്റെയും മറ്റ് 20 നഗരങ്ങളുടെയും നഗര ശുചിത്വ പ്ലാൻ തയ്യാറാക്കുന്നതിനും തീരുമാനമെടുക്കുകയുണ്ടായി. കൊച്ചി നഗരത്തിന്റെ പ്ലാൻ ജർമ്മൻ ഏജൻസിയായ ജി ഐ ഇസഡ് തയ്യാറാക്കുന്നതിനും, മറ്റ് 20 നഗരങ്ങളുടെ പ്ലാൻ കേന്ദ്ര നഗര വികസന മന്ത്രാലയത്തിന്റെ സാമ്പത്തിക സഹായത്തോടെ ഹൈദരാബാദിലെ അഡ്മിനിസ്ട്രേറ്റീവ് സ്റ്റാഫ് കോളേജ് ഓഫ് ഇന്ത്യ (ASCI) എന്ന സ്ഥാപനത്തിന്റെ സഹായത്തോടെ തയ്യാറാക്കുന്നതിനുമാണ് തീരുമാനിച്ചത്. ശുചിത്വപൂർണ്ണമായ ടോയ്‌ലറ്റ് ലഭ്യത എല്ലാവർക്കും ഉറപ്പാക്കുക, ഖരദ്രവ മാലിന്യ പരിപാലനത്തിന് സുസ്ഥിര സംവിധാനം ഏർപ്പെടുത്തുക, ശുദ്ധജലവിതരണം കുറ്റമറ്റതാക്കുക, മലിനജല നിർമ്മാർജ്ജനം ശാസ്ത്രീയമാക്കുക, സെപ്റ്റേജ് മാലിന്യ

പരിപാലനത്തിനുള്ള സംവിധാനങ്ങൾ സ്ഥാപിക്കുക, നഗരസഭകളുടെ സാങ്കേതികശേഷി വർദ്ധിപ്പിക്കുക, ശുചിത്വ പരിപാലനം സുസ്ഥിരമാക്കുന്നതിന് അനുയോജ്യമായ സ്ഥാപനശേഷി കൈവരിക്കുക, അവബോധപ്രവർത്തനങ്ങൾ കാര്യക്ഷമമായി നടപ്പിലാക്കുക, മാലിന്യപരിപാലന പ്രവർത്തനങ്ങളുമായി ബന്ധപ്പെട്ട സാമ്പത്തിക വ്യവസ്ഥ സുസ്ഥിരമാക്കുക തുടങ്ങിയ ഘടകങ്ങളാണ് പ്ലാനിൽ ഉൾപ്പെടുത്തുന്നതിന് നിർദ്ദേശിക്കപ്പെട്ടത്. ഈ ഘടകങ്ങളുടെ നിലവിലെ സ്ഥിതി, മെച്ചപ്പെടുത്തേണ്ട ആവശ്യകത, ചെയ്യേണ്ട പ്രവർത്തനങ്ങൾ ഇവയെല്ലാം പ്രാഥമിക കണക്കെടുപ്പിന്റെ അടിസ്ഥാനത്തിൽ വിലയിരുത്തിയാണ് നഗര ശുചിത്വ പ്ലാൻ തയ്യാറാക്കുകയുണ്ടായത്. സമ്പൂർണ്ണ ടോയ്ലറ്റ് ലഭ്യത ഉറപ്പാക്കുന്നതിനും, ഖരമാലിന്യ പരിപാലനം കൂടുതൽ മെച്ചപ്പെടുത്തുന്നതിനും ജലവിതരണത്തിലെ അപാകതകൾ പരിഹരിക്കുന്നതിനും മറ്റും നഗര ശുചിത്വ പ്ലാനിൽ വന്ന നിർദ്ദേശങ്ങൾ പല നഗരസഭകളും പദ്ധതികൾ തയ്യാറാക്കി നടപ്പിലാക്കിയിട്ടുണ്ട്.

ദേശീയ നഗര ശുചിത്വ നയത്തിൽ വിഭാവനം ചെയ്തതനുസരിച്ച് നഗരങ്ങളുടെ ശുചിത്വ നേട്ടങ്ങൾ മുൻനിർത്തി നഗരങ്ങളെ തരം തിരിക്കുകയും അതിന്റെ അടിസ്ഥാനത്തിൽ എല്ലാ വർഷവും ദേശീയ അവാർഡ് നല്കുന്ന രീതിയും നിലവിൽ വന്നു. മെച്ചപ്പെട്ട ശുചിത്വ നില കൈവരിച്ചതിന്റെ അടിസ്ഥാനത്തിൽ പൊതുജനാരോഗ്യ സ്ഥിതിയിലും, പരിസ്ഥിതി നിലവാരത്തിലും ഉണ്ടായ നേട്ടങ്ങൾകൂടി പരിഗണിച്ചാണ് നഗരങ്ങളുടെ റേറ്റിങ്ങും അവാർഡുകളും നിർണ്ണയിക്കപ്പെടുന്നത്. റേറ്റിങ് നിർണ്ണയ രീതിയിലും അവയ്ക്കായി പരിഗണിക്കുന്ന ഘടകങ്ങളിലും കാലാനുസൃതമായ മാറ്റങ്ങൾ കൊണ്ടുവന്നു എങ്കിലും കേരളം പോലെ സാമൂഹ്യപാരിസ്ഥിതിക സാമ്പത്തിക പ്രത്യേകതകളുള്ള സംസ്ഥാനങ്ങളിലെ നഗരങ്ങൾക്ക് താരതമ്യേന മെച്ചപ്പെട്ട ശുചിത്വ നിലവാരം ഉണ്ടെങ്കിലും നിലവിലെ റേറ്റിങ് സമ്പ്രദായത്തിൽ വേണ്ടത്ര പരിഗണന ലഭിക്കുന്നില്ല എന്ന പരാതികൾ ഇനിയും പരിഹരിക്കപ്പെട്ടിട്ടില്ല.

8.8 ദ്രവമാലിന്യപരിപാലനത്തിന് തുടക്കം

കേരളം പൂർണ്ണമായും വെളിയിട മലവിസർജ്ജനം ഒഴിവാക്കിയതും എല്ലാ വീടുകളിലും ശൗചാലയങ്ങൾ ഉള്ളതുമായ സംസ്ഥാനമാണ്. കിണറും ശൗചാലയവും ഉൾപ്പെടുന്ന വീടുകളും, ചുറ്റിനും പുരയിടവും എന്ന രീതിയിലുള്ള ആവാസവ്യവസ്ഥയാണ് കേരളത്തിൽ പൊതുവെ കാണപ്പെടുന്നത്. വെള്ളമൊഴിച്ച് വൃത്തിയാക്കുന്ന ശൗചാലയങ്ങൾ പൊതുവെ സെപ്റ്റിക് ടാങ്കുമായോ അല്ലെങ്കിൽ കക്കൂസ് കുഴിയുമായോ ബന്ധപ്പെടുത്തിയിട്ടുള്ളതുമാണ്. 2011 ലെ സെൻസസ് പ്രകാരം കേരളത്തിലെ 78 ശതമാനം കുടുംബങ്ങൾക്കും കക്കൂസ് മാലിന്യം അവരുടെ പരിസരത്തുതന്നെയുള്ള സെപ്റ്റിക് ടാങ്കുകളിലോ കക്കൂസ് കുഴികളിലോ ശേഖരിക്കുന്നതോ ആയ ഉറവിടശുചിത്വ സംവിധാനമാണ് ലഭ്യ

മായിട്ടുള്ളത്.അതായത് കേരളത്തിൽ 39.5 ലക്ഷം സെപ്റ്റിക് ടാങ്കുകളിലും 23 ലക്ഷം കുഴി കക്കൂസുകളിലുമായി മനുഷ്യമലമുൾപ്പെടെയുള്ള ദ്രവമാലിന്യം സംഭരിക്കപ്പെടുന്നു. സെപ്റ്റിക് ടാങ്കുകളിൽ സംഭരിക്കപ്പെടുന്ന മലം കലർന്ന ദ്രവമാലിന്യം (Septage) സൂക്ഷ്മജീവികളുടെ പ്രതിപ്രവർത്തനത്തിൽ ഒരുപരിധിവരെ ജീർണ്ണനം സംഭവിക്കുകയും അതിലെ ഖരാംശത്തിന്റെ വ്യാപ്തി ഗണ്യമായി കുറയുകയും ചെയ്യും. അതോടൊപ്പം അജീർണ്ണ അവശിഷ്ടങ്ങൾ അതിൽ അടിയുകയും അധിക ദ്രാവകം സെപ്റ്റിക് ടാങ്കിനുപുറത്തു സ്ഥാപിക്കുന്ന ജലനിർഗ്ഗമനക്കുഴി (Soakpit) യിലൂടെ മണ്ണിലേക്ക് കിനിഞ്ഞിറങ്ങുകയും ചെയ്യും. കക്കൂസ് കുഴികളിൽ സംഭരിക്കപ്പെടുന്ന മലമുൾപ്പെടെയുള്ള ദ്രവമാലിന്യം (Fecalsludge) വലിയതോതിലുള്ള സൂക്ഷ്മജീവികളുടെ പ്രതിപ്രവർത്തനത്തിന് വിധേയമാകുകയില്ല എന്നതിനാൽ ദ്രവമാലിന്യത്തിലെ ഖരാംശം ഏതാണ്ട് പൂർണ്ണമായും ആ കുഴിയിൽ തന്നെ നിക്ഷേപിക്കപ്പെടും. എന്നാൽ ദ്രവാംശം ഏതാണ്ട് നല്ലൊരളവ് കുഴിയുടെ വശങ്ങളിലുള്ള മണ്ണിലേക്ക് ആഗിരണം ചെയ്യപ്പെടും.

കേരളത്തിലെ സെപ്റ്റിക് ടാങ്കുകളിൽനിന്നും പ്രതിദിനം നീക്കം ചെയ്യേണ്ട അവശിഷ്ട ദ്രവമാലിന്യം (Septage) 3469 ദശലക്ഷം ലിറ്ററും കക്കൂസ് കുഴികളിൽനിന്നും പ്രതിദിനം നീക്കം ചെയ്യേണ്ടിവരുന്ന അവശിഷ്ടമലം (Fecalsludge) 4634 ദശലക്ഷം ലിറ്ററുമാണ്. ഇതോടൊപ്പം 2011 ലെ ജനസംഖ്യാപ്രകാരം കേരളത്തിൽ ആകെയുണ്ടാകുന്ന മനുഷ്യമലം കലർന്ന ദ്രവമാലിന്യം (Sewage) പ്രതിദിനം 3606 ദശലക്ഷം ലിറ്റർ ആണെന്നും കണക്കാക്കിയിട്ടുണ്ട്.

കേരളത്തിലെ നഗരങ്ങളിൽ ഉല്പാദിപ്പിക്കപ്പെടുന്ന മനുഷ്യമലം കലർന്ന് ദ്രവമാലിന്യം (Sewage) പ്രതിദിനം 1017 ദശലക്ഷം ലിറ്ററും, അവശിഷ്ട ദ്രവമാലിന്യവും (Septage) അവശിഷ്ടമലവും (Fecalsludge) ചേർന്ന് ദ്രവമാലിന്യം പ്രതിദിനം 4004 ദശലക്ഷം ലിറ്ററുമാണ്. എന്നാൽ സ്വീവേജ് മാലിന്യം സംസ്കരിക്കുന്നതിന് തിരുവനന്തപുരത്തെ മുട്ടത്തറയിൽ 107 ദശലക്ഷം ലിറ്റർ ശേഷിയുള്ള ഒരു പ്ലാന്റും കൊച്ചിയിൽ 4.5 ദശലക്ഷം ലിറ്റർ ശേഷിയുള്ള ഒരു പ്ലാന്റും സ്ഥാപിച്ചു പ്രവർത്തിച്ചു വരുന്നു. അവശിഷ്ട ദ്രവമാലിന്യവും (Septage), അവശിഷ്ടമലവും (Fecalsludge) ചേർന്ന ദ്രവമാലിന്യം സംസ്കരിക്കുന്നതിന് കൊച്ചിയിലെ ബ്രഹ്മപുരത്തും വില്ലിങ്ടൺ ഐലന്റിലും പ്രതിദിനം 100 കിലോലിറ്റർ സംസ്കരണ ശേഷിയുള്ള ഓരോ പ്ലാന്റും സ്ഥാപിച്ചു പ്രവർത്തിച്ചു വരുന്നു. ഇത് തുലോം പരിമിതമായ സൗകര്യം മാത്രമാണ് എന്നതിനാൽ മാലിന്യമുക്ത കേരളം കർമ്മപദ്ധതിയുടെ ഭാഗമായി കൂടുതൽ സംവിധാനം സ്ഥാപിക്കുന്നതിനുള്ള നിർദ്ദേശം സർക്കാർ സ്വരൂപിക്കുകയുണ്ടായി. ഇതിൽ ഒന്ന്, ജില്ല കൃഷി ഫാമുകളിൽ സെപ്റ്റേജ് സംസ്കരണ ശാല സ്ഥാപിച്ചു പ്രവർത്തിപ്പിക്കുന്നതായാൽ സംസ്കരണ ശാലയുമായി ബന്ധപ്പെട്ട ജനങ്ങളുടെ ആശങ്ക ഒഴിവാക്കുന്നതിനും

അതോടൊപ്പം സംസ്കരണത്തിലൂടെ ലഭിക്കുന്ന ശുദ്ധീകരിച്ച ജലവും സംസ്കരിച്ച് വളവും അവിടെതന്നെ ഉപയോഗിക്കുന്നതിനും സാധിക്കും എന്നതായിരുന്നു. മറ്റൊന്ന്, എല്ലാ ജില്ലയിലും മാലിന്യ സംസ്കരണ പ്ലാന്റ് സ്ഥാപിക്കുന്നതിന് സാദ്ധ്യമായ സ്ഥലം കണ്ടെത്തുന്നതിന് ജില്ലാ കളക്ടർമാരോട് നിർദ്ദേശിക്കുകയും അതിനുള്ള പദ്ധതി തയ്യാറാക്കുന്നതിന് ശുചിത്വ മിഷനോട് നിർദ്ദേശിക്കുകയുമായിരുന്നു. എന്നാൽ ഈ രണ്ടു നിർദ്ദേശങ്ങളും മാലിന്യമുക്ത കേരളം കർമ്മപദ്ധതിയുടെ ഭാഗമായി നടപ്പിലാക്കുന്നതിന് സാധിച്ചില്ല. കേരളത്തിലെ ദ്രവമാലിന്യ പരിപാലനവുമായി ബന്ധപ്പെട്ട വിശദാംശങ്ങൾ മറ്റൊരദ്ധ്യായത്തിൽ വിശദീകരിച്ചിട്ടുണ്ട്.

8.9 ഗ്രീൻ കേരള എക്സ്പ്രസ്

1996 ൽ തദ്ദേശ സ്വയംഭരണ സ്ഥാപനങ്ങൾക്ക് അധികാരം കൈമാറുകയും ജനകീയാസൂത്രണത്തിലൂടെ വികേന്ദ്രീകൃത ആസൂത്രണ വികസന പ്രക്രിയ അവർ ഏറ്റെടുക്കുകയുമുണ്ടായി. ഈ പ്രക്രിയ പതിനഞ്ചാം വർഷത്തിലേക്കു കടക്കുന്ന സാഹചര്യത്തിലാണ് അവരുടെ പ്രവർത്തനങ്ങൾ സുസ്ഥിര വികസന ക്രമം നേടിയെടുക്കുന്നതിൽ എത്രമാത്രം സഹായിച്ചു എന്ന് പരിശോധിക്കുന്നതിനും വികസനാനുഭവങ്ങൾ കാര്യക്ഷമമായി വിലയിരുത്തുന്നതിനുമുള്ള തീരുമാനം സംസ്ഥാന സർക്കാർ എടുക്കുകയുണ്ടായത്. പ്രത്യേകിച്ച് അടിസ്ഥാന ഭരണ സംവിധാനങ്ങളായ ഗ്രാമപഞ്ചായത്തുകളും, നഗരസഭകളും അവർക്കു കൈമാറ്റം ചെയ്യപ്പെട്ടിട്ടുള്ള ഉത്തരവാദിത്വങ്ങൾ സുസ്ഥിരവികസനം കൈവരിക്കുന്നത് ലക്ഷ്യമിട്ടു നിർവ്വഹിച്ചിട്ടുണ്ടെങ്കിൽ അത്തരം പ്രവർത്തനങ്ങളെ പ്രോത്സാഹിപ്പിക്കുക എന്നതായിരുന്നു കാതലായ ലക്ഷ്യം. ഇതിനായി ജനപ്രിയ ടെലിവിഷൻ പരിപാടിയുടെ ഘടന കടമെടുത്ത് സുസ്ഥിരവികസനമെന്ന പരമപ്രധാനമായ ചിന്തയെ ജനമനസ്സുകളിലേക്കെത്തിക്കാൻ സ്വീകരിച്ച മുന്മാതൃകകൾ ഇല്ലാത്ത ഒരു ടെലിവിഷൻ റിയാലിറ്റി ഷോ ആയിരുന്നു 'ഗ്രീൻ കേരള എക്സ്പ്രസ്.' അടിസ്ഥാന വികസന നേട്ടങ്ങൾ ജനങ്ങളിലെത്തിച്ച രാജ്യത്തെ ആദ്യ റിയാലിറ്റിഷോ ആയി കണക്കാക്കപ്പെടുന്ന ഗ്രീൻ കേരള എക്സ്പ്രസ് 25 മിനിറ്റ് ദൈർഘ്യമുള്ള 105 എപ്പിസോഡുകളായി 5 മാസം തുടർച്ചയായി ദൂരദർശൻ സംപ്രേഷണം ചെയ്തു. വികസന ആശയ പ്രചാരണരംഗത്തെ ഈ നൂതന മാതൃക പില്ക്കാലത്ത് രാജ്യത്തെയും, സംസ്ഥാനത്തെയും വിവിധ വികസന പ്രവർത്തനങ്ങളെ ജനങ്ങളിലേക്കെത്തിക്കുന്നതിനും അവയുടെ കാര്യക്ഷമതയും സുസ്ഥിരതയും വിലയിരുത്തുന്നതിനും വലിയ സഹായം നല്കിയിട്ടുണ്ട്.

സംസ്ഥാന സർക്കാരിന് വേണ്ടി സെന്റർ ഫോർ ഇമേജിങ് ടെക്നോളജി (സി ഡിറ്റ്) യുടെയും തിരുവനന്തപുരം ദൂരദർശന്റെയും സാങ്കേതിക മികവും, സംഘാടക ശേഷിയും ഉപയോഗപ്പെടുത്തി സംസ്ഥാന

ഗ്രീൻ കേരള എക്സ്പ്രസ്

തദ്ദേശ സ്വയംഭരണ വകുപ്പിന്റെ മേൽനോട്ടത്തിൽ ശുചിത്വ മിഷൻ ആണ് ഗ്രീൻ കേരള എക്സ്പ്രസ് എന്ന പരിപാടിയുടെ നിർവ്വഹണം നടത്തിയത്. റിയാലിറ്റിഷോയുടെ രീതിശാസ്ത്രം പരിശോധിച്ച് അംഗീകാരം നല്കുന്നതിനും, പരിശോധനാ മാനദണ്ഡങ്ങളും വിലയിരുത്തൽ രീതികളും അംഗീകരിക്കുന്നതിനും, യോജ്യരായ വിദഗ്ദ്ധരെ ഉൾപ്പെടുത്തി ജൂറി രൂപീകരിക്കുന്നതിനും, റിയാലിറ്റിഷോ നീതിപൂർവ്വകമായി നടപ്പിലാക്കുന്നു എന്നുറപ്പാക്കുന്നതിനും സർക്കാർ തലത്തിൽ ഒരു കോ-ഓർഡിനേഷൻ കമ്മിറ്റി രൂപീകരിക്കുകയുണ്ടായി. ഈ നൂതന സംരംഭം നടപ്പിലാക്കുന്നതിന് സി-ഡിറ്റ്, ദൂരദർശൻ എന്നിവരുടെ സഹായത്തോടെ ശുചിത്വമിഷൻ തയ്യാറാക്കിയതും 20 ഇന നിർദ്ദേശങ്ങൾ അടങ്ങിയതുമായ ഒരു മാർഗ്ഗനിർദ്ദേശ രേഖ കോ-ഓർഡിനേഷൻ കമ്മിറ്റി വേണ്ട മാറ്റങ്ങൾ വരുത്തി അംഗീകരിക്കുകയുണ്ടായി. ഇതിന്റെയടിസ്ഥാനത്തിൽ 2010 ൽ നിലവിൽ ഉണ്ടായിരുന്ന 999 ഗ്രാമപഞ്ചായത്തുകൾ, 53 മുനിസിപ്പാലിറ്റികൾ, 5 കോർപ്പറേഷനുകൾ എന്നീ തദ്ദേശ സ്വയംഭരണ സ്ഥാപനങ്ങൾ അധികാരവികേന്ദ്രീകരണത്തിലൂടെ ആർജ്ജിച്ച ശേഷിയുടെ അടിസ്ഥാനത്തിൽ രൂപപ്പെട്ട സുസ്ഥിര വികസന മാതൃകകളാണ് റിയാലിറ്റിഷോയിൽ ഉൾപ്പെടുത്തുന്നതിന് തീരുമാനിച്ചത്. തദ്ദേശ ഭരണ സ്ഥാപനങ്ങളുടെ പ്രധാന പദ്ധതികൾ, സാമ്പത്തിക സ്ഥിതി, പാരിസ്ഥിതികനില എന്നിവക്കൊപ്പം കൃഷിയും ഭക്ഷ്യസുരക്ഷയും, ജലവിഭവ സംരക്ഷണവികസനം, ഭൂവിഭവ പരിപാലനം, ശുചിത്വം, ആരോഗ്യം, പാർപ്പിടം, വിദ്യാഭ്യാസം, ദാരിദ്ര്യനിർമ്മാർജ്ജനം, സ്ത്രീ ശാക്തീകരണം, ഊർജ്ജം, ഗതാഗതം എന്നീ മേഖലകളിലെ പ്രവർത്തനങ്ങളുടെ മികവ് ഇവയാണ് പ്രധാനമായും പരിശോധിക്കപ്പെട്ടത്.

ഗ്രാമ പഞ്ചായത്തുകളിൽനിന്നും നഗരസഭകളിൽനിന്നും ലഭിച്ച 5–10 മിനിറ്റ് ദൈർഘ്യമുള്ള വീഡിയോയും നിശ്ചിത ഫോറത്തിൽ ലഭ്യമാക്കിയ അപേക്ഷയുടെയും അടിസ്ഥാനത്തിലാണ് പ്രാഥമിക സ്ക്രീനിങ് നടത്തിയത്. ഇതിനായി വിവിധ മേഖലകളിലെ വിദഗ്ദ്ധരെ ഉൾപ്പെടുത്തി 16 പേരടങ്ങുന്ന ഒരു സാങ്കേതിക സ്ക്രീനിങ് കമ്മിറ്റി രൂപീകരിക്കുകയുണ്ടായി. ഈ സ്ക്രീനിങ്ങിന്റെ അടിസ്ഥാനത്തിൽ 140 ഗ്രാമപഞ്ചായത്ത്, 10 മുനിസിപ്പാലിറ്റി, 2 കോർപ്പറേഷൻ എന്നിങ്ങനെ 152 തദ്ദേശ സ്വയംഭരണ സ്ഥാപനങ്ങളെ പ്രാഥമികമായി തെരഞ്ഞെടുത്തു. ഈ തദ്ദേശഭരണ സ്ഥാപനങ്ങളിൽ ഗ്രീൻ കേരള എക്സ്പ്രസ് ടീം നേരിട്ട് സന്ദർശിച്ച് യാത്രാവിവരണരീതിയിൽ ആ പ്രദേശത്തിന്റെ സാംസ്കാരികവും ചരിത്രപരവുമായി ബന്ധപ്പെട്ട ഹ്രസ്വചിത്രവും, വികസനവും പരിസ്ഥിതിയുമായി ബന്ധപ്പെട്ട അവസ്ഥ വിവരിക്കുന്ന ഹ്രസ്വചിത്രവും തയ്യാറാക്കുകയുണ്ടായി. തദ്ദേശഭരണ സ്ഥാപനങ്ങളും ഗ്രീൻ കേരള എക്സ്പ്രസ് ടീമും സമർപ്പിച്ച വിവരങ്ങളും, വിവരണങ്ങളും, ഹ്രസ്വചിത്രങ്ങളും വിശദമായി വിലയിരുത്തിയതിന്റെ അടിസ്ഥാനത്തിൽ 75 തദ്ദേശഭരണ സ്ഥാപനങ്ങളെയാണ് റിയാലിറ്റി ഷോയുടെ ആദ്യഘട്ടത്തിലേക്ക് തെരഞ്ഞെടുത്തത്. ഈ ഘട്ടത്തിലെ വിലയിരുത്തൽ 5 അംഗ ജൂറിയുടെ സഹായത്തിലാണ് നിർവ്വഹിച്ചത്. സുസ്ഥിര വികസനം, സാമൂഹ്യ വികസനം എന്നീ മേഖലകളിൽ വൈദഗ്ദ്ധ്യമുള്ള രണ്ടു അംഗങ്ങളും, പരിസ്ഥിതി മേഖലയിൽ വൈദഗ്ദ്ധ്യമുള്ള ഒരംഗവും, വിവിധ വിഷയമേഖലയിൽ വൈദഗ്ദ്ധ്യമുള്ള ഒരംഗവും, കലാസാഹിത്യ മേഖലയിൽ പ്രസിദ്ധനായ ഒരംഗവും അടങ്ങുന്നതായിരുന്നു ജൂറി. തദ്ദേശഭരണ സ്ഥാപനം നടപ്പിലാക്കിയ മികച്ച ഒരു പദ്ധതിയെ അടിസ്ഥാനപ്പെടുത്തി തയ്യാറാക്കിയ ഹ്രസ്വചിത്രം, പൂരിപ്പിച്ച് സമർപ്പിച്ച ചോദ്യാവലി, വിധികർത്താക്കൾ സമക്ഷം നടത്തിയ അവതരണം, എസ് എം എസ് വഴി തദ്ദേശഭരണ സ്ഥാപനത്തിന് ലഭിച്ച പ്രേക്ഷകരുടെ മാർക്ക്, ആകെ ലഭിച്ച എസ് എം എസ് വോട്ടുകൾ എന്നിവയെല്ലാം കണക്കിലെടുത്താണ് ആദ്യഘട്ട വിലയിരുത്തൽ നടത്തിയത്.

ആദ്യഘട്ടത്തിലെ വിലയിരുത്തലിൽ ഏറ്റവും കൂടുതൽ മാർക്ക് ലഭിച്ച 15 ഗ്രാമ പഞ്ചായത്തുകളിൽ 5 അംഗ ജൂറി നേരിട്ട് സന്ദർശിച്ച് അവർ അവതരിപ്പിച്ച പദ്ധതികളുടെയും, ചോദ്യാവലിയിൽ ലഭ്യമാക്കിയ വിവരങ്ങളുടെയും നിജസ്ഥിതിയും ഫീൽഡ്തല പുരോഗതിയും വിലയിരുത്തുകയുണ്ടായി. ഓരോ തദ്ദേശഭരണ സ്ഥാപനവും ഈ മത്സരത്തിൽ ജയിച്ചാൽ അവർക്കു ലഭിച്ചേക്കാവുന്ന സമ്മാനത്തുകകൊണ്ട് നടപ്പിലാക്കാൻ ഉദ്ദേശിക്കുന്ന പദ്ധതിയെ സംബന്ധിച്ചും വിലയിരുത്തുകയുണ്ടായി. അതോടൊപ്പം എസ് എം എസ് വഴി തദ്ദേശഭരണ സ്ഥാപനത്തിന് ലഭിച്ച പ്രേക്ഷകരുടെ മാർക്ക്, ആകെ ലഭിച്ച എസ് എം എസ് വോട്ടുകൾ എന്നിവയും കണക്കിലെടുത്താണ് സമ്മാനാർഹരെ തെരഞ്ഞെടുക്കുകയുണ്ടായത്. സാമൂഹിക പങ്കാളിത്തത്തോടെ പാൽ ഉല്

പാദനം, തീറ്റപ്പുല്കൃഷി, നെൽ ഉല്പാദനം എന്നീ മേഖലകളിൽ വലിയ നേട്ടമുണ്ടാക്കി ഗ്രാമീണ വരുമാനം വർദ്ധിപ്പിക്കുകയും, പാർപ്പിടം, ശുചിത്വം, സാമൂഹ്യക്ഷേമം, വിദ്യാഭ്യാസം, ആരോഗ്യം എന്നീ മേഖല കളിൽ രാഷ്ട്രീയ അതിർവരമ്പുകൾ ഭേദിച്ച് നടത്തിയ ഏകോപിത പ്രവർ ത്തനങ്ങളുടെയും അടിസ്ഥാനത്തിൽ പാലക്കാട് ജില്ലയിലെ എലപ്പുള്ളി ഗ്രാമ പഞ്ചായത്താണ് ഒന്നാം സ്ഥാനത്തിനും ഒന്നാം സമ്മാനമായ ഒരു കോടി രൂപയ്ക്കും അർഹരായത്. പാലക്കാട് ജില്ലയിലെ തന്നെ അക ത്തേത്തറ ഗ്രാമ പഞ്ചായത്തിന് രണ്ടാം സ്ഥാനവും തൃശൂർ ജില്ലയിലെ അടാട്ട് ഗ്രാമ പഞ്ചായത്തിന് മൂന്നാം സ്ഥാനവും ലഭിക്കുക വഴി അവർക്ക് യഥാക്രമം 50 ലക്ഷം രൂപയും, 25 ലക്ഷം രൂപയും സമ്മാനത്തുകയായി ലഭിക്കുകയുണ്ടായി. അതോടൊപ്പം അവസാന ഘട്ടത്തിലെത്തിയ കണ്ണാടി, പാലമേൽ, ചെറിയനാട്, മീനങ്ങാടി, ആര്യനാട്, കഞ്ഞിക്കുഴി, ശൂരനാട് നോർത്ത്, നിലമ്പൂർ, മാനന്തവാടി, കൊരട്ടി, കൊടിയത്തൂർ, കുന്നത്തുകാൽ എന്നീ 12 ഗ്രാമ പഞ്ചായത്തുകൾക്ക് 10 ലക്ഷം രൂപ വീതം പ്രോത്സാഹന സമ്മാനവും നല്കുകയുണ്ടായി. നഗരസഭകളിൽ ഒറ്റപ്പാലം ഒന്നാം സ്ഥാനവും, മലപ്പുറം രണ്ടാം സ്ഥാനവും കരസ്ഥമാ ക്കുക വഴി യഥാക്രമം 50 ലക്ഷം രൂപയും 25 ലക്ഷം രൂപയും സമ്മാന ത്തുകയായി ലഭ്യമാക്കുകയുണ്ടായി.

വികസന വിവര വിനിമയത്തിലെ ഒരു നൂതന മാതൃകയായി ഗ്രീൻ കേരള എക്സ്പ്രസ് മാറുകയുണ്ടായി. സുസ്ഥിര വികസനം ആർജ്ജി ക്കുന്നതിനുള്ള ബദൽ വികസന രീതികൾ സമൂഹത്തിനു മനസ്സിലാ ക്കിക്കൊടുക്കുന്നതിനും അവ ചർച്ചയ്ക്ക് വിധേയമാക്കുന്നതിനും ഈ റിയാലിറ്റി ഷോയ്ക്ക് സാധിക്കുകയുണ്ടായി. സുസ്ഥിര വികസന രീതി കൾ പിന്തുടരുന്നതിനുള്ള ഊർജ്ജവും, പ്രോത്സാഹനവും ശേഷിയും തദ്ദേശഭരണ സ്ഥാപനങ്ങൾക്ക് ലഭ്യമാക്കുന്നതിനും ഈ സംരംഭത്തി നായി. സർവ്വോപരി അധികാരവികേന്ദ്രീകരണത്തിന്റെയും ജനകീയാ സൂത്രണ പ്രക്രിയയുടെയും ഗുണഫലങ്ങൾ ഹ്രസ്വകാലം കൊണ്ടു തന്നെ നേടിയെടുക്കുന്നതിന് സാധിക്കുമെന്നുള്ള ആത്മവിശ്വാസം ഉണ്ടാ ക്കിയെടുക്കുന്നതിനും ഈ സംരംഭത്തിനായി. പ്രാദേശിക ജനങ്ങളുടെ ശാക്തീകരണത്തിലൂടെ സുസ്ഥിരവികസനം സാദ്ധ്യമാകുമെന്നുള്ള സിദ്ധാന്തത്തിന്റെ പ്രയോഗം സംഭവ്യമാണ് എന്ന ശുഭാപ്തിവിശ്വാസം ജനങ്ങളിലേക്കെത്തിക്കുന്നതിനും ഗ്രീൻ കേരള എക്സ്പ്രസ് എന്ന റിയാ ലിറ്റി ഷോയ്ക്കായി. ഈ സംരംഭത്തിൽ പങ്കാളികളായ സി-ഡിറ്റ്, ദൂരദ ർശൻ, ശുചിത്വ മിഷൻ ഉൾപ്പെടെയുള്ള ഔദ്യോഗിക, അനൗദ്യോഗിക സംവിധാനങ്ങൾക്കും വ്യക്തികൾക്കും തദ്ദേശഭരണ സ്ഥാപനങ്ങൾക്കും അവർ വികസിപ്പിച്ച നൂതന വിവര വിനിമയ വികസന മാതൃക വലിയ ആത്മവിശ്വാസവും ആത്മസംതൃപ്തിയും നല്കുകയുണ്ടായി.

ഈ റിയാലിറ്റി ഷോയുടെ അന്തസ്സത്ത മനസ്സിലാക്കിക്കൊണ്ടും, ഇത് അവബോധപ്രവർത്തനത്തിനും വിവരവിനിമയ തന്ത്രത്തിനും ഒരു

നൂതന മാതൃകയാണ് എന്നത് അംഗീകരിച്ചുകൊണ്ടും ഗ്രീൻ കേരള റിയാലിറ്റി ഷോ വികസിപ്പിച്ച കേരള സർക്കാരിന് ദേശീയ നഗര ജല അവാർഡ് നല്കി കേന്ദ്രസർക്കാർ ആദരിക്കുകയുണ്ടായി.

മാലിന്യമുക്ത കേരളം ക്യാംപെയിനിന്റെ ഭാഗമായി നിരവധിയായ നൂതന സംരംഭങ്ങൾക്കു തുടക്കംകുറിക്കുകയും നടപ്പിലാക്കുകയുമുണ്ടായി. എല്ലാവർക്കും ടോയ്‌ലറ്റ് ലഭ്യത ഉറപ്പാക്കിയതിനൊപ്പം ടോയ്‌ലറ്റ് ഉപയോഗിക്കുന്ന ശീലത്തിലേക്ക് എല്ലാ ജനങ്ങളെയും എത്തിക്കാനായി എന്നത് രാജ്യത്തെ മറ്റ് സംസ്ഥാനങ്ങളെ താരതമ്യം ചെയ്യുമ്പോൾ വലിയൊരു നേട്ടമായി കാണാം. തുടർന്നുണ്ടായ മറ്റൊരു പ്രധാന നേട്ടമാണ് ഖരമാലിന്യ പരിപാലനത്തിന് വ്യക്തതയും ദിശാബോധവും ഉണ്ടാക്കിയെടുക്കാനായി എന്നത്. അത് അടുത്ത അദ്ധ്യായത്തിൽ പരിശോധിക്കാം.

9

ഉറവിട മാലിന്യ സംസ്കരണം അഥവാ അധിക മാലിന്യ പരിപാലനം

കേരളത്തിലെ 6 സിറ്റി കോർപ്പറേഷനുകൾ, 87 മുനിസിപ്പാലിറ്റികൾ, 941 ഗ്രാമപഞ്ചായത്തുകൾ എന്നിവിടങ്ങളിലെ മുനിസിപ്പൽ ഖരമാലിന്യ ഉല്പാദനം പ്രതിദിനം 10044 ടൺ ആണെന്ന് 2014 ൽ കണക്കാക്കിയിട്ടുണ്ട്. ഇവയിൽ ശരാശരി 77% വേഗത്തിൽ അഴുകുന്നവയും (Biodegradable), 18% അഴുകാത്തവയും (Non-biodegradable) 5% നിഷ്ക്രിയവും (Inert) ആണ്. അന്തരീക്ഷ ഈർപ്പസ്ഥിതിക്കനുസരിച്ച് ഈ മാലിന്യത്തിലെ ഈർപ്പസ്ഥിതിക്കു (Moisture content) 45% മുതൽ 79% വരെ വ്യതിയാനം സംഭവിക്കാം. ഉയർന്ന ഈർപ്പസ്ഥിതിയിൽ 77% വരുന്ന ജൈവമാലിന്യം വളരെ വേഗത്തിൽ ജീർണ്ണിക്കുന്നതാണ്. അനുകൂല പരിസ്ഥിതിയിൽ ബാക്ടീരിയയുടെയും ഫംഗസിന്റെയും മറ്റും പ്രവർത്തനഫലമായാണ് ജീർണ്ണനം നടക്കുന്നത്. ഇതുണ്ടാക്കുന്ന ദുർഗ്ഗന്ധവും, കീടങ്ങളുടെ വർദ്ധനയും, വൃത്തിഹീനതയും, അഭംഗിയും രൂക്ഷവും അസ്സഹനീയവുമാണ്. ഇതിന് തുടർച്ചയായി ആരോഗ്യപ്രശ്നങ്ങളും വർദ്ധിക്കും. ആയതിനാൽ ഇത്തരം ജൈവജീർണ്ണന സാദ്ധ്യതയുള്ള മാലിന്യങ്ങൾ എത്രയും വേഗം സംസ്കരിക്കുക എന്നതാണ് പരിഹാരം. എവിടെയാണോ ജൈവമാലിന്യം ഉണ്ടാകുന്നത് അവിടെ ത്തന്നെ അവയെ ശാസ്ത്രീയ സംസ്കരണത്തിന് വിധേയമാക്കിയാൽ ജൈവജീർണ്ണനം അഥവാ അഴുകുന്നത് ഒഴിവാക്കാം. അതായത് ഉറവിട മാലിന്യ സംസ്കരണത്തിലൂടെ ജൈവമാലിന്യ പ്രശ്നങ്ങൾ ഒഴിവാക്കാം.

കേരളത്തിലെ മാലിന്യ സ്രോതസ്സുകൾ/ഉറവിടങ്ങൾ പരിശോധിച്ചാൽ 49% ഖരമാലിന്യവും വീടുകളിൽ ഉല്പാദിപ്പിക്കപ്പെടുന്നു എന്നു ബോദ്ധ്യപ്പെടും. കച്ചവടസ്ഥാപനങ്ങൾ 11%, ഹോട്ടലുകൾ 10%, പാതയോരങ്ങളിൽ തൂത്തുകൂട്ടുന്നവ 9%, മാർക്കറ്റ് 6%, നിർമ്മാണമാലിന്യം 6%,

സ്ഥാപനങ്ങൾ 5%, ആശുപത്രികൾ 2%, അറവുശാലകൾ 1%, കല്യാണമണ്ഡപങ്ങൾ 1% എന്നിങ്ങനെയാണ് ബാക്കി മാലിന്യങ്ങളുടെ സ്രോതസ്സുകൾ. അതായത് 85% മാലിന്യവും വീടുകൾ, കച്ചവട സ്ഥാപനങ്ങൾ, ഹോട്ടലുകൾ, മാർക്കറ്റുകൾ, സ്ഥാപനങ്ങൾ, ആശുപത്രികൾ, അറവുശാലകൾ, കല്യാണമണ്ഡപങ്ങൾ എന്നീ നിശ്ചിത സ്ഥാനങ്ങളിലാണ് ഉല്പാദിപ്പിക്കപ്പെടുന്നത്. ഈ സ്ഥലങ്ങളിൽ ഉണ്ടാകുന്ന ജൈവമാലിന്യങ്ങൾ എങ്കിലും അവിടെത്തന്നെ സംസ്കരിക്കുന്നതിനായാൽ ജൈവമാലിന്യം സംബന്ധിച്ച പ്രശ്നങ്ങൾ അവയുടെ ഉറവിടങ്ങളിൽത്തന്നെ പരിഹരിക്കപ്പെടും. എന്നാൽ സ്ഥലലഭ്യത കുറവുള്ള വീടുകൾ, ചെറിയ കടകൾ തുടങ്ങി സ്ഥലലഭ്യതയില്ലാത്ത മാലിന്യസ്രോതസ്സുകളിൽ ജൈവമാലിന്യ സംസ്കരണം പൂർണ്ണമായും സാദ്ധ്യമാകണമെന്നില്ല. ആയതിനാൽ അവിടെ സംസ്കരിക്കാൻ സാധിക്കാത്ത, അധിക ജൈവമാലിന്യം ഏറ്റവും അടുത്ത് സൗകര്യമുള്ള ഒരുസ്ഥലത്ത് പൊതുസംവിധാനം സ്ഥാപിച്ച് സംസ്കരിക്കുന്നതിന് സാധിക്കണം. അവിടെയും അധികം വരുന്ന ജൈവമാലിന്യം കുറച്ചുകൂടി ശേഷിയുള്ള ഒരു വികേന്ദ്രീകൃത സംസ്കരണ ശാലയിൽ സംസ്കരിക്കാൻ സൗകര്യമൊരുക്കണം. ഇതും സാദ്ധ്യമായില്ല എങ്കിൽ മാത്രം ഒരു കേന്ദ്രീകൃത സംസ്കരണ ശാലയിലേക്ക് ജൈവമാലിന്യം സംസ്കരണത്തിനായി മാറ്റണം. ഈ രീതിയാണ് ഓവർഫ്ളോ വേസ്റ്റ് മാനേജ്മെന്റ് അഥവാ അധിക മാലിന്യ പരിപാലനം. കേരളത്തിലെ വാസരീതിയും, സ്ഥലപരിമിതിയും, മറ്റ് സാമൂഹ്യപാരിസ്ഥിതിക പ്രത്യേകതകളും കണക്കിലെടുക്കുമ്പോൾ ഉറവിടമാലിന്യ സംസ്കരണം ഉൾപ്പെടെയുള്ള ഓവർഫ്ളോ വേസ്റ്റ് മാനേജ്മെന്റ് രീതിക്ക് വലിയ പ്രാധാന്യമുണ്ട്.

9.1 ഉറവിട മാലിന്യസംസ്കരണത്തിന് അനുയോജ്യമായ സാങ്കേതിക വിദ്യകൾ

ആഗോളതലത്തിൽ പരിശോധിക്കുമ്പോൾ ഖരമാലിന്യ സംസ്കരണത്തിന് പ്രധാനമായും രണ്ടു സാങ്കേതിക രീതികളാണ് ഉപയോഗപ്പെടുത്തി വരുന്നത്. വസ്തുക്കളെ താപപരിവർത്തനത്തിനോ (Thermal conversion), ജൈവപരിവർത്തനത്തിനോ (Biological conversion) വിധേയമാക്കുക എന്നതാണീ രീതികൾ. ഉല്പാദിപ്പിക്കപ്പെടുന്ന മാലിന്യത്തിലെ ജൈവവസ്തുക്കളെ കമ്പോസ്റ്റ് ആക്കിയോ ജൈവവാതകമാക്കിയോ (Biogas) പരിവർത്തനപ്പെടുത്തുന്ന സാങ്കേതിക വിദ്യയാണ് ജൈവ സംസ്കരണ പ്രക്രിയ. മണ്ണിര കംപോസ്റ്റിങ് (Vermi-composting), കംപോസ്റ്റിങ്, ബയോമെത്തനേഷൻ (Bio-methanation) എന്നീ മൂന്നു സാങ്കേതിക വിദ്യകളും അവയുപയോഗിച്ചുള്ള വിവിധ സാങ്കേതികരീതികളുമാണ് ജൈവസാങ്കേതിക വിദ്യയിൽ ഉപയോഗപ്പെടുത്തുന്നത്. ഇൻസിനറേഷൻ (Incineration), പൈറോലിസിസ് ഗ്യാസിഫിക്കേഷൻ (Pyrolysis gasification), പ്ലാസ്മ പൈറോലിസിസ് (Plasma

Pyrolysis) എന്നിവയാണ് നിലവിൽ താപപരിവർത്തനത്തിനുപയോഗപ്പെടുത്തുന്ന താപസാങ്കേതിക വിദ്യകൾ.

വലിയ തോതിൽ എണ്ണമയമോ, എരിവോ, ഉപ്പോ, പുളിപ്പോ, ക്ഷാരതയോ ഇല്ലാത്തതും, വായുസഞ്ചാരമുള്ളതുമായ ജൈവമാലിന്യപാളിയിൽ (Organic waste layer) ചിലതരം മണ്ണിരകളെ മേയാൻ അനുവദിക്കുമ്പോൾ അവ മാലിന്യത്തിലെ ജൈവഘടകത്തെ വിഘടിപ്പിച്ച് ഘടനാസ്ഥിരതയുള്ളതും പോഷകമൂല്യമുള്ളതുമായ ജൈവവളം ഉല്പന്നമായി ലഭ്യമാക്കുന്നു. ഈ രീതിയാണ് മണ്ണിര കംപോസ്റ്റിങ് എന്നത്. അല്പം ചൂടും, ഈർപ്പവുമുള്ളതും നല്ല വായുസഞ്ചാരമുള്ളതുമായ ജൈവമാലിന്യ പാളിയിൽ ഏകകോശജീവി (Bacteria), ആസവം (Yeast), കുമിൾ (Fungi) തുടങ്ങിയ സൂക്ഷ്മജീവികൾ മാലിന്യത്തിലെ ജൈവഘടകത്തെ വിഘടിപ്പിച്ച് ഘടനാസ്ഥിരതയുള്ള കമ്പോസ്റ്റ് എന്ന പോഷകമൂല്യമുള്ള ജൈവവള ഉല്പന്നം ലഭ്യമാക്കുന്ന രീതിയാണ് കംപോസ്റ്റിങ്. വായുസാന്നിദ്ധ്യമില്ലാതെ ബാക്ടീരിയ ഉൾപ്പെടെയുള്ള സൂക്ഷ്മജീവികളുടെ ജൈവമാലിന്യം ദഹനപ്രക്രിയക്ക് വിധേയമാക്കുന്ന രീതിയാണ് ബയോമെത്തനേഷൻ (Bio-methanation). ജൈവമാലിന്യത്തിൽ തുല്യ അളവ് വെള്ളം ചേർത്ത് സൂക്ഷ്മജീവികളുടെ പ്രതിപ്രവർത്തനത്തിന്റെ ഫലമായി ജലവിശ്ലേഷണം (Hydrolysis), എന്ന പ്രക്രിയയുടെയും തുടർന്ന് അസിഡോജനിക് ബാക്ടീരിയ, അസിഡോജെനിക് ബാക്ടീരിയ, മെഥനോജെനിക് ബാക്ടീരിയ എന്നീ സൂക്ഷ്മജീവികളുടെ സഹായത്തോടെ പുളിപ്പിക്കൽ (Acidification) പ്രക്രിയയുടെയും ഫലമായി നടക്കുന്ന ദഹനത്തിൽ (Digestion) മീഥേൻ, കാർബൺ ഡയോക്സൈഡ് തുടങ്ങിയ വാതകങ്ങളും, ദഹനശേഷമുള്ള അജീർണ്ണ വസ്തുക്കളും, അധിക ദ്രാവകവും (Leachate) ലഭിക്കുന്നു. ഇതിലൂടെ ഊർജ ഉല്പാദനത്തിന് ഉപയോഗപ്രദമായ ജൈവവാതകവും, ഖരദ്രവ രൂപത്തിലുള്ള ജൈവവളവും ലഭിക്കുന്നു.

ഉയർന്ന താപമൂല്യം (Calorific value) ഉള്ള വസ്തുക്കളെ ഓക്സിജന്റെ സാന്നിദ്ധ്യത്തിലോ, നിയന്ത്രിത സാന്നിദ്ധ്യത്തിലോ കത്തിച്ച് വസ്തുക്കളുടെ അളവ് ഗണ്യമായി കുറയ്ക്കുകയും തത്സമയം ഉണ്ടാകുന്ന ചൂടോ, വാതകമോ ഇന്ധനമായി ഉപയോഗപ്പെടുത്തുകയുമാണ് താപ സാങ്കേതിക വിദ്യയുടെ പൊതുരീതി. ഒരു ചൂളയിൽ (Furnace) മുനിസിപ്പൽ ഖരമാലിന്യം കത്തിച്ച് അതിന്റെ വ്യാപ്തി കുറയ്ക്കുന്ന സാങ്കേതിക വിദ്യയാണ് ഇൻസിനറേഷൻ (Incineration). ഈ പ്രക്രിയയിലൂടെ താപോർജ്ജവും, വാതകങ്ങളും, പൊടിപടലങ്ങളും ഉൾപ്പെടെയുള്ള ഉദ്വമനവും (Emission), ചാരവും ഉണ്ടാകും. മുനിസിപ്പൽ മാലിന്യത്തിന്റെ താപശേഷിയും (Calorificvalue),അതിലടങ്ങിയിട്ടുള്ള ഈർപ്പവും (Moisture) ഇൻസിനറേഷന്റെ കാര്യശേഷിയെ ബാധിക്കുന്ന ഘടകങ്ങൾ ആണ്. താപോർജ്ജം ഉപയോഗപ്പെടുത്തി ആവിയന്ത്രത്തിലൂടെ (Steam turbine) വൈദ്യുതി ഉല്പാദനവും ഈ സാങ്കേതിക

വിദ്യയിലൂടെ സാദ്ധ്യമാണ്. നിയന്ത്രിത അളവിലുള്ള ഓക്സിജന്റെ സാന്നിദ്ധ്യത്തിൽ ഉയർന്ന താപനില ഉപയോഗപ്പെടുത്തി ജൈവവസ്തുക്കളെ (Biomass) കാർബൺ ഡയോക്സൈഡും, ഹൈഡ്രജനുമടങ്ങുന്ന വാതക മിശ്രിതമാക്കുകയും, തുടർന്നു സമന്വയവാതകം (Syngas) എന്ന ഇന്ധനമാക്കി മാറ്റുന്ന പ്രക്രിയയാണ് പൈറോലിസിസ് ഗ്യാസിഫിക്കേഷൻ. 700 ഡിഗ്രീ സെന്റീഗ്രേഡിനു മുകളിലുള്ള താപനിലയിൽ നടക്കുന്ന രാസപ്രക്രിയയിലൂടെയാണ് സിൻഗ്യാസ് എന്ന ഇന്ധനം ഉല്പാദിപ്പിക്കപ്പെടുന്നത്. ഓക്സിജന്റെ അഭാവത്തിൽ വളരെ ഉയർന്ന താപനിലയിൽ ജൈവവസ്തുക്കളെ വാതകമാക്കി മാറ്റുന്ന ഭസ്മീകരണ പ്രക്രിയയാണ് പ്ലാസ്മ പൈറോലിസിസ് (Plasma Pyrolysis). 14000 ഡിഗ്രി സെന്റീഗ്രേഡിനോളം ഉയർന്ന താപനിലയുണ്ടാക്കുന്ന ഇലക്ട്രിക് ആർക്ക് ഉപയോഗപ്പെടുത്തിയാണ് ഭസ്മീകരണ പ്രക്രിയ നടക്കുന്നത്. ഈ ഉയർന്ന താപനിലയിൽ മിക്ക വസ്തുക്കളും വിഘടിച്ച് വാതകരൂപത്തിലുള്ള അവയുടെ മൂലകഘടകങ്ങൾ ആയി മാറുകയും ആറ്റോമിക് പ്രവർത്തനത്തിലൂടെ സിൻഗ്യാസ് രൂപപ്പെടുകയും ചെയ്യും.

ഉയർന്ന താപനിലയിൽ വസ്തുക്കളുടെ പരിവർത്തനം നടക്കുമ്പോൾ ഉണ്ടാകുന്ന, വലിയ അപകടകാരികളായ വാതകങ്ങളെ ഉൾപ്പെടെ സുരക്ഷിതമായി കൈകാര്യം ചെയ്യുന്നതിനുള്ള പരിസ്ഥിതി പരിപാലന രീതികൾ ഉയർന്ന ചെലവുള്ളതും, നിലവിൽ പൂർണ്ണതയിലെത്താത്ത സാങ്കേതിക വിദ്യകൾ പ്രയോഗിക്കുന്നവയുമാണ്. താപസംസ്കരണത്തിന് ശേഷം അവശേഷിക്കുന്ന ഘനലോഹങ്ങൾ അടങ്ങിയ ചാരവും (Ash), കട്ടിടാറും (Coaltar) സുരക്ഷിതമായി നിർമ്മാർജ്ജനം ചെയ്യുക, അതിനുതകുന്ന സുരക്ഷിത സ്ഥലം കണ്ടെത്തുക തുടങ്ങിയ സങ്കീർണ്ണമായ പ്രവർത്തനങ്ങൾ ഈ സാങ്കേതികവിദ്യയുടെ പ്രയോഗത്തിന് ആവശ്യമാണ്. ഈ സാങ്കേതിക വിദ്യകൾ ഉപയോഗിക്കുമ്പോൾ വേണ്ടിവരുന്ന യന്ത്രസംവിധാനങ്ങളും, പാരിസ്ഥിതിക സുരക്ഷ ഉറപ്പാക്കാനുള്ള ഉപകരണങ്ങളും ഒരു നിശ്ചിത തോതിന് (Scale) താഴെയുള്ള ശേഷിയിൽ സ്ഥാപിക്കുക എന്നത് പ്രായോഗികമല്ല. ആയതിനാൽ ഈ സാങ്കേതിക വിദ്യകൾ ഉപയോഗിക്കുന്ന പ്ലാന്റുകൾ എത്ര വലുതാണോ അത്രയും പ്രായോഗിക ക്ഷമമായിരിക്കും. കേരളത്തിൽ ഉല്പാദിപ്പിക്കപ്പെടുന്ന മാലിന്യത്തിന്റെ ശരാശരി 77% വും ജൈവമാലിന്യം ആയതിനാലും, ഇവ താരതമ്യേന ഉയർന്ന ഈർപ്പസ്ഥിതിയിൽ ഉള്ളതായതിനാലും താപ സംസ്കരണ പ്ലാന്റുകളുടെ കാര്യക്ഷമത ഗണ്യമായി കുറയ്ക്കുകയും, പരിപാലന ചെലവും സാങ്കേതിക സങ്കീർണ്ണതകളും വർദ്ധിപ്പിക്കുകയും ചെയ്യും. താപ സംസ്കരണ പ്ലാന്റുകൾ സ്ഥാപിച്ചു പ്രവർത്തിപ്പിക്കുന്നതിന് ഉയർന്ന സ്ഥലലഭ്യത ആവശ്യമുണ്ട് എന്നതും ഈ സാങ്കേതിക വിദ്യ പ്രയോഗിക്കുന്നതിന് നമ്മുടെ നാട്ടിൽ പരിമിതിയുണ്ട്. വിശിഷ്യാ ഉറവിട മാലിന്യസംസ്കരണ രീതിയിൽ നിശ്ചിത

സ്ഥലത്തു കൈകാര്യം ചെയ്യപ്പെടേണ്ട മാലിന്യത്തിന്റെ അളവ് തുലോം കുറവാണ് എന്നതിനാൽ ഈ സാങ്കേതിക വിദ്യ കേരളത്തിൽ ഒട്ടുംതന്നെ പ്രസക്തമല്ല എന്നും പറയേണ്ടിയിരിക്കുന്നു.

എന്നാൽ വിവിധ രീതിയിലുള്ള കംപോസ്റ്റിങ്, ബയോമെത്തനേഷൻ എന്നീ ജൈവസാങ്കേതികവിദ്യയാകട്ടെ കാലാകാലങ്ങളായി കേരളത്തിൽ പ്രയോഗിച്ച് വരുന്നവയാണ്. ഗൃഹങ്ങളിലും, സ്ഥാപനങ്ങളിലും, മാർക്കറ്റുകളിലും ഉൾപ്പെടെ ചെറുതും, ഇടത്തരവും, വലുതുമായ ജൈവ സംസ്കരണ പ്ലാന്റുകൾ സ്ഥാപിച്ചു പ്രവർത്തിപ്പിച്ചതിന്റെ ഗുണവശങ്ങളും, ദോഷവശങ്ങളും പരിചിതവുമാണ്. ഗാർഹികതലം മുതൽ കേന്ദ്രീകൃതതലം വരെയുള്ള ചെറുതും വലുതുമായ പ്ലാന്റുകൾ ജൈവ സാങ്കേതിക വിദ്യ ഉപയോഗപ്പെടുത്തി സ്ഥാപിക്കാനാകും എന്നതാണ് ഈ സാങ്കേതിക വിദ്യയെ ഏറ്റവും പ്രസക്തമാക്കുന്നത്. മൂലധന ചെലവും പരിപാലനച്ചെലവും കുറവുള്ള ഈ പ്ലാന്റുകൾ അനുയോജ്യ സ്ഥലസൗകര്യമുള്ള ഏതൊരു മാലിന്യ ഉറവിടത്തിലും, സ്ഥലപരിമിതിയുള്ള കേന്ദ്രീകൃത സ്ഥലത്തും സ്ഥാപിക്കാമെന്നതും അനുകൂലഘടകങ്ങളാണ്. ഇതിലൂടെ ജൈവമാലിന്യം താമസംവിനാ സംസ്കരിക്കാമെന്നതും ഇതിലൂടെ ഉല്പാദിപ്പിക്കപ്പെടുന്ന കമ്പോസ്റ്റ് അതതിടങ്ങളിൽത്തന്നെ ഉപയോഗിച്ച് മണ്ണിന്റെ പോഷകഗുണം നിലനിർത്താമെന്നതും ശ്രദ്ധേയമാണ്. ഇക്കാരണങ്ങളാൽ ഉറവിടമാലിന്യ സംസ്കരണമുൾപ്പെടെയുള്ള ഓവർഫ്ളോ മാലിന്യസംസ്കരണ പ്രക്രിയയിൽ ഏറ്റവും അനുയോജ്യവുമായ രീതി ജൈവസാങ്കേതികവിദ്യ ഉപയോഗ

ബയോബിൻ യൂണിറ്റ്, ടെക്നോപാർക്ക്

പ്പെടുത്തുക എന്നതാണ്.

ശേഷിയിൽ കൂടുതൽ ജൈവമാലിന്യം പ്ലാന്റിൽ സംസ്കരിക്കാൻ ശ്രമിക്കുക, പ്ലാന്റിന്റെ സുസ്ഥിരമായ പ്രവർത്തനത്തിന് അവശ്യം വേണ്ട പരിസ്ഥിതിപരിപാലന രീതികൾ അവലംബിക്കാതിരിക്കുക, സാങ്കേതിക വിദ്യയുടെ രീതിശാസ്ത്രപ്രകാരം പ്ലാന്റ് പ്രവർത്തിപ്പിക്കാതിരിക്കുക തുടങ്ങിയ കാരണങ്ങളാൽ ജൈവസാങ്കേതിക വിദ്യ ഉപയോഗപ്പെടുത്തുന്ന പ്ലാന്റുകൾക്കെതിരെ പരാതികൾ ഉയരാറുണ്ട്. ഉദാഹരണമായി മണ്ണിരയുടെ നിലനില്പിന് ഹാനികരമായ വസ്തുക്കൾ ജൈവമാലിന്യത്തിൽ ഉണ്ടെങ്കിൽ മണ്ണിര കംപോസ്റ്റിങ് വിദ്യ ഫലപ്രദമാകുകയില്ല. കംപോസ്റ്റിങ്ങിന് വിധേയമാക്കുന്ന മാലിന്യപാളിയിൽ വേണ്ടത്ര വായുസഞ്ചാരം ഉറപ്പാക്കി ഓക്സിജൻ അധികമായി ആവശ്യമുള്ള ബാക്ടീരിയ (Aerobic bacteria) യെ ഉത്തേജിപ്പിച്ചാൽ മാത്രമേ കംപോസ്റ്റിങ് പ്രക്രിയ സുഗമമാകുകയുള്ളൂ. ബയോഗ്യാസ് പ്ലാന്റിന്റെ സംസ്കരണ ടാങ്കിൽ നിക്ഷേപിക്കുന്ന ജൈവമാലിന്യത്തിന്റെ വ്യാപ്തത്തിന് തുല്യമായി ജലം പ്ലാന്റിൽ ലഭ്യമല്ലെങ്കിലും, വ്യത്യസ്ത ദഹനശേഷിയുള്ള മാലിന്യങ്ങൾ നിക്ഷേപിച്ചാലും ബയോമെത്തനേഷൻ പ്രക്രിയ ശേഷികുറഞ്ഞില്ലാതാകും. ഇക്കാര്യങ്ങൾ പരിഗണിച്ചുകൊണ്ടാകണം ജൈവസാങ്കേതിക വിദ്യയുടെ നിർവ്വഹണം സാദ്ധ്യമാക്കേണ്ടത്.

9.2 ജൈവമാലിന്യ സംസ്കരണ പ്ലാന്റുകൾക്കു മാനദണ്ഡങ്ങൾ

കേരളത്തിൽ ഉല്പാദിപ്പിക്കപ്പെടുന്ന മാലിന്യത്തിന്റെ ഏകദേശം 71–83% മാലിന്യം ജൈവമാണ് എന്നു നാം കണ്ടു. ഇതിൽ 85% മാലിന്യത്തിന്റെയും സ്രോതസ്സ് വീടുകൾ, സ്ഥാപനങ്ങൾ, ചന്തകൾ തുടങ്ങി ഏതെങ്കിലും ഒരു നിശ്ചിത സ്ഥലമാണ്. ആയതിനാൽ ജൈവമാലിന്യം ഇത്തരം സ്രോതസ്സിൽത്തന്നെ പരമാവധി സംസ്കരിക്കുന്നതിനും അത് സാദ്ധ്യമല്ലാത്ത സാഹചര്യത്തിൽമാത്രം പൊതുസംസ്കരണ സംവിധാനങ്ങൾ സ്ഥാപിച്ചു മാലിന്യ പ്രശ്നം പരിഹരിക്കുന്നതിനുമുള്ള ഓവർഫ്ളോ മാലിന്യ സംസ്കരണ രീതിയാണ് നിർദ്ദേശിക്കപ്പെട്ടത്. ഇതിനായി ജൈവ സാങ്കേതിക വിദ്യകളായ മണ്ണിര കംപോസ്റ്റിങ് (Vermi composting), തുറന്ന കംപോസ്റ്റിങ് (Aerobic composting), ജൈവവാതക പ്ലാൻറ് (Biogas plant) തുടങ്ങിയവ ഉപയോഗപ്പെടുത്തുന്നതിനും തീരുമാനിച്ചു. വളരെ ചെറുതും, ഇടത്തരവും വലുതുമായ വിവിധ ശേഷിയിലുള്ള പ്ലാന്റുകൾ ഈ സാങ്കേതിക വിദ്യയിൽ പ്രവർത്തിപ്പിക്കാമെന്നതും പ്രോത്സാഹജനകമായി. അതനുസരിച്ച് വീടുകൾക്കും, വിവിധ തരത്തിലുള്ള സ്ഥാപനങ്ങൾക്കും, ചന്തകൾ പോലെയുള്ള പൊതുയിടങ്ങളിലും ജൈവമാലിന്യം സംസ്കരിക്കുന്നതിനുള്ള സംവിധാനം അതതു സ്രോതസ്സുകളിലെ ജൈവമാലിന്യ ഉല്പാദനത്തിനനുസരിച്ച് വിവിധ ശേഷിയിൽ സ്ഥാപിക്കേണ്ടതായി വന്നു. എന്നാൽ ഇത്തരം സംവിധാനം സ്ഥാപിക്കുന്നതിന് ശേഷിയുള്ള സ്ഥാപനങ്ങൾ പരിമിതമാ

എയറോബിക് കമ്പോസ്റ്റിങ് യൂണിറ്റ്

യിരുന്നു. അവയുടെ വിലയും, സ്ഥാപിച്ചു പരിപാലിക്കുന്നതിനുള്ള ചെലവും, രീതിയും സംബന്ധിച്ചും വ്യക്തതക്കുറവ് ഉണ്ടായിരുന്നു. സ്ഥാപിക്കപ്പെടുന്ന സംവിധാനങ്ങളുടെ സാങ്കേതികതയും കാര്യശേഷിയും പരിശോധിച്ച് ഉറപ്പുവരുത്തുന്നതിനുള്ള അറിവോ, രീതിശാസ്ത്രമോ, പരിപാലനവുമായി ബന്ധപ്പെട്ട കാര്യങ്ങളോ തദ്ദേശഭരണ സ്ഥാപനങ്ങൾക്ക് അന്യമായിരുന്നു. കൂടാതെ ഓരോ തദ്ദേശഭരണ സ്ഥാപനവും അവർ സ്ഥാപിക്കേണ്ടതായ മാലിന്യ സംസ്കരണ സംവിധാനങ്ങളെക്കുറിച്ച് വേണ്ടത്ര വ്യക്തതയില്ലാതെ ദർഘാസ് വിളിച്ച് അവ വാങ്ങുന്നതും, സ്ഥാപിക്കുന്നതുമായി ബന്ധപ്പെട്ട കാലതാമസവും, പ്രായോഗിക ബുദ്ധിമുട്ടുകളും ഒഴിവാക്കുക എന്നതും പ്രധാനമായിരുന്നു. ഈ പശ്ചാത്തലത്തിലാണ് ഗാർഹിക തലത്തിലും, സ്ഥാപന തലത്തിലും, സാമൂഹിക തലത്തിലും തദ്ദേശഭരണ സ്ഥാപനങ്ങൾ വഴി സ്ഥാപിക്കാവുന്ന വിവിധ ശേഷിയിലുള്ള മണ്ണിര കംപോസ്റ്റിങ്, എയ്റോബിക് കംപോസ്റ്റിങ്, ജൈവവാതക പ്ലാന്റ് എന്നിവയുടെ ഇനവിവരണം (Specification), ഗുണനിലവാരം (Standard), ഏകഘടക വില (Unit cost), പ്രവൃത്തിപരിപാലന നിബന്ധനകൾ (Operation & Maintenance Protocol), ഇളവ് മാനദണ്ഡം (Subsidy norms), കരാർ വ്യവസ്ഥകൾ (Contract conditions) എന്നിവ വിശദീകരിച്ചുകൊണ്ടുള്ള ഒരു റിപ്പോർട്ട് സർക്കാർ നിയോഗിച്ച ഒരു വിദഗ്ദ്ധസമിതി തയ്യാറാക്കുകയും അവ അംഗീകരിച്ചുകൊണ്ടു സർക്കാർ ഉത്തരവ് പുറപ്പെടുവിക്കുകയുമുണ്ടായത്.

സർക്കാർ ഉത്തരവിൽ പ്രതിദിനം 1.5 കി.ഗ്രാം ജൈവമാലിന്യം വീടു

കളിൽ സംസ്കരിക്കാവുന്ന മണ്ണിര കംപോസ്റ്റിങ്, എയ്റോബിക് കംപോസ്റ്റിങ് യൂണിറ്റുകൾ, 10–100 കി.ഗ്രാം വരെ പ്രതിദിന സംസ്കരണ ശേഷിയുള്ളതും, സ്ഥാപനങ്ങളിൽ ഉപയോഗിക്കാവുന്നതുമായ മണ്ണിര കംപോസ്റ്റിങ് പ്ലാന്റ്, 250–1000 കി.ഗ്രാം വരെ ജൈവമാലിന്യം സമൂഹ തലത്തിൽ സംസ്കരിക്കാവുന്ന ബയോഗ്യാസ് പ്ലാന്റ്, 15 ടൺ വരെ പ്രതിദിന ശേഷിയുള്ള സമൂഹതലത്തിൽ സ്ഥാപിക്കാവുന്ന എയ്റോബിക് കംപോസ്റ്റിങ് പ്ലാന്റ് എന്നിവ വാങ്ങുമ്പോഴോ, സ്ഥാപിക്കുമ്പോഴോ അതിൽ വേണ്ട ഘടകങ്ങൾ, അവയ്ക്കുവേണ്ട ഗുണനിലവാര മാനദണ്ഡം, ഓരോന്നിനും നല്കാവുന്ന പരമാവധി വില, വലിയ പ്ലാന്റുകൾ സ്ഥാപിക്കുമ്പോൾ വേണ്ടിവരുന്ന ഏകദേശ ചെലവ്, സ്ഥാപിക്കുമ്പോൾ ശ്രദ്ധിക്കേണ്ടതായ പ്രധാന സാങ്കേതിക നിബന്ധനകൾ, ചെറുതും വലുതുമായ ഓരോ പ്ലാന്റ് യൂണിറ്റും ഉപയോഗിക്കുമ്പോൾ ശ്രദ്ധിക്കേണ്ട കാര്യങ്ങൾ, അവയുടെ പരിപാലനവുമായി ബന്ധപ്പെട്ട ഘടകങ്ങൾ, പ്രവൃത്തിപരിപാലനത്തിന് ആവശ്യമായി വരുന്ന ഏകദേശ ചെലവ് ഇവയെല്ലാം വിശദമായി പ്രതിപാദിച്ചിട്ടുണ്ട്. വലിയ കംപോസ്റ്റിങ് പ്ലാന്റുകൾക്ക് സംരക്ഷണ കെട്ടിടം ഉൾപ്പെടെയുള്ള സംവിധാനങ്ങൾ വേണമെന്നതിനാൽ അതുൾപ്പെടെ 29 ഓളം നിർമ്മാണഘടകങ്ങളും, 33 ഓളം പ്രവൃത്തിപരിപാലന ഘടകങ്ങളും സംബന്ധിച്ച വിശദാംശങ്ങളും നല്കിയിട്ടുണ്ട്.

ജൈവവാതക പ്ലാന്റുകളുമായി ബന്ധപ്പെട്ട് ഫ്ളോട്ടിങ് ഡോം, ഫിക്സഡ് ഡോം എന്നീ രണ്ട് സാങ്കേതിക രീതികൾ ഉപയോഗിച്ചുള്ള സംവിധാനങ്ങൾ വിശദീകരിച്ചിട്ടുണ്ട്. ഇവയിൽ ഫ്ളോട്ടിങ് ഡോം രീതിയിലുള്ള ജൈവവാതക പ്ലാന്റ് ഗാർഹികസ്ഥാപന ആവശ്യങ്ങൾക്കാണ് ഉപയോഗപ്പെടുത്തി വരുന്നത്. പ്രതിദിനം 2.5 – 7.5 കി.ഗ്രാം വരെ ശേഷിയുള്ള പ്ലാന്റുകളാണ് ഗാർഹിക ആവശ്യത്തിന് ഉപയോഗപ്പെടുത്തി വരുന്നത്. പ്രതിദിനം 200 കി.ഗ്രാം വരെ ശേഷിയുള്ള പ്ലാന്റുകളാണ് സ്ഥാപനതലത്തിൽ ഉപയോഗപ്പെടുത്തി വരുന്നത്. ഫിക്സഡ് ഡോം സാങ്കേതിക രീതി ഉപയോഗപ്പെടുത്തുന്ന ജൈവവാതക പ്ലാന്റുകൾ സ്ഥാപനതലത്തിലും, സാമൂഹിക തലത്തിലുമാണ് ഉപയോഗപ്പെടുത്തി വരുന്നത്. 2 ടൺ വരെ പ്രതിദിന ശേഷിയുള്ള ഫിക്സഡ് ഡോം ജൈവവവാതക പ്ലാന്റുകളുടെ വിശദാംശം ഉത്തരവിൽ ലഭ്യമാക്കിയിട്ടുണ്ട്. മണ്ണിര എയ്റോബിക് കംപോസ്റ്റിങ് രീതികളെ അപേക്ഷിച്ച് കൂടുതൽ സൂക്ഷ്മതയോടെ നിർമ്മിച്ച് സ്ഥാപിക്കേണ്ടവയാണ് ജൈവവാതക പ്ലാന്റുകൾ എന്നതിനാൽ ഓരോ പ്ലാന്റിലും വേണ്ടതായ 14 ഓളം ഘടകങ്ങൾ, അവയുടെ വിശദാംശങ്ങൾ, ഓരോ ഘടകത്തിനും വേണ്ടതായ ഗുണനിലവാരം, നിർമ്മിക്കുമ്പോൾ ശ്രദ്ധിക്കേണ്ടതായ കാര്യങ്ങൾ, ശേഷിക്കനുസൃതമായി ഓരോ പ്ലാന്റിനും നല്കേണ്ടതായ വില അഥവാ പ്ലാന്റ് നിർമ്മിക്കുന്നതിനാവശ്യമായ ചെലവ് ഇവ വിശദീകരിച്ചിട്ടുണ്ട്. ജൈവവാതക പ്ലാന്റിന്റെ കാര്യക്ഷമത ഉറപ്പാക്കുന്നതിന് അവയുടെ പ്രവൃത്തി പരിപാലനവും

വളരെ ശുഷ്കാന്തിയോടെ നിർവ്വഹിക്കേണ്ടതാണ്. ആയതിനാൽ രണ്ടു രീതിയിലുമുള്ള പ്ലാന്റുകളുടെ പ്രവൃത്തി പരിപാലനത്തിൽ ശ്രദ്ധിക്കേണ്ടതായ വിശദമായ നിർദ്ദേശങ്ങളും അതിനു വേണ്ടിവരുന്നതായ ഏകദേശ ചെലവും വിശദീകരിച്ചിട്ടുണ്ട്.

പ്ലാന്റുകൾ സ്ഥാപിക്കുമ്പോൾ അറിഞ്ഞിരിക്കേണ്ട പൊതുനിബന്ധനകൾ, ഗാർഹിക പ്ലാന്റുകൾ സ്ഥാപിക്കുമ്പോൾ നല്കാവുന്ന സബ്സിഡി സംബന്ധിച്ച വിശദാംശങ്ങൾ, പ്ലാന്റുകൾ സ്ഥാപിക്കുന്ന ഏജൻസികളുമായി ഉണ്ടാക്കേണ്ട ധാരണാപത്രത്തിന്റെ മാതൃക, പ്ലാന്റുകളുടെ പ്രവൃത്തിപരിപാലനം നിർവ്വഹിക്കാൻ തയ്യാറാകുന്ന ഏജൻസികളുമായി ഉണ്ടാക്കേണ്ട കരാറിന്റെ മാതൃക ഇവയും സർക്കാർ ഉത്തരവായി പുറപ്പെടുവിച്ചിട്ടുണ്ട്. സർക്കാർ നിയോഗിച്ചിട്ടുള്ള സ്ഥാപനങ്ങളിൽ (Accredited agency) നിന്നോ, അംഗീകരിച്ചിട്ടുള്ള സേവനദാതാക്കളിൽ (Service providers) നിന്നോ പ്ലാന്റുകൾ വാങ്ങുമ്പോഴും, അവർ വഴി പ്ലാന്റ് സ്ഥാപിച്ചു പ്രവർത്തിപ്പിക്കുമ്പോഴും സാധാരണയായി ഉണ്ടാകാവുന്ന കാലതാമസം ഒഴിവാക്കുന്നതിനും, കാര്യശേഷി ഉറപ്പാക്കുന്നതിനും, പദ്ധതി നടത്തിപ്പ് വേഗത്തിലാക്കുന്നതിനും വിശദമായ ഈ മാനദണ്ഡങ്ങൾ സഹായകരമാകും. 2008 ൽ പ്രസിദ്ധീകരിച്ച ഈ മാനദണ്ഡങ്ങൾ നിർവ്വഹണ ഉദ്യോഗസ്ഥർക്ക് വളരെ സഹായകരമായിരുന്നു. ഇന്ത്യയിൽ ആദ്യമായാണ് ഒരു സംസ്ഥാനം ഇത്തരത്തിൽ വിശദമായ മാനദണ്ഡങ്ങൾ തയ്യാറാക്കി ഖരമാലിന്യ സംസ്കരണ പ്രവർത്തനങ്ങൾ കാര്യക്ഷമമായി നടപ്പിലാക്കിയത്. ജനകീയാസൂത്രണ പ്രക്രിയയുടെ ഭാഗമായി പഞ്ചായത്തുകൾക്ക് ലഭിച്ച സ്വയംഭരണ അധികാരമാണ് ഇതിന് സഹായകമായത്.

9.3 പ്ലാസ്റ്റിക് നിരോധനം

ജൈവജീർണ്ണനം നടക്കാത്ത പ്ലാസ്റ്റിക് സഞ്ചികൾ ഉപയോഗശേഷം ജലാശയങ്ങളിലേക്കും ഓടകളിലേക്കും നിരത്തിലേക്കും മറ്റും അലക്ഷ്യമായി വലിച്ചെറിയുന്നത് നിമിത്തം വലിയതോതിൽ പരിസ്ഥിതി മലിനീകരണ പ്രശ്നങ്ങൾ ഉണ്ടാകുന്നതിന് കാരണമായി. ഈ പ്രശ്നങ്ങൾ പരിഹരിക്കുന്നതിനായി പ്ലാസ്റ്റിക് സഞ്ചികളുടെ ഏറ്റവും കുറഞ്ഞ ഘനം 20 മൈക്രോൺ ആയി കേന്ദ്രസർക്കാർ 2003 ൽ നിജപ്പെടുത്തുകയുണ്ടായി. 1999 ലെ പ്ലാസ്റ്റിക് ഉല്പാദനവും, വില്പനയും, ഉപയോഗവും ചട്ടങ്ങൾ ഭേദഗതി ചെയ്താണ് പുതിയ നിയന്ത്രണം വരുത്തിയത്. അതോടൊപ്പം പുനഃചംക്രമണത്തിലൂടെ ഉല്പാദിപ്പിക്കപ്പെട്ട പ്ലാസ്റ്റിക് ഉപയോഗിച്ച് നിർമ്മിച്ച പ്ലാസ്റ്റിക് സഞ്ചികൾ സംഭരിക്കുന്നതും, കടത്തുന്നതും, വിതരണം ചെയ്യുന്നതും, ആഹാരപദാർത്ഥങ്ങൾ പൊതിയുന്നതും നിരോധിക്കുന്നതിനും, പ്ലാസ്റ്റിക് സഞ്ചികളുടെ നിർമ്മാതാക്കൾ സംസ്ഥാന മലിനീകരണ നിയന്ത്രണ ബോർഡിൽ രജിസ്റ്റർ ചെയ്യണമെന്നും ചട്ടങ്ങളിൽ വ്യവസ്ഥചെയ്തു. ഈ വ്യവസ്ഥകൾ സംസ്ഥാനത്ത് നടപ്പിലാക്കുന്നതിനായി

ജില്ലാ കളക്ടർ, തദ്ദേശഭരണ സ്ഥാപന സെക്രട്ടറി, പൊലീസ് വകുപ്പ്, വില്പന നികുതി വകുപ്പ്, സംസ്ഥാന മലിനീകരണ നിയന്ത്രണ ബോർഡ് എന്നിവരെ ചുമതലപ്പെടുത്തിക്കൊണ്ട് 2003 ഒക്ടോബർ 7 ന് സർക്കുലർ പുറപ്പെടുവിക്കുകയുണ്ടായി. പ്ലാസ്റ്റിക് സഞ്ചികളുടെ അമിതമായ വ്യാപനവും, അതുണ്ടാക്കുന്ന ഗുരുതരമായ പരിസ്ഥിതി പ്രശ്നങ്ങളും, പുനഃചംക്രമണ പുനരുപയോഗ സാദ്ധ്യതകളും മറ്റും പരിഗണിച്ച് പ്ലാസ്റ്റിക് സഞ്ചികളുടെ കുറഞ്ഞ ഘനം 30 മൈക്രോൺ ആയി നിജപ്പെടുത്തി സംസ്ഥാന മലിനീകരണ നിയന്ത്രണ ബോർഡ് 2003 സെപ്തംബർ 6 ന് വിജ്ഞാപനം പുറപ്പെടുവിക്കുകയുണ്ടായി. ഇതിനെതിരെയുള്ള പരാതികൾ പരിഗണിച്ച കോടതി ഈ വിജ്ഞാപനത്തെ ഒരു കരടായി പരിഗണിക്കുന്നതിനും അതിന്റെ അടിസ്ഥാനത്തിൽ പരാതിക്കാരെ കേൾക്കുന്നതിനും നിർദ്ദേശിക്കുകയുണ്ടായി. ഈ ഘട്ടത്തിൽ പ്ലാസ്റ്റിക് സഞ്ചികളുടെ കുറഞ്ഞ ഘനം 50 മൈക്രോണായി നിജപ്പെടുത്തുന്നതിന് കേരള സർക്കാർ നയപരമായ തീരുമാനം എടുക്കുകയുണ്ടായി. ഇതിന്റെ കൂടി അടിസ്ഥാനത്തിൽ പ്ലാസ്റ്റിക് സഞ്ചികൾക്കും, കപ്പുകൾക്കും, കുപ്പികൾക്കും വേണ്ട കുറഞ്ഞ ഘനം 50 മൈക്രോൺ ആയിരിക്കുമെന്നും, പ്ലാസ്റ്റിക് സഞ്ചികളുടെ കുറഞ്ഞ വലിപ്പം 20 ഃ 30 സെ.മീ. ആയിരിക്കണമെന്നും, ക്ലോറിൻ തുടങ്ങിയ ലവണജം ചേർന്ന വസ്തുക്കളിൽനിന്നും പ്ലാസ്റ്റിക് സഞ്ചികൾ ഉണ്ടാക്കാൻ പാടില്ല എന്നും, പ്ലാസ്റ്റിക് സഞ്ചിയുടെ ഘനം, നിർമ്മാണത്തിനുപയോഗിച്ച വസ്തു, നിർമ്മാതാവിന്റെ വിവരം ഇവ അതിൽ അച്ചടിക്കണമെന്നും വ്യവസ്ഥ ചെയ്തുകൊണ്ട് 2006 ൽ സംസ്ഥാന മലിനീകരണ ബോർഡ് വിജ്ഞാപനം പുറപ്പെടുവിക്കുകയുണ്ടായി. ഈ വ്യവസ്ഥകൾ ലംഘിക്കുന്നവർക്കെതിരെ 5 വർഷം വരെ തടവോ, ഒരു ലക്ഷം രൂപ വരെ ഫൈനോ, ഇവ രണ്ടും കൂടിയോ ശിക്ഷ ഉണ്ടാകുമെന്നും വിജ്ഞാപനത്തിൽ വ്യവസ്ഥ ചെയ്യുകയുണ്ടായി. എന്നാൽ പ്ലാസ്റ്റിക് സഞ്ചിയുടെ ഘനം കരട് വിജ്ഞാപനത്തിലുണ്ടായിരുന്ന 30 മൈക്രോണിൽനിന്നും 50 ആക്കി ഉയർത്തിയതിനെതിരെ പ്ലാസ്റ്റിക് ഡീലേഴ്സ് അസോസിയേഷൻ നല്കിയ ഹർജി പരിഗണിച്ചു 2007 ൽ ഹൈക്കോടതി ഒരു ഇടക്കാല ഉത്തരവിലൂടെ ഈ വിജ്ഞാപനം സ്റ്റേ ചെയ്യുകയും തുടർന്ന് പ്ലാസ്റ്റിക് സഞ്ചിക്കു വേണ്ട കുറഞ്ഞ ഘനം 30 മൈക്രോൺ ആയി പുനർനിർണ്ണയിക്കുകയുമുണ്ടായി. എന്നാൽ പ്ലാസ്റ്റിക് സഞ്ചിയുടെ പുനരുപയോഗത്തിനും, പുനഃചംക്രമണത്തിനും 50 മൈക്രോൺ ഘനം ഉണ്ടാകേണ്ടത് അഭികാമ്യമാണ് എന്നതിനാൽ ഇക്കാര്യത്തിൽ പൊതുജനങ്ങളിൽനിന്നു നിർദ്ദേശങ്ങളും തടസ്സവാദങ്ങളും സംസ്ഥാന മലിനീകരണ നിയന്ത്രണ ബോർഡ് കേൾക്കുകയും അതിന്റെ അടിസ്ഥാനത്തിൽ പ്ലാസ്റ്റിക് സഞ്ചിയുടെ കുറഞ്ഞ ഘനം 50 മൈക്രോൺ ആയി നിജപ്പെടുത്തി 2008 ൽ വീണ്ടും വിജ്ഞാപനം പുറപ്പെടുവിക്കുകയുണ്ടായി.

ഒറ്റത്തവണ ഉപയോഗിച്ച് വലിച്ചെറിയുന്ന പ്ലാസ്റ്റിക് വസ്തുക്കളുടെ

പ്ലാസ്റ്റിക് വേസ്റ്റ് സെഗ്രിഗേഷൻ

ഉപയോഗം കുറയ്ക്കുന്നതിനും, പ്ലാസ്റ്റിക് വലിച്ചെറിയുന്നത് നിരുത്സാഹപ്പെടുത്തുന്നതിനും, 50 മൈക്രോണിൽ താഴെയുള്ള പ്ലാസ്റ്റിക് വസ്തുക്കളുടെ വ്യാപനം തടയുന്നതിനേർപ്പെടുത്തിയ നിയന്ത്രണങ്ങൾ നടപ്പിലാക്കുന്നതിനും വിപുലമായ പ്രചരണങ്ങളും, പരിശോധനകളും, നടപടികളും സ്വീകരിക്കുകയുണ്ടായി. മാലിന്യ മുക്ത കേരളം ക്യാംപെയിന്റെ ഭാഗമായി നടത്തിയ എല്ലാ പ്രവർത്തനങ്ങളിലും പ്ലാസ്റ്റിക് വസ്തുക്കളുടെ അനിയന്ത്രിതമായ ഉപയോഗം നിരുത്സാഹപ്പെടുത്തുന്നതിനും തുണി സഞ്ചിയും പേപ്പർ ബാഗുകളും ഉപയോഗിക്കുന്നത് പ്രോത്സാഹിപ്പിക്കുന്നതിനും പ്രത്യേക ശ്രദ്ധ നല്കുകയുണ്ടായി. ദൃശ്യശ്രവ്യ മാധ്യമങ്ങളിലൂടെ ഉത്സവകാലത്ത് വ്യാപകമായ പ്രചരണവും സംഘടിപ്പിക്കുകയുണ്ടായി. നിയമ വിരുദ്ധമായി പ്ലാസ്റ്റിക് സൂക്ഷിക്കുകയും, വിപണനം നടത്തുകയും ചെയ്യുന്ന വ്യാപാര സ്ഥാപനങ്ങളിൽ തദ്ദേശ ഭരണ സ്ഥാപനങ്ങളിലെ ഉദ്യോഗസ്ഥർ പരിശോധന നടത്തുകയും അവ കണ്ടുകെട്ടുകയുമുണ്ടായി. ഇത്തരത്തിൽ വിപുലമായി സ്വീകരിച്ച നടപടികളിലൂടെയും, പ്രചരണത്തിലൂടെയും ഒറ്റത്തവണ ഉപയോഗിച്ച് വലിച്ചെറിയുന്ന പ്ലാസ്റ്റിക് വസ്തുക്കൾ ഗണ്യമായി കുറയ്ക്കുന്നതിനും വീണ്ടും ഉപയോഗിക്കാവുന്ന തുണി സഞ്ചിയും മറ്റും കൂടുതലായി പ്രചാരത്തിൽ എത്തിക്കുന്നതിനും സാധിച്ചു.

9.4 മേഖലാതലത്തിൽ എഞ്ചിനിയേഡ് ലാൻഡ്ഫിൽ സംവിധാനം സ്ഥാപിക്കൽ

ഇന്ത്യയിലെ ഖരമാലിന്യ പരിപാലന നിയമം അനുസരിച്ച് യാതൊരു വിധത്തിലും പുനരുപയോഗിക്കാനോ, പുനഃചംക്രമണം നടത്താനോ സാദ്ധ്യമല്ലാത്ത ഖരമാലിന്യത്തിന്റെ മിച്ചം എഞ്ചിനിയേഡ് ലാൻഡ്ഫിൽ (ELF) ഉപയോഗപ്പെടുത്തി നിർമ്മാർജ്ജനം ചെയ്യേണ്ടതുണ്ട്. കേരളത്തിൽ ഓരോ ദിവസവും ഉല്പാദിപ്പിക്കപ്പെടുന്ന ഖരമാലിന്യത്തിന്റെ ഏകദേശം 5 മുതൽ 11 % വരെ ഈ രീതിയിൽ നിർമ്മാർജ്ജനം ചെയ്യപ്പെടേണ്ട തരത്തിലുള്ളതാണ് എന്ന് കണക്കാക്കിയിട്ടുണ്ട്. എന്നാൽ മാലിന്യം തരം തിരിച്ച് ശേഖരിക്കുന്നതിലും, ഓരോ തരം മാലിന്യവും അനുയോജ്യമായ രീതിയിൽ സംസ്കരിക്കുന്നതിനുമുള്ള സംവിധാനങ്ങൾ പൂർണ്ണരീതിയിലും കാര്യക്ഷമതയിലും പ്രവർത്തനസജ്ജമാകുന്നതിന് സമയം എടുക്കും എന്നതിനാൽ ഓരോ ദിവസവും 3000 ടൺ വരെ ഉപയോഗരഹിതമായ മാലിന്യം നിർമ്മാർജ്ജനം ചെയ്യാനുള്ള ലാൻഡ്ഫിൽ കേന്ദ്രങ്ങൾ സ്ഥാപിക്കപ്പെടേണ്ടതാണ്. ഓരോ നഗരപ്രദേശങ്ങളും എഞ്ചിനിയേഡ് ലാൻഡ്ഫിൽ സ്ഥാപിക്കണമെന്നും നിയമം നിർദ്ദേശിക്കുന്നു. ഭൂജലജൈവസാമൂഹ്യ പരിസ്ഥിതി കണക്കിലെടുത്തുകൊണ്ട് തയ്യാറാക്കിയിട്ടുള്ള മാനദണ്ഡങ്ങൾ പാലിക്കുന്ന സ്ഥലങ്ങളിൽ മാത്രമേ ഇത്തരം ലാൻഡ്ഫിൽ സ്ഥാപിക്കാൻ പാടുള്ളു എന്നും വ്യവസ്ഥയുണ്ട്. ഇതനുസരിച്ച് ചെറുതും വലുതുമായ ഓരോ നഗരസഭയും സ്ഥലം കണ്ടെത്തി ലാൻഡ്ഫിൽ സ്ഥാപിക്കുക എന്നത് ഭൂലഭ്യതാ പരിമിതികൾ വളരെയുള്ള കേരളത്തിൽ അചിന്തനീയമാണ്. ഈ സാഹചര്യത്തിൽ മേഖലാതലത്തിൽ ലാൻഡ്ഫിൽ സ്ഥാപിക്കുന്നതുമായി ബന്ധപ്പെട്ട പഠനം ലോകബാങ്ക് സഹായത്തോടെ 2006 ൽ നടത്തുകയുണ്ടായി.

പഠനമനുസരിച്ച് കേരളത്തിലെ എല്ലാ നഗരങ്ങൾക്കും പ്രത്യേകം എഞ്ചിനിയേഡ് ലാൻഡ്ഫിൽ സ്ഥാപിക്കുന്നതിന് വേണ്ട ആകെ സ്ഥലം 2316 ഹെക്ടർ ആണ്. ഇവ സ്ഥാപിക്കുന്നതിനുള്ള ചെലവ്, പ്രവൃത്തി പരിപാലനത്തിനുള്ള ചെലവ് എന്നിവ ഓരോ ടണ്ണിനും യഥാക്രമം 760 രൂപയും, 555 രൂപയുമാണ്. എന്നാൽ ആറു മേഖലകളിലായി എഞ്ചിനിയേഴ്സ് ലാൻഡ്ഫിൽ സ്ഥാപിക്കുകയാണെങ്കിൽ വേണ്ടിവരുന്ന ആകെ സ്ഥലം വെറും 957 ഹെക്ടർ ആയിരിക്കും. ഇവ സ്ഥാപിക്കുന്നതിനുള്ള ചെലവ്, പ്രവൃത്തി പരിപാലനത്തിനുള്ള ചെലവ് എന്നിവയാകട്ടെ പ്രതി ടണ്ണിനു യഥാക്രമം 498 രൂപയും, 388 രൂപയുമായിരിക്കും. ഇതിന്റെ അടിസ്ഥാനത്തിൽ സ്ഥലത്തിന്റെ വിലയിൽ 754 കോടി രൂപയും, സ്ഥാപിക്കുന്നതിനുള്ള ചെലവിൽ 20 കോടി രൂപയും, പ്രവൃത്തി പരിപാലന ചെലവിൽ 13 കോടി രൂപയും ലാഭിക്കാവുന്നതാണ്. ആറു മേഖലാതല എഞ്ചിനിയേഡ് ലാൻഡ്ഫിൽ സ്ഥാപിക്കുന്നതിന് മാനദണ്ഡ പ്രകാരം യോജ്യമായ സ്ഥലങ്ങളും നിർദ്ദേശിക്കുകയുണ്ടായി.

ഇതനുസരിച്ച് കണ്ണൂർ, കാസർഗോഡ് മേഖലയ്ക്കായി പരിയാരം, എരമം കുറ്റൂർ, കയ്യൂർ, ചിമേനി എന്നീ പ്രദേശങ്ങൾ, കോഴിക്കോട്, വയനാട് മേഖലയ്ക്കായി കാക്കൂർ, കിണാലൂർ, തിരുവമ്പാടി എന്നീ പ്രദേശങ്ങളും, തൃശൂർ, പാലക്കാട്, മലപ്പുറം മേഖലയ്ക്കായി നാഗലശ്ശേരി, തൃക്കടേരി, അഗളി എന്നീ പ്രദേശങ്ങൾ, എറണാകുളം, ഇടുക്കി മേഖലയ്ക്കായി അമ്പലമുകൾ, മഴുവണ്ണൂർ, പാമ്പാക്കുട, കീരംപാറ എന്നീ പ്രദേശങ്ങളും, പത്തനംതിട്ട, ആലപ്പുഴ, കോട്ടയം മേഖലയ്ക്കായി കവിയൂർ, മദപ്പാട് എന്നീ പ്രദേശങ്ങളും, തിരുവനന്തപുരം, കൊല്ലം മേഖലയ്ക്കായി മുദാക്കൽ, മാണിക്കൽ, പുളിമാത്ത് എന്നീ പ്രദേശങ്ങളും പ്രാഥമിക പരിശോധനയുടെ അടിസ്ഥാനത്തിൽ നിർദ്ദേശിക്കുകയുണ്ടായി. വിശദമായ താരതമ്യ പഠനം നടത്തി ഏറ്റവും ഉചിതമായ സ്ഥലം തെരഞ്ഞെടുക്കുന്നതിനു വേണ്ടിയാണ് കൂടുതൽ പ്രദേശങ്ങൾ പ്രാഥമിക പരിശോധനയുടെ അടിസ്ഥാനത്തിൽ നിർദ്ദേശിക്കുകയുണ്ടായത്.

കൂടുതൽ നഗരപ്രദേശങ്ങൾ ഉൾപ്പെട്ട മദ്ധ്യകേരളത്തിലെ എഞ്ചിനിയേഡ് ലാൻഡ്ഫിൽ ആദ്യം സ്ഥാപിക്കുന്നതിന് ഉദ്ദേശിച്ചുകൊണ്ട് ഈ പ്രദേശത്ത് നിർദ്ദേശിച്ചിട്ടുള്ള സ്ഥലങ്ങൾ വിശദമായി പരിശോധിച്ച് ഏറ്റവും ഉചിതമായ സ്ഥലം കണ്ടെത്തുന്നതിനുള്ള വിശദമായ പഠനം ശുചിത്വ മിഷൻ സോഷ്യോ എക്കണോമിക് യൂണിറ്റ് ഫൗണ്ടേഷന്റെ സഹായത്തോടെ നടത്തുകയുണ്ടായി. എഞ്ചിനിയേഡ് ലാൻഡ്ഫിൽ സംവിധാനം സ്ഥാപിക്കുന്നതിന് ആവശ്യമായ സ്ഥലം, ചെലവ്, അവിടേക്കെത്താനുള്ള ദൂരം, മലിനീകരണ നിയന്ത്രണ സാദ്ധ്യത, തീപിടുത്തം പോലെയുള്ള അപകടസാദ്ധ്യത ഒഴിവാക്കുന്നതിനുള്ള സാദ്ധ്യത, ഭൂപ്രകൃതി, ഭൂവിനിയോഗം, ഭൂ ഉടമസ്ഥത എന്നീ ഘടകങ്ങൾ പരിഗണിച്ചുകൊണ്ടുള്ള വിശദമായ പരിശോധന പ്രാഥമികമായി നിർദ്ദേശിച്ച സ്ഥലങ്ങളിലും അതിനു സമീപമുള്ള പ്രദേശങ്ങളിലും നടത്തുകയുണ്ടായി. 30 മുതൽ 50 വർഷംവരെ ഉപയോഗിക്കാവുന്നതും പരമാവധി 20 മീറ്ററിൽ കൂടുതൽ ഉയരം ഉണ്ടാകാത്ത തരത്തിലുള്ള എഞ്ചിനിയേഴ്സ് ലാൻഡ്ഫിൽ സ്ഥാപിക്കുന്നതിന് 40 ഹെക്ടർ സ്ഥലമെങ്കിലും ലഭിക്കേണ്ടതുണ്ട് എന്ന ധാരണ പരിഗണിച്ചുകൊണ്ടാണ് വിശദമായ പരിശോധന നിർവ്വഹിക്കപ്പെട്ടത്. വിശദമായ പഠനങ്ങളുടെ അടിസ്ഥാനത്തിൽ തൃക്കടേരി പഞ്ചായത്തിലെ കൂനൻമലയ്ക്കു സമീപമുള്ള റബ്ബർ മരങ്ങളും പാറയും നിറഞ്ഞ 397 ഹെക്ടർ സ്ഥലം എഞ്ചിനിയേഴ്സ് ലാൻഡ്ഫിൽ സ്ഥാപിക്കുന്നതിന് അനുയോജ്യമാണെന്ന് കണ്ടെത്തുകയുണ്ടായി. റവന്യൂ വകുപ്പ് വഴി ഈ സ്ഥലം ലഭ്യമാക്കുന്നതിന് നടപടികൾ ആരംഭിച്ചു എങ്കിലും ഇനിയും തീരുമാനമായിട്ടില്ല. ആയതിനാൽ കേരളത്തിൽ നാളിതുവരെ ഈ സംവിധാനവും സ്ഥാപിക്കുന്നതിന് സാധിച്ചിട്ടില്ല. എന്നാൽ 2020 ൽ തദ്ദേശ സ്വയംഭരണ വകുപ്പിന്റെ നിർദ്ദേശപ്രകാരം ബ്രഹ്മപുരത്ത് എഞ്ചിനിയേഡ് ലാൻഡ്ഫിൽ സ്ഥാപിക്കുന്നതിനുള്ള നടപടികൾ പുരോഗമിക്കുന്നുണ്ട്.

9.5 വിഭവ വീണ്ടെടുക്കൽ കേന്ദ്രം

കേരളത്തിൽ ഉല്പാദിപ്പിക്കപ്പെടുന്ന മാലിന്യത്തിന്റെ ഭാരമനുസരിച്ച് ശരാശരി 77 ശതമാനവും ജൈവമാലിന്യമാണ്. ഈ മാലിന്യം എത്രയും വേഗം സംസ്കരിച്ചില്ല എങ്കിൽ, 24 മണിക്കൂറിനകം തന്നെ ഇവ അഴുകി ത്തുടങ്ങുകയും രൂക്ഷമായ ദുർഗ്ഗന്ധം വമിക്കുകയും, ഈച്ച, പ്രാണി തുട ങ്ങിയവയുടെ ശല്യം വർദ്ധിക്കുകയും, ഗുരുതരമായ ആരോഗ്യ പ്രശ്ന ങ്ങൾക്ക് കാരണമാകുകയും ചെയ്യും. എന്നാൽ ജൈവ സ്വഭാവമുള്ള ഈ മാലിന്യങ്ങൾ വിവിധ രീതിയിലുള്ള കംപോസ്റ്റിങ് പ്രക്രിയകൾക്ക് വിധേയമാകുമെന്നതിനാൽ വളമായും, ജൈവവാതകമായും ഇവയെ ഫലപ്രദമായി പുനഃചംക്രമണം ചെയ്യാം. ആയതിനാൽ ജൈവമാലിന്യ ങ്ങൾ സംസ്കരിക്കുന്നതിനാണ് തദ്ദേശഭരണ സ്ഥാപനങ്ങൾ പ്രാമുഖ്യം നല്കുന്നത്. എന്നാൽ അളവ് കുറവെങ്കിലും സംസ്ഥാനത്ത് ഉല്പാദിപ്പി ക്കുന്ന മാലിന്യത്തിന്റെ 18 ശതമാനം വരുന്ന അജൈവ മാലിന്യങ്ങൾ പ്രത്യേകിച്ചു പ്ലാസ്റ്റിക്, ഇലക്ട്രോണിക് മാലിന്യം എന്നിവ കൂടുതൽ ഗുരുതരമായ പരിസ്ഥിതി പ്രശ്നങ്ങൾക്ക് കാരണമാകുന്നുണ്ട്. ഉപ യോഗശേഷം വലിച്ചെറിയുന്ന വിവിധ പ്ലാസ്റ്റിക് ഉല്പന്നങ്ങൾ ജല സ്രോതസ്സുകൾ മലിനമാക്കുന്നതിനും, നീരൊഴുക്ക് തടസ്സപ്പെടുത്തുന്ന തിനും, മണ്ണിന്റെ ഗുണത കുറയ്ക്കുന്നതിനും, അവ കത്തിക്കുന്നതിലൂടെ അന്തരീക്ഷത്തിൽ മാരകമായ മലിനീകരണത്തിനും കാരണമാകും. എന്നാൽ അജൈവ മാലിന്യങ്ങൾ തരംതിരിച്ച് ശേഖരിക്കുന്നതായാൽ അവയെല്ലാം തന്നെ പുനരുപയോഗിക്കുന്നതിനോ, പുനഃചംക്രമണം നട ത്തുന്നതിനോ സാദ്ധ്യതയുള്ള വിഭവങ്ങളാണ്.

അജൈവ മാലിന്യങ്ങളിൽനിന്ന് വിഭവ വീണ്ടെടുക്കൽ പ്രക്രിയ (Resource Recovery Process) എപ്രകാരമാകാമെന്നും ഫലപ്രദമായി എങ്ങനെ ഈ പ്രക്രിയ പ്രായോഗികമാക്കാമെന്നും വ്യക്തമായ മാർഗ്ഗ നിർദ്ദേശവും രീതിശാസ്ത്രവും ഉണ്ടായാൽ മാത്രമേ അജൈവമാലിന്യം ഫലപ്രദമായി കൈകാര്യം ചെയ്യുന്നതിന് സാദ്ധ്യമാകുകയുള്ളൂ. ഇതി നായി വിഭവ വീണ്ടെടുക്കൽ സംവിധാനം (Resource Recovery Facil- ity) എപ്രകാരം, എവിടെയെല്ലാം, ഏതു രീതിയിൽ പ്രവർത്തനക്ഷമ മാക്കാം എന്നതിനെക്കുറിച്ചുള്ള ആസൂത്രണം വളരെ പ്രധാനമാണ്. അതിനുതകുന്ന ശാസ്ത്രീയ വിവര ശേഖരണവും, പഠനവും 'തണൽ' എന്ന സർക്കാരിതര സംഘടന വഴി 2010–11 കാലഘട്ടത്തിൽ നടത്തുക യുണ്ടായി. മാലിന്യ പരിപാലനവുമായി ബന്ധപ്പെട്ട പഠനപ്രവർത്തനങ്ങ ളിലും 'സീറോ വേസ്റ്റ്' എന്ന സങ്കല്പനം കേരളത്തിന് പരിചയപ്പെടുത്തി യതുമായ പൊതുതാല്പര്യ ഗവേഷണ സ്ഥാപനമാണ് തണൽ.

ഈ പഠനത്തിന്റെ അടിസ്ഥാനത്തിൽ കേരളത്തിലെ ഒരു കുടും ബത്തിൽ ഒരു മാസം ശരാശരി 45.29 കിലോഗ്രാം അജൈവമാലിന്യങ്ങളും വേഗത്തിൽ ജൈവജീർണ്ണനം സംഭവിക്കാത്ത (ചിരട്ട, തൊണ്ട്, തെങ്ങോല എന്നിങ്ങനെ) ജൈവമാലിന്യങ്ങളും ഉണ്ടാകുന്നുവെന്ന്

കണ്ടെത്തുകയുണ്ടായി. ഇവയിൽ 80 ശതമാനവും സാവകാശം ജൈവ ജീർണ്ണനം സംഭവിക്കുന്ന വസ്തുക്കളും, 11.2 ശതമാനം പേപ്പറും, 3.6 ശതമാനം പ്ലാസ്റ്റിക്കും ആണെന്ന് കണ്ടെത്തുകയുണ്ടായി. അതോടൊപ്പം ഓരോ വീട്ടിൽനിന്നും പ്രവർത്തനരഹിതമായ 3 ട്യൂബ് ലൈറ്റ്/ സി എഫ് എൽ എന്നിവ ശരാശരി ഉണ്ടാകുന്നുണ്ട്. വാണിജ്യ സ്ഥാപനങ്ങളിലാകട്ടെ സാവകാശം ജൈവജീർണ്ണനം സംഭവിക്കുന്ന ജൈവമാലിന്യങ്ങളും അജൈവമാലിന്യങ്ങളും ചേർന്ന് 393.03 കിലോഗ്രാം ഓരോ മാസവും ഉല്പാദിപ്പിക്കപ്പെടുന്നു എന്നും അവയിൽ 52.4 ശതമാനം പേപ്പറും, 7.4 ശതമാനം പ്ലാസ്റ്റിക് വസ്തുക്കളുമാണ് എന്നും കണ്ടെത്തുകയുണ്ടായി. എന്നാൽ ആകെയുള്ള വിഭവ വീണ്ടെടുക്കൽ നിരക്കാകട്ടെ വീടുകളിൽ നിന്നും 14.55 ശതമാനവും വാണിജ്യസ്ഥാപനങ്ങളിൽനിന്നും 17 ശതമാനവും മാത്രമാണ്. ഇവയിൽ വീടുകളിൽനിന്ന് 47.5 ശതമാനവും വാണിജ്യ സ്ഥാപനങ്ങളിൽനിന്ന് 53.53 ശതമാനവും പേപ്പർ ആണ് വീണ്ടെടുക്കപ്പെടുന്നത്. പ്ലാസ്റ്റിക് ആകട്ടെ യഥാക്രമം 12.7% വും 9.64% വുമാണ്. ആയതിനാൽ അനുയോജ്യമായി രൂപകല്പന ചെയ്ത വിഭവ വീണ്ടെടുക്കൽകേന്ദ്രം സ്ഥാപിക്കുകയും അതിലേക്കു പുനരുപയോഗ സാദ്ധ്യതയുള്ള പാഴ്വസ്തുക്കൾ എത്തിക്കാനുമായാൽ മാലിന്യ സംസ്കരണത്തിലെ ഒരു പ്രധാന വെല്ലുവിളി ഒഴിവാക്കുന്നതിനും ചാക്രിക സമ്പദ് വ്യവസ്ഥയെ സഹായിക്കുന്ന വിഭവ വിനിയോഗ പ്രക്രിയ പ്രാവർത്തികമാക്കാനും സാധിക്കും.

വീടുകളിലും, വാണിജ്യസ്ഥാപനങ്ങളിലും ഉണ്ടാകുന്ന വിവിധതരം പാഴ്വസ്തുക്കൾ, അവയുടെ അളവ്, നിലവിൽ ശേഖരിക്കപ്പെടുന്നു എങ്കിൽ അതിന്റെ അളവ്, വലിച്ചെറിയുകയോ, കത്തിക്കുകയോ, കുഴിച്ചു മൂടുകയോ ചെയ്യുന്നുവെങ്കിൽ അതിന്റെ അളവ്, എന്നിവ സംബന്ധിച്ച വിശദമായ കണക്കെടുപ്പ് പഠനത്തിന്റെ ഭാഗമായി നടത്തുകയുണ്ടായി. വിവിധങ്ങളായ പാഴ്വസ്തുക്കളുടെ മാർക്കറ്റ് വിലയും, ഡിമാന്റും സംബന്ധിച്ച കണക്കും ശേഖരിക്കുകയുണ്ടായി. അതോടൊപ്പം സാമ്പത്തിക സുസ്ഥിരതയോടെ ഒരു വിഭവ വീണ്ടെടുക്കൽ സംവിധാനം പ്രവർത്തിക്കണമെങ്കിൽ കുറഞ്ഞത് എത്ര പാഴ്വസ്തുക്കൾ കൈകാര്യം ചെയ്യപ്പെടണമെന്നും അതിനുള്ള സംവിധാനം ഒരുക്കുന്നതിന് വേണ്ട ചെലവും മറ്റ് സംവിധാനങ്ങളും എന്താകണമെന്നും പഠനത്തിനു വിധേയമാക്കി. ഇതിന്റെ അടിസ്ഥാനത്തിൽ പ്രതിദിനം ഏകദേശം 10 ടൺ എങ്കിലും കൈകാര്യം ചെയ്യുന്ന വിഭവവീണ്ടെടുക്കൽ കേന്ദ്രമാകും അനുയോജ്യമെന്നും 7820 വീടുകളെങ്കിലുമുള്ള മുനിസിപ്പാലിറ്റിയിലോ, 45 പഞ്ചായത്തെങ്കിലുമുള്ള ബ്ലോക്ക് പഞ്ചായത്തിലോ ഒരു വിഭവ വീണ്ടെടുക്കൽ കേന്ദ്രമുണ്ടാകുന്നത് അഭികാമ്യമായിരിക്കും എന്നും കണ്ടെത്തുകയുണ്ടായി. ഇപ്രകാരമൊരു വിഭവവീണ്ടെടുക്കൽ കേന്ദ്രമുണ്ടാകുന്നതിന് 25 സെന്റ് സ്ഥലം വേണ്ടി വരുമെന്നു കണക്കാക്കുകയുണ്ടായി. അവിടെ 1900 ച.മീറ്റർ വലിപ്പമുള്ളതും ആവശ്യമായ യന്ത്ര സംവിധാ

നങ്ങളും, ഓഫീസും, മറ്റ് ആവശ്യങ്ങൾക്കുള്ള സംവിധാനങ്ങളുമുള്ള വിഭവ വീണ്ടെടുക്കൽ കേന്ദ്രം (Resource Recovery Centre) സ്ഥാപിക്കുന്നതിന് ഏകദേശം 31 ലക്ഷം രൂപ മൂലധനച്ചെലവ് വേണ്ടിവരുമെന്നും 12 ലക്ഷം രൂപ പ്രവർത്തന മൂലധനം വേണ്ടിവരുമെന്നും 2011 ലെ വിലനിലവാരം അനുസരിച്ചു കണക്കാക്കുകയുണ്ടായി. ഇപ്രകാരം ഒരു ആർ ആർ എഫ് ശരിയായ രീതിയിൽ നടത്തിക്കൊണ്ട് പോയാൽ ഏതാണ്ട് 12 ലക്ഷം രൂപ റൊക്ക വാർഷിക ലാഭം ഉണ്ടാകുമെന്നും ചെലവ് കഴിഞ്ഞു ഏകദേശം 4 ലക്ഷം രൂപയോളം മിച്ച ലാഭം ഉണ്ടാകുമെന്നും കണക്കാക്കുക്കയുണ്ടായി. ആർ ആർ എഫ് ലാഭകരമായ രീതിയിൽ പ്രവർത്തനക്ഷമം ആകണമെങ്കിൽ പാഴ്വസ്തുക്കൾ സ്രോതസ്സിൽത്തന്നെ തരം തിരിച്ച് സംഭരിക്കുന്ന രീതിയും കൃത്യമായ ഇടവേളകളിൽ അവ ശേഖരിക്കുന്ന സമ്പ്രദായവും, അവയുടെ പ്രാഥമിക സംഭരണത്തിന് എല്ലാ വാർഡുകളിലും പാഴ്വസ്തു സംഭരണ കേന്ദ്രം (Material Collection Facility) പ്രാവർത്തികമാകുകയും വേണമെന്നും പഠനം നിർദ്ദേശിക്കുകയുണ്ടായി. ഇതിന്റെയടിസ്ഥാനത്തിൽ 2011 മുതൽ തന്നെ എം സി എഫ്, ആർ ആർ എഫ് എന്നീ സംവിധാനങ്ങൾ അപൂർവ്വം ചിലയിടങ്ങളിൽ ആരംഭിച്ചു എങ്കിലും ഇവയൊന്നും തന്നെ സുഗമമായി പ്രവർത്തിക്കുകയുണ്ടായില്ല. 2017 ൽ ഹരിതകേരളം മിഷന്റെ ഭാഗമായി തയ്യാറാക്കിയ മാർഗ്ഗരേഖയനുസരിച്ച് ശുചിത്വ മിഷന്റെ ആഭിമുഖ്യത്തിൽ നടന്ന പ്രേരക പ്രവർത്തനങ്ങളുടെ ഫലമായി നിരവധി നഗരഗ്രാമ തദ്ദേശഭരണ സ്ഥാപനങ്ങൾ എം സി എഫ്, ആർ ആർ എഫ് എന്നീ സംവിധാനങ്ങൾ സ്ഥാപിച്ചു പ്രവർത്തനങ്ങൾ ആരംഭിക്കുകയുണ്ടായി. തദ്ദേശഭരണ സ്ഥാപനങ്ങളുടെ ആഭിമുഖ്യത്തിൽ രൂപീകൃതമായ ക്ലീൻ കേരള കമ്പനി ഈ സംവിധാനങ്ങളുടെ പ്രവർത്തനം സുഗമമാക്കുന്നതിനുള്ള നടപടികൾ സ്വീകരിച്ചുവരുന്നു.

9.6 ഖരദ്രവ മാലിന്യ പരിപാലനം ദേശീയ ശില്പശാല

ഖരദ്രവ മാലിന്യ പരിപാലനവുമായി ബന്ധപ്പെട്ട പ്രശ്നങ്ങൾ നഗരപ്രദേശങ്ങളിലെ പോലെ ഗ്രാമീണ മേഖലയിലും ഗുരുതരമായി മാറുന്ന സ്ഥിതി 2000 മാണ്ടിൽ തുടങ്ങിയ ദശകത്തിൽ അനുഭവപ്പെട്ടു തുടങ്ങിയിരുന്നു. ഈ പശ്ചാത്തലത്തിൽ കേന്ദ്രാവിഷ്കൃത പദ്ധതിയായ സമ്പൂർണ്ണ ശുചിത്വ പദ്ധതിയിൽ ഖരദ്രവ മാലിന്യ പരിപാലന ഘടകവും ഇടം പിടിച്ചു. എന്നാൽ കേരളം, സിക്കിം എന്നീ സംസ്ഥാനങ്ങളും ചില സർക്കാരിതര സംഘടനകളുമല്ലാതെ ഗ്രാമപ്രദേശങ്ങളിലെ ഖരദ്രവ മാലിന്യ പരിപാലന പ്രവർത്തനങ്ങൾക്ക് വേണ്ടത്ര പ്രാധാന്യം നല്കിയിരുന്നില്ല. ഈ പശ്ചാത്തലത്തിൽ ഇന്ത്യയിലെ എല്ലാ സംസ്ഥാനങ്ങളിലെയും സമ്പൂർണ്ണ ശുചിത്വ പദ്ധതിയുടെ കോ-ഓർഡിനേറ്റർമാർക്കും ബന്ധപ്പെട്ട ഉദ്യോഗസ്ഥർക്കും ഖരദ്രവ മാലിന്യ പരിപാലനത്തിൽ താല്പര്യം

ജനിപ്പിക്കാനുതകും വിധം ഒരു ശില്പശാല സംഘടിപ്പിക്കുന്നതിന് കേന്ദ്ര കുടിവെള്ള വിതരണ മന്ത്രാലയം കേരളത്തോട് അഭ്യർത്ഥിക്കുകയുണ്ടായി. മാലിന്യമുക്ത കേരളം ഉൾപ്പെടെയുള്ള ശുചിത്വ കാമ്പയിനിലൂടെ മാലിന്യ സംസ്കരണ പ്രവർത്തനങ്ങളിൽ കേരളം ഉയർത്തിക്കൊണ്ടുവന്ന മാതൃകാ പ്രവർത്തനങ്ങളും, ഖരദ്രവ മാലിന്യ സംസ്കരണത്തിൽ വിവിധ സർക്കാരിതര സംഘടനകളുടെയും മറ്റ് സംസ്ഥാനങ്ങളുടെയും അനുഭവങ്ങളും വിശദീകരിക്കുന്നതിനും അവ ചർച്ച ചെയ്തു ദേശീയതലത്തിൽ നടപ്പിലാക്കുന്നതിന് ഉപയുക്തമായ കാമ്പയിൻ തന്ത്രങ്ങളും മാനദണ്ഡങ്ങളും തയ്യാറാക്കുന്നതിനുമാണ് ദേശീയ ശില്പശാല ലക്ഷ്യമിട്ടത്. കേരള സർക്കാരിന് വേണ്ടി സമ്പൂർണ്ണ ശുചിത്വ പദ്ധതിയുടെ കേരളത്തിലെ നിർവ്വഹണ ഏജൻസിയായ ശുചിത്വ മിഷനാണ് ശില്പശാല സംഘടിപ്പിക്കുന്നതിനുള്ള ചുമതല നിർവ്വഹിച്ചത്.

2009 ജൂലൈ 31 മുതൽ ആഗസ്ത് 1 വരെയായി ദ്വിദിന ശില്പശാലയാണ് കോവളത്ത് സംഘടിപ്പിക്കുകയുണ്ടായത്. യുണിസെഫ്, ലോക ബാങ്ക് എന്നീ അന്തർദ്ദേശീയ സ്ഥാപനങ്ങളിൽനിന്നും 8 വിദഗ്ദ്ധരും, കേന്ദ്ര സർക്കാരിന്റെ 9 ഉന്നത ഉദ്യോഗസ്ഥരും, ദേശീയതലത്തിൽ അറിയപ്പെടുന്ന 22 വിദഗ്ദ്ധരും 18 സംസ്ഥാനങ്ങളെ പ്രതിനിധീകരിച്ച് 50 പ്രതിനിധികളും ശില്പശാലയിൽ പങ്കെടുക്കുകയുണ്ടായി. കേരളത്തിലെ ശുചിത്വമാലിന്യ സംസ്കരണ പ്രവർത്തനങ്ങളും, നേട്ടങ്ങളും, വെല്ലുവിളികളും അവതരിപ്പിച്ചുകൊണ്ട് ആരംഭിച്ച ശില്പശാലയിൽ ഗ്രാമീണ ഇന്ത്യയിലെ ഖരദ്രവ മാലിന്യ പരിപാലന തന്ത്രം എന്താവണം എന്നതിനെക്കുറിച്ചുള്ള ചില ആശയങ്ങൾ ആമുഖമായി അവതരിപ്പിക്കുകയുണ്ടായി. തുടർന്ന് നാല് സാങ്കേതിക സെഷനുകളിലായി 'ഖര മാലിന്യ പരിപാലനം സാങ്കേതിക വിദ്യകളും പ്രയോഗവും', 'മാലിന്യം കുറയ്ക്കുന്നതിനും പുനരുപയോഗിക്കുന്നതിനും പുനഃചംക്രമണം നടത്തുന്നതിനുമുള്ള തന്ത്രങ്ങൾ', 'ദ്രവമാലിന്യ പരിപാലനം സാങ്കേതിക വിദ്യകളും പ്രയോഗവും', 'മാലിന്യ പരിപാലന മേഖലയുടെ സ്ഥാപന വല്ക്കരണം' എന്നീ വിഷയങ്ങളുമായി ബന്ധപ്പെട്ട വിവിധ വശങ്ങൾ അവതരിപ്പിക്കുകയും ചർച്ച ചെയ്യുകയുമുണ്ടായി.

ശില്പശാലയുടെ ഭാഗമായി മാലിന്യസംസ്കരണത്തിന് ഉപയോഗപ്പെടുത്തിവരുന്ന വിവിധ സങ്കേതങ്ങളും, ഉപകരണങ്ങളും, രീതികളും പരിചയപ്പെടുത്തുന്ന 10 ദേശീയ അന്തർദ്ദേശീയ സംഘടനകൾ പങ്കെടുത്ത ഒരു പ്രദർശനവും സംഘടിപ്പിക്കുകയുണ്ടായി. പ്രതിനിധികൾക്ക് മാലിന്യ സംസ്കരണവുമായി ബന്ധപ്പെട്ട പ്രവർത്തനങ്ങൾ നേരിട്ട് ഗ്രഹിക്കുന്നതിന് ആറ്റിങ്ങൽ മുനിസിപ്പാലിറ്റിയിലെ സംയോജിത ഖരമാലിന്യ സംസ്കരണ പ്ലാന്റും, ശ്രീകാര്യം മാർക്കറ്റിൽ പ്രവർത്തിക്കുന്ന മാലിന്യത്തിൽനിന്ന് ഊർജ്ജം ഉല്പാദിപ്പിക്കുന്ന ബയോഗ്യാസ് പ്ലാന്റും സന്ദർശിക്കുന്നതിനും അവസരം ഒരുക്കുകയുണ്ടായി. കേരളത്തിൽ നടക്കുന്ന മാലിന്യ സംസ്കരണ പ്രവർത്തനങ്ങളുടെ നിലവിലെ സ്ഥി

തിയും, അവ മെച്ചപ്പെടുത്തുന്നതിന് സ്വീകരിക്കേണ്ട നടപടികളും ചർച്ച ചെയ്യുന്നതിന് തദ്ദേശ സ്വയംഭരണ സ്ഥാപനങ്ങളിലെ അദ്ധ്യക്ഷന്മാർ, കേന്ദ്രസംസ്ഥാന ഉദ്യോഗസ്ഥർ, വിഷയ വിദഗ്ദ്ധർ എന്നിവർ പങ്കെടുത്ത ബ്രെയിൻ സ്റ്റോമിങ് സെഷനും സംഘടിപ്പിക്കുകയുണ്ടായി. ശില്പശാലയുടെ സമാപനം കുറിച്ചുകൊണ്ട് കേന്ദ്രസർക്കാർ വിഭാവനം ചെയ്തിട്ടുള്ള മാലിന്യ സംസ്കരണ പ്രവർത്തനങ്ങളും കേരളത്തിലെ മാലിന്യ സംസ്കരണ പ്രവർത്തനങ്ങളിലെ അനുഭവങ്ങളും അവതരിപ്പിച്ചുകൊണ്ട് അതിന്റെ അടിസ്ഥാനത്തിൽ ഗ്രൂപ്പ് ചർച്ച നടത്തുകയും, ചർച്ചയിൽ ഉരുത്തിരിഞ്ഞ ആശയങ്ങൾ ഉൾക്കൊണ്ടു ഖരദ്രവ മാലിന്യ പരിപാലനത്തിന് സംസ്ഥാനങ്ങൾക്കു സ്വീകരിക്കാവുന്ന തന്ത്രങ്ങൾ എന്താകാമെന്നു നിർദ്ദേശിക്കുകയുമുണ്ടായി.

ശില്പശാലയിലെ ചർച്ചയുടെ അടിസ്ഥാനത്തിൽ ദേശീയതലത്തിൽ സമ്പൂർണ്ണ ശുചിത്വ പദ്ധതിയുടെ ഭാഗമായി ഗ്രാമീണ മേഖലയിൽ ഖരദ്രവ മാലിന്യ പദ്ധതികൾ നടപ്പിലാക്കുന്നതിനുള്ള മാനദണ്ഡങ്ങൾ തയ്യാറാക്കുന്നതിന് കേരള ശുചിത്വ മിഷൻ എക്സിക്യൂട്ടിവ് ഡയറക്ടറുടെ അദ്ധ്യക്ഷതയിൽ ഏഴംഗ വിദഗ്ദ്ധ സമിതിക്കു കേന്ദ്രസർക്കാർ രൂപം കൊടുക്കുകയുണ്ടായി. വിവിധ സംസ്ഥാനങ്ങളിലെ ഖരദ്രവ മാലിന്യ പരിപാലന മേഖലയിലെ നേട്ടങ്ങളും, പോരായ്മകളും പരിഗണിക്കുകയും, ഓരോ പ്രദേശത്തും അവലംബിക്കാവുന്ന സാങ്കേതിക രീതികൾ പരിശോധിച്ചും സമിതി ഒരു വിശദമായ മാർഗ്ഗനിർദ്ദേശക റിപ്പോർട്ട് കേന്ദ്ര കുടിവെള്ള വിതരണ മന്ത്രാലയത്തിന് സമർപ്പിക്കുകയുണ്ടായി. തുടർന്ന് അതിലെ നിർദ്ദേശങ്ങൾ സമ്പൂർണ്ണ ശുചിത്വ പദ്ധതിയുടെ തന്ത്രങ്ങളുടെയും രീതിശാസ്ത്രത്തിന്റെയും ഭാഗമാവുകയും അതിന്റെ അടിസ്ഥാനത്തിൽ ഇന്ത്യയിലെ ഗ്രാമീണ മേഖലയിൽ മാലിന്യ പരിപാലന പ്രവർത്തനങ്ങൾ കൂടുതൽ വ്യാപകമാകുകയും ചെയ്തു.

10

ഹരിതകേരളത്തിലേക്ക്

ഭൂതലത്തിന്റെ ചരിവ്, നീർച്ചാൽ സാന്ദ്രത, ഇടയ്ക്കിടെയുള്ള മഴ, നീരൊഴുക്ക്, വറ്റാത്ത അരുവികൾ, നദികൾ, സമൃദ്ധമായ വൃക്ഷലതാദികൾ എന്നിവ സംസ്ഥാനത്തെ വൃത്തിയുള്ള പരിസ്ഥിതിമേഖലയായി നിലനിർത്താൻ സഹായിക്കുന്നു. ശുചിത്വ മേഖലയിൽ സംസ്ഥാനം നടത്തിയിട്ടുള്ള ഫലപ്രദമായ ഇടപെടലുകൾ വൃത്തി നിലനിർത്തുന്നതിന് സഹായകരമായിട്ടുണ്ട്. മനുഷ്യ വർഗ്ഗത്തിന്റെ അന്തസ്സ് നിലനിർത്തുന്നതിന് വേണ്ടിയുള്ള ജനകീയ മുന്നേറ്റങ്ങളുടെ ഫലമായി തോട്ടിവേല എന്ന മനുഷ്യത്വരഹിതമായ ശുചീകരണരീതി പൂർണ്ണമായും നിർത്തലാക്കിയ രാജ്യത്തെ ആദ്യ സംസ്ഥാനമാണ് കേരളം. കൂടാതെ രാജ്യത്ത് ആദ്യഘട്ടത്തിൽത്തന്നെ വെളിയിട വിസർജ്ജന രഹിത സംസ്ഥാനമായി മാറിയ നാടാണ് കേരളം. ഉറവിട മാലിന്യസംസ്കരണ പ്രവർത്തനത്തിലൂടെ മാലിന്യസംസ്കരണം പൗരന്മാരുടെയും സമൂഹത്തിന്റെയും കൂടി ഉത്തരവാദിത്വമാണ് എന്ന ബോദ്ധ്യം ജനങ്ങളിൽ വളർത്തിക്കൊണ്ടുവരുന്നതിൽ സംസ്ഥാനം വിജയിച്ചുകൊണ്ടിരിക്കുന്നു. ശുചിത്വത്തിന്റെ പ്രാഥമിക ലക്ഷ്യം കൈവരിച്ചിട്ടുണ്ടെങ്കിലും, വിവിധങ്ങളായ ദ്വിതീയ പ്രശ്നങ്ങൾ കേരളത്തിലെ ശുചിത്വ സ്ഥിതിയെ വളരെ ദോഷകരമായി ബാധിക്കുന്നു. പുറന്തള്ളപ്പെടുന്ന ഖരദ്രവ മാലിന്യത്തിന്റെ ബാഹുല്യം, ഭൂഗർഭജലത്തിൽ കക്കൂസ് മാലിന്യം കലരുന്നത്, വ്യാവസായിക മാലിന്യങ്ങളുടെ പരിപാലനത്തിലെ പോരായ്മകൾ, വിവിധ മാലിന്യ പരിപാലന നിയമങ്ങൾ നടപ്പിലാക്കുന്നതുമായി ബന്ധപ്പെട്ട വൈരുദ്ധ്യങ്ങൾ, അറവുമാലിന്യങ്ങൾ കൈകാര്യം ചെയ്യുന്നതിലെ പോരായ്മകൾ, രാസവളത്തിന്റെയും കീടനാശിനികളുടെയും വിവേചന രഹിതമായ പ്രയോഗങ്ങൾ എന്നിവ സംസ്ഥാനത്തിന്റെ പാരിസ്ഥിതിക

ശുദ്ധിയെ ഗുരുതരമായി ബാധിക്കുന്നു. വ്യക്തികളും സ്ഥാപനങ്ങളും സംവിധാനങ്ങളുമാണ് മാലിന്യം ഉല്പാദിപ്പിക്കുന്നത്. അതുകൊണ്ടു തന്നെ മാലിന്യം പരിപാലനം ചെയ്യപ്പെടുന്നു എന്നുറപ്പാക്കാനുള്ള പ്രത്യക്ഷമോ, പരോക്ഷമോ ആയ ഉത്തരവാദിത്വവും അവരിൽ നിക്ഷിപ്തമാണ്. ആ ഉത്തരവാദിത്വം നിർവ്വഹിക്കുവാൻ അവരെ പ്രേരിപ്പിക്കുമ്പോൾ ത്തന്നെ അതിനുള്ള മാർഗ്ഗവും രീതികളും അവർക്ക് ലഭ്യമാകണം. ഇതിനുള്ള അടിസ്ഥാന പ്രവർത്തനങ്ങളാണ് മാലിന്യമുക്ത കേരളം കർമ്മപദ്ധതിയിലൂടെ തദ്ദേശ സ്വയംഭരണ സ്ഥാപനങ്ങൾ ആരംഭിച്ചത്. ഇതിൽ നിന്നുള്ള നല്ല പാഠങ്ങൾ ഉൾക്കൊണ്ട് ഉറവിടമാലിന്യസംസ്കരണ പ്രവർത്തനങ്ങൾ കൂടുതൽ സജീവവും, തീവ്രവുമാക്കുന്നതിനുള്ള ശ്രമങ്ങളാണ് തുടർന്നുണ്ടായത്.

10.1 ഹരിത കേരളം മിഷൻ

ശുചിത്വം, ജലസമൃദ്ധി, വിഷരഹിത കാർഷികവിളകൾ എന്നിവയിലെല്ലാം കേരളത്തിനുണ്ടായിരുന്ന ഗതകാലമേന്മ വീണ്ടെടുക്കുന്നതിനൊപ്പം, കാലാവസ്ഥാ വ്യതിയാനമുയർത്തുന്ന വെല്ലുവിളികളെ നേരിടാനുമുദ്ദേശിച്ച് 2016 ൽ സർക്കാർ വിഭാവനം ചെയ്ത പദ്ധതിയാണ് ഹരിതകേരളം മിഷൻ. മാലിന്യനിർമ്മാർജ്ജനം, ജലസംരക്ഷണം, ജൈവരീതികൾക്ക് പ്രാമുഖ്യം കൊടുത്തുകൊണ്ടുള്ള കൃഷി, പരിസ്ഥിതി സുരക്ഷ എന്നീ ലക്ഷ്യങ്ങൾ നേടിയെടുക്കുന്നതിന് ഇവയുടെ പരസ്പര ബന്ധവും സംയോജന സാദ്ധ്യതകളും ഉപയോഗപ്പെടുത്തുക എന്നതാണു പ്രധാനമായും ഉദ്ദേശിച്ചിട്ടുള്ളത്. ഇതനുസരിച്ച് മാലിന്യ നിർമ്മാർജ്ജനം, ജലസംരക്ഷണം, ജൈവകൃഷി, എന്നീ 3 ഉപദൗത്യങ്ങളിലൂടെയാണ് ഹരിതകേരളം മിഷൻ പ്രവർത്തിക്കുന്നത്. ഓവർഫ്ളോ മാനേജ്മെന്റ് ഓപ്ഷൻ അനുസരിച്ച് മാലിന്യ സംസ്കരണം മെച്ചപ്പെടുത്താൻ ശുചിത്വ മാലിന്യ സംസ്കരണ ഉപമിഷൻ ലക്ഷ്യമിടുന്നു. ഉറവിടത്തിൽത്തന്നെ മാലിന്യങ്ങളെ വേർതിരിച്ച് ജൈവമാലിന്യങ്ങളെ കഴിയുന്നതും ഉറവിടത്തിൽത്തന്നെ വളം/വാതകം ആക്കി മാറ്റുകയും, ഇതിന് ബുദ്ധിമുട്ടുള്ളിടങ്ങളിൽ വികേന്ദ്രീകൃത കമ്പോസ്റ്റിങ് കേന്ദ്രങ്ങളും അധികം വരുന്നവയ്ക്കായി കേന്ദ്രീകൃത സംസ്കരണശാലകൾ നിർമ്മി ക്കുകയും ചെയ്യുന്നു. മെറ്റീരിയൽ കളക്ഷൻ ഫെസിലിറ്റി വഴി ജൈവവിഘടനത്തിന് വിധേയമാകാത്ത, പ്ലാസ്റ്റിക് പോലുള്ള മാലിന്യങ്ങൾ ശേഖരിച്ച് റിസോഴ്സ് റിക്കവറി ഫെസിലിറ്റി വഴി പുനരുപയോഗം, പുന:ചംക്രമണം എന്നിവ നടത്തുന്നു. വലിയ നഗരങ്ങൾക്കായി കേന്ദ്രീകൃത മാലിന്യ സംസ്കരണ സംവിധാനവും വിവിധ ജില്ലകളിൽ കേന്ദ്രീകൃത കക്കൂസ് മാലിന്യ സംസ്കരണകേന്ദ്രങ്ങളും നടപ്പാക്കാനും ലക്ഷ്യമിടുന്നു. ഭൂഗർഭജലനിരപ്പ് ഉയർത്താനുള്ള പദ്ധതികൾ, പരമ്പരാഗത ജലസ്രോതസ്സുകളുടെ സംരക്ഷണവും, പുനരുദ്ധാരണവും, ജലസംഭരണികളിലെ മണലും ചെളിയും നീക്കം ചെയ്യൽ, നദികളുടെയും ഉറവക

ളുടെയും പുനരുജ്ജീവനം സാദ്ധ്യമായിടത്തെല്ലാം മഴവെള്ളക്കൊയ്ത്തിനായുള്ള സംവിധാനങ്ങൾ, ജലാശയങ്ങൾ ശുദ്ധിയാക്കൽ തുടങ്ങി ജലസംരക്ഷണം ഉറപ്പാക്കാനുള്ള പ്രവർത്തനങ്ങളാണ് ജലസംരക്ഷണ ഉപമിഷനിൽ ലക്ഷ്യമിടുന്നത്. സൂക്ഷ്മ നീർത്തടാധിഷ്ഠിത ഇടപെടലുകളിലൂടെയാണ് ഇവ നടപ്പിലാക്കാൻ ഉദ്ദേശിച്ചിട്ടുള്ളത്. ഭക്ഷ്യസുരക്ഷ ഉറപ്പാക്കുന്നതിന്, 3 ലക്ഷം ഹെക്ടറിലേക്ക് നെല്ലുല്പാദനം വ്യാപിപ്പിക്കുക, സുരക്ഷിതമായ കൃഷി രീതികൾ അവലംബിച്ചുകൊണ്ട് സാദ്ധ്യമായിടത്തെല്ലാം പച്ചക്കറി കൃഷി പ്രോത്സാഹിപ്പിക്കുക, ഫലസസ്യങ്ങളും വൃക്ഷങ്ങളും വ്യാപിപ്പിക്കുക തുടങ്ങിയ ലക്ഷ്യങ്ങളാണ് കൃഷി ഉപദൗത്യത്തിൽ പ്രധാനമായും ഉൾക്കൊള്ളിച്ചിട്ടുള്ളത്.

തദ്ദേശ സ്വയംഭരണ സ്ഥാപനങ്ങൾക്കുള്ള പദ്ധതിസഹായം, അവരുടെ ശേഷി വികസനം, അവർക്കുള്ള സാങ്കതിക സഹായം എന്നിവയെ കൂട്ടിയിണക്കിയും വിവിധ പദ്ധതികളിൽ/സ്രോതസ്സുകളിൽനിന്നും യുക്തിസഹമായി സാമ്പത്തിക സഹായം സംയോജിപ്പിച്ചും വികസന വകുപ്പുകളുടെ സേവനം തദ്ദേശ സ്ഥാപനങ്ങളിൽ/സ്ഥാപനങ്ങളിൽ ഉറപ്പാക്കിയും ഹരിതകേരളം ലക്ഷ്യങ്ങൾ നേടുന്നതിനാണ് ലക്ഷ്യമിട്ടിട്ടുള്ളത്. 2016 ഡിസംബർ 8 ന് ആരംഭിച്ച പദ്ധതി, പ്രാദേശിക അവലോകനങ്ങൾ, പ്രവർത്തനങ്ങൾ തീരുമാനിക്കുന്നതിനുള്ള ശില്പശാലകൾ എന്നിവ നടത്തിയാണ് പൊതുസമീപനം രൂപീകരിച്ചത്. സംസ്ഥാന ജില്ലാ പ്രാദേശിക ഗവൺമെന്റ് തലങ്ങളിൽ ഏപ്രിൽ 2017 ഓടെ വികസനദൗത്യം രൂപീകരിക്കാൻ പ്രാദേശികതല ചർച്ചകൾ, കിലയുടെ ആഭിമുഖ്യത്തിലുള്ള പരിശീലന പരിപാടികൾ, സംഘാടന പ്രവർത്തനങ്ങൾ എന്നിവ നടത്തുകയുണ്ടായി. തുടർന്നു ശുചിത്വ മിഷൻ, മഹാത്മാഗാന്ധി ദേശീയ തൊഴിലുറപ്പ് പദ്ധതി, കുടുംബശ്രീ, തദ്ദേശ സ്വയംഭരണ വകുപ്പ്, ജലവിഭവ വകുപ്പ്, കൃഷിവികസന കർഷക ക്ഷേമ വകുപ്പ്, മണ്ണ് പര്യവേഷണ - മണ്ണ് സംരക്ഷണ വകുപ്പ്, ഭൂവിനിയോഗ ബോർഡ്! എന്നീ സർക്കാർ സംവിധാനങ്ങളുമായി നടത്തിയ ചർച്ചകളുടെ അടിസ്ഥാനത്തിൽ ഹരിതകേരളം മിഷന്റെ മാർഗ്ഗരേഖ തയ്യാറാക്കുകയും അത് സർക്കാർ ഉത്തരവായി പ്രസിദ്ധീകരിക്കുകയും ചെയ്തു. ഹരിത കേരളം മിഷന്റെ പൊതുവായ ലക്ഷ്യങ്ങൾ, പ്രവർത്തന സമീപനം, മൂന്ന് ഉപദൗത്യങ്ങളായ ശുചിത്വമാലിന്യ സംസ്കരണം, ജലസംരക്ഷണം (ജലസമൃദ്ധി), ജൈവരീതിക്ക് പ്രാമുഖ്യം കൊടുത്തുകൊണ്ടുള്ള കൃഷിവികസനം (സുജലം സുഫലം) എന്നിവയുടെ ലക്ഷ്യങ്ങൾ, അത് നേടുന്നതിനുള്ള പ്രവർത്തനങ്ങൾ ഇവ ഉൾപ്പെടുത്തിക്കൊണ്ടാണ് മാർഗ്ഗരേഖ തയ്യാറാക്കപ്പെട്ടത്. കേരള മുഖ്യമന്ത്രി അദ്ധ്യക്ഷനായി രൂപീകരിച്ച മിഷന്റെ സംസ്ഥാന മിഷൻ, ജില്ലാ മിഷൻ, മുനിസിപ്പാലിറ്റി/കോർപ്പറേഷൻ മിഷൻ, ബ്ലോക്ക് മിഷൻ, ഗ്രാമപഞ്ചായത്ത് മിഷൻ എന്നിവയുടെ ഘടനയും, മിഷന്റെ സഹായ സംവിധാനമായ മൂന്നു മേഖലാ കർമ്മസേനകളുടെ സംസ്ഥാനജില്ലാ തദ്ദേശഭര

ണസ്ഥാപന ഘടനയും, അവയുടെയെല്ലാം ചുമതലകളും, ഉത്തരവാദിത്വങ്ങളും, നിരീക്ഷണ സംവിധാനവും സർക്കാർ തല ഏകോപന സംവിധാനത്തിന്റെ ഘടനയും മാർഗ്ഗരേഖയിൽ വിശദീകരിക്കുകയുണ്ടായി. ഇതനുസരിച്ച് 2017 ഏപ്രിൽ മാസത്തോടെ മിഷന്റെ പൂർണ്ണതോതിലുള്ള പ്രവർത്തനം തദ്ദേശഭരണ സ്ഥാപനതലത്തിൽ വരെ ആരംഭിച്ചു.

10.2 ശുചിത്വമാലിന്യ സംസ്കരണ ഉപമിഷൻ

കേരള സംസ്ഥാനത്തെ മാലിന്യമുക്തമാക്കുന്നതിലൂടെ ജനങ്ങളുടെ ജീവിത നിലവാരം ഉയർത്തുകയും രോഗാതുരതയിൽ കുറവുവരുത്തി പൊതുജനാരോഗ്യം മെച്ചപ്പെടുത്തുകയും പരിസ്ഥിതിസൗഹൃദ അന്തരീക്ഷം സൃഷ്ടിക്കുകയും ചെയ്യുക എന്ന കാഴ്ചപ്പാടിലാണ് ഉപമിഷൻ പ്രവർത്തനങ്ങൾ ആരംഭിച്ചത്. ജനപങ്കാളിത്തത്തോടെ തദ്ദേശഭരണ സ്ഥാപനങ്ങൾ അവരുടെ പ്രദേശത്തെ മാലിന്യമുക്തമാക്കുന്നതിന് വ്യക്തമായ നിർവ്വഹണ പദ്ധതി തയ്യാറാക്കി നടപ്പിലാക്കുക എന്ന ലക്ഷ്യം നേടുന്നതിനുള്ള നടപടികളാണ് പിന്നീട് സ്വീകരിച്ചത്. തദ്ദേശ സ്വയംഭരണ സ്ഥാപനങ്ങളുടെ നേതൃത്വത്തിൽ ബഹുജന പങ്കാളിത്തം ഉറപ്പുവരുത്തി, ജൈവമാലിന്യങ്ങളുടെ ഉറവിടത്തിലെ സംസ്കരണവും അജൈവമാലിന്യം ശേഖരിച്ച്, സംഭരിച്ച്, തരംതിരിച്ച് റീസൈക്കിളിങ് മേഖലയ്ക്ക് കൈമാറ്റം ചെയ്യലും അതിനൊക്കെ സഹായകമായ പൊതുജന സൗഹൃദ ആസ്തികളുടെ നിർമ്മാണവും നടത്തുക വഴി അടുത്ത അഞ്ചു വർഷത്തിനുള്ളിൽ കേരളം രാജ്യത്തിന് മാതൃകയാകത്തക്ക വിധത്തിൽ മാലിന്യമുക്തമാക്കും എന്ന ദൗത്യപ്രഖ്യാപനമായിരുന്നു ആദ്യപടി. ഇതിനായി ഹരിത കേരളം മിഷന്റെ ഏകോപനസഹായവും ശുചിത്വമിഷന്റെ നിർവ്വഹണ സഹായവും തദ്ദേശഭരണ സ്ഥാപനങ്ങൾക്ക് ലഭ്യമാക്കി.

ഓരോ തദ്ദേശ സ്വയംഭരണ സ്ഥാപനത്തിലെയും ഹരിതകേരള മിഷനും ഉപമിഷൻ കർമ്മസമിതിയും എല്ലാ വാർഡ് മെമ്പർമാരും യോഗം ചേർന്ന് മാലിന്യ സംസ്കരണപ്രവർത്തനങ്ങൾക്കുള്ള രൂപരേഖ തയ്യാറാക്കി അംഗീകരിക്കുകയും അത് നടപ്പിലാക്കുന്നതിനുള്ള സംഘടനാ സംവിധാനം രൂപപ്പെടുത്തലുമായിരുന്നു ഈ ഘട്ടത്തിലെ ആദ്യ പ്രവർത്തനം. തദ്ദേശ സ്വയംഭരണ സ്ഥാപന പ്രദേശത്തെ മാലിന്യസംസ്കരണവുമായി ബന്ധപ്പെട്ട ഫീൽഡ്തല പ്രവർത്തനങ്ങൾ നടത്തേണ്ട സംഘടനാ സംവിധാനമായി ഹരിതകർമ്മസേന രൂപീകരിക്കപ്പെട്ടു. പ്രധാനമായും കുടുംബശ്രീ സ്വയംസഹായ സംഘങ്ങളാണ് ഹരിതകർമ്മ സേനയായി പ്രവർത്തിക്കുന്നതിന് തയ്യാറായത്. തുടർന്നു ഹരിതകർമ്മ സേനയ്ക്ക് സാങ്കേതിക പിന്തുണ നല്കുന്നതിനുള്ള സംവിധാനമായി ഹരിതസഹായ സ്ഥാപനങ്ങൾ നിയോഗിക്കപ്പെട്ടു. മാലിന്യസംസ്കരണ സംവിധാനങ്ങൾ നോക്കി നടത്തുന്നതിനുള്ള സാങ്കേതിക വൈദഗ്ദ്ധ്യവും

മുൻപരിചയവുമുള്ള സ്ഥാപനങ്ങളെയാണ് ഇതിനായി ഹരിതകേരള മിഷൻ നിയോഗിച്ചത്. ഈ സംഘടനാ സംവിധാനങ്ങളുടെ പ്രവർത്തനപദ്ധതി, ഉത്തരവാദിത്വങ്ങൾ, പ്രവർത്തനങ്ങൾ, പരിശീലനം, പ്രതിഫലം, തദ്ദേശഭരണ സ്ഥാപനങ്ങളുടെ ചുമതലകൾ തുടങ്ങിയ വിശദാംശങ്ങളും മുൻകൂട്ടി തയ്യാറാക്കുകയുണ്ടായി. അതോടൊപ്പം പുനഃചംക്രമണ സാദ്ധ്യമായ പാഴ്വസ്തുക്കൾ കൈകാര്യം ചെയ്യുന്നതിനുള്ള സഹായം ലഭ്യമാക്കുന്നതിന് സംസ്ഥാന സർക്കാരും തദ്ദേശ സ്വയംഭരണ സ്ഥാപനങ്ങളും ചേർന്ന് രൂപീകരിച്ച ക്ലീൻ കേരള കമ്പനിയുടെ സഹായവും ലഭ്യമാക്കി. തുടർന്നു ചിട്ടയായ പ്രവർത്തനങ്ങളിലൂടെ തദ്ദേശ സ്വയംഭരണ സ്ഥാപനങ്ങൾ മാലിന്യപരിപാലന മേഖലയിൽ മാതൃകാപരമായ പ്രവർത്തനങ്ങൾ ഏറ്റെടുക്കുകയുണ്ടായി.

10.3 എന്റെ മാലിന്യം എന്റെ ഉത്തരവാദിത്വം

2000 ലെ മുനിസിപ്പൽ ഖരമാലിന്യം കൈകാര്യം ചെയ്യലും പരിപാലനവും ചട്ടങ്ങളെ തുടർന്ന് മാലിന്യം സ്രോതസ്സിൽ തരം തിരിച്ച് സംഭരിക്കുന്നതിനും, അത് നിത്യേന ശേഖരിക്കുന്നതിനും, അനുയോജ്യമായ വാഹനങ്ങളിൽ മാലിന്യസംസ്കരണ ശാലയിലേക്ക് എത്തിക്കുന്നതിനും, ജൈവസാങ്കേതിക വിദ്യ ഉപയോഗിച്ച് സംസ്കരിക്കുന്നതിനും അവശിഷ്ട മാലിന്യങ്ങൾ നിർമ്മാർജ്ജനം ചെയ്യുന്നതിനുമുള്ള ശ്രമങ്ങൾ തദ്ദേശഭരണ സ്ഥാപനങ്ങൾ വിശിഷ്യാ നഗരസഭകൾ ആരംഭിക്കുകയുണ്ടായി. അധികാര വികേന്ദ്രീകരണത്തിന്റെയും ജനകീയാസൂത്രണത്തിന്റെയും പശ്ചാത്തലത്തിൽ ലഭിച്ച ആസൂത്രണ നിർവ്വഹണ ഉത്തരവാദിത്വവും ധനപരമായ അധികാരവും ഇക്കാര്യത്തിൽ അവർക്ക് സഹായകരമായി. തിരുവനന്തപുരം, കോഴിക്കോട് നഗരങ്ങളിൽ 2000 ത്തോടെ സ്ഥാപിച്ച കേന്ദ്രീകൃത കമ്പോസ്റ്റിങ് പ്ലാന്റുകളെയും, അനുബന്ധ മാലിന്യ ശേഖരണട്രാസ്പോർട്ടേഷൻ സൗകര്യങ്ങളെയും മാതൃകയാക്കി നിരവധി തദ്ദേശഭരണ സ്ഥാപനങ്ങൾ സംസ്ഥാന സർക്കാരിന്റെ കൂടി സഹായത്തിൽ മാലിന്യ ശേഖരണസംസ്കരണ സംവിധാനങ്ങൾ സ്ഥാപിച്ച് പ്രവർത്തിപ്പിക്കുന്നതിന് നടപടികൾ സ്വീകരിച്ചു. ചാലക്കുടി, ആറ്റിങ്ങൽ, കൊയിലാണ്ടി, പെരിന്തൽമണ്ണ, പാലക്കാട്, മലപ്പുറം, വടക്കൻ പറവൂർ തുടങ്ങിയ നഗരസഭകളും, അകത്തേത്തറ, മംഗൽപാടി, പട്ടാമ്പി, മേതല, ചുനക്കര തുടങ്ങിയ പഞ്ചായത്തുകളും ആദ്യകാല മാതൃകകളായി. തുടർന്ന് നിരവധി തദ്ദേശഭരണ സ്ഥാപനങ്ങൾ കേന്ദ്രീകൃതവും, ചന്തകൾ പോലെയുള്ള പ്രധാന മാലിന്യസ്രോതസ്സുകൾ കേന്ദ്രീകരിച്ചുള്ളതുമായ മാലിന്യസംസ്കരണ സംവിധാനങ്ങൾ സ്ഥാപിച്ച് പ്രവർത്തിപ്പിക്കുന്നതിനുള്ള നടപടികൾ സ്വീകരിക്കുകയുണ്ടായി. എന്നാൽ മിക്ക കേന്ദ്രീകൃത പ്ലാന്റുകളിലും പ്രവർത്തിപരിപാലന പ്രശ്നങ്ങൾ വർദ്ധിച്ചുവന്നു. ജൈവഅജൈവ മാലിന്യങ്ങൾ വേർതിരിക്കാതെ സംസ്കരിക്കുന്നതുമൂലമുള്ള പ്രശ്നങ്ങൾ, സ്ഥാപിക്കപ്പെട്ട പ്ലാന്റുകളിൽ വേണ്ടത്ര

ശേഷിയില്ലാത്തതിനാൽ കുന്നുകൂടുന്ന മാലിന്യമുണ്ടാക്കുന്ന പ്രശ്നങ്ങൾ, ഇവയിൽനിന്നും ഒലിച്ചിറങ്ങുന്ന മലിനജലം സംസ്കരിക്കുന്നതിനുള്ള സംവിധാനമില്ലായ്മ, അവശിഷ്ടമാലിന്യങ്ങൾ നിർമ്മാർജ്ജനം ചെയ്യുന്നതിനുള്ള സംവിധാനങ്ങളില്ലായ്മ തുടങ്ങി നിരവധി പരിപാലന സംബന്ധിയായതും, പരിസ്ഥിതിപരവുമായ പ്രശ്നങ്ങൾ പല പ്ലാന്റുകളുടെയും സുഗമമായ പ്രവർത്തനങ്ങളെ ബാധിച്ചു. ശ്രദ്ധയോടെയുള്ള ഇടപെടലിലൂടെ മിക്ക പ്രശ്ങ്ങൾക്കും പരിഹാരമുണ്ടാക്കാവുന്നതാണെങ്കിലും അത്തരമൊരു സമീപനം പലകാരണങ്ങളാലും സാദ്ധ്യമായില്ല. മാലിന്യമുക്തകേരളം കർമ്മപരിപാടിയുടെ ഭാഗമായി കേന്ദ്രീകൃത സംസ്കരണ പ്ലാന്റുകളുടെ കാര്യശേഷി നിലനിർത്തുന്നതിന് ഓവർഫ്ളോ വേസ്റ്റ് മാനേജ്മെന്റ് രീതി നിർദ്ദേശിക്കപ്പെട്ടു എങ്കിലും വേണ്ടത്ര പ്രാധാന്യത്തോടെ അത് സ്വീകരിക്കപ്പെട്ടില്ല. ഇത്തരുണത്തിലാണ് തിരുവനന്തപുരം, കോഴിക്കോട്, തൃശൂർ, ആലപ്പുഴ നഗരസഭകളുടെ കേന്ദ്രീകൃത പ്ലാന്റുകൾക്കും അവശിഷ്ടമാലിന്യ നിക്ഷേപകേന്ദ്രങ്ങൾ (Landfill) ക്കുമെതിരെ സമരം ശക്തമായത്. കുടുംബശ്രീ സ്വയം സഹായ സംഘങ്ങളുടെ സേവനം ഉപയോഗപ്പെടുത്തിയും, മാലിന്യസംസ്കരണ മാനദണ്ഡങ്ങൾ കർക്കശമായി പാലിച്ചും കോഴിക്കോട്ടും, തിരുവനന്തപുരത്തും മാലിന്യ ശേഖരണസംസ്കരണ പ്രവർത്തനങ്ങൾ മെച്ചപ്പെടുത്തി എങ്കിലും പല പോരായ്മകൾക്കും സമയബന്ധിതമായി പരിഹാരം കാണാനായില്ല. രാഷ്ട്രീയതാല്പര്യത്തോടെയെന്നുകുടി സംശയിക്കുന്ന തരത്തിൽ 2012 ൽ തിരുവനന്തപുരം നഗരസഭയുടെ വിളപ്പിൽശാല കമ്പോസ്റ്റിങ് പ്ലാന്റ് അടച്ചുകൊണ്ടു സംസ്ഥാനസർക്കാർ എടുത്ത തീരുമാനത്തെ തുടർന്ന് സംസ്ഥാനത്തെ കേന്ദ്രീകൃത മാലിന്യ സംസ്കരണ പ്ലാന്റുകൾ ഒന്നൊന്നായി നിർത്തേണ്ടതായി വന്നു. ഇത് തദ്ദേശഭരണ സ്ഥാപനങ്ങളിൽ വലിയ പ്രതിസന്ധി സൃഷ്ടിക്കുകയുണ്ടായി.

തദ്ദേശഭരണ സ്ഥാപനങ്ങൾക്ക് അനുകരിക്കാവുന്ന ചില മാതൃകകൾ അക്കാലത്തു പരീക്ഷിക്കപ്പെടുകയുണ്ടായി. മാലിന്യപ്രശ്നം രൂക്ഷമായിരുന്ന കൊച്ചി നഗരത്തിലെ ഫ്ളാറ്റുകളിലെ മാലിന്യപരിപാലനം സുഗമമാക്കുന്നതിന് കെട്ടിടനിർമ്മാണക്കമ്പനികളുടെ കൂട്ടായ്മയായ 'ക്രഡായ്' എന്ന സംഘടന കുടുംബശ്രീ മിഷന്റെ സഹായത്തോടെ ഫ്ളാറ്റുകളിൽത്തന്നെ അനുയോജ്യമായ കമ്പോസ്റ്റിങ് സംവിധാനം ഉപയോഗപ്പെടുത്തി തുടങ്ങിയിരുന്നു. ഗാർഹിക കൃഷിയിൽ വ്യാപൃതരായിരുന്ന ചില വ്യക്തികളും സംഘടനകളും ചെറിയ കമ്പോസ്റ്റിങ് രീതികൾ അവലംബിക്കുന്നതും ശ്രദ്ധിക്കപ്പെട്ടു. ഓവർഫ്ളോ മാലിന്യ പരിപാലന രീതി ശക്തിപ്പെടുത്തുന്നതിനായി ചെറുതും വലുതുമായ മാലിന്യസംസ്കരണ ഉപാധികൾ (കമ്പോസ്റ്റിങ്, മണ്ണിരകമ്പോസ്റ്റിങ്, ബയോഗ്യാസ് പ്ലാന്റുകൾ) സ്ഥാപിക്കുന്നതിനും, പ്രവർത്തിപ്പിക്കുന്നതിനുമുള്ള മാനദണ്ഡങ്ങളും, മൂലധനപ്രവർത്തന ചെലവും പരിപാലന രീതികളും ശുചിത്വ മിഷൻ തയ്യാറാക്കിയിരുന്നു. കൂടാതെ പാലക്കാട്

സംയോജിത ഗ്രാമീണ സാങ്കേതിക കേന്ദ്രം (IRTC), സോഷ്യോ എക്കൊണോമിക് യൂണിറ്റ് ഫൗണ്ടേഷൻ (SEUF), ജൈവവാതക പ്ലാന്റുകളുടെ സേവനദാതാക്കളായ ബയോടെക് തുടങ്ങിയ സ്ഥാപനങ്ങൾ ശുചിത്വ മിഷൻ തയ്യാറാക്കിയ മാനദണ്ഡങ്ങൾ പ്രകാരം ചെറുതും വലുതുമായ പ്ലാന്റുകൾ സ്ഥാപിക്കുന്നതിന് തയ്യാറായി മുൻപോട്ടുവന്നു. ഈ സാഹചര്യം പ്രയോജനപ്പെടുത്തി കേന്ദ്രീകൃത പ്ലാന്റുകളുടെ പ്രവർത്തനം നിലച്ച തിരുവനന്തപുരം, ആലപ്പുഴ നഗരസഭകൾ ഉറവിട മാലിന്യസംസ്കരണമെന്ന ആശയം ഉപയോഗപ്പെടുത്തുന്നതിന് തീരുമാനിക്കുകയും അതനുസരിച്ചുള്ള പദ്ധതികൾ രൂപീകരിച്ച് നിർവ്വഹണം ആരംഭിക്കുകയും ചെയ്തു. എന്നാൽ അക്കാലത്തു നിലനിന്നിരുന്ന മാലിന്യപരിപാലന ചട്ടങ്ങൾ പ്രകാരം മാലിന്യപരിപാലനത്തിന്റെ ഉത്തരവാദിത്വം തദ്ദേശ സർക്കാരുകളിൽ നിക്ഷിപ്തമായിരുന്നു എന്നതിനാൽ ഉറവിട മാലിന്യ സംസ്കരണത്തോട് പൊതുജനങ്ങളിൽ ഒരുവിഭാഗം വിമുഖരായിരുന്നു. ഇത് ഉറവിടമാലിന്യസംസ്കരണ പ്രവർത്തനങ്ങൾ വ്യാപകമാക്കുന്നതിനു തടസ്സങ്ങൾ സൃഷ്ടിച്ചു. ഇത് മറികടക്കുന്നതിന് വിപുലമായ അവബോധപ്രവർത്തനങ്ങൾ ആവശ്യമായി വന്നു.

രാജ്യത്തെ പരിസ്ഥിതി സംരക്ഷണ നിയമത്തിന്റെ അന്തഃസത്തയായ 'മലിനീകരണം നടത്തുന്നയാൾ വില നൽകണം (Polluter Pay Principle)' എന്ന തത്ത്വം ഉൾക്കൊണ്ടുകൊണ്ട് രൂപപ്പെടുത്തിയ മുദ്രാവാക്യം 'എന്റെ മാലിന്യം എന്റെ ഉത്തരവാദിത്വം (My Waste My Responsibility)' ഇത്തരുണത്തിൽ പ്രസക്തമായി മാറി. മാലിന്യം കുറയ്ക്കുക, പുനരുപയോഗിക്കുക, പുനഃചംക്രമണം (Reduce, Reuse, Recycle) ചെയ്യുക എന്ന സാർവ്വദേശീയമായി പ്രചാരത്തിലുള്ള ആശയം ഉൾക്കൊണ്ടുകൊണ്ടാണ് 'എന്റെ മാലിന്യം എന്റെ ഉത്തരവാദിത്വം' എന്ന മുദ്രാവാക്യം ഒരു ക്യാമ്പയിനായി രൂപപ്പെടുത്തിയെടുത്തത്. തണൽ, പെലിക്കൻ ഫൗണ്ടേഷൻ തുടങ്ങി നിരവധി സർക്കാരിതര സംഘടനകൾ ശുചിത്വമിഷനുമായും വിവിധ തദ്ദേശഭരണ സ്ഥാപനങ്ങളുമായി ചേർന്ന് ഈ ക്യാമ്പയിൻ വിജയിപ്പിക്കുന്നതിന് ശ്രമിക്കുകയുണ്ടായി. ശ്രവ്യദൃശ്യ അച്ചടി മാധ്യമങ്ങളുടെ പിന്തുണയും ഈ ക്യാമ്പയിന് ലഭിക്കുകയുണ്ടായി. ഓരോ പൗരന്റെയും അല്പം സമയവും ശ്രദ്ധയും അവർ ഉല്പാദിപ്പിക്കുന്ന മാലിന്യം ശാസ്ത്രീയമായി കൈകാര്യം ചെയ്യുന്നതിനായുള്ള ഉത്തരവവാദിത്വവും താല്പര്യവും വളർത്തിക്കൊണ്ടുവരുന്നതിനാണ് ഈ ക്യാമ്പയിനിലൂടെ ഉദ്ദേശിച്ചത്. ഇതിനായി അവരെ പ്രചോദിപ്പിക്കുന്നതിനും അവർക്കു വേണ്ട സാങ്കേതിക സഹായം ലഭ്യമാക്കുന്നതിനുമുള്ള പ്രവർത്തനങ്ങൾ തദ്ദേശഭരണ സ്ഥാപനങ്ങൾ ഏറ്റെടുക്കുകയുണ്ടായി. മാലിന്യം വലിച്ചെറിയുന്നത് തടയുന്നതിനും ഉറവിടത്തിൽത്തന്നെ പരമാവധി മാലിന്യം സംസ്കരിക്കുന്നതിലൂടെ ആരോഗ്യപാരിസ്ഥിതിക മേഖലകളിൽ ഗുണപരമായ മാറ്റം ഉണ്ടാക്കിയെടുക്കാൻ സാധിക്കുമെന്നുമുള്ള തോന്നൽ ചില നഗരസഭകൾ പൊതു സമൂഹത്തിനു

ബോദ്ധ്യപ്പെടുത്തുകയുണ്ടായി. ഇതിന്റെയടിസ്ഥാനത്തിൽ കൂടുതൽ തദ്ദേശഭരണ സ്ഥാപനങ്ങളും ജനപ്രതിനിധികളും ഉറവിട മാലിന്യ സംസ്കരണം ഒരു ബദൽ മാർഗ്ഗമായി സ്വീകരിക്കുന്നതിന് തുടക്കമായി. ദീർഘദർശനമില്ലാതെയും ബദൽ സംവിധാനങ്ങൾ ഒരുക്കാതെയും മാലിന്യ സംസ്കരണ പ്ലാന്റുകളുടെ പ്രവർത്തനം നിർത്തലാക്കിയതിലൂടെ സംജാതമായ വലിയ ആശയക്കുഴപ്പം ഒരുപരിധിവരെ പരിഹരിക്കുന്നതിന് 'എന്റെ മാലിന്യം എന്റെ ഉത്തരവാദിത്വം' ക്യാമ്പയിൻ മാറി. ഇതിനുമപ്പുറം പരിസ്ഥിതി മലിനീകരണം ഒഴിവാക്കിക്കൊണ്ടും, മണ്ണിനെയും ജലത്തെയും സംരക്ഷിച്ചുകൊണ്ടും മുനിസിപ്പൽ ഖരമാലിന്യം സംസ്കരിക്കുന്നതിനുള്ള ജനകീയ ബദൽ ആണ് ഈ ക്യാമ്പയിനിലൂടെ ഉരുത്തിരിഞ്ഞത്.

10.4 ഹരിത സംഹിത

ഒരുപ്രാവശ്യം ഉപയോഗിച്ച് വലിച്ചെറിയുന്ന വസ്തുക്കളുടെ (Disposables) അനിയന്ത്രിതമായ വർദ്ധനയാണ് മാലിന്യപരിപാലനത്തിലെ മുഖ്യ സമീപകാല പ്രശ്നമായി ചൂണ്ടിക്കാണിക്കപ്പെടുന്നത്. വിവിധ പ്ലാസ്റ്റിക് ഉല്പന്നങ്ങളായ സഞ്ചികൾ, കുപ്പികൾ, പ്ലേറ്റുകൾ, കപ്പുകൾ, ടിഷ്യൂ പേപ്പർ, ഭക്ഷണവും, മറ്റുനിത്യോപയോഗവസ്തുക്കളും പൊതിയാനുപയോഗിക്കുന്ന പ്ലാസ്റ്റിക് ഷീറ്റുകൾ, കവറുകൾ തുടങ്ങി നിരവധി വസ്തുക്കളാണ് ഒരുതവണ ഉപയോഗിച്ചശേഷം നാം വലിച്ചെറിയുന്നത്. താല്കാലിക സൗകര്യം മുൻനിർത്തി മാത്രമാണ് ഈ വസ്തുക്കൾ ഉപയോഗിക്കുന്നതിനു നാം വ്യഗ്രത കാണിക്കുന്നത്. ഈ മനോഭാവത്തിന്റെ ഫലമായി അടിഞ്ഞുകൂടുന്ന മാലിന്യത്തിന്റെ അളവ് ഗണ്യമായി വർദ്ധിച്ചിരിക്കുന്നു. അഴുകാത്ത പ്ലാസ്റ്റിക് ഉൾപ്പെടെയുള്ള വസ്തുക്കൾ അഴുകുന്ന മാലിന്യത്തിൽ കലരുന്നതോടെ കമ്പോസ്റ്റിങ് സാദ്ധ്യത പരിമിതപ്പെടുകയും അഴുകാത്ത വസ്തുക്കളുടെ പുനരുപയോഗ സാദ്ധ്യത കുറയുകയും ചെയ്യും. സൗകര്യത്തിന്റെ പേരിൽ നാം വളർത്തിക്കൊണ്ടു വന്നിട്ടുള്ള ഈ വലിച്ചെറിയൽ സംസ്കാരം നമ്മെ എത്തിച്ചിരിക്കുന്നത് വലിയ പരിസ്ഥിതി നാശത്തിലേക്കും പ്രകൃതിയുടെ രോഗാവസ്ഥയിലേക്കുമാണ്. അരുവികളും, തോടുകളും, പുഴകളും ഉൾപ്പെടെയുള്ള സുഗമമായ നമ്മുടെ നീരൊഴുക്ക് സംവിധാനം പ്ലാസ്റ്റിക് ഉൾപ്പെടെയുള്ള മാലിന്യം നിറഞ്ഞു നശിച്ചുകൊണ്ടിരിക്കുന്നു. നമ്മുടെ ശുദ്ധജല സ്രോതസ്സുകളായ കുളങ്ങളും, ചിറകളും, തടാകങ്ങളും മാലിന്യ നിക്ഷേപ കേന്ദ്രങ്ങളായി മാറിയിരിക്കുന്നു. ഇതുമൂലമുണ്ടായിട്ടുള്ള രോഗഭാരമാകട്ടെ നാമറിയാതെ തന്നെ വർദ്ധിക്കുകയാണ്. പ്രകൃതിയുടെയും മനുഷ്യന്റെയും രോഗാവസ്ഥയിൽനിന്നു മോചനം ആഗ്രഹിക്കുന്ന ഏതൊരു പൗരനും, അവൻ ഉൾപ്പെടുന്ന സ്ഥാപനങ്ങളും, സംവിധാനങ്ങളും മാറിചിന്തിക്കേണ്ടിയിരിക്കുന്നു. ഇതിനുള്ള ഒരുപാധിയാണ് ഗ്രീൻ പ്രോട്ടോക്കോൾ അഥവാ ഹരിത സംഹിത.

മാലിന്യത്തിന്റെ അളവ് ഗണ്യമായി കുറയ്ക്കുന്നതിനും, ഒറ്റത്തവണ ഉപയോഗിച്ച് വലിച്ചെറിയുന്ന വസ്തുക്കളുടെ ഉപയോഗം കുറച്ച് വീണ്ടും വീണ്ടും കഴുകി ഉപയോഗിക്കാവുന്ന കുപ്പികളും, പ്ലേറ്റുകളും, കപ്പുകളും മറ്റും ഉപയോഗിക്കുന്ന രീതി പ്രചരിപ്പിക്കുന്നതിനും അതിലൂടെ മാലിന്യ ഉല്പാദനം ഇല്ലാതാകുന്ന ഒരവസ്ഥയിലേക്ക് മുന്നേറുന്നതിനുള്ള മാന ദണ്ഡങ്ങളും നടപടികളുമാണ് ഗ്രീൻ പ്രോട്ടോക്കോൾ മുമ്പോട്ടുവെ ക്കുന്നത്. നമ്മുടെ നിത്യജീവിതത്തിൽ ഒറ്റത്തവണ ഉപയോഗിച്ച് വലി ച്ചെറിയുന്ന വസ്തുക്കളുടെ ഉപയോഗം ബോധപൂർവ്വം ഒഴിവാക്കുക, വീണ്ടും വീണ്ടും കഴുകി ഉപയോഗിക്കാവുന്ന പാത്രങ്ങളുടെ ഉപയോഗം പ്രോത്സാഹിപ്പിക്കുക, മാലിന്യമെന്നു നാമകരണം ചെയ്തിട്ടുള്ള അവ ശിഷ്ട വസ്തുക്കളെ ജൈവവും (അഴുകുന്നവ), അജൈവവും (അഴു കാത്തവ) എന്ന രീതിയിൽ തരംതിരിച്ച് സംഭരിക്കുക, അവശിഷ്ട ജൈവ വസ്തുക്കളെ അതാതിടങ്ങളിൽത്തന്നെ ജൈവവളമോ, ജൈവവാ തകമോ ആയി മാറ്റുക, അഴുകാത്ത വസ്തുക്കളെ വീണ്ടും തരംതിരിച്ച് പുനഃചംക്രമണത്തിനു വിധേയമാക്കുന്നതിനു ലഭ്യമാക്കുക, അലങ്കാര ങ്ങൾക്കും, പ്രചാരണങ്ങൾക്കും പ്രകൃതിനിർമ്മിത വസ്തുക്കൾ ഉപയോ ഗപ്പെടുത്തുക തുടങ്ങിയ നടപടികളാണ് ഗ്രീൻ പ്രോട്ടോകോൾ പ്രകാരം സ്വീകരിക്കേണ്ടത്. സുസ്ഥിര വിഭവ വിനിയോഗമെന്ന ആധുനിക സങ്കല്പത്തിലൂടെയും, ചാക്രിക സമ്പദ്‌വ്യവസ്ഥയെന്ന (Circular Economy) നൂതനരീതിയിലൂടെയും ഒരു പുതിയ സംസ്കാരത്തിലേക്കും ലോകസാമ്പത്തിക വ്യവസ്ഥയിലേക്കും എത്തുക എന്ന പരമമായ ലക്ഷ്യമാണ് ഗ്രീൻപ്രോട്ടോകോളിലൂടെ സാദ്ധ്യമാകുന്നത്.

2015 ലെ ദേശീയ ഗെയിംസിലാണ് ആദ്യമായി ഗ്രീൻ പ്രോട്ടോകോൾ പരീക്ഷണാടിസ്ഥാനത്തിൽ നടപ്പിലാക്കിയത്. പാഴ്‌വസ്തുക്കൾ കുറയ് ക്കുന്നതിന് പരമാവധി ശ്രദ്ധ നല്കിയും അവശിഷ്ട വസ്തുക്കൾ പുനരുപയോഗിക്കുന്നതിനോ, പുനഃചംക്രമണത്തിനു വിധേയമാക്കുന്ന തിനോ ഉള്ള വ്യവസ്ഥ കർശനമായി നടപ്പിലാക്കിയുമാണ് ഗ്രീൻ പ്രോട്ടോ കോൾ പ്രവർത്തനം ഫലപ്രദമാക്കിയത്. തുടർന്ന് 2016 ലെ നിയമസഭാ തിരഞ്ഞെടുപ്പിൽ കണ്ണൂർ ജില്ലയിൽ ഗ്രീൻ പ്രോട്ടോകോൾ നടപ്പിലാക്കു ന്നതിനുള്ള ശ്രമമുണ്ടായി. 2016 ൽ അധികാരമേറ്റ മന്ത്രിസഭയുടെ സത്യപ്രതിജ്ഞാ ചടങ്ങ് ഗ്രീൻ പ്രോട്ടോകോൾ പാലിച്ച് സംഘടിപ്പിച്ചത് വലിയ പൊതുജന ശ്രദ്ധ നേടുകയുണ്ടായി. തുടർന്ന് രാജ്ഭവൻ പ്രോട്ടോ കോൾ പാലനം സ്വീകരിച്ചതും, ആറ്റുകാൽ പൊങ്കാല, റംസാൻ മാസാ ചരണം, മലയാറ്റൂർ തീർത്ഥയാത്ര തുടങ്ങിയവ ഗ്രീൻ പ്രോട്ടോകോൾ പാലിച്ച് നടപ്പിലാക്കിയതും ഹരിത സംഹിതയ്ക്ക് കൂടുതൽ സ്വീകാര്യത ലഭിക്കുന്നതിനിടയാക്കി. വിവാഹമുൾപ്പെടെയുള്ള സ്വകാര്യ ചടങ്ങുകളും, സർക്കാരും, വിവിധ മതസ്ഥാപനങ്ങളും, സംഘടനകളും സംഘടി പ്പിക്കുന്ന ചടങ്ങുകളും ഗ്രീൻപ്രോട്ടോകോൾ രീതിയിലേക്ക് മാറുകവഴി ഈ മാനദണ്ഡങ്ങൾ പാലിക്കുന്നതിനുള്ള സാമൂഹ്യ സമ്മർദ്ദം വർദ്ധിച്ചു.

2018 ൽ സർക്കാർ സ്ഥാപനങ്ങളിൽ ഗ്രീൻ പ്രോട്ടോകോൾ നടപ്പിലാക്കുന്നതിന് നിർദ്ദേശിച്ചുകൊണ്ട് സർക്കാർ ഉത്തരവിറക്കുകയുണ്ടായി. തുടർന്ന് സംസ്ഥാന സെക്രട്ടേറിയറ്റ്, വിവിധ വകുപ്പുകളുടെ സംസ്ഥാന ജില്ലാതാലൂക്ക് തല ഓഫീസുകൾ, തദ്ദേശഭരണ സ്ഥാപനങ്ങൾ, അർദ്ധ സർക്കാർ സ്ഥാപനങ്ങൾ തുടങ്ങിയവ ഗ്രീൻ പ്രോട്ടോകോൾ നടപ്പിലാക്കുന്നതിന് തയ്യാറായി. ആദ്യഘട്ടത്തിൽ സംസ്ഥാനതലത്തിലുള്ള 83 സർക്കാർ വകുപ്പുകൾ, 90 പൊതുമേഖലാ സ്ഥാപനങ്ങൾ, 33 സർക്കാർ കമ്മീഷനുകൾ, 33 ക്ഷേമബോർഡുകൾ, 160 മറ്റു സർക്കാർ സ്ഥാപനങ്ങൾ ഇവ നോഡൽ ഓഫീസറെ നിർണ്ണയിച്ച് പരിശീലനം നേടുകയും ഗ്രീൻ പ്രോട്ടോകോൾ പ്രവർത്തനങ്ങൾ ആരംഭിക്കുകയും ചെയ്തു. ജില്ലാ തലത്തിലെ 1114 സർക്കാർ അർദ്ധസർക്കാർ സ്ഥാപനങ്ങളും, ബ്ലോക്കുതലത്തിലെ 3357 സർക്കാർ അർദ്ധസർക്കാർ സ്ഥാപനങ്ങളും ഗ്രീൻ പ്രോട്ടോകോൾ പ്രവർത്തനങ്ങളിൽ പങ്കാളികളായി. അതോടൊപ്പം ഉത്സവങ്ങളും, പെരുനാളുകളും, മറ്റുചടങ്ങുകളും ഉൾപ്പെടെ 239 പ്രധാന ചടങ്ങുകളിലും ഗ്രീൻ പ്രോട്ടോകോൾ പാലനം നടന്നു.

ആറ്റുകാൽ പൊങ്കാല, ബീമാപ്പള്ളി ഉറൂസ്, സംസ്ഥാന സ്കൂൾ കായികോത്സവം, റംസാൻ മാസാചരണം, സർക്കാർ ചടങ്ങുകൾ, സ്കൂൾ കലോത്സവം തുടങ്ങിയവ ഗ്രീൻ പ്രോട്ടോകോൾ പാലിച്ച് നടപ്പിലാക്കുന്നതിന് സംഘാടകർ സ്വയം സജ്ജരായി. തിരുവനന്തപുരം കോർപ്പറേഷൻ 'ഗ്രീൻ ആർമി' എന്ന ക്യാമ്പയിൻ സംഘം തന്നെ രൂപീകരിച്ചു. നഗരത്തിലെ വിദ്യാർത്ഥികളുടെ കൂട്ടായ്മയായി സംഘടിപ്പിച്ച ഗ്രീൻ ആർമിയും അതിന്റെ ഉപദേഷ്ടാക്കളായ നിരവധി പരിസ്ഥിതി സംഘടനാ പ്രവർത്തകരും വിദഗ്ദ്ധരും ചേർന്ന് നടത്തിയ സംഘടിതമായ ശ്രമം നഗരത്തിൽ ഗ്രീൻ പ്രോട്ടോകോൾ പ്രചരിപ്പിക്കുന്നതിനും നടപ്പിലാക്കുന്നതിനും വലിയ സഹായം നല്കി. 2019 ലെ പാർലമെന്റ് തിരഞ്ഞെടുപ്പ്, 2020 ലെ തദ്ദേശഭരണ സ്ഥാപനങ്ങളിലേക്കുള്ള തിരഞ്ഞെടുപ്പ് ഇവയും ഗ്രീൻ പ്രോട്ടോകോൾ പാലിച്ച് നടത്തുന്നതിന് അധികൃതർ തയ്യാറായി. വിപുലമായ പരിശീലനം, ചിട്ടയായ സംഘാടനം, വ്യാപ

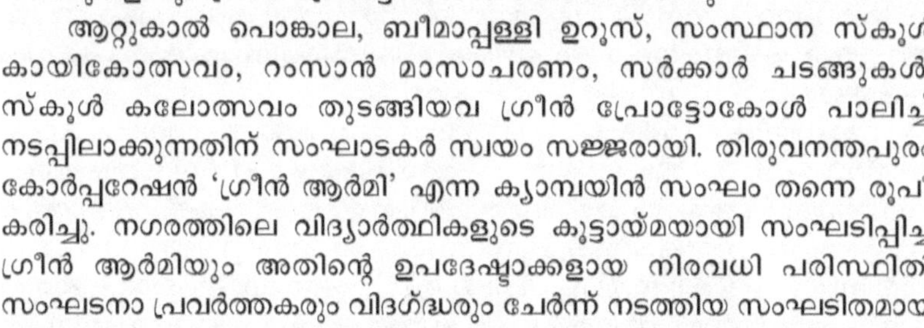

ഹരിതകർമ്മ സേന ഫോർ ഡോർ ടു ഡോർ കളക്ഷൻ

കമായ അവബോധ പ്രവർത്തനങ്ങൾ, വിപുലമായ പ്രചാരണം എന്നിവയെല്ലാം ഗ്രീൻ പ്രോട്ടോകോൾ പാലനം സമൂഹം ഏറ്റെടുക്കുന്നതിന്റെയും, അതിലൂടെ പുതിയ ശുചിത്വ ശീലാവല്ക്കരണത്തിന്റെയും പ്രതീക്ഷ വർദ്ധിപ്പിച്ചു. 2018 ലെ ഫ്ളക്സ് നിരോധനം, 2019–20 ലെ പ്ലാസ്റ്റിക് നിരോധന ഉത്തരവ് എന്നിവ ഗ്രീൻ പ്രോട്ടോകോൾ പ്രവർത്തനങ്ങളുടെ വേഗത ഗണ്യമായി വർദ്ധിപ്പിച്ചു. എന്നാൽ 2018, 2019 വർഷങ്ങളിലെ വെള്ളപ്പൊക്ക കെടുതികൾ, കോവിഡ്19 മായി ബന്ധപ്പെട്ട അപ്രതീക്ഷിത സാഹചര്യം ഇവ ഗ്രീൻ പ്രോട്ടോകോൾ പ്രവർത്തനങ്ങളുടെ വേഗത കുറച്ചു എങ്കിലും സമൂഹം ഈ ഹരിത സംഹിത ഉൾക്കൊള്ളാൻ തയ്യാറാണ് എന്ന സന്ദേശം ശക്തവും വ്യാപകവുമാണ്. കൂടുതൽ ശുഷ്കാന്തിയോടെ ഈ പ്രവർത്തനം മുൻപോട്ടുകൊണ്ടുപോകാനായാൽ ഒരു വലിയ പാരിസ്ഥിതികസാംസ്കാരിക വിപ്ലവത്തിന് കേരള സമൂഹം വിധേയമാകും. കാലാവസ്ഥാ വ്യതിയാനം, തുടരെത്തുടരെയുള്ള പ്രകൃതി ദുരന്തങ്ങൾ തുടങ്ങിയ വലിയ പാരിസ്ഥിതിക പ്രത്യാഘാതങ്ങളുടെ ഈ കാലയളവിൽ മനുഷ്യ ജീവിതവും പ്രകൃതി സംരക്ഷണവും സുഗമമാക്കുന്നതിന് രാജ്യത്തിനും, ലോകത്തിനു തന്നെയും കേരളം നല്കുന്ന പുതിയ ജീവിതക്രമ സന്ദേശമാകും ഗ്രീൻ പ്രോട്ടോകോൾ എന്ന് നിസ്സംശയം പറയാം.

ആധുനിക ലോകത്ത് പ്രചാരത്തിൽ വന്നുകൊണ്ടിരിക്കുന്ന ‘കൊടുക്കൽവാങ്ങൽ കട (Swap shop)’ എന്ന ആശയം പാഴ്വസ്തുക്കളുടെ പുനരുപയോഗത്തിനും അതിലൂടെ ഗ്രീൻ പ്രോട്ടോകോൾ പ്രവർത്തനങ്ങൾക്കും സഹായകരമാണ് എന്ന് സംസ്ഥാനം തിരിച്ചറിയുകയുണ്ടായി. മാലിന്യം കുറയ്ക്കുന്നതിനായി ഒരാൾക്ക് ഉപയോഗമില്ലാതായി മാറിയ വസ്തുക്കളെ അത് ആവശ്യമുള്ള മറ്റൊരാൾക്ക് കൈമാറുന്നതിനുള്ള ഒരു പൊതുസംവിധാനമാണ് സ്വാപ് ഷോപ്പ്. ശുചിത്വ മിഷന്റെ ഉപദേശ പ്രകാരം വിവിധ തദ്ദേശഭരണ സ്ഥാപനങ്ങൾ വിശിഷ്യാ നഗരസഭകൾ 93 സ്വാപ് ഷോപ്പുകൾ ആരംഭിക്കുന്നതിനുള്ള നടപടികൾ സ്വീകരിക്കുകയുണ്ടായി. ആഴ്ചയിലൊരിക്കലോ, മാസത്തിലൊരിക്കലോ തുറന്നു പ്രവർത്തിക്കുന്ന രീതിയിൽ 16 സ്വാപ് ഷോപ്പുകളും 62 താല്ക്കാലിക സ്വാപ് ഷോപ്പുകളുമാണ് നിലവിൽ വന്നത്. എന്നാൽ ഇവയുടെ പ്രവർത്തനം നിരീക്ഷിക്കുന്നതിനോ, സുസ്ഥിരമാക്കുന്നതിനോ വേണ്ടത്ര പിന്തുണ ഉറപ്പിക്കാനായില്ല എന്നത് പ്രത്യേകം പ്രസ്താവ്യമാണ്. കേരള സമൂഹത്തിന് പരിചിതമല്ലാത്ത ഈ സംവിധാനം നിലനില്ക്കണമെങ്കിൽ കൂടുതൽ പ്രചാരണവും സമർപ്പിത സംഘാടക ശ്രമങ്ങളും അനുയോജ്യ സംരംഭകത്വ രീതിയും ആവശ്യമാണ് എന്ന തിരിച്ചറിവാണ് ഈ പ്രവർത്തനത്തിൽ നിന്നു ലഭിച്ചത്.

10.5 വൃത്തിയെക്കുറിച്ച് ചിന്തിക്കാം

ഉറവിട മാലിന്യ സംസ്കരണ രീതി പ്രചരിപ്പിക്കുന്നതിനും, ഒറ്റത്തവണ ഉപയോഗിച്ച് വലിച്ചെറിയുന്ന വസ്തുക്കൾ ഉൾപ്പെടെയുള്ള

മാലിന്യങ്ങൾ കുറയ്ക്കുന്നതിനുമായി ആരംഭിച്ച 'എന്റെ മാലിന്യം എന്റെ ഉത്തരവാദിത്വം' എന്ന ആശയം വളരെ വേഗം ജനങ്ങളിലേക്കെത്തിക്കേണ്ടിയിരുന്നു. അതിനായി സ്വീകരിച്ച വേറിട്ട അവബോധ പ്രവർത്തനങ്ങളിൽ ഒന്നായിരുന്നു 'തിങ്ക് ക്ലീൻ' എന്ന റിയാലിറ്റി ഷോ. 2016 ആഗസ്ത് മുതൽ ഡിസംബർ വരെയായി ശുചിത്വമിഷന്റെ സഹായത്തിൽ ദൂരദർശൻ സംഘടിപ്പിച്ച ഈ റിയാലിറ്റി ഷോയിലൂടെ ശുചിത്വവുമായി ബന്ധപ്പെട്ട ഏകദേശം 100 ഓളം ചെറു വിഡിയോ ചിത്രങ്ങൾ സംപ്രേഷണം ചെയ്യപ്പെട്ടു. ഈ സംരംഭത്തിൽ പങ്കാളികളാകാൻ താല്പര്യം പ്രകടിപ്പിച്ച 500 ഓളം കലാകാരന്മാരിൽ നിന്നാണ് 100 ചിത്രങ്ങൾ തെരഞ്ഞെടുക്കുകയുണ്ടായത്. 5 മിനിറ്റ്, 2 മിനിറ്റ്, 30 സെക്കന്റ് ദൈർഘ്യമുള്ള 3 രീതിയിലുള്ള ചിത്രങ്ങളാണ് റിയാലിറ്റി ഷോയിൽ ഉൾപ്പെടുത്തിയത്. മാലിന്യ പരിപാലനമുൾപ്പെടെ പരിസ്ഥിതി സംരക്ഷണത്തിന് സ്വീകരിച്ച വ്യത്യസ്തമായ രീതികളിലൂടെ ജനങ്ങളെ പ്രചോദിപ്പിച്ച സാധാരണക്കാരുടെ കഥ പറയുന്ന 5 മിനിറ്റ് ദൈർഘ്യമുള്ള ചിത്രങ്ങളായിരുന്നു ഒരു വിഭാഗം. മാലിന്യം കുറയ്ക്കുക, പുനരുപയോഗിക്കുക, പുനഃചംക്രമണം നടത്തുക എന്നീ ആപ്തതത്ത്വങ്ങൾ ഉൾക്കൊണ്ട് സാധാരണ ജനങ്ങളിൽ അവബോധമുണ്ടാക്കുന്നതിനും അവരെ ശാക്തീകരിക്കുന്നതിനുമുതകുന്ന 2 മിനിറ്റ് ദൈർഘ്യമുള്ള ചിത്രങ്ങളാണ് രണ്ടാമതൊരു വിഭാഗം. മാലിന്യ സംസ്കരണത്തിന്റെ അപര്യാപ്തതമൂലമുള്ള ദോഷങ്ങൾ ചൂണ്ടിക്കാട്ടി ജൈവമാലിന്യം ഉറവിടത്തിൽത്തന്നെ സംസ്ക

തിങ്ക് ക്ലീൻ റിയാലിറ്റി ഷോ അവാർഡ് ദാനം

രിക്കുന്നതിനും അജൈവമാലിന്യം പുനരുപയോഗിക്കുന്നതിനോ പുനഃചംക്രമണം നടത്തുന്നതിനോ ലഭ്യമാക്കുന്നതുമായ ആശയങ്ങൾ ഉൾപ്പെടുത്തിയുള്ള 30 സെക്കന്റ് ദൈർഘ്യമുള്ള പരസ്യചിത്ര രീതിയിലുള്ള ചിത്രങ്ങളായിരുന്നു മൂന്നാം വിഭാഗം.

നാല് ചോദ്യങ്ങൾ മത്സരാർത്ഥികളോട് ചോദിച്ച് അവരിലൂടെ അതും അതിന്റെ ഉത്തരങ്ങളും പൊതുജനങ്ങളിലേക്ക് എത്തിക്കുന്നതിനുള്ള ശ്രമമാണ് ഈ റിയാലിറ്റി ഷോയിലൂടെ നടത്തിയത്. എന്തിനാണ് നാം മാലിന്യം കുന്നുകൂട്ടിയും, കുഴിച്ചുമൂടിയും, കത്തിച്ചും നമ്മെത്തന്നെ വിഷലിപ്തമാക്കുന്നത്? എന്തുകൊണ്ടാണ് വായുവും, ജലവും, മണ്ണുമടങ്ങുന്ന നമ്മുടെ പരിസ്ഥിതി മലിനീകരിക്കുന്ന പ്രവർത്തികൾ നാം തുടർന്നുകൊണ്ടേയിരിക്കുന്നത്? ദ്രവിച്ച് മണ്ണിനോട് ചേരുന്നതിനു 450 വർഷത്തിലധികം എടുക്കുന്നതും ഒറ്റത്തവണ ഉപയോഗിച്ച് വലിച്ചെറിയുന്നതുമായ പ്ലാസ്റ്റിക് ഉൾപ്പെടെയുള്ള വസ്തുക്കൾ ഉപയോഗിക്കുന്നതും എന്തുകൊണ്ടാണ് നാം തുടരുന്നത്? സ്വന്തം മാലിന്യം പരിപാലനം ചെയ്യുന്നതിൽ നാം വരുത്തുന്ന വീഴ്ച എങ്ങനെയാണ് നമുക്ക് മറികടക്കാനാവുക? ഈ ചോദ്യങ്ങളും ഉത്തരങ്ങളും ചർച്ച ചെയ്യപ്പെടുന്നതിനും അതിലൂടെ മാലിന്യ ഉല്പാദകന്റെ ശരിയായ ഉത്തരവാദിത്വം എന്താണ് എന്ന തിരിച്ചറിവിലേക്ക് ജനങ്ങളെ എത്തിക്കുന്നതിനുമുള്ള ഒരു ശ്രമമായിരുന്നു ഈ റിയാലിറ്റി ഷോ. ചലച്ചിത്ര വിദഗ്ദ്ധൻ, വിവര വിനിമയ വിദഗ്ദ്ധൻ, പരിസ്ഥിതി ശാസ്ത്രജ്ഞൻ എന്നിവരടങ്ങിയ പാനലാണ് ലഘുചിത്രങ്ങൾ പരിശോധിക്കുകയും, അവലോകനം ചെയ്യുകയും, മത്സര വിജയിയെ തീരുമാനിക്കുകയും ചെയ്തത്.

80 എപ്പിസോഡുകളിലായി ദൂരദർശൻ സംപ്രേഷണം ചെയ്ത ഈ റിയാലിറ്റി ഷോയിൽ ടോയിലറ്റ് ഉപയോഗം, മാലിന്യം തരംതിരിക്കൽ, കമ്പോസ്റ്റിങ്ങും ഗാർഹികകൃഷിയും, മാലിന്യം കുന്നുകൂട്ടുന്നതും കത്തിക്കുന്നതുമായി ബന്ധപ്പെട്ട ആരോഗ്യ ദുരന്തങ്ങൾ, മാലിന്യം കുറയ്ക്കുക, പുനരുപയോഗിക്കുക, പുനഃചംക്രമണം നടത്തുക എന്നീ താത്വിക സമീപനം, ശുചിത്വവും മാലിന്യ സംസ്കരണവുമായി ബന്ധപ്പെട്ട മാതൃകാ പ്രവർത്തനങ്ങൾ, മെച്ചപ്പെട്ട ശുചിത്വശീലങ്ങളിലേക്കുള്ള മനോഭാവമാറ്റം തുടങ്ങിയ വിഷയങ്ങൾ കൈകാര്യം ചെയ്ത ചിത്രങ്ങളും ബന്ധപ്പെട്ട ചർച്ചകളും, അവലോകനവുമാണ് സംപ്രേഷണം ചെയ്യപ്പെട്ടത്. ഈ റിയാലിറ്റി ഷോയിൽ 5 മിനിട്ട് മത്സര വിഭാഗത്തിൽ 3 പേർ ഒന്നാം സമ്മാനം പങ്കിട്ടു. അങ്കമാലി ഏലവൂർ വാസുദേവമന്ദിരത്തിൽ വിനീത് ചാക്യാർ ഒരുക്കിയ 'നീലം', കൊട്ടാരക്കര പുവത്തൂർ വെസ്റ്റ് അനിനിവാസിൽ മനോജ്കുമാർ എ കെ (മനോജ് വിസ്മയ) യുടെ 'കണ്ണാടി', പാലക്കാട് തണ്ണീർക്കോട് മാറ്റത്തിൽ വീട്ടിൽ സുഹേഷ് എം കെ തയ്യാറാക്കിയ 'റിബൺ' എന്നിവർ ഒന്നാം സമ്മാനമായ ഒരുലക്ഷം രൂപ പങ്കിട്ടു. 2 മിനിട്ട് വിഭാഗത്തിൽ കൊച്ചി തമ്മനം കൊച്ചുപുനത്തിൽ വീട്ടിൽ സഹീൽ ഹുസ്സൈൻ തയ്യാറാക്കിയ 'തിങ്ക് ബിഫോർ യു ത്രോ', തിരുവനന്തപുരം

പ്ലാവോട് ചെറുവള്ളിയിൽ അനുജ് എസ് ആർ തയ്യാറാക്കിയ 'ലെറ്റ് അസ് റിസൈക്കിൾ' എന്നിവർ ഒന്നാം സമ്മാനം പങ്കിട്ടു. 30 സെക്കന്റ് വിഭാഗത്തിൽ തിരുവനന്തപുരം കഴക്കൂട്ടം സൈനിക് സ്കൂളിലെ ആർട്സ് മാസ്റ്റർ ആയ സ്വാതി ജയകുമാർ കെ തയ്യാറാക്കിയ 'ലിറ്റിൽ ആക്ട് ഗ്രേറ്റ് ഗോൾ' ഒന്നാം സമ്മാനം നേടി.

മാലിന്യസംസ്കരണവുമായി ബന്ധപ്പെട്ട് സമൂഹം ചിന്തിക്കേണ്ടതും ഉൾക്കൊള്ളേണ്ടതുമായ കാതലായ പ്രശ്നങ്ങൾ പൊതുജനങ്ങളിലേക്കെത്തിക്കും വിധമാണ് ദൂരദർശൻ മുഖ്യശ്രേണിയിൽ തന്നെ ഈ റിയാലിറ്റി ഷോ സംപ്രേഷണം ചെയ്തത്. മത്സരത്തിൽ പങ്കെടുത്തതും വിജയിച്ചതുമായ എല്ലാ ചിത്രങ്ങളും ശുചിത്വ മിഷന്റെ വെബ്സൈറ്റ് വഴി പൊതുജനങ്ങൾക്കും, സർക്കാർസർക്കാരിതര സംഘടനകൾക്കും അവബോധപ്രവർത്തനങ്ങൾക്ക് ഉപയോഗിക്കുന്നതിനും അവസരമൊരുക്കി.

10.6 മാലിന്യത്തിൽ നിന്ന് സ്വാതന്ത്ര്യം

സംസ്ഥാനത്തെ മാലിന്യ നിർമ്മാർജ്ജന പ്രവർത്തനങ്ങൾക്ക് ശക്തി പകരാൻ 2017 ആഗസ്ത് 15 ന് ഒരു മാസം നീണ്ട പങ്കാളിത്ത പ്രചരണ പ്രവർത്തനപരിപാടികൾ അടങ്ങുന്ന ഒരു വിപുലമായ ക്യാമ്പയിന് തുടക്കം കുറിക്കുകയുണ്ടായി. വീടുകളിലെയും സ്ഥാപനങ്ങളിലെയും നിലവിലെ മാലിന്യ നിർമ്മാർജ്ജന രീതികളെപ്പറ്റി പങ്കാളിത്തപഠനം നടത്തി മെച്ചപ്പെട്ട ഒരു പ്രവർത്തന പദ്ധതി ഓരോ വാർഡിലേക്കും തയ്യാറാക്കി മാലിന്യത്തിൽനിന്നും മോചനം നേടുന്നതിനുള്ള പ്രവർത്തനങ്ങളാണ് ലക്ഷ്യമിട്ടത്. വിവിധതലത്തിലെ 3.1 ലക്ഷം ആൾക്കാർക്ക് പരിശീലനം ലഭ്യമാക്കിയാണ് പ്രവർത്തനങ്ങൾ സംഘടിപ്പിച്ചത്. വോളന്റിയർമാർ, വിദഗ്ദ്ധർ, തിരഞ്ഞെടുക്കപ്പെട്ട പ്രതിനിധികൾ എന്നിവരുൾപ്പെടെ 1.54 ലക്ഷം അംഗസംഖ്യയുള്ള സ്ക്വാഡ് ഏകദേശം 56 ശതമാനം വീടുകളും സന്ദർശിച്ച് മാലിന്യനിർമ്മാർജ്ജനത്തിനെപ്പറ്റി പഠനം നടത്തുകയും അവബോധം സൃഷ്ടിക്കുന്നതിനുള്ള പ്രവർത്താനം നടത്തുകയുമുണ്ടായി. പഠനപ്രകാരം സർവേയിൽ ഉൾപ്പെട്ട 77 ശതമാനം കുടുംബങ്ങളും ജൈവമാലിന്യങ്ങൾ ഉറവിടത്തിൽത്തന്നെ നിർമ്മാർജ്ജനം ചെയ്യുന്നുവെന്നും 45 ശതമാനം പേർ ഏതെങ്കിലും തരത്തിലുള്ള കമ്പോസ്റ്റിങ് രീതികൾ അവലംബിക്കുന്നെന്നും കണ്ടെത്തുകയുണ്ടായി. 32 ശതമാനം വീടുകൾ മെച്ചപ്പെട്ട കമ്പോസ്റ്റിങ് രീതികൾ ഉപയോഗിക്കുന്നു എന്നും 39 ശതമാനം വീടുകൾ മാലിന്യം തുറസ്സായ സ്ഥലത്ത് ഉപേക്ഷിക്കുന്നു എന്നുമാണ് കണ്ടെത്തിയത്. 27 ശതമാനം വീടുകൾ മലിനജലം കുഴികളിൽ നിർമ്മാർജ്ജനം ചെയ്യുന്നു എന്നും ബാക്കിയുള്ളവർ പൊതു ഓടകളിലോ തുറന്ന സ്ഥലത്തോ ഒഴുക്കിവിടുകയാണെന്നും പഠനങ്ങൾ സൂചിപ്പിച്ചു. കക്കൂസ് കുഴികൾ/സെപ്റ്റിക് ടാങ്കുകളിൽ നിന്നുള്ള ഏതാണ്ട് 7 ശതമാനം മനുഷ്യമലമാലിന്യം യന്ത്രസഹാ

യത്താൽ ശേഖരിച്ച് ട്രക്കുകൾ വഴി നിർമ്മാർജ്ജനത്തിന് കൊണ്ടു പോകുന്നുണ്ടെങ്കിലും അവയിൽ വലിയൊരളവ് ആത്യന്തികമായി ജലാശയത്തിലോ, ആളില്ലാത്ത പറമ്പുകളിലോ ഒഴുക്കിവിടുന്ന സ്ഥിതി യാണുള്ളത്. 49 ശതമാനം കുടുംബങ്ങളും മെച്ചപ്പെട്ട മാലിന്യ പരിപാലന സേവനങ്ങൾക്കായി പണം മുടക്കാൻ തയ്യാറാണ് എന്നും പഠനം സൂചി പ്പിച്ചു. ഓരോ തദ്ദേശ സ്വയംഭരണ സ്ഥാപനങ്ങളും അതത് പ്രദേശത്തെ സ്ഥിതിവിവരക്കണക്കുകളുടെ അടിസ്ഥാനത്തിൽ പ്രോജക്ട് പരിശോധന ക്ലിനിക്കുകളും ചർച്ചകളും നടത്തി അതിന്റെ അടിസ്ഥാനത്തിൽ അവ രുടെ ശുചിത്വ മാലിന്യ സംസ്കരണ മേഖലയിലെ പ്രവർത്തനങ്ങൾ അവലോകനം ചെയ്യുകയുണ്ടായി. ഏകദേശം 300 തദ്ദേശ സ്വയംഭരണ സ്ഥാപനങ്ങൾ അവരുടെ മാലിന്യ നിർമ്മാർജ്ജന പ്രോജക്ടുകളിൽ മാറ്റം വരുത്തുകയും 2017 നവംബർ 1 മുതൽ പ്രോജക്ട് നടപ്പാക്കാൻ തീരുമാനിക്കുകയും ചെയ്തു. ഈ പ്രോജക്ടുകൾ ഉറവിടത്തിൽ മാലിന്യങ്ങൾ വേർതിരിക്കൽ, ഹരിതകർമ്മജനസേനയുടെ സഹാ യത്തോടെയുള്ള അജൈവമാലിന്യങ്ങളുടെയും ആവശ്യമെങ്കിൽ ജൈവ മാലിന്യങ്ങളുടെയും ശേഖരണം. അജൈവമാലിന്യങ്ങൾക്കായുള്ള പ്രത്യേക മെറ്റീരിയൽ കളക്ഷൻ ഫെസിലിറ്റിയും റിസോഴ്സ് റിക്കവറി സെന്ററുകളും സ്ഥാപിക്കൽ ജൈവമാലിന്യങ്ങൾക്കായി ഭവനങ്ങളിലും, സ്ഥാപനങ്ങളിലും സംസ്കരണ സംവിധാനവും വികേന്ദ്രീകൃത സംസ് കരണ പ്ലാന്റുകളും സ്ഥാപിക്കൽ, ഹരിത സഹായ സ്ഥാപനം, ക്ലീൻ കേരള കമ്പനി ഇവയുടെ സഹായം സ്വീകരിക്കൽ എന്നീ ഘടകങ്ങളോടു കൂടിയ സമഗ്ര മാലിന്യ നിർമ്മാർജ്ജനവും ലക്ഷ്യമിടുന്നു. പ്രവർത്തനം തുടങ്ങിയ പ്രോജക്ടുകൾ 2018 ജനുവരി 1 ഓടെ പൂർണ്ണമായി പ്രവർത്തന സജ്ജമാക്കുന്നതിനും 2018 മാർച്ച് 31 ഓടെ എല്ലാ തദ്ദേശ സ്വയംഭരണ സ്ഥാപനങ്ങളിലും മാലിന്യ നിർമ്മാർജ്ജന പ്രവർത്തനങ്ങൾ ആരം ഭിക്കുന്നതിനുമാണ് ലക്ഷ്യമിട്ടത്.

10.7 വികേന്ദ്രീകൃത ഖരമാലിന്യപരിപാലനം ആദ്യകാല മാതൃകകൾ

വീടുകളിലും, സ്ഥാപനങ്ങളിലും, സാമൂഹിക ഇടങ്ങളിലും ജൈവമാലിന്യങ്ങൾ സംസ്കരിക്കുന്നതിനു സംവിധാനങ്ങൾ ഒരുക്കിയും, ജൈവമാലിന്യ പരിപാലനത്തിന് സഹായിക്കുന്നതിനും, അജൈവമാലി ന്യങ്ങൾ ശേഖരിക്കുന്നതിനും ഹരിതകർമ്മസേനയെ നിയോഗിച്ചും, അജൈവമാലിന്യങ്ങൾ സംഭരിക്കുന്നതിനും അവ തരംതിരിച്ച് പുനഃ ചംക്രമണത്തിനു ലഭ്യമാക്കുന്നതിനും എം സി എഫ്, ആർ ആർ എഫ് എന്നീ സംവിധാനങ്ങൾ സ്ഥാപിച്ച് പ്രവർത്തിപ്പിക്കുന്നതിനും, ഗ്രീൻ പ്രോട്ടോകോൾ നടപ്പിലാക്കി മാലിന്യം പരമാവധി കുറയ്ക്കുന്നതിനും നിരവധി തദ്ദേശ സ്വയംഭരണ സ്ഥാപനങ്ങൾ സവിശേഷമായ ഇട പെടലുകൾ നടത്തുകയുണ്ടായി. ഇവയിലെ ആദ്യകാല മാതൃകകളാണ് തിരുവനന്തപുരം, ആലപ്പുഴ നഗരസഭകൾ നല്കിയത്.

10.8 തിരുവനന്തപുരം നഗരസഭ

നഗരത്തിൽ ഉല്പാദിപ്പിക്കുന്ന ഖരമാലിന്യം സംസ്കരിക്കുന്നതിന് 2000 ൽ തിരുവനന്തപുരം കോർപ്പറേഷൻ പ്രതിദിനം 300 ടൺ മാലിന്യം കൈകാര്യം ചെയ്യുന്നതിന് ശേഷിയുള്ള ഒരു എയറോബിക് കമ്പോസ്റ്റിങ് പ്ലാന്റ് 'പോബ്സ്' എന്ന സ്വകാര്യ കമ്പനി മുഖേന വിളപ്പിൽശാലയിൽ സ്ഥാപിച്ച് പ്രവർത്തിപ്പിക്കുന്നതിനാരംഭിച്ചു. പ്ലാന്റുമായി ബന്ധപ്പെട്ട് നിരവധി പരാതികൾ ഉയർന്ന സാഹചര്യത്തിൽ കോർപ്പറേഷന് ശാസ്ത്രീയ പരിശോധന നടത്തുകയും പ്ലാന്റിന് 150 ടൺ മാലിന്യ സംസ്കരണശേഷി മാത്രമേ ഉള്ളു എന്ന് കണ്ടെത്തുകയുണ്ടായി. കൂടാതെ പ്ലാന്റിലെത്തുന്ന മാലിന്യത്തിന്റെ നല്ലൊരുഭാഗം സമീപത്ത് കുന്നുകൂട്ടുന്നതായും, പ്ലാന്റിൽനിന്നൊഴുകുന്ന മലിനജലം (Leachate) സംസ്കരിക്കുന്നതിന് സൗകര്യമൊരുക്കാതെ ജലമലിനീകരണം ഉണ്ടാകുന്നതായും ബോദ്ധ്യപ്പെടുകയുണ്ടായി. പ്ലാന്റിന്റെ ശേഷി വർദ്ധിപ്പിക്കുന്നതിനും, പരിസ്ഥിതി പരിപാലനത്തിലെ പോരായ്മകൾ പരിഹരിക്കുന്നതിനും പോബ്സ് കമ്പനി നടപടികൾ സ്വീകരിക്കുകയുണ്ടായില്ല. സാമൂഹ്യസമ്മർദ്ദം വർദ്ധിച്ചതിന്റെ അടിസ്ഥാനത്തിൽ 2008 ൽ കോർപ്പറേഷൻ കമ്പോസ്റ്റിങ് പ്ലാന്റ് ഏറ്റെടുക്കുകയും അടിയന്തര പരിസ്ഥിതി പ്രശ്നങ്ങൾ പരിഹരിക്കുന്നതിനുള്ള നടപടികൾ സ്വീകരിക്കുകയുമുണ്ടായി. എന്നാൽ പരിപൂർണ്ണ പരിസ്ഥിതി സുരക്ഷാ സംവിധാനങ്ങൾ സ്ഥാപിക്കുന്നതിൽ വന്ന കാലതാമസവും പ്രാദേശിക സാമൂഹ്യ പ്രശ്നങ്ങളും കാരണം പ്ലാന്റിനെതിരെ സമരം ശക്തമാകുകയും 2012 ൽ പ്ലാന്റിന്റെ പ്രവർത്തനം സംസ്ഥാന സർക്കാർ നിർത്തലാക്കുകയുമുണ്ടായി. പ്ലാന്റ് നിർത്തലാക്കുമ്പോൾ നഗരത്തിലെ ഓരോ ദിവസവും ഉല്പാദിപ്പിക്കപ്പെടുന്ന 350 ടൺ മാലിന്യം സംസ്കരിക്കുന്നതിന് ഒരു സംവിധാനവും നിലവിലില്ലാത്ത അതിസങ്കീർണ്ണമായ ഒരവസ്ഥയിലേക്ക് നഗരസഭ കൂപ്പുകുത്തുകയായിരുന്നു. വലിയ ആരോഗ്യപാരിസ്ഥിതിക ഭീഷണി നേരിട്ടിരുന്ന ആ കാലഘട്ടത്തിൽ മറ്റൊരു കേന്ദ്രീകൃത മാലിന്യ സംസ്കരണ പ്ലാന്റ് സ്ഥാപിച്ച് പ്രവർത്തിപ്പിക്കുന്നതിന് സമയമോ, സ്ഥലമോ ഇല്ലാത്ത ഒരവസ്ഥയിലാണ് നഗരസഭ എത്തിച്ചേർന്നത്. ഈ പശ്ചാത്തലത്തിൽ വികേന്ദ്രീകൃത മാലിന്യസംസ്കരണ രീതിയിലേക്ക് മാറുന്നതിനു നഗരസഭ നിർബ്ബന്ധിതമായി.

നഗരസഭ അന്ന് ശേഖരിച്ച കണക്കു പ്രകാരം നഗരത്തിലുണ്ടാകുന്ന 353 ടൺ ഖരമാലിന്യത്തിൽ 210 ടൺ ജൈവമാലിന്യവും 143 ടൺ അജൈവമാലിന്യവുമായിരുന്നു. ജൈവമാലിന്യത്തിൽ 126 ടണ്ണും (60%) വീടുകളിൽ ഉണ്ടാകുന്നവയായിരുന്നു. മാലിന്യ ഉറവിടങ്ങൾ സംബന്ധിച്ചും, ഉണ്ടാകുന്ന മാലിന്യങ്ങളുടെ സ്വഭാവം പരിഗണിച്ചും ഉറവിട മാലിന്യ സംസ്കരണ രീതിയിലേക്ക് എത്രയും വേഗം മാറുന്നതിനു നഗരസഭ തീരുമാനിക്കുകയുണ്ടായി. അതിന്റെയടിസ്ഥാനത്തിൽ വിവിധങ്ങളായ ജൈവമാലിന്യ സംസ്കരണ സംവിധാനങ്ങൾ വീടുകളിലും,

സ്ഥാപനങ്ങളിലും, സാമൂഹിക കേന്ദ്രങ്ങളിലുമായി ഘട്ടംഘട്ടമായി സ്ഥാപിക്കുകയുണ്ടായി. ഒരു ലക്ഷം ഗാർഹിക പൈപ്പ് കമ്പോസ്റ്റിങ് യൂണിറ്റുകൾ, 4250 ഗാർഹിക ബ്യായോഗ്യാസ് പ്ലാന്റുകൾ, 2200 ഗാർഹിക റിങ് കമ്പോസ്റ്റിങ് യൂണിറ്റുകൾ, 1300 മണ്ണിര കമ്പോസ്റ്റിങ് യൂണിറ്റുകൾ, 54 സാമൂഹിക കേന്ദ്രങ്ങളിലായി 420 എയറോബിക് കമ്പോസ്റ്റിങ് യൂണിറ്റുകൾ, 27 സ്കൂളുകളിലും, 11 പൊതുചന്തകളിലുമായി സ്ഥാപിച്ച 38 ബ്യായോഗ്യാസ് പ്ലാന്റുകൾ, ഒരു ഓർഗാനിക് വെസ്റ്റ് കൺവെർട്ടർ എന്നിങ്ങനെ പ്രതിദിനം 210 ടൺ ജൈവമാലിന്യം സംസ്കരിക്കുന്നതിന് സംവിധാനം പ്രവർത്തനക്ഷമമായി. തല്ഫലമായി ഗാർഹിക മാലിന്യത്തിന്റെ 67% ഉറവിടത്തിലും ബാക്കിയുള്ളവ കമ്യൂണിറ്റി കമ്പോസ്റ്റിങ് സംവിധാനത്തിലും സംസ്കരിക്കുന്നതിനു സാദ്ധ്യതയൊരുങ്ങി. ഇതുകൂടാതെ 154 പോർട്ടബിൾ എയറോബിക് യൂണിറ്റുകളും 109 ബയോബിന്നുകളും അധികമാലിന്യം കൈകാര്യം ചെയ്യുന്നതിന് സജ്ജമാക്കി. ടെക്നോപാർക്ക് പോലെയുള്ള വലിയ ഓഫീസ് സമുച്ചയങ്ങളിലും, മിക്ക ഫ്ളാറ്റുകളിലും, പ്രധാനപ്പെട്ട കല്യാണമണ്ഡപങ്ങളിലും, നിരവധി സർക്കാർ സർക്കാരിതര സ്ഥാപനങ്ങളിലും, വിവിധ ഹോട്ടലുകളിലും അവിടെ ഉല്പാദിപ്പിക്കപ്പെടുന്ന ജൈവമാലിന്യം അവിടെത്തന്നെ സംസ്കരിക്കുന്നതിനുള്ള സംവിധാനം നിലവിൽവന്നു.

കോർപ്പറേഷനിലെ 57% വാർഡുകളിൽ അജൈവമാലിന്യ ശേഖരണത്തിനായി 90 ഹരിതകർമ്മസേനകൾ പ്രവർത്തിച്ചുവരുന്നു. 36500 വീടുകൾക്കും 1450 വ്യാപാരസ്ഥാപനങ്ങൾക്കും ഇവരുടെ സേവനം ലഭ്യമാണ്. വീടുകളിൽനിന്ന് പ്രതിമാസം 100–200 രൂപ വരെയും സ്ഥാപനങ്ങളിൽ നിന്ന് മാലിന്യത്തിന്റെ തൂക്കം അനുസരിച്ച് 1200–4000 രൂപ വരെയുമാണ് യൂസർഫീയായി ശേഖരിക്കുന്നത്. ഇതിന്റെയടിസ്ഥാനത്തിൽ ഓരോ ഹരിതകർമ്മസേനാംഗത്തിനും 10000–15000 രൂപ വരെ പ്രതിമാസ വേതനം ലഭിക്കുന്നുണ്ട്.

അജൈവമാലിന്യ സംഭരണത്തിനായി 41 മിനി എം സി എഫ് കളും, 3 എം സി എഫ് കളും നഗരത്തിന്റെ വിവിധ ഭാഗങ്ങളിലായി പ്രവർത്തിച്ചുവരുന്നു. എം സി എഫ് കൾ ഇല്ലാത്ത പ്രദേശങ്ങൾക്കായി പ്രത്യേക കളക്ഷൻ ഡ്രൈവുകൾ നിശ്ചിത ഇടവേളകളിൽ നടത്തിവരുന്നു. നഗരസഭ പ്രസിദ്ധീകരിച്ച കലണ്ടർ പ്രകാരം അജൈവമാലിന്യങ്ങൾ തരം തിരിച്ചാണ് ശേഖരിച്ചുവരുന്നത്. ശേഖരിക്കുന്ന അജൈവ മാലിന്യങ്ങൾ പുനഃചംക്രമണത്തിനായി ആറു സ്വകാര്യ ഏജൻസികൾക്കായി നല്കിവരുന്നു. ക്യാരിബാഗുകൾ പോലെയുള്ള പ്ലാസ്റ്റിക് വസ്തുക്കൾ പൊടിക്കുന്നതിനു 2 ഷ്രെഡിങ് യൂണിറ്റുകളും പ്രവർത്തിച്ചു വരുന്നു. ഇത്തരത്തിൽ നഗരത്തിലുണ്ടാകുന്ന ഏതാണ്ട് മുഴുവൻ ഖരമാലിന്യവും പരിപാലനം ചെയ്യുന്നതിനുള്ള സംവിധാനം പ്രവർത്തനക്ഷമമായി.

നഗരസഭയുടെ ആഭിമുഖ്യത്തിൽ നടക്കുന്ന എല്ലാ പൊതുപരിപാടികൾക്കും ഗ്രീൻ പ്രോട്ടോകോൾ പാലനം നിർബ്ബന്ധമായും നടപ്പിലാക്കി.

മറ്റു സർക്കാർസർക്കാരിതര പരിപാടികളും ഗ്രീൻ പ്രോട്ടോകോൾ പാലിച്ച് നടപ്പിലാക്കുന്നതിനുള്ള പ്രേരണയും സഹായവും നഗരസഭ നല്കിവന്നു. ഇതിന്റെ ഫലമായി നഗരത്തിലുണ്ടാകുന്ന മാലിന്യത്തിന്റെ അളവ്, പ്രത്യേകിച്ച് ഒറ്റത്തവണ ഉപയോഗിച്ച് വലിച്ചെറിയുന്ന മാലിന്യത്തിന്റെ അളവ് ഗണ്യമായി കുറയുകയുണ്ടായി. ഉദാഹരണമായി 2015 ലെ ആറ്റുകാൽ പൊങ്കാലയ്ക്ക് 400 ടണ്ണിലധികം മാലിന്യം നിർമ്മാർജ്ജനം ചെയ്യേണ്ടിവന്നപ്പോൾ 2019 ആയപ്പോഴേക്കും മാലിന്യത്തിന്റെ അളവ് 65 ടണ്ണിലേക്കെത്തിക്കാനായി. ശേഖരിക്കുന്ന ചില പാഴ്‌വസ്തുക്കളെങ്കിലും പുനരുപയോഗത്തിനു ലഭ്യമാക്കുന്നതിനായി കഴക്കൂട്ടത്ത് ഒരു സ്വാപ് ഷോപ്പും ആരംഭിക്കുകയുണ്ടായി. മാലിന്യം വലിച്ചെറിയൽ, കത്തിക്കൽ, ഒഴുക്കിവിടൽ, എന്നിവക്കെതിരെയുള്ള നിയമനടപടികൾ കർശന മാക്കിയും ദ്രവമാലിന്യപരിപാലന സംവിധാനം കാര്യക്ഷമമാക്കിയും മാലിന്യസംസ്കരണം കൂടുതൽ കൂടുതൽ മെച്ചപ്പെടുത്തിയും മാലി ന്യസംസ്കരണ പ്രവർത്തനങ്ങൾ സുസ്ഥിരമായിക്കൊണ്ടിരിക്കുന്നു. ഇവ പരോക്ഷമായി നിരീക്ഷിക്കുന്നതിനും, ഗ്രീൻ പ്രോട്ടോകോൾ പ്രവർ ത്തനങ്ങൾ തടസ്സമില്ലാതെ മുമ്പോട്ടുകൊണ്ടുപോകുന്നതിനും നഗര ത്തിലെ സ്കൂൾകുട്ടികളുടെ കൂട്ടായ്മയായ 'ഗ്രീൻ ആർമി' പ്രവർ ത്തനനിരതമായി നിലനിർത്തുന്നതിനും നഗരസഭ ശ്രദ്ധിച്ചുപോരുന്നു. സന്നദ്ധ സംഘടനകൾ, വിരമിച്ച ഉദ്യോഗസ്ഥർ, വിദഗ്ദ്ധർ എന്നിവരുടെ സഹായത്തിലാണ് ഗ്രീൻ ആർമിയുടെ പ്രവർത്തനം ചിട്ടപ്പെടുത്തിയി ട്ടുള്ളത്. ഈ നേട്ടങ്ങൾക്കിടയിലും അറവുമാലിന്യം കൈകാര്യം ചെയ്യുന്നതിനുള്ള സംവിധാനത്തിന്റ അഭാവവും, അവശിഷ്ടമാലിന്യം സുരക്ഷിതമായി നിർമ്മാർജ്ജനം ചെയ്യുന്നതിനുള്ള സൗകര്യങ്ങൾ ഇല്ല എന്നതും പ്രവർത്തനങ്ങളുടെ ശോഭ കുറയ്ക്കുന്നുണ്ട്. എന്നിരുന്നാലും സംസ്ഥാനത്തെ ഒരു വലിയ പട്ടണം കേന്ദ്രീകൃത മാലിന്യസംസ്കരണ സംവിധാനം ഒന്നുംതന്നെ ഇല്ലാതെ 350 ലധികം ടൺ മാലിന്യം പ്രശ്ന രഹിതമായി കൈകാര്യം ചെയ്യുന്നു എന്നത് സംസ്ഥാനവും, രാജ്യവും ആദരവോടെ ശ്രദ്ധിക്കേണ്ട കാര്യമാണ്. തിരുവനന്തപുരം നഗരസഭയുടെ ഈ പ്രവർത്തനങ്ങൾക്ക് ലഭിക്കുന്ന ദേശീയഅന്തർദ്ദേശീയ അംഗീകാര ങ്ങൾ മറ്റുനഗരസഭകളെയും കാര്യക്ഷമമായ മാലിന്യ പരിപാലന പ്രവർ ത്തനത്തിലേക്ക് നയിക്കുന്നതിൽ വലിയ പങ്കുവഹിച്ചിട്ടുണ്ട്.

10.9 ആലപ്പുഴ നഗരസഭ

വേമ്പനാട് കായലിന്റെയും, ലക്ഷദ്വീപ് സമുദ്രത്തിന്റെയും തീരത്ത് രണ്ടു വലിയ കനാലുകളും 104 ചെറിയ കനാലുകളും ഇഴചേർന്നു കിടക്കുന്ന 'കിഴക്കിന്റെ വെനീസ്' എന്നറിയപ്പെടുന്ന ആലപ്പുഴ നഗരം സഞ്ചാരികളുടെ പറുദീസയായി അറിയപ്പെടുന്നു. ഉയർന്ന ഭൂഗർഭ ജലനിരപ്പും, വെള്ളക്കെട്ടും, ജനസാന്ദ്രതയുമുള്ള ഈ തീരപ്രദേശം പരിസ്ഥിതി ദുർബ്ബല ഗണത്തിൽപ്പെടുന്ന ഭൂപ്രദേശമാണ്. പ്രതിദിനം

ശരാശരി 62 ടൺ മാലിന്യഉല്പാദനം നടക്കുന്ന ഈ നഗരത്തിലെ കേന്ദ്രീകൃത മാലിന്യസംസ്കരണ പ്ലാന്റിന്റെ പ്രവർത്തനം 2012 ൽ നില ച്ചതോടുകൂടി മാലിന്യം കുന്നുകൂടി ഈ നഗരം അതിഗുരുതരമായ മലി നീകരണ പ്രശ്നങ്ങൾ നേരിടുന്നതിന് കാരണമായി. ഗത്യന്തരമില്ലാതെ ഉറവിടത്തിൽത്തന്നെ മാലിന്യം തരംതിരിക്കുകയും ജൈവമാലിന്യം അവിടെത്തന്നെ സംസ്കരിക്കുകയും ചെയ്തു പ്രശ്നങ്ങൾ പരിഹരി ക്കാമെന്ന തീരുമാനം ഈ ഘട്ടത്തിൽ നഗരസഭ സ്വീകരിക്കുകയാ യിരുന്നു. അതിന്റെ അടിസ്ഥാനത്തിൽ 4650 വീടുകൾ, 10 സ്കൂളുകൾ, 18 സ്ഥാപനങ്ങൾ, 2 ആശുപത്രികൾ, 2 ചന്തകൾ, 10 കവലകൾ എന്നി വിടങ്ങളിൽ ബയോഗ്യാസ് പ്ലാന്റ്, ബയോബിൻ, പൈപ്പ് കമ്പോസ്റ്റിങ് യൂണിറ്റ് എന്നിവ സ്ഥാപിച്ച് ഉറവിടത്തിൽത്തന്നെ പരമാവധി ജൈവമാലിന്യം സംസ്കരിക്കുന്നതിനു തുടക്കമിട്ടു. നഗരത്തിലെ 30 പൊതു ഇടങ്ങളിൽ എയറോബിക് കമ്പോസ്റ്റിങ് യൂണിറ്റുകളും 265 എയറോബിക് ബിന്നുകളും സ്ഥാപിച്ച് 62% സ്ഥാപനങ്ങൾ, 84% കടകൾ എന്നിവിടങ്ങളിൽനിന്ന് മാലിന്യം ശേഖരിച്ച് സംസ്കരിച്ചു വരുന്നു. എല്ലാ വാർഡുകളിലും എയറോബിക് കമ്പോസ്റ്റിങ് യൂണിറ്റുകൾ സ്ഥാപിക്കു ന്നതിനുള്ള നടപടികളും പുരോഗമിക്കുന്നു.

അജൈവമാലിന്യം കൈകാര്യം ചെയ്യുന്നതിനായി 18 എം സി എഫ് കളും, 2 ആർ ആർ എഫ് കളും 3 പ്ലാസ്റ്റിക് ഷ്രെഡിങ് യൂണിറ്റുകളും നഗരത്തിൽ പ്രവർത്തിച്ചുവരുന്നു. നഗരത്തിലെ 53 വാർഡുകളിലും ഹരിതകർമ്മസേന വീടുകളിൽനിന്നും കടകളിൽനിന്നും, സ്ഥാപനങ്ങ ളിൽ നിന്നും മാലിന്യം ശേഖരിച്ച് സംസ്കരിച്ചുവരുന്നു. പ്രതിമാസം ശരാ ശരി 8000 രൂപ പ്രതിഫലം ലഭിക്കും വിധം യൂസർഫീ ലഭ്യമാക്കുന്നുണ്ട്. മാലിന്യം കുറയ്ക്കുന്നതിന് ഹരിതചട്ടപാലനം നഗരസഭ ഊർജ്ജിതമാ ക്കിയിട്ടുണ്ട്. ചാത്തനാട് മുനിസിപ്പൽ കോളനി കേന്ദ്രീകരിച്ച് ദ്രവമാലിന്യ സംസ്കരണത്തിനും അതിലൂടെ സമീപത്തെ കനാൽ ശുദ്ധീകരിക്കുന്ന തിനുമുള്ള അനുകരണീയമായ ഒരു മാതൃകയും നഗരസഭ നടപ്പിലാ ക്കുകയുണ്ടായി. ഈ രീതിയിൽ വികേന്ദ്രീകൃത മാലിന്യസംസ്കരണം എന്ന ബദൽ സമീപനം കാര്യക്ഷമമായി നിർവ്വഹിച്ചതിന്റെ അടിസ്ഥാന ത്തിൽ ഐക്യരാഷ്ട്രസഭയുടെ പരിസ്ഥിതി സംവിധാനം (UNEP) ലോകത്തെ അഞ്ചു മാതൃകാ നഗരങ്ങളിൽ ഒന്നായി ആലപ്പുഴയെ പ്രഖ്യാ പിച്ചത് അത്യപൂർവ്വമായ നേട്ടവും ബദൽമാതൃകയ്ക്കുള്ള അംഗീകാര വുമായി കണക്കാക്കാം.

10.10 ശുചിത്വപദവി

'മാലിന്യത്തിൽനിന്നു സ്വാതന്ത്ര്യം' ക്യാമ്പയിന്റെ ഭാഗമായി നട ത്തിയ സർവേയുടെയും പഠനങ്ങളുടെയും തുടർച്ചയായി ഉറവിട മാലി ന്യസംസ്കരണ രീതിയോട് സമൂഹം കൂടുതൽ താല്പര്യം പ്രകടിപ്പി ക്കുകയും തദ്ദേശ സ്വയംഭരണ സ്ഥാപനങ്ങൾ കൂടുതൽ കാര്യക്ഷമ

തയോടെ ഉറവിടമാലിന്യ സംസ്കരണ പ്രവർത്തനങ്ങൾ ഏറ്റെടുക്കുന്നതുമായ സ്ഥിതിയുണ്ടായി. 2019 ലെ കണക്കനുസരിച്ച് 941 ഗ്രാമ പഞ്ചായത്തുകളിൽ ഏകദേശം 24 ലക്ഷം വീടുകളിലും 27000 സ്ഥാപനങ്ങളിലും 800 സാമൂഹിക കേന്ദ്രങ്ങളിലും മാലിന്യം കമ്പോസ്റ്റാക്കുന്നതിനുള്ള സംവിധാനങ്ങൾ പ്രവർത്തനക്ഷമമായി. 62000 വീടുകളിലും 700 സ്ഥാപനങ്ങളിലും 55 സാമൂഹിക കേന്ദ്രങ്ങളിലും ബയോഗ്യാസ് പ്ലാന്റുകളും പ്രവർത്തിച്ചുതുടങ്ങി. 93 നഗരങ്ങളിൽ 9 ലക്ഷത്തോളം വീടുകളിലും 3000 ത്തോളം സ്ഥാപനങ്ങളിലും, 1200 ലധികം സാമൂഹിക കേന്ദ്രങ്ങളിലും കമ്പോസ്റ്റിങ് സംവിധാനവും 17000 വീടുകളിലും, 500 ലധികം സ്ഥാപനങ്ങളിലും, 50 ഓളം സാമൂഹികകേന്ദ്രങ്ങളിലും ബയോഗ്യാസ് സംവിധാനവും പ്രവർത്തനക്ഷമമായി. ഇതിലൂടെ 3000 ടണ്ണിലധികം ഖരമാലിന്യം ഉറവിടത്തിൽത്തന്നെ സംസ്കരിക്കപ്പെടുന്ന സ്ഥിതിയുണ്ടായി. ഇതിൽനിന്നും ഓരോദിവസവും ഉല്പാദിപ്പിക്കപ്പെടുന്ന 500 ടണ്ണോളം കമ്പോസ്റ്റ് അതാതിടങ്ങളിൽത്തന്നെ മണ്ണിന്റെ ഉല്പാദനക്ഷമത വർദ്ധിപ്പിക്കുന്നതിനുപയോഗിക്കുന്നു എന്നത് കാർഷിക ഉല്പാദനക്ഷമത വർദ്ധിക്കുന്നതിന് സാഹചര്യമൊരുങ്ങും. അതുപോലെ 80000 ലധികം ഉറവിടങ്ങളിൽ ബയോഗ്യാസ് ലഭ്യമാക്കുക വഴി പാചകവാതക ഉപയോഗത്തിലും കുറവുണ്ടാകുന്നു. സംസ്ഥാനത്തെ 33 ലക്ഷത്തിലധികം ഉറവിടങ്ങളിൽ ഉല്പാദിപ്പിക്കപ്പെടുന്ന ജൈവമാലിന്യം സംസ്കരിക്കുന്നതിനുള്ള ശേഷി ഇതോടെ കൈവരിക്കുകയുണ്ടായി. അതായത് ഏകദേശം 45% ഉറവിടങ്ങളിൽ ഉണ്ടാകുന്ന ജൈവമാലിന്യങ്ങൾ അതാതിടങ്ങളിൽത്തന്നെ സംസ്കരിക്കപ്പെടുന്നു. ഇത് സംസ്ഥാനത്തു ഉല്പാദിപ്പിക്കപ്പെടുന്ന ജൈവമാലിന്യത്തിന്റെ 38% ലധികം വരും. കഴിഞ്ഞ ഒരു വർഷത്തെ പ്രവർത്തനങ്ങൾ കൂടി കണക്കാക്കുമ്പോൾ സംസ്ഥാനത്തു ഉല്പാദിപ്പിക്കപ്പെടുന്ന 50% ലധികം മാലിന്യമെങ്കിലും ഉറവിട മാലിന്യസംസ്കരണ രീതിയിലൂടെ പരിപാലിക്കുന്നുണ്ട് എന്ന് കണക്കാക്കാം.

സംസ്ഥാനത്തു ഉല്പാദിപ്പിക്കപ്പെടുന്ന പ്ലാസ്റ്റിക് ഉൾപ്പെടെയുള്ള മിക്ക അജൈവമാലിന്യങ്ങൾക്കും നല്ല പുനരുല്പാദനമൂല്യം ഉള്ളതിനാലും, പുനരുല്പാദനം അഥവാ പുനഃചംക്രമണം പരിസ്ഥിതിസൗഹൃദമായ പ്രവർത്തനങ്ങളിൽ ഒന്നായതിനാലും അജൈവമാലിന്യങ്ങൾ ഉറവിടങ്ങളിൽനിന്നും ശേഖരിക്കുന്നതിനും അവ മെറ്റിരിയൽ കളക്ഷൻ ഫെസിലിറ്റി (MCF) യിൽ സംഭരിക്കുന്നതിനും ഹരിതകർമ്മസേന എന്ന സേവന സംവിധാനം ഓരോ തദ്ദേശ സ്വയംഭരണ സ്ഥാപനങ്ങളിലും രൂപീകരിക്കുന്നതിന് ഹരിതകേരളം കർമ്മരേഖപ്രകാരം തീരുമാനിക്കുകയുണ്ടായി. കുടുംബശ്രീ സംവിധാനത്തിന്റെ സഹായത്തിലാണ് മിക്ക തദ്ദേശ സ്വയംഭരണ സ്ഥാപനങ്ങളിലും ഹരിതകർമ്മസേന സംഘടിപ്പിക്കപ്പെട്ടത്. അജൈവമാലിന്യം വീടുകളിൽ നിന്ന് ശേഖരിച്ച് എം സി എഫ് കളിൽ എത്തിക്കുന്നതോടൊപ്പം ജൈവമാലിന്യസംസ്കരണത്തിന് ആവശ്യമെങ്കിൽ സഹായം നല്കുന്നതിനും ഹരിതകർമ്മസേനയ്ക്ക് പരി

ശീലനം നല്കുകയുണ്ടായി. സർക്കാർ നിർദ്ദേശിച്ചിട്ടുള്ള പൊതുമാന ദണ്ഡങ്ങൾ പാലിച്ചുകൊണ്ട് സേവനം സ്വീകരിക്കുന്നവരിൽ നിന്ന് തദ്ദേശ സ്വയംഭരണ സ്ഥാപനം നിർദ്ദേശിച്ചിട്ടുള്ള 'യൂസർ ഫീ' സ്വീകരിച്ചാണ് ഹരിതകർമ്മസേന എന്ന സംരംഭം നിലനിർത്തുന്നത്. ഹരിതകർമ്മസേനകളെയും തദ്ദേശ സ്വയംഭരണ സ്ഥാപനങ്ങളെയും സാങ്കേതിക കാര്യങ്ങളിലും പരിപാലന കാര്യങ്ങളിലും സഹായിക്കുന്നതിന് നിരവധി ഹരിതസഹായ സംഘങ്ങളെയും മാർഗ്ഗരേഖപ്രകാരം തദ്ദേശ സ്വയംഭരണ സ്ഥാപനങ്ങൾ നിയോഗിക്കുകയുണ്ടായി. ശുചിത്വമിഷൻ കണക്കുപ്രകാരം കേരളത്തിലെ ഗ്രാമ പഞ്ചായത്തുകളും നഗരസഭകളും ഉൾപ്പെടെ 1034 തദ്ദേശ സ്വയംഭരണ സ്ഥാപനങ്ങളിൽ 87% സ്ഥലത്തും ഇതിനകം ഹരിതകർമ്മസേനകൾ രൂപീകരിച്ച് പ്രവർത്തനം ആരംഭിച്ചിട്ടുണ്ട്.

ഹരിതകർമ്മസേന ഉറവിടങ്ങളിൽ നിന്ന് ശേഖരിക്കുന്ന അജൈവ മാലിന്യങ്ങൾ സംഭരിക്കുന്ന കേന്ദ്രമാണ് മെറ്റീരിയൽ കളക്ഷൻ ഫെസിലിറ്റി (MCF). ഓരോ തദ്ദേശ സ്വയംഭരണ വാർഡുകളിലും ഒരു എം സി എഫ് എങ്കിലും ഉണ്ടാകുക എന്നതാണ് അഭികാമ്യമെങ്കിലും ആദ്യഘട്ടത്തിൽ ഒരു തദ്ദേശ സ്വയംഭരണ സ്ഥാപനത്തിൽ ഒരു എം സി എഫ് എങ്കിലും സ്ഥാപിക്കണം എന്നതാണ് ലക്ഷ്യമിട്ടത്. അതനുസരിച്ച് 81% തദ്ദേശ സ്വയംഭരണ സ്ഥാപനങ്ങളിലും എം സി എഫ് സ്ഥാപിച്ച് പ്രവർത്തനം ആരംഭിച്ചു. ഇതോടൊപ്പം ചില തദ്ദേശ സ്വയംഭരണ സ്ഥാപനങ്ങൾ 678 വാർഡുകളിൽ മിനി എം സി എഫ് ഉം സ്ഥാപിക്കുകയുണ്ടായി. എം സി എഫ് കളിൽ സംഭരിക്കുന്ന അജൈവമാലിന്യം ശേഖരിച്ച് തരംതിരിച്ച് പുനഃചംക്രമണത്തിനു ലഭ്യമാക്കുന്നതിനുള്ള സംവിധാനമാണ് റിസോർസ് റിക്കവറി ഫെസിലിറ്റി (RRF). കൂടാതെ പ്ലാസ്റ്റിക് ക്യാരിബാഗ് പോലെയുള്ള വസ്തുക്കൾ പൊടിച്ച് ടാറിനൊപ്പം ചേർത്തു റോഡുപണിക്കുപയോഗിക്കുന്നതിനും, അധികമുള്ളവ താപസംസ്കരണത്തിലൂടെ ഗ്രാന്യൂളുകളാക്കി പ്ലാസ്റ്റിക് നിർമ്മാതാക്കൾക്ക് നല്കുന്നതിനും ചില ആർ ആർ എഫുകളിൽ സംവിധാനം ഒരുക്കിയിട്ടുണ്ട്. സർക്കാർ രൂപീകരിച്ചിട്ടുള്ള ക്ലീൻ കേരള കമ്പനിക്കാണ് ആർ ആർ എഫ് പരിപാലിക്കുന്നതിനുള്ള ചുമതല നല്കിയിട്ടുള്ളത്. അജൈവമാലിന്യങ്ങൾക്കൊപ്പം ഇലക്ട്രോണിക് മാലിന്യവും ക്ലീൻ കേരള കമ്പനി ശേഖരിച്ച് പുനഃചംക്രമണത്തിനു നല്കിവരുന്നു. ആർ ആർ എഫിന്റെ പരിപാലനത്തിന് ക്ലീൻ കേരള കമ്പനി ആശ്രയിക്കുന്നത് ഹരിതകർമ്മസേനയെയാണ്. ഓരോ ബ്ലോക്ക് പഞ്ചായത്തിലും മുനിസിപ്പാലിറ്റിയിലും കുറഞ്ഞത് ഒരു ആർ ആർ എഫ് എങ്കിലും ഉണ്ടാകണമെന്നാണ് നിർദ്ദേശിച്ചിട്ടുള്ളത്. കോർപ്പറേഷനുകളിൽ 4 എണ്ണം വീതവും ചേർത്ത് സംസ്ഥാനത്തു ആകെ 264 ആർ ആർ എഫുകൾ സ്ഥാപിക്കുന്നതിനാണ് ആദ്യഘട്ടത്തിൽ ലക്ഷ്യമിട്ടത്. ഇതിൽ 63% വും സ്ഥാപിക്കപ്പെട്ടു കഴിഞ്ഞു. എം സി എഫുകളിലും ആർ ആർ എഫുകളിലുമായി 136 പ്ലാസ്റ്റിക് ഷ്രെഡിങ് മെഷീനുകളും സ്ഥാപിക്കപ്പെട്ടിട്ടുണ്ട്.

ഇപ്രകാരം ജൈവഅജൈവ മാലിന്യങ്ങളുടെ സംസ്കരണത്തിന് പശ്ചാത്തലസൗകര്യം ഒരുക്കുന്നതോടൊപ്പം ഇത് പ്രായോഗികമായി ഉപയോഗപ്പെടുത്തി മാലിന്യപരിപാലനത്തിൽ നൂതന മാതൃകകൾ സൃഷ്ടിക്കാൻ നിരവധി തദ്ദേശ സ്വയംഭരണ സ്ഥാപനങ്ങൾ തയ്യാറാകുകയുണ്ടായി. ഇപ്രകാരമുള്ള നൂറോളം തദ്ദേശ സ്വയംഭരണ സ്ഥാപനങ്ങളുടെ അനുഭവങ്ങളും, പ്രശ്നങ്ങളും, നേട്ടങ്ങളും ഹരിതകേരളം മിഷനും ശുചിത്വ മിഷനും പ്രമാണീകരിച്ചിട്ടുണ്ട്. ഈ മാതൃകകളുടെ പാഠം ഉൾക്കൊണ്ടുകൊണ്ട് നിരവധി തദ്ദേശ സ്വയംഭരണ സ്ഥാപനങ്ങൾ ഹരിത കേരളം എന്ന ആശയത്തിലധിഷ്ഠിതമായി വികേന്ദ്രീകൃത മാലിന്യ സംസ്കരണ പ്രവർത്തനങ്ങളിൽ അണിചേരുകയുണ്ടായി. ഈ തദ്ദേശ സ്വയംഭരണ സ്ഥാപനങ്ങളിൽ ശുചിത്വഗ്രേഡിങ് നടത്തി ഹരിത തദ്ദേശ സ്വയംഭരണ സ്ഥാപനങ്ങളാക്കി പ്രഖ്യാപനം നടത്തുന്നതിന് സർക്കാർ തീരുമാനിക്കുകയുണ്ടായി. ജൈവമാലിന്യ സംസ്കരണം, അജൈവമാലിന്യങ്ങളുടെ ശേഖരണം, ഹരിതകർമ്മസേനയുടെ പ്രവർത്തനം, എം സി എഫ്, ആർ ആർ എഫ്, എന്നീ സംവിധാനങ്ങളുടെ പ്രവർത്തനക്ഷമത, പൊതുശുചിമുറികളുടെ പര്യാപ്തത, ഉപയോഗക്ഷമത, ദ്രവമാലിന്യസംസ്കരണത്തിനു സ്വീകരിച്ച നടപടികൾ, പ്ലാസ്റ്റിക് ഉല്പന്നങ്ങളുടെ നിരോധനം നടപ്പിലാക്കുന്നതിന് സ്വീകരിച്ച നടപടികൾ, പൊടിച്ച പ്ലാസ്റ്റിക് ഉപയോഗപ്പെടുത്തൽ, ഗ്രീൻ പ്രോട്ടോകോൾ പാലനം, ഹരിതസഹായ സ്ഥാപനങ്ങളുടെ പ്രവർത്തനം, ജനപങ്കാളിത്തം തുടങ്ങിയ ഘടകങ്ങളുമായി ബന്ധപ്പെട്ട് സർക്കാർ നിർണ്ണയിച്ചിട്ടുള്ള 20 ഇന മാനദണ്ഡങ്ങൾ പ്രകാരമാണ് ശുചിത്വഗ്രേഡിങ് നടത്തിയത്. ഇതിന്റെ അടിസ്ഥാനത്തിൽ 501 ഗ്രാമപഞ്ചായത്തുകൾക്കും, 58 നഗരസഭകൾക്കും, 30 ബ്ലോക്ക് പഞ്ചായത്തുകൾക്കും 2020 ഒക്ടോബർ മാസത്തിൽ സർക്കാർ ശുചിത്വ പദവി നിർണ്ണയിച്ച് നല്കുകയുണ്ടായി.

10.11 ഖരമാലിന്യ പരിപാലന നയം

ശുചിത്വവുമായി ബന്ധപ്പെട്ട പ്രാഥമിക ലക്ഷ്യങ്ങൾ നേടുന്നതിനും പൊതുജനാരോഗ്യസ്ഥിതി മെച്ചപ്പെടുത്തുന്നതിനും സംസ്ഥാനത്തിന് കഴിഞ്ഞിട്ടുണ്ട് എങ്കിലും വൃത്തിയും ശുചിത്വവും നിലനിർത്തുന്നതിന് നിരവധി പ്രശ്നങ്ങൾ ഇനിയും പരിഹരിക്കേണ്ടതായുണ്ട്. ഇതിൽ പ്രധാനമാണ് ഖരമാലിന്യ പരിപാലനവുമായി ബന്ധപ്പെട്ട പ്രശ്നങ്ങൾ. ഇത് പരിഹരിക്കുന്നതിന് ലക്ഷ്യമിട്ടുകൊണ്ട് 2016 ലെ ഖരമാലിന്യ പരിപാലന ചട്ടങ്ങളിലെ 11, 15 നിർദ്ദേശപ്രകാരം സർക്കാർ സംസ്ഥാന ഖരമാലിന്യ നയം 2018 സെപ്തംബറിൽ പ്രഖ്യാപിക്കുകയുണ്ടായി. മാലിന്യം കുറയ്ക്കുന്നതിനും, പുനരുപയോഗിക്കുന്നതിനും, പുനഃചംക്രമണം നടത്തുന്നതിനും, തടയുന്നതിനും, പരിസ്ഥിതിസുരക്ഷയ്ക്കനുസൃതമായി മാലിന്യ പരിപാലനം നടത്തുന്നതിനുമുള്ള കാഴ്ചപ്പാടിലധിഷ്ഠിതമായാണ് ഈ നയം രൂപീകരിച്ചിട്ടുള്ളത്. ഇതുവഴി മെച്ചപ്പെട്ട ആരോ

ഗ്യവും, സമൃദ്ധിയും, വിഭവകാര്യശേഷിയും ഉള്ള ഒരു സമൂഹത്തെ നയം വിഭാവനം ചെയ്യുന്നു. കേരളത്തിൽ ഉല്പാദിപ്പിക്കപ്പെടുന്ന മാലിന്യത്തിന്റെ പ്രത്യേകതകളും, കേരളത്തിന്റെ പരിസ്ഥിതി സാഹചര്യങ്ങളും യുക്തിസഹമായി പരിഗണിച്ചുകൊണ്ടാണ് ഈ നയം തയ്യാറാക്കിയിട്ടുള്ളത്. മാലിന്യം വിഭവമാണ് എന്ന നിലപാടാണ് ഈ നയത്തിൽ സ്വീകരിച്ചിട്ടുള്ളത്. മാലിന്യം കുറയ്ക്കുക, പുനരുപയോഗിക്കുക, പുനഃചംക്രമണം നടത്തുക എന്ന തത്ത്വത്തെ ഈ നയം ഉൾക്കൊണ്ടിട്ടുണ്ട്. മലിനീകരിക്കുന്നവർ അതിന്റെ ഭാരം പേറണമെന്ന തത്ത്വത്തെയും നയം സ്വീകരിച്ചിട്ടുണ്ട്. 'എന്റെ മാലിന്യം എന്റെ ഉത്തരവാദിത്വം' എന്ന മുദ്രാവാക്യം അംഗീകരിച്ചും, പരിസരശുചിത്വം സമൂഹത്തിന്റെ അവകാശമാണെന്ന് ബോദ്ധ്യപ്പെട്ടുമാണ് നയം രൂപീകരിച്ചിട്ടുള്ളത്.

കേരളത്തെ മാലിന്യമുക്തമാക്കുന്നതിനും, അതിലൂടെ പരിസ്ഥിതി സുരക്ഷ ഉറപ്പാക്കുന്നതിനുമുള്ള 11 ഉദ്ദേശ്യലക്ഷ്യങ്ങളാണ് നയത്തിൽ വ്യക്തമാക്കിയിട്ടുള്ളത്. മാലിന്യ ഉല്പാദനം കുറയ്ക്കുന്നതിനും, മാലിന്യത്തിന്റെ പുനരുപയോഗവും, പുനഃചംക്രമണവും പ്രോത്സാഹിപ്പിക്കുന്നതിനുമുള്ള ഉദ്ദേശ്യലക്ഷ്യങ്ങൾ നേടിയെടുക്കുന്നതിന് 20 തന്ത്രങ്ങൾ നയത്തിൽ നിർദ്ദേശിച്ചിട്ടുണ്ട്. മാലിന്യപരിപാലനവുമായി ബന്ധപ്പെട്ട നിയമപരമായ ബാദ്ധ്യതകളും തദ്ദേശ സ്വയംഭരണ സ്ഥാപനങ്ങളുടെ ഉത്തരവാദിത്വവും നയത്തിൽ വിശദീകരിക്കുന്നു. തുടർന്ന് ഖരമാലിന്യ പരിപാലനത്തിൽ മാലിന്യ ഉല്പാദകന്റെയും സംസ്ഥാന സർക്കാരിന്റെയും തദ്ദേശ സ്വയംഭരണ വകുപ്പ് സെക്രട്ടറിയുടെയും ജില്ലാ കളക്ടറുടെയും തദ്ദേശ സ്വയംഭരണ അധികാരികളുടെയും നഗരകാര്യം, പഞ്ചായത്ത് വകുപ്പ് ഡയറക്ടർമാരുടെയും ഗ്രാമവികസന വകുപ്പ് കമ്മീഷണറുടെയും ശുചിത്വ മിഷൻ, മലിനീകരണ നിയന്ത്രണ ബോർഡ് എന്നീ സംവിധാനങ്ങളുടെയും പങ്കും, ഉത്തരവാദിത്വങ്ങളും നയത്തിൽ വിശദീകരിച്ചിട്ടുണ്ട്. മാലിന്യപരിപാലനവുമായി ബന്ധപ്പെട്ടു പ്രവർത്തിക്കുന്നവരുടെ പരിശീലനം, ശേഷിവർദ്ധന എന്നീ പ്രവർത്തനങ്ങളും സാമൂഹിക ബോധവല്ക്കരണ ക്യാമ്പയിനുകൾ, ശീലവല്ക്കരണ വിദ്യാഭ്യാസം എന്നിവ സംബന്ധിച്ചുമുള്ള തന്ത്രവും സമീപനവും നയരേഖയിൽ വ്യക്തമാക്കിയിട്ടുണ്ട്. മാലിന്യസംസ്കരണവുമായി ബന്ധപ്പെട്ട വിവരവിദ്യാഭ്യാസവിനിമയ ക്യാമ്പയിൻ, ഗ്രീൻ പ്രോട്ടോകോൾ പാലനം എന്നിവ സംബന്ധിച്ച നിർദ്ദേശങ്ങളും നയത്തിൽ ചേർത്തിട്ടുണ്ട്. ഉല്പാദകന്റെ ഉത്തരവാദിത്വം നടപ്പിലാക്കുന്നതിന്റെ ആവശ്യകത, പഴയ മാലിന്യക്കൂനകളിൽനിന്നും വിഭവവീണ്ടെടുക്കൽ പ്രക്രിയ ആരംഭിക്കുന്നതിന്റെ പ്രാധാന്യം, അനൗപചാരിക മേഖലകളുടെ പങ്കാളിത്തത്തിന്റെ ആവശ്യകത, ലിംഗസമത്വം സംബന്ധിച്ച കാര്യങ്ങൾ എന്നിവയും നയത്തിൽ വിവരിച്ചിട്ടുണ്ട്. എന്നാൽ മാലിന്യസംസ്കരണ പ്രവർത്തനങ്ങൾ ജനകീയമായി സംഘടിപ്പിക്കുന്നതിന് നേതൃത്വം നല്കുന്ന ഹരിത കേരളം മിഷൻ, അജൈവമാലിന്യ പരിപാലനത്തിന് ചുമതലപ്പെടു

ത്തിയിട്ടുള്ള ക്ലീൻ കേരള കമ്പനി എന്നിവയുടെ പങ്കും ഉത്തരവാദിത്വങ്ങളും കൂടുതൽ വിശദമാക്കുന്നത് അത്യന്താപേക്ഷിതമായിരുന്നു. തദ്ദേശ സ്വയംഭരണ സ്ഥാപനങ്ങളുമായോ, ഈ മേഖലയിൽ പ്രവർത്തിക്കുന്ന സർക്കാർസർക്കാരിതര സംഘടനകളുമായോ, പൊതുജനങ്ങളുമായോ വേണ്ടത്ര കൂടിയാലോചനകൾ നടത്തുകയോ, അവരുടെ അഭിപ്രായംകൂടി ഉൾപ്പെടുത്തിയോ അല്ല നയം രൂപീകരിച്ചിട്ടുള്ളത് എന്നത് ജനാധിപത്യക്രമത്തിൽ വലിയ പോരായ്മ തന്നെയാണ്. എന്നിരുന്നാലും ഉറവിട മാലിന്യ സംസ്കരണ പ്രവർത്തനങ്ങൾക്കും ഓവർഫ്ളോ വേസ്റ്റ് മാനേജ്മെന്റ് രീതിക്കും സഹായകരമായ നിർദ്ദേശങ്ങൾ നയരേഖയിൽ ഉണ്ട് എന്നത് തദ്ദേശ സ്വയംഭരണ സ്ഥാപനങ്ങൾ നിലവിൽ നടത്തിവരുന്ന പ്രവർത്തനങ്ങൾക്ക് സഹായകരമാകും എന്ന് പ്രതീക്ഷിക്കാം.

11

മാലിന്യ പരിപാലനം ആഗോള അനുഭവവും, കേരളവും

മാലിന്യ പരിപാലനവുമായി ബന്ധപ്പെട്ട ആശങ്കകൾ ആഗോളതലത്തിൽ വർദ്ധിച്ചുവരികയാണ്. മാലിന്യ ഉല്പാദനത്തിലെ വർദ്ധനയാണ് ഇതിൽ ഏറ്റവും പ്രധാനം. 2016 ൽ ലോകരാജ്യങ്ങളിലെല്ലാമായി 2010 ദശലക്ഷം ഖരമാലിന്യം ഉല്പാദിപ്പിച്ചിരുന്നത് 2050 ആകുമ്പോഴേക്കും 70% വർദ്ധിച്ച് 3400 ദശലക്ഷം ടൺ ആകുമെന്നാണ് ലോകബാങ്ക് പ്രസിദ്ധപ്പെടുത്തിയിട്ടുള്ള കണക്കുകൾ സൂചിപ്പിക്കുന്നത്. ഈ വർദ്ധന ആഫ്രിക്കൻ ഭൂഖണ്ഡത്തിൽ 200% അഥവാ 2 ഇരട്ടിയാകുമ്പോൾ ഇന്ത്യ ഉൾപ്പെടുന്ന തെക്കനേഷ്യൻ മേഖലയിൽ 100% അഥവാ ഇരട്ടിയാകും. അമേരിക്കൻ ഭൂഖണ്ഡത്തിൽ 37% വർദ്ധനയും യുറേഷ്യൻ ഭൂഖണ്ഡത്തിൽ 25% വർദ്ധനയും രേഖപ്പെടുത്തുമ്പോഴാണ് നമ്മുടെ മേഖലയിലെ മാലിന്യത്തിന്റെ വൻവർദ്ധന. അനുയോജ്യമായ പരിസ്ഥിതി പരിപാലന നയം സ്വീകരിച്ചില്ല എങ്കിൽ ഗുരുതരമായ ആരോഗ്യപാരിസ്ഥിതിക സാമ്പത്തിക പ്രത്യാഘാതങ്ങൾ ഇന്ത്യ ഉൾപ്പെടെയുള്ള രാജ്യങ്ങൾ നേരിടേണ്ടി വരുമെന്നാണ് മുന്നറിയിപ്പ്. എന്നാൽ മറ്റു വിവിധ രാജ്യങ്ങളെ അപേക്ഷിച്ച് ഇന്ത്യയിലെ വിശിഷ്യാ കേരളത്തിലെ മാലിന്യ ഉല്പാദനതോത് തുലോം കുറവാണ്. അമേരിക്കൻ, യൂറോപ്യൻ ഭൂഖണ്ഡങ്ങളിൽ യഥാക്രമം 2.21 കിലോഗ്രാം, 1.18 കിലോഗ്രാം എന്നതോതിൽ ഓരോ വ്യക്തിയും പ്രതിദിനം മാലിന്യം ഉല്പാദിപ്പിക്കുമ്പോൾ ഇന്ത്യയിൽ അത് 0.57 കിലോഗ്രാമും, കേരളത്തിൽ ശരാശരി 0.3 കിലോഗ്രാമുമാണ്. നിലവിൽ താരതമ്യേന കുറഞ്ഞ നിരക്കിലുള്ള മാലിന്യ ഉല്പാദനം വർദ്ധിക്കാതിരിക്കുന്നതിനു ഗ്രീൻ പ്രോട്ടോകോൾ പോലെയുള്ള ശീലവല്ക്കരണം കാലികവും പ്രാധാന്യമർഹിക്കുന്നതുമാണ്. ഉല്പാദിപ്പിക്കപ്പെടുന്ന മാലിന്യത്തിലടങ്ങിയിട്ടുള്ള ഘടകങ്ങളുടെ

അളവിലും ഗണ്യമായ വ്യത്യാസം കാണാനാകും. വടക്കൻ അമേരിക്കൻ യുറേഷ്യൻ ഭൂഖണ്ഡങ്ങളിൽ ഉല്പാദിപ്പിക്കപ്പെടുന്ന മാലിന്യത്തിന്റെ ഏകദേശം 30% ജൈവവും, 24% പേപ്പറും, 12% പ്ലാസ്റ്റിക്കുമാണ്. ഇന്ത്യയുൾപ്പെടെയുള്ള തെക്കനേഷ്യൻ രാജ്യങ്ങളിൽ 57% ജൈവവും, 10% പേപ്പറും, 8% പ്ലാസ്റ്റിക്കുമാണ്. കേരളത്തിലാകട്ടെ 77% മാലിന്യം ജൈവവും, 6% പേപ്പറും, 4% പ്ലാസ്റ്റിക്കുമാണ്. മാലിന്യത്തിലെ ഈ ചേരുവയ്ക്കനുസൃതമായാണ് അവ സംസ്കരിക്കുന്നതിന് ജൈവസാങ്കേതിക വിദ്യയാണോ, താപസംസ്കരണ വിദ്യയാണോ അനുയോജ്യം എന്നു തീരുമാനിക്കാനാകുക.

മാലിന്യത്തിന്റെ സ്വഭാവത്തിലെ അന്തരം അവ സംസ്കരിക്കുന്നതിനു തെരഞ്ഞെടുക്കുന്ന രീതിയെയും സ്വാധീനിക്കും. ജൈവമാലിന്യത്തേക്കാൾ 43% അധികം അജൈവമാലിന്യ ഉല്പാദനം നടക്കുന്ന വടക്കൻ അമേരിക്കൻ ഭൂഖണ്ഡത്തിൽ 12% മാലിന്യം താപസംസ്കരണത്തിനും, 33% പുനഃചംക്രമണത്തിനും, 54% സുരക്ഷിത ഭൂനിക്ഷേപത്തിനും (Secured landfill) വിധേയമാക്കുന്നു. ജൈവഅജൈവ മാലിന്യം ഏതാണ്ട് തുല്യനിലയിലുള്ള യുറേഷ്യയിലാകട്ടെ 18% മാലിന്യം താപസംസ്കരണത്തിനും, 20% പുനഃചംക്രമണത്തിനും, 26% സുരക്ഷിത ഭൂനിക്ഷേപത്തിനും, 26% അലക്ഷ്യമായ ഭൂനിക്ഷേപത്തിനും വിധേയമാക്കുന്നു. എന്നാൽ 57% ജൈവമാലിന്യവും 20% ത്തിലധികം അജൈവമാലിന്യവുമുള്ള ഇന്ത്യയുൾപ്പെടെയുള്ള തെക്കൻ ഏഷ്യൻ രാജ്യങ്ങളിൽ 5% മാലിന്യം പുനഃചംക്രമണത്തിനു വിധേയമാക്കുകയും 16% കമ്പോസ്റ്റിങ്ങിന് വിധേയമാക്കുകയും 75% അലക്ഷ്യമായ ഭൂനിക്ഷേപത്തിനും വിധേയമാക്കിവരുന്നു. ആഗോളതലത്തിൽ 46% ജൈവമാലിന്യവും, 16% പേപ്പറും, 11% പ്ലാസ്റ്റിക്കും ഉണ്ടാകുമ്പോൾ അതിൽ 5% കമ്പോസ്റ്റിങ്ങിനും, 13% പുനഃചംക്രമണത്തിനും, 8% താപസംസ്കരണത്തിനും, 37% സുരക്ഷിത ഭൂനിക്ഷേപത്തിനും, 33% അലക്ഷ്യമായ ഭൂനിക്ഷേപത്തിനും വിധേയമാക്കുന്നു. കേരളത്തിലാകട്ടെ 38% കമ്പോസ്റ്റിങ്ങിന് വിധേയമാക്കുകയും 12% പുനഃചംക്രമണത്തിനു വിധേയമാക്കുകയും ബാക്കിയുള്ളവ അലക്ഷ്യമായി കുന്നുകൂട്ടുകയോ, കുളത്തിലോ, ജലാശയങ്ങളിലോ വലിച്ചെറിയുകയുമാണ് ചെയ്തുവരുന്നത്. ആഗോളതലത്തിൽ 54% അജൈവമാലിന്യം ഉല്പാദിപ്പിക്കുമ്പോൾപ്പോലും 8% മാത്രമാണ് താപസംസ്കരണ പ്രക്രിയയ്ക്ക് വിധേയമാക്കുന്നത്. കേരളത്തിലെ മാലിന്യത്തിൽ 77% വും ജൈവമാലിന്യമാണെന്നിരിക്കെ, താപസംസ്കരണ പ്രക്രിയ ഉപയോഗപ്പെടുത്തുന്നതിൽ വൈരുദ്ധ്യമുണ്ട്.

താപസംസ്കരണ പ്രക്രിയയുടെ ചെലവും വളരെ ഉയർന്നതാണ്. താപസംസ്കരണത്തിലൂടെ ഒരു ടൺ മാലിന്യം സംസ്കരിച്ച് വൈദ്യുതിയാക്കുന്നതിനുള്ള ചെലവ് അന്താരാഷ്ട്രതലത്തിൽ നോക്കുമ്പോൾ 28000–64000 രൂപവരെയാകും. ഇതിനുപകരം ജൈവസംസ്കരണ പ്രക്രിയയിലൂടെ ജൈവവാതകം ഉല്പാദിപ്പിച്ച് മാലിന്യം നിർമ്മാർജ്ജനം

ചെയ്യുന്ന രീതി ഉപയോഗിച്ചാൽ ഒരു ടൺ മാലിന്യം നിർമ്മാർജ്ജനം ചെയ്യുന്നതിനു 23000–44000 രൂപ വരെ ചെലവ് വരും. അതേസമയം ജൈവസാങ്കേതിക വിദ്യയായ കമ്പോസ്റ്റിങ് പ്രക്രിയ ഉപയോഗപ്പെടുത്തി മാലിന്യം നിർമ്മാർജ്ജനം ചെയ്യുന്നതിനു 2100–5250 രൂപ വരെയാണ് ചെലവാകുക. മാലിന്യനിർമ്മാർജ്ജനത്തിനു വേണ്ടിവരുന്ന ചെലവും, രാജ്യത്തിന്റെ സാമ്പത്തിക സ്ഥിതിയും, മാലിന്യത്തിന്റെ സ്വഭാവവും പരിഗണിച്ചാകണം ശാസ്ത്രീയമായി സാങ്കേതിക വിദ്യ തെരഞ്ഞെടുക്കേണ്ടത്. ജൈവമാലിന്യത്തിലെ ഈർപ്പത്തിന്റെ അളവ് 50% ത്തിലധികമാണെങ്കിലും കാർബൺ, നൈട്രജൻ അനുപാതം 25 നു മുകളിലുമാണെങ്കിൽ അത്തരം മാലിന്യം ജൈവസാങ്കേതികവിദ്യ ഉപയോഗിച്ച് സംസ്കരിക്കുന്നതാണ് ഏറ്റവും ഉചിതം. മാലിന്യത്തിലെ ഈർപ്പത്തിന്റെ അളവ് 45% ത്തിൽ കുറഞ്ഞിരിക്കുകയും ജൈവ അസ്ഥിര വസ്തുക്കൾ (Organic Volatile Matter) 40% ലധികമാകുകയും, നിശ്ചിത കാർബൺ (Fixed Carbon) 15% ത്തിൽ താഴെയാകുമ്പോഴും, നിഷ്ക്രിയ മാലിന്യം (Inert waste) 37% ത്തിൽ കുറയുമ്പോഴും, മാലിന്യത്തിന്റെ താപ മൂല്യം (Calorific Value) കിലോഗ്രാമിന് 1200 കിലോകാലറിക്ക് മുകളിലാകുമ്പോഴും മാത്രമേ താപസംസ്കരണ പ്രക്രിയ കാര്യക്ഷമമാകുകയുള്ളു. ആയതിനാൽ ഇന്ത്യയിലെയും കേരളത്തിലെയും മാലിന്യം സംസ്കരിക്കുന്നതിനു ഏറ്റവും കാര്യക്ഷമമായ സാങ്കേതിക വിദ്യ കമ്പോസ്റ്റിങ് തന്നെയാണ്. ഇന്ത്യൻ ചട്ടങ്ങളനുസരിച്ച് ജൈവമാലിന്യം കത്തിക്കരുത് എന്നും വ്യവസ്ഥയുണ്ട്. എന്നാൽ ഉല്പാദിപ്പിക്കപ്പെടുന്ന മാലിന്യത്തിൽ താപമൂല്യമുള്ള അജൈവമാലിന്യം കൂടുതലുള്ള രാജ്യങ്ങളിൽ ചെലവ് വർദ്ധിതമാണെങ്കിലും താപസംസ്കരണ പ്രക്രിയയ്ക്ക് കൂടുതൽ പ്രചാരമുണ്ട്.

അജൈവമാലിന്യം അധികമുള്ള ജപ്പാനിലെ 80% മാലിന്യവും താപസംസ്കരണ പ്രക്രിയയിലൂടെയാണ് കൈകാര്യം ചെയ്യപ്പെടുന്നത്. തായ്‌വാനിൽ 64% വും, നോർവേയിൽ 52% വും, ഫിൻലന്റിൽ 48% വും സ്വിറ്റ്സർലാണ്ടിലും, നെതർലാൻഡ്സിലും 47% വീതവും, സിങ്കപ്പൂരിൽ 37% വും, ജർമ്മനിയിൽ 32% വും, ചൈനയിൽ 30%വും, തെക്കൻ കൊറിയയിൽ 25% വും, അമേരിക്ക (USA) യിൽ 13% വും മാലിന്യം താപസംസ്കരണ പ്രക്രിയയിലൂടെയാണ് നിർമ്മാർജ്ജനം ചെയ്യപ്പെടുന്നത്. അതേസമയം നെതർലാൻഡ്സിലെ 47% വും, സ്വിറ്റ്സർലാണ്ടിലെ 21%വും, ഇന്ത്യയിലെയും, ജർമ്മനിയിലെയും 18% വീതവും, ഫ്രാൻസിലെ 17% വും മാലിന്യം കമ്പോസ്റ്റിങ് സാങ്കേതിക വിദ്യ ഉപയോഗിച്ച് സംസ്കരിച്ചു വരുന്നു. മാലിന്യം പുനഃചംക്രമണം ചെയ്യുന്നതിനുള്ള പ്രവർത്തനങ്ങൾക്കും നല്ല സ്വീകാര്യത ലഭിച്ചുവരുന്നുണ്ട്. സിങ്കപ്പൂരിൽ 61% വും, തെക്കൻ കൊറിയയിൽ 58% വും, തുർക്കിയിൽ 54% വും ജർമ്മനിയിൽ 48% വും, ആസ്ട്രേലിയയിൽ 42% വും, അമേരിക്കയിൽ 35% വും, സ്വിറ്റ്സർലാണ്ടിൽ 32% വും, ഫിലിപ്പൈൻസിൽ 23% വും മാലിന്യങ്ങൾ

പുനഃചംക്രമണത്തിനു വിധേയമാക്കിവരുന്നു. എന്നാൽ ഈ സാങ്കേതിക വിദ്യ ഒന്നുംതന്നെ പ്രയോഗിക്കാതെ മാലിന്യം സുരക്ഷിതമായോ, അല്ലാതെയോ ഭൂനിക്ഷേപം (Landfill) നടത്തുന്ന രാജ്യങ്ങളും നിരവധിയാണ്. മൗറീഷ്യസിൽ 91% വും, കൊളംബിയയിൽ 89% വും, മെക്സിക്കോയിൽ 75% വും, അർജന്റീനയിൽ 63% വും, അമേരിക്കയിൽ 63% വും മാലിന്യം ഭൂനിക്ഷേപ രീതിയിലാണ് സംസ്കരിക്കപ്പെടുന്നത്. ഇതിൽ വികസിത രാജ്യങ്ങൾ സുരക്ഷിത ഭൂനിക്ഷേപവും, അവികസിത രാജ്യങ്ങൾ അലക്ഷ്യമായ ഭൂനിക്ഷേപവുമാണ് (Landfill dump) നടത്തുന്നത്. ഈ രാജ്യങ്ങളിൽ നഗരങ്ങളോട് ചേർന്നുള്ള ധാരാളം ഭൂപ്രദേശങ്ങൾ മാലിന്യ ഭൂനിക്ഷേപംമൂലം നഷ്ടപ്പെടുകയും, മാലിന്യക്കൂനയിൽ നിന്നുണ്ടാകുന്ന അപകടകരമായ പരിസ്ഥിതി പ്രശ്നങ്ങൾ നേരിടാനാകാതെ ബുദ്ധിമുട്ടുന്ന സ്ഥിതിയും വർദ്ധിച്ചു വരുന്നു. അനുചിതമായ മാലിന്യ നിർമ്മാർജ്ജന രീതിമൂലം 2016 ൽ ഏകദേശം 1.6 കോടി ടൺ കാർബൺ ഡയോക്സൈഡ് ഉദ്വമനം ഉണ്ടായിട്ടുള്ളതായാണ് കണക്കാക്കിയിട്ടുള്ളത്. ആഗോള ഉദ്വമന നിരക്കിന്റെ ഏകദേശം 5% മാണിത്. ഉചിതമായ നടപടി സ്വീകരിച്ചില്ല എങ്കിൽ വരുന്ന 30 വർഷംകൊണ്ട് ഈ നിരക്ക് 63% വർദ്ധിക്കുമെന്നുള്ള ഭീതിതമായ കണക്കാണ് ലോകബാങ്ക് പഠനങ്ങളിൽ നിന്ന് ലഭിക്കുന്നത്.

11.1 ഇന്ത്യയിലെ മാലിന്യ സംസ്കരണ സ്ഥിതി

ലോകത്ത് ഏറ്റവുമധികം മാലിന്യം ഉല്പാദിപ്പിക്കുന്ന രാജ്യങ്ങളിൽ ഒന്നാണ് ഇന്ത്യ. 2016 ലെ കണക്കനുസരിച്ച് ഓരോവർഷവും 277 ദശലക്ഷം ടൺ മാലിന്യമാണ് ഉല്പാദിപ്പിക്കപ്പെടുന്നത്. ഇത് ആഗോള തലത്തിലുള്ള മാലിന്യ ഉല്പാദനത്തിന്റെ 13% വരും. തെക്കനേഷ്യൻ രാജ്യങ്ങളിൽ ഉല്പാദിപ്പിക്കപ്പെടുന്ന മാലിന്യത്തിന്റെ 80% വും ഇന്ത്യയിലാണ് എന്നതാണ് മറ്റൊരു വസ്തുത. എന്നാൽ ഇന്ത്യയിലെ പ്രതിദിന പ്രതിശീർഷ മാലിന്യ ഉല്പാദനം താരതമ്യേന കുറവാണ്. ബർമുഡയിൽ 4.54, അമേരിക്കയിൽ 2.24, ബ്രസീലിൽ 1.04, ജപ്പാനിൽ 0.95 കിലോഗ്രാം വീതം മാലിന്യം ഓരോ വ്യക്തിയും പ്രതിദിനം ഉല്പാദിപ്പിക്കുമ്പോൾ ഇന്ത്യയിൽ ഇത് 0.57 കിലോഗ്രാം മാത്രമാണ്. ആഗോള ശരാശരിയായ 0.74 കിലോഗ്രാമിലേക്കാൾ കുറവാണ് ഇന്ത്യയിലെ ഉല്പാദനം. നമ്മുടെ അയൽരാജ്യങ്ങളായ പാകിസ്ഥാനിലും ബംഗ്ലാദേശിലും പ്രതിദിന പ്രതിശീർഷ മാലിന്യ ഉല്പാദനം യഥാക്രമം 0.43, 0.28 കിലോഗ്രാം വീതമാണ്. പ്രതിദിന പ്രതിശീർഷ മാലിന്യ ഉല്പാദനം ഗണ്യമായി കുറച്ച് 0.43 കിലോഗ്രാം ആക്കിയിട്ടുള്ള രാജ്യമാണ് ചൈന. നിലവിലെ സ്ഥിതിയനുസരിച്ച് മാലിന്യ ഉല്പാദന നിരക്ക് ഏറ്റവുമധികം വർദ്ധിക്കുന്ന ഒരു രാജ്യവും ഇന്ത്യയാണ്. ഇന്ത്യയിൽ ഖരമാലിന്യ ഉല്പാദനം പ്രതിവർഷം 2.8% വർദ്ധിക്കുമ്പോൾ അമേരിക്കയിൽ ഇത് 1.1% വും ചൈനയിൽ 1.6% വും, ബ്രസീലിൽ 1.3% വും

ഇന്തോനേഷ്യയിൽ 2.4% വുമാണ്. ഇതനുസരിച്ച് ഓരോ ഇന്ത്യക്കാരനും ഇന്നുല്പാദിപ്പിക്കുന്ന 570 ഗ്രാം മാലിന്യത്തിന്റെ സ്ഥാനത്തു 2050 ആകുമ്പോഴേക്കും 900 ഗ്രാം മാലിന്യം ഉല്പാദിപ്പിക്കും എന്ന് കണക്കാക്കപ്പെടുന്നു.

താഴ്ന്ന വരുമാനവും ഇടത്തരം വരുമാനവുമുള്ള രാജ്യങ്ങളിൽ പൊതുവെ ഉല്പാദിപ്പിക്കപ്പെടുന്ന മാലിന്യത്തിന്റെ 50% ലധികവും സാധാരണഗതിയിൽ ജൈവമാലിന്യമായിരിക്കും. ഇന്ത്യയുൾപ്പെടുന്ന തെക്കനേഷ്യൻ രാജ്യങ്ങളിൽ 57% വും ഭക്ഷണാവശിഷ്ടങ്ങൾ അഥവാ ജൈവ മാലിന്യമാണ്. ഇന്ത്യയിൽ ജൈവമാലിന്യം 51% വും കേരളത്തിലിതു 77% വുമാണ്. ഇത്രമാത്രം ഭക്ഷണാവശിഷ്ടമുണ്ടാക്കുന്ന പ്രദേശങ്ങളിൽ അത് കുറച്ചുകൊണ്ടുവരുന്നതിനുള്ള അവബോധപ്രവർത്തനങ്ങൾ അത്യധികം പ്രധാനമാണ്. വിശേഷിച്ച് ഭക്ഷ്യസുരക്ഷാ പ്രശ്നങ്ങൾ വർദ്ധിച്ചുവരുന്ന സാഹചര്യത്തിൽ ഇതിനു കൂടുതൽ പ്രാധാന്യമുണ്ട്. എന്നാൽ ഉയർന്ന വരുമാനമുള്ള രാജ്യങ്ങളിൽ പാക്കേജിങ് മാലിന്യത്തിന്റെയും മറ്റു അജൈവമാലിന്യത്തിന്റെയും വർദ്ധന കാരണം ഭക്ഷണാവശിഷ്ടം വെറും 32% മാത്രമാണ്. ഇങ്ങനെയുള്ള രാജ്യങ്ങളാണ് കൂടുതലായും താപസംസ്കരണ പ്രക്രിയയെ അവലംബിക്കുന്നത് എന്നതും പ്രസ്താവ്യമാണ്. ഭക്ഷണാവശിഷ്ട മാലിന്യത്തിന്റെ വർദ്ധനയും അവ സംസ്കരിക്കുന്നതിലെ അപര്യാപ്തതയും കാർബൺ ഡയോക്സൈഡ് ഗണ്യമായി വർദ്ധിക്കുന്നതിന് കാരണമാകുന്നുണ്ട്. ഭക്ഷണാവശിഷ്ടം ഉൾപ്പെടെയുള്ള മാലിന്യങ്ങൾ തരംതിരിക്കാനായാൽ കാലങ്ങളായി പരിചിതമായതും ഉയർന്ന കാര്യശേഷിയുള്ളതുമായ കമ്പോസ്റ്റിങ് സാങ്കേതിക വിദ്യ ഫലപ്രദമായി വിനിയോഗിക്കാമെന്നിരിക്കെ 18% മാലിന്യം മാത്രമാണ് ഇന്ത്യയിൽ കമ്പോസ്റ്റു ചെയ്യപ്പെടുന്നത്. കേരളത്തിലാകട്ടെ സമീപകാല ഇടപെടലിലൂടെ 2019 ആയപ്പോഴേക്കും അത് 38% ആയി വർദ്ധിച്ചു. സമീപകാലത്തു ശുചിത്വ പദവി ലക്ഷ്യമിട്ടു തദ്ദേശ സ്വയം ഭരണ സ്ഥാപനങ്ങൾ നടത്തിയിട്ടുള്ള പ്രവർത്തനത്തിലൂടെ ഇത് 50% ലധികമായി വർദ്ധിപ്പിക്കാൻ ആയിട്ടുണ്ടാകണം എന്ന് പൊതുസ്ഥിതി വെച്ച് വിലയിരുത്താം. ഇത് സംബന്ധിച്ച് വ്യക്തമായിട്ടുള്ള കണക്കുകൾ ഇനിയും ശേഖരിക്കേണ്ടിയിരിക്കുന്നു. ബാക്കി മാലിന്യത്തിലധികവും അലക്ഷ്യമായ വലിച്ചെറിയുന്നതും, കുന്നുകൂട്ടുന്നതും, കത്തിക്കുന്നതുമെല്ലാം തുടരുന്നു എങ്കിലും വലിയതോതിൽ കുറവുവന്നിട്ടുണ്ട് എന്ന് പൊതുവെ വിലയിരുത്താം. മാലിന്യനിർമ്മാർജ്ജനവുമായി ബന്ധപ്പെട്ട പരിസ്ഥിതിപ്രശ്നങ്ങൾ ഇന്ത്യയിൽ രോഗഭാരം ഗണ്യമായി വർദ്ധിക്കുന്നതിനു കാരണമാകുന്നുണ്ട്. കേരളത്തിലെ രോഗഭാര വർദ്ധനയ്ക്കും മാലിന്യനിർമ്മാർജ്ജനത്തിലെ പോരായ്മ കാരണമാകുന്നു എങ്കിലും ഇതിന്റെ തീവ്രതയ്ക്കു കുറവുവന്നിട്ടുണ്ട് എന്ന് സമീപകാല കണക്കുകൾ വ്യക്തമാക്കുന്നു.

ഇന്ത്യയിലെ മാലിന്യ പരിപാലന പ്രവർത്തനങ്ങൾ സുഗമമാക്കു

ന്നതിനും കർശനമാക്കുന്നതിനുമായി പരിസ്ഥിതി സംരക്ഷണ നിയമത്തിനു കീഴിൽ മുനിസിപ്പൽ ഖരമാലിന്യം (പരിപാലനവും, കൈകാര്യം ചെയ്യലും) ചട്ടങ്ങൾ 2000 ൽ പ്രഖ്യാപിക്കുകയുണ്ടായി. മാലിന്യം സ്രോതസ്സിൽ തന്നെ തരംതിരിച്ച് സൂക്ഷിക്കുന്നതിനും തദ്ദേശ സ്വയംഭരണ സ്ഥാപനങ്ങളുടെ ആഭിമുഖ്യത്തിൽ ദിനംപ്രതി സ്രോതസ്സിൽനിന്നും ശേഖരിക്കുന്നതിനും, കേന്ദ്രീകൃത കംപോസ്റ്റിങ് പ്ലാന്റിലെത്തിച്ച് സംസ്കരിക്കുന്നതിനും, അവശിഷ്ടനിഷ്ക്രിയ മാലിന്യങ്ങൾ സുരക്ഷിത ഭൂനിക്ഷേപം (Sanitary landfill) വഴി നിർമ്മാർജ്ജനം ചെയ്യുന്നതിനുമാണ് ചട്ടം വ്യവസ്ഥ ചെയ്തത്. ഇതനുസരിച്ച് തിരുവനന്തപുരം, കോഴിക്കോടു നഗരങ്ങൾ ഉൾപ്പെടെ രാജ്യത്തെ നിരവധി നഗരങ്ങളിൽ കേന്ദ്രീകൃത കംപോസ്റ്റിങ് പ്ലാന്റുകൾ സ്ഥാപിക്കുകയുണ്ടായി. എന്നാൽ പ്ലാന്റുകളിൽ വേണ്ടത്ര പരിസ്ഥിതിപരിപാലന സംവിധാനങ്ങൾ സ്ഥാപിക്കാത്തതും, പ്ലാന്റുകളുടെ ശേഷിയേക്കാൾ കൂടുതൽ മാലിന്യം സംസ്കരണത്തിന് എത്തിച്ചതും കാരണം മിക്ക പ്ലാന്റുകളുടെയും പ്രവർത്തനം സുഗമമായില്ല. ഈ സാഹചര്യത്തിൽ ഒവേർഫ്ളോ മാലിന്യ പരിപാലനം എന്ന രീതിയിൽ അധിഷ്ഠിതമായി സ്രോതസ്സുകളിലും പൊതുയിടങ്ങളിലും ചെറിയ മാലിന്യ സംസ്കരണ ഉപാധികൾ ഉപയോഗിച്ച് കേന്ദ്രീകൃത പ്ലാന്റുകളിലേക്കെത്തുന്ന മാലിന്യത്തിന്റെ അളവ് കുറയ്ക്കുന്നതിനുള്ള ശ്രമം തിരുവനന്തപുരം പോലെയുള്ള അപൂർവ്വം നഗരങ്ങളിൽ ഉണ്ടായി. ഇതെല്ലാം ഉൾക്കൊണ്ട് കേന്ദ്രസർക്കാർ ഖരമാലിന്യ പരിപാലന ചട്ടങ്ങൾ 2016 ൽ പരിഷ്കരിക്കുകയുണ്ടായി. സാധിക്കുന്നത്ര ജൈവമാലിന്യം അതിന്റെ സ്രോതസ്സിൽത്തന്നെ ജൈവസാങ്കേതിക വിദ്യ (കംപോസ്റ്റിങ്, ബയോഗ്യാസ് ഉല്പാദനം) ഉപയോഗിച്ച് സംസ്കരിക്കണമെന്നും, അജൈവമാലിന്യം പുനഃചംക്രമണത്തിനായി പാഴ്വസ്തു വ്യാപാരികൾക്ക് കൈമാറണമെന്നും, നാപ്കിൻസ്, ഡയാപ്പെർസ് ഉൾപ്പെടെ ഒറ്റത്തവണ ഉപയോഗിച്ച് വലിച്ചെറിയുന്ന വസ്തുക്കളുടെ നിർമ്മാർജ്ജനത്തിന് ഉല്പാദകന്റെ ഉത്തരവാദിത്വം (Extended Producer Responsibility) ഏർപ്പെടുത്തണമെന്നുമാണ് ഈ ചട്ടങ്ങളിൽ വ്യവസ്ഥ ചെയ്തത്. ഈ ചട്ടങ്ങൾ പാലിക്കുന്നതിനുള്ള ശ്രമങ്ങളാണ് തദ്ദേശ സ്വയംഭരണ സ്ഥാപനങ്ങൾ ഹരിതകേരളം എന്ന ദൗത്യത്തിന്റെ ഭാഗമായി ശുചിത്വമിഷന്റെ സാങ്കേതിക സഹായത്തിൽ നിർവ്വഹിക്കാൻ ആത്മാർത്ഥമായി ശ്രമിച്ചത്. എന്നാൽ കാലഹരണപ്പെട്ട 2000 ലെ മാലിന്യ പരിപാലന ചട്ടങ്ങളിലെ വ്യവസ്ഥകൾ മാറിയത് ബോദ്ധ്യപ്പെടാതെയാണ് എന്നു തോന്നുന്നു സംസ്ഥാന മലിനീകരണ നിയന്ത്രണ ബോർഡും, സർക്കാരിലെ ചില ഉന്നത ഉദ്യോഗസ്ഥരും തദ്ദേശ സ്വയംഭരണ സ്ഥാപനങ്ങൾ മാലിന്യ സംസ്കരണത്തിനായി 2016 ലെ ചട്ടങ്ങൾക്ക് അനുസൃതമായെടുത്ത നടപടികൾക്ക് അവരെ അവഹേളിക്കുന്ന സ്ഥിതിയുണ്ടായി. ഇത് തദ്ദേശ സ്വയംഭരണ സ്ഥാപനങ്ങളുടെ പ്രവർത്തനങ്ങളിൽ താല്കാലികമായെങ്കിലും ആശയക്കുഴപ്പമുണ്ടാക്കി എന്നതും ശ്രദ്ധിക്ക

പ്പെടുകയുണ്ടായി. 2016 ൽ തന്നെ പ്ലാസ്റ്റിക് മാലിന്യ പരിപാലനം, ഇലക്ട്രോണിക് മാലിന്യ പരിപാലനം, നിർമ്മാണ മാലിന്യ പരിപാലനം എന്നിവയ്ക്കും പ്രത്യേകം ചട്ടങ്ങൾ പരിസ്ഥിതി സംരക്ഷണ നിയമത്തിനു കീഴിൽ കേന്ദ്ര സർക്കാർ പുറപ്പെടുവിക്കുകയുണ്ടായി. എന്നാൽ ഇവയുടെ പാലനം ഉറപ്പാക്കുന്നതിനുള്ള സാങ്കേതിക ഇടപെടലുകളും നിരീക്ഷണ സംവിധാനങ്ങളും ഇനിയും ശക്തമായിട്ടില്ല.

മാലിന്യത്തിൽനിന്നും ഊർജ്ജം (Waste to Energy) ഉല്പാദിപ്പിക്കുന്ന ഇന്ത്യയിലെ ആദ്യത്തെ പ്രധാന പ്ലാന്റ് 1987 ൽ ഡൽഹിയിലെ തിമാർപൂരിൽ സ്ഥാപിക്കപ്പെട്ടു. 20 കോടി രൂപ മുതൽമുടക്കിൽ കേന്ദ്ര പാരമ്പര്യേതര ഊർജ്ജ മന്ത്രാലയം ഡെന്മാർക് കമ്പനിവഴി സ്ഥാപിച്ച പ്ലാന്റ് 300 ടൺ മുനിസിപ്പൽ മാലിന്യം കത്തിച്ച് 3.75 മെഗാവാട്ട് വൈദ്യുതി ഉല്പാദിപ്പിക്കുന്നതിനാണ് ലക്ഷ്യമിട്ടത്. പരീക്ഷണാടിസ്ഥാനത്തിൽ പ്രവർത്തനം ആരംഭിച്ച പ്ലാന്റ് 21 ദിവസമായപ്പോൾ പ്രവർത്തനം നിർത്തി. ലഭിക്കുന്ന മാലിന്യത്തിനു താപമൂല്യം കുറവാണ് എന്ന കാരണത്താലാണ് പ്ലാന്റ് നിർത്തിയത്. 2020 ആകുമ്പോഴേക്കും മുനിസിപ്പൽ ഖര മാലിന്യം കത്തിച്ച് 5000 മെഗാവാട്ട് വൈദ്യുതി ഉല്പാദിപ്പിക്കുന്നതിനുള്ള സാദ്ധ്യത രാജ്യത്തുണ്ട് എന്ന് കേന്ദ്ര പാരമ്പര്യേതര ഊർജ്ജ മന്ത്രാലയം കണക്കുകൂട്ടുകയുണ്ടായി. അതിന്റെ അടിസ്ഥാനത്തിൽ 2018–19 ആകുമ്പോഴേക്കും 841 മെഗാവാട്ട് വൈദ്യുതി മാലിന്യത്തിൽനിന്നും ഉല്പാദിപ്പിക്കുന്നതിനു നീതി ആയോഗ് ലക്ഷ്യമിടുകയുണ്ടായി. അതനുസരിച്ച് 130 മെഗാവാട്ട് വൈദ്യുതി ഉല്പാദിപ്പിക്കുന്നതിനുള്ള 14 പ്ലാന്റുകൾ രാജ്യത്തെ വിവിധ ഇടങ്ങളിൽ സ്ഥാപിക്കുകയുണ്ടായി. തുടർന്ന് 66 മെഗാവാട്ട് ശേഷിയുള്ള 7 പ്ലാന്റുകൾ പ്രവർത്തന രഹിതമായി. ലഭ്യമാകുന്ന മാലിന്യത്തിന്റെ താപമൂല്യക്കുറവും, ലഭ്യതാസ്ഥിരതാ ഇല്ലായ്മയുമാണ് പ്ലാന്റിന്റെ പ്രവർത്തനം നിലക്കുന്നതിനു കാരണം എന്ന് മനസ്സിലാക്കുന്നു. പ്രവർത്തിച്ചുവരുന്ന 7 പ്ലാന്റുകളും മലിനീകരണ സാദ്ധ്യത നിലനില്ക്കുന്നു എന്ന കാരണത്താൽ പരിസ്ഥിതി നിയമപാലകരുടെ നിരന്തര നിരീക്ഷണത്തിലുമാണ്. ജപ്പാൻ, തെക്കൻ കൊറിയ, സിംഗപ്പൂർ, ജർമ്മനി, സ്വിറ്റ്സർലാന്റ് എന്നീ രാജ്യങ്ങളിൽ മാലിന്യത്തിൽ നിന്നും ഊർജ്ജം ഉല്പാദിപ്പിക്കുന്ന പ്ലാന്റുകൾ പ്രവർത്തിച്ചുവരുന്നുണ്ട്. ഉയർന്ന താപമൂല്യമുള്ള മാലിന്യം മാത്രമാണ് പ്ലാന്റിലെത്തുന്നത് എന്നതും, പ്ലാന്റിന്റെ ഉയർന്ന മൂലധന ചെലവും, പരിപാലന ചെലവും താങ്ങുന്നതിനു സർക്കാരിന് ശേഷിയുണ്ട് എന്നതുമാകാം ഈ പ്ലാന്റുകളുടെ പ്രവർത്തനം സുഗമമായി നടക്കുന്നത്.

ഇന്ത്യയിൽ പൊതുവെയും, കേരളത്തിൽ പ്രത്യേകിച്ചും ലഭ്യമാകുന്ന ഖരമാലിന്യം ഈർപ്പമേറിയതും, താപമൂല്യം കുറവുള്ളതും, നിഷ്ക്രിയമാലിന്യത്തിന്റെ അളവേറിയതുമാണ്. ആയതിനാൽ ഇവ താപ സംസ്കരണപ്ലാന്റിൽ ഉപയോഗപ്രദമല്ല. സെൻട്രൽ പബ്ലിക് ഹെൽത്ത് ആൻഡ് എൻവയോൺമെന്റൽ എഞ്ചിനീയറിങ് ഓർഗനൈസേഷൻ

(CPHEEO) താപസംസ്കരണ പ്ലാന്റിൽ സംസ്കരിക്കുന്നതിനു നിശ്ച യിച്ചിട്ടുള്ള കുറഞ്ഞ താപമൂല്യം 1450 കിലോ കലോറി/കിലോഗ്രാം ആണ്. ഇന്ത്യയിലെ പ്രത്യേകിച്ച് കേരളത്തിലെ മാലിന്യത്തിന്റെ ശരാശരി താപമൂല്യം ഇതിനെയപേക്ഷിച്ച് ഗണ്യമായി കുറവാണ് എന്നും കാണാം. ഇക്കാരണത്താലാകണം കേരളത്തിൽ കൊച്ചിയിലും, മൂന്നാറിലും താപ സംസ്കരണ പ്ലാന്റുകൾ സ്ഥാപിക്കുന്നതിന് വളരെയധികം ഇളവുകൾ സ്വീകരിച്ച് വന്ന കമ്പനികൾ പദ്ധതി ഉപേക്ഷിച്ചത് എന്നുവേണം മനസ്സിലാക്കാൻ. കേന്ദ്ര വൈദ്യുതി റെഗുലേറ്ററി ബോർഡിന്റെ കണക്കു പ്രകാരം മാലിന്യത്തിൽനിന്നു ഒരു മെഗാവാട്ട് വൈദ്യുതി ഉല്പാദി പ്പിക്കുന്നതിനു നിശ്ചയിച്ചിട്ടുള്ള മൂലധനനിക്ഷേപം 15 കോടി രൂപയാണ്. അതനുസരിച്ച് 10 മെഗാവാട്ട് പ്ലാന്റിന് മൂലധനനിക്ഷേപം 150 കോടി മതി യെന്നിരിക്കെ 295 കോടി രൂപ മുതൽമുടക്ക് അംഗീകരിച്ച് നല്കുന്ന സ്ഥിതിയാണുണ്ടായത്. അതായത് 150 കോടി രൂപ ചെലവ് വരുന്ന പ്ലാന്റിന് 240 കോടി രൂപ വരെ മുനിസിപ്പൽ കോർപ്പറേഷൻ ഭൂമി ഈടു നല്കി ലോൺ എടുക്കുന്നതിനുള്ള സാദ്ധ്യത കിട്ടിയിട്ടുപോലും പ്ലാന്റ് ലാഭകരമാകുകയില്ല എന്ന ബോദ്ധ്യത്തിലാകണം പദ്ധതി ഉപേക്ഷിക്കു കയുണ്ടായത്. 2014 ൽ കേന്ദ്ര പ്ലാനിങ് കമ്മീഷൻ ശ്രീ. കസ്തൂരിരംഗന്റെ അദ്ധ്യക്ഷതയിൽ നിയോഗിച്ച കമ്മിറ്റിയുടെ അഭിപ്രായപ്രകാരവും, സെൻ ട്രൽ പബ്ലിക് ഹെൽത്ത് ആൻഡ് എൻവയോൺമെന്റൽ എൻഞ്ചിനീയ റിങ് ഓർഗനൈസേഷന്റെ മാന്വൽ പ്രകാരവും രണ്ടു ദശലക്ഷത്തിൽ കൂടുതൽ ജനസംഖ്യയുള്ളതും, കുറഞ്ഞത് 1100 ടൺ മാലിന്യം പ്രതി ദിനം ഉല്പാദിപ്പിക്കുന്നതുമായ നഗരങ്ങൾക്കാണ് സ്വന്തമായി വെസ്റ്റ് റ്റു എനർജി പ്ലാന്റ് സ്ഥാപിക്കുന്നത് അഭികാമ്യമാകുക എന്ന് നിർദ്ദേശി ച്ചിട്ടുണ്ട്. ഇതൊക്കെയും പരിഗണിക്കുമ്പോൾ ഇന്ത്യയിലോ, കേരള ത്തിലോ വെസ്റ്റ് റ്റു എനർജി പ്ലാന്റ് എന്ന ആശയം നിരർത്ഥകമാണ് എന്ന് പറയേണ്ടിവരും.

എന്നാൽ മാലിന്യത്തിൽനിന്നും ജൈവവാദം ഉല്പാദിപ്പിച്ച് അവയെ ഇന്ധനമായോ, വൈദ്യുതിയായോ ലഭ്യമാക്കുന്ന ആധുനിക ബയോ ഗ്യാസ് പ്ലാന്റുകൾ ജൈവമാലിന്യം അധികം ഉല്പാദിപ്പിക്കുന്ന ഇന്ത്യ യിലും, പ്രത്യേകിച്ച് കേരളത്തിലും ഫലപ്രദമായേക്കും എന്ന് കരുതേ ണ്ടിയിരിക്കുന്നു. ഇത്തരം പ്ലാന്റുകളിൽ നിക്ഷേപിക്കുന്ന മാലിന്യങ്ങൾ ഏകദേശം ഒരേപോലെ ദഹനത്തിന് വിധേയമാകുന്നവ ആയാൽ മാത്രമേ ഈ സാങ്കേതിക രീതിയും ഫലപ്രദമാകുകയുള്ളൂ. കേരള ത്തിൽ കൊല്ലം കോർപ്പറേഷനിൽ സ്ഥാപിക്കുന്നതിനു നിർദ്ദേശിച്ചിട്ടുള്ള പ്രതിദിനം 200 ടൺ ശേഷിയുള്ള പ്ലാന്റ് മാലിന്യം കത്തിക്കാതെ ബയോ മെഥനേഷൻ സാങ്കേതിക വിദ്യ ഉപയോഗപ്പെടുത്തി കംപ്രസ്ഡ് ബയോ ഗ്യാസ് വിപണനം നടത്തുന്നതിനു ഉദ്ദേശിച്ചുകൊണ്ടാണ്. 150 കോടി രൂപയിലധികം മുതൽമുടക്കുള്ള പ്ലാന്റിന് 40 കോടി രൂപ സർക്കാർ ഗ്രാന്റായി നല്കുമെന്നും ഓരോ ടൺ മാലിന്യത്തിനും 3450 രൂപ ടിപ്പിംഗ്

ഫീ ആയി നല്കുമെന്നുമാണ് വ്യവസ്ഥ. അതായത് ഗ്രാന്റായി നല്കുന്ന 40 കോടി രൂപയ്ക്ക് പുറമെ ഓരോ ദിവസവും 6,97,000 രൂപ പ്ലാന്റുടമയ്ക്ക് നല്കേണ്ടതായി വരും. കൊല്ലം, പുനലൂർ, പറവൂർ, കൊട്ടാരക്കര, കരുനാഗപ്പള്ളി എന്നീ മുനിസിപ്പാലിറ്റികളിൽനിന്നും മാലിന്യം ശേഖരിക്കും എന്നാണു പദ്ധതി നിർദ്ദേശം. എന്നാൽ ഈ അഞ്ചു നഗരങ്ങളിൽനിന്നും സമാന ദഹനശേഷിയുള്ള 200 ടൺ മാലിന്യം പ്രതിദിനം ലഭിക്കുമോ എന്ന കാര്യം പരിശോധിക്കേണ്ടതുണ്ട്.

11.2 സാൻഫ്രാൻസിസ്കോ നല്കുന്ന പാഠം

അമേരിക്കൻ ഐക്യ നാടുകളിലെ പൊതുസ്ഥിതിയനുസരിച്ച് പ്രതിശീർഷ പ്രതിദിന മുനിസിപ്പൽ മാലിന്യ ഉല്പാദനം 2.2 കിലോഗ്രാമാണ്. ഇതിൽ ശരാശരി 34% മാത്രമാണ് കമ്പോസ്റ്റിങ്ങിനോ, പുനഃചംക്രമണത്തിനോ, താപസംസ്കരണത്തിനോ വിധേയമാക്കുന്നത്. ബാക്കിയുള്ളവ ഭൂനിക്ഷേപം (Landfill) എന്ന രീതിയിൽ നിർമ്മാർജ്ജനം ചെയ്യുന്നതാണ് പൊതുവെ ഈ രാജ്യം സ്വീകരിക്കുന്ന മാർഗ്ഗം. ഇത് ഭൂനഷ്ടം വർദ്ധിക്കുന്നതിനും, ചില പാരിസ്ഥിതിക പ്രശ്ങ്ങൾക്കും കാരണമാകുന്നു എന്നതുപോലെ തന്നെ പുനഃചംക്രമണം ചെയ്യാൻ സാധിക്കുന്ന വിഭവങ്ങളെ വലിയതോതിൽ നഷ്ടപ്പെടുത്തുകയും ചെയ്യുന്നു. അമേരിക്കയിൽ പൊതുവെ തുടർന്നുവരുന്ന മാലിന്യപരിപാലന രീതിയിൽ നിന്നും വേറിട്ട് ചിന്തിച്ച ഒരു പട്ടണമാണ് സാൻഫ്രാൻസിസ്കോ. 121 ചതുരശ്ര കിലോമീറ്ററിലധികം വിസ്തീർണ്ണവും, 9 ലക്ഷത്തോളം ജനസംഖ്യയുമുള്ള ഈ നഗരത്തിൽ ഹോർട്ടിക്കൾച്ചർ മാലിന്യമുൾപ്പെടെ വിവിധ ഖരമാലിന്യങ്ങളുടെ വാർഷിക ഉല്പാദനം ഏകദേശം 1.8 ദശലക്ഷം ആണെന്ന് കണക്കാക്കപ്പെടുന്നു. 2020 ഓടെ ഈ നഗരത്തെ മാലിന്യമുക്തം (Zero Waste) ആക്കുക എന്ന ലക്ഷ്യത്തോടെ ശക്തമായ പൊതുനയസമീപനവും, വിപുലമായ അവബോധ പ്രവർത്തനങ്ങളും 2002 ൽ ആരംഭിച്ചു. നയസമീപനപ്രകാരം മാലിന്യം കുറയ്ക്കുന്നതിനും, പരമാവധി പുനരുപയോഗം, പുനഃചംക്രമണം, കമ്പോസ്റ്റിങ് എന്നീ പ്രക്രിയകളിലൂടെ വീണ്ടും ഉപയോഗപ്രദമാക്കുന്നതിനും, ഒരുകാരണവശാലും മാലിന്യം താപസംസ്കരണത്തിനോ (Incineration), ഭൂനിക്ഷേപത്തിനോ (Landfill) വിധേയമാക്കുന്നതല്ല എന്നുമായിരുന്നു തീരുമാനം. ഇതനുസരിച്ച് എല്ലാ വീടുകളിലും സ്ഥാപനങ്ങളിലും ഉണ്ടാകുന്ന മാലിന്യത്തിനു കമ്പോസ്റ്റിങ്ങോ, പുനഃചംക്രമണമോ നിർബ്ബന്ധമാക്കി. ഇതിനായി നിർബ്ബന്ധിത കമ്പോസ്റ്റിങ് നിയമം തന്നെ പ്രഖ്യാപിച്ചു. വിഭവാധിഷ്ഠിത മാലിന്യസംസ്കരണ ശീലം പ്രോത്സാഹിപ്പിക്കുന്നതിനായി ആദ്യഘട്ടത്തിൽ പാഴ്വസ്തു ശേഖരണ നിരക്ക് കമ്പോസ്റ്റിങ്, പുനഃചംക്രമണം എന്നിവയ്ക്കായി മാലിന്യം ശേഖരിക്കുന്ന നിരക്കിനേക്കാൾ വളരെ അധികം വർദ്ധിപ്പിച്ചു. ഇത് ശുചിത്വശീലമാറ്റത്തിന് തുടക്കംകുറിച്ചു. ഇന്നിപ്പോൾ മാലിന്യ ശേഖരണത്തിന് ലഭ്യമാക്കി വരുന്നത് 250

ലിറ്റർ ശേഷിയുള്ള നീല പുനഃചംക്രമണ ബിന്നും, 125 ലിറ്റർ ശേഷിയുള്ള പച്ച കമ്പോസ്റ്റിങ് ബിന്നും, 60 ലിറ്റർ മാത്രം ശേഷിയുള്ള കറുത്ത നിഷ്ക്രിയ പാഴ്വസ്തു (Inert disposables) നിക്ഷേപ ബിന്നുമാണ്.

ഏകദേശം 19000 ചതുരശ്ര മീറ്റർ വിസ്തീർണ്ണമുള്ളതും ആധുനിക യന്ത്രസംവിധാനങ്ങളുള്ളതുമായ ഒരു പുനഃചംക്രമണശാലയാണ് സ്ഥാപിച്ചിട്ടുള്ളത്. ഇവിടെ ഓരോമണിക്കൂറിലും 40–45 ടൺ വസ്തുക്കൾ പുനഃചംക്രമണത്തിനു വിധേയമാക്കുന്നതിനുള്ള ശേഷിയുണ്ട്. ഭക്ഷ്യാവശിഷ്ടങ്ങളും മറ്റു ജൈവവസ്തുക്കളും സംസ്കരിക്കുന്നതിനു പ്രതിദിനം 300 ടൺ സംസ്കരണ ശേഷിയുള്ള ആധുനിക കമ്പോസ്റ്റിങ് പ്ലാന്റ് പ്രവർത്തിച്ചുവരുന്നു. ഉല്പാദിപ്പിക്കപ്പെടുന്ന കമ്പോസ്റ്റ് കാർഷികാവശ്യങ്ങൾക്കു ലഭ്യമാക്കിവരുന്നു. മാലിന്യശേഖരണം, കമ്പോസ്റ്റിങ് പ്ലാന്റ്, പുനഃചംക്രമണ പ്ലാന്റ് എന്നിവയെല്ലാം ഒരു കമ്പനിയുടെ ഉടമസ്ഥതയിലാണ് പ്രവർത്തിച്ചുവരുന്നത് എന്നതിനാൽ ഏകോപനം കാര്യക്ഷമമായി നടക്കുന്നു. പ്രതിവർഷം 2000 കോടി രൂപ ചെലവുവരുന്ന മാലിന്യപരിപാലന സംവിധാനം പൂർണ്ണമായും പ്രവർത്തിക്കുന്നത് മാലിന്യശേഖരണ ഫീസിൽനിന്നുള്ള വരുമാനം ഉപയോഗപ്പെടുത്തിയാണ്. അതായത് മൂലധനച്ചെലവും, പരിപാലനച്ചെലവുമെല്ലാം ഉൾപ്പെടെ ഒരു ടൺ മാലിന്യം കൈകാര്യം ചെയ്യുന്നതിന് വേണ്ടിവരുന്ന തുക അമേരിക്കൻ സാമ്പത്തിക നിരക്കിൽ ഏകദേശം 10,500 രൂപയാണ്. ഈ പ്രവർത്തനങ്ങളുടെ ഫലമായി നഗരത്തിലുണ്ടാകുന്ന ഏകദേശം 77% മാലിന്യവും സംസ്കരിച്ച് പുനരുപയോഗിക്കുന്നതിനു സാദ്ധ്യമായിട്ടുണ്ട്. ബാക്കിവരുന്ന 23%, അതായത് പ്രതിവർഷം 5 ലക്ഷം ടൺ മാലിന്യം നിലവിൽ ഭൂനിക്ഷേപത്തിലേക്കു പോകുന്നുണ്ട്. ഇതിന്റെ 75% വും കമ്പോസ്റ്റ് ചെയ്യുകയോ, പുനഃചംക്രമണത്തിനു വിധേയമാക്കുകയോ ചെയ്യാവുന്ന മാലിന്യമാണ്. ഈ മാലിന്യം കൂടി സംസ്കരണത്തിന് വിധേയമാക്കുന്നതിനുള്ള ശ്രമങ്ങളാണ് നടന്നുവരുന്നത്. ഇതുകൂടിയായാൽ നഗരത്തിൽ ഉല്പാദിപ്പിക്കുന്ന മാലിന്യത്തിന്റെ 90% വും പുനഃചംക്രമണത്തിനു വിധേയമാക്കാൻ സാധിക്കുക എന്ന അപൂർവ്വ നേട്ടം കൈവരിക്കാനാകും.

ശക്തമായ പൊതുനയം, രാഷ്ട്രീയ ഇച്ഛാശക്തി, അനുയോജ്യ സാങ്കേതിക വിദ്യ, പൊതുസ്വകാര്യ പങ്കാളിത്തം, മാലിന്യം കുറയ്ക്കുന്നവർക്കുള്ള സാമ്പത്തിക പ്രോത്സാഹനം, കർശനമായ ശിക്ഷാനടപടികൾ, പാളിച്ചകളില്ലാത്ത നിയമനിർവ്വഹണം തുടങ്ങിയ നടപടികളിലൂടെയാണ് സാൻഫ്രാൻസിസ്കോ ഹരിത നഗരമായി മാറിയത്. മാലിന്യമുക്ത നഗരമെന്ന ആശയം മനുഷ്യമനസ്സുകളിൽ എത്തിക്കുന്നതിനും, പുനഃചംക്രമണം സംബന്ധിച്ച അവബോധം ജനങ്ങളിലേക്ക് പകർന്നു നല്കുന്നതിനും ഒരു പുതിയ ശുചിത്വശീലത്തിലേക്കു ജനങ്ങളെ നയിക്കുന്നതിനും ഉൾപ്പെടെയുള്ള ആധുനിക സംസ്കാരത്തിലേക്ക് ജനങ്ങളെ എത്തിക്കാനായി എന്നതാണ് സാൻഫ്രാൻസിസ്കോ നഗരം

നല്കുന്ന പാഠം. ഇതുപോലെയുള്ള നിരവധി നയസമീപനങ്ങളും അതിന്റെ അടിസ്ഥാനത്തിലുള്ള മാതൃകകളും ലോകത്തിന്റെ വിവിധ ഭാഗങ്ങളിൽ ഉണ്ടായിവരുന്നു. കേരളവും നാടിന്റെ പരിസ്ഥിതിക്കും, ആരോഗ്യത്തിനും, സാമ്പത്തികസ്ഥിതിക്കും അനുയോജ്യമായ തനത് മാതൃകകൾ വികസിപ്പിക്കുന്ന ശ്രമത്തിലാണ്. തിരുവനന്തപുരം, ആലപ്പുഴ, ആറ്റിങ്ങൽ, കുന്നംകുളം, വടകര തുടങ്ങിയ ഒട്ടേറെ നഗരങ്ങളിലും, ഗ്രാമ പഞ്ചായത്തുകളിലും നിർദ്ദിഷ്ട മാർഗ്ഗനിർദ്ദേശങ്ങളിൽ അധിഷ്ഠിതമായ തദ്ദേശീയ മാതൃകകൾ വികസിച്ചു വരുന്നു. തിരുവനന്തപുരം, ആലപ്പുഴ മാതൃകകൾക്കു അന്തർദ്ദേശീയ അംഗീകാരവും ലഭിച്ചിട്ടുണ്ട്. ഇവയെ സ്ഫുടം ചെയ്തെടുത്ത് സുസ്ഥിരമായ മാലിന്യ സംസ്കരണ രീതി സംസ്ഥാനത്തു പ്രാവർത്തികമാക്കുന്നതിനു സാധിക്കും എന്ന ഉത്തമ വിശ്വാസമാണ് സമീപകാല പ്രവർത്തനങ്ങൾ നല്കുന്നത്.

12

ദ്രവമാലിന്യപരിപാലനം

ഗാർഹിക, വ്യാവസായിക, വാണിജ്യ, കാർഷിക പ്രവർത്തനങ്ങളുടെ ഭാഗമായി ജലം വിനിയോഗിക്കുമ്പോൾ ഉപയോഗശേഷം പുറന്തള്ളപ്പെടുന്ന മാലിന്യം കലർന്ന ജലമാണ് ദ്രവമാലിന്യം അഥവാ മലിനജലം. ടോയിലറ്റ്, കുളിമുറി, അടുക്കള, വസ്ത്രം അലക്കുന്ന സ്ഥലം തുടങ്ങിയ ഗാർഹിക സ്രോതസ്സുകളിൽനിന്നും, വിവിധതരം സ്ഥാപനങ്ങൾ, ചന്തകൾ ഉൾപ്പെടെയുള്ള വാണിജ്യകേന്ദ്രങ്ങൾ തുടങ്ങിയ സാമൂഹ്യ സ്രോതസ്സുകളിൽനിന്നും ഒഴുക്കിവിടുന്ന ദ്രവമാലിന്യം വ്യാപകമായ പരിസ്ഥിതി മലിനീകരണത്തിന് കാരണമാകുന്നുണ്ട്. വേഗത്തിൽ ഒഴുകി വ്യാപിച്ചും, മണ്ണിൽ കുതിർന്നും, ഉപരിതല ജലത്തിലും, ഭൂഗർഭ ജലത്തിലും കലർന്നും പരിസ്ഥിതിവ്യൂഹത്തെ മലിനീകരിക്കുന്ന ദ്രവമാലിന്യം പരിപാലിക്കുക എന്നത് സങ്കീർണ്ണമായ പ്രക്രിയയാണ്. ഗാർഹിക–സാമൂഹ്യ സ്രോതസ്സുകളിൽ നിന്നു പുറന്തള്ളപ്പെടുന്ന ദ്രവമാലിന്യത്തെ പൊതുവെ രണ്ടായി തരംതിരിക്കാം. ടോയിലറ്റുകളിൽ നിന്നു പുറന്തള്ളുന്ന മല–മൂത്രം കലർന്നതും, ഉയർന്ന മലിനീകരണ സാദ്ധ്യതയുള്ളതുമായ ബ്ലാക്ക് വാട്ടർ അഥവാ ഇരുണ്ടജലമാണ് ഇതിൽ ഒന്ന്. കുളിമുറി, അടുക്കള, വസ്ത്രം അലക്കുന്ന സ്ഥലം എന്നിവിടങ്ങളിൽ നിന്നും പുറന്തള്ളപ്പെടുന്ന, ജൈവാണുക്കൾ ഇല്ലാത്തതോ, താരതമ്യേന കുറഞ്ഞ തോതിൽ ജൈവാണുക്കൾ കലർന്നതോ ആയ ഗ്രേ വാട്ടർ അഥവാ ചാരജലമാണ് മറ്റൊന്ന്. സാമാന്യ കണക്കുപ്രകാരം ഗാർഹിക സ്രോതസ്സുകളിൽ നിന്നുണ്ടാകാവുന്ന ദ്രവമാലിന്യത്തിന്റെ തോത് താഴെ പട്ടികയിൽ വിവരിക്കുന്നു.

സ്രോതസ്സ്	*ദ്രവമാലിന്യത്തിന്റെ തരം*	*പ്രതിദിന-പ്രതിശീർഷ ഉല്പാദനം*
ടോയിലറ്റ്	ഇരുണ്ട ജലം	3 ലിറ്റർ
കുളിമുറി	ചാര ജലം	20–30 ലിറ്റർ
അടുക്കള	ചാര ജലം	5–10 ലിറ്റർ
തുണി കഴുകുന്ന ഇടം	ചാര ജലം	15–20 ലിറ്റർ
കന്നുകാലിത്തൊഴുത്ത്	ചാര ജലം	10–15 ലിറ്റർ

ശരിയായ ദ്രവമാലിന്യ പരിപാലനത്തിന്റെ അഭാവം കേരളത്തിലെ ജലസ്രോതസ്സുകളുടെ ഗുണനിലവാരം കുറയുന്നതിന് കാരണമാകുന്നു എന്നു വിവിധ പഠനങ്ങൾ സൂചിപ്പിക്കുന്നു. കഴിഞ്ഞ ഒരു ദശകത്തിൽ സംസ്ഥാനത്തെ കിണറുകളുടെയും നദികളുടെയും ജലഗുണനിലവാരം നിർണ്ണയിക്കുന്നതുമായി ബന്ധപ്പെട്ടു നടത്തിയിട്ടുള്ള പഠനങ്ങളെല്ലാം സൂചിപ്പിക്കുന്നത് കുടിവെള്ള സ്രോതസ്സുകളായിട്ടുള്ള കിണറുകളിൽ 70 ശതമാനവും മനുഷ്യമലത്തിലെ ജൈവാണുക്കൾ കലർന്നവയാണെന്നാണ്. കേന്ദ്ര മലിനീകരണ നിയന്ത്രണ ബോർഡ് നടത്തിവരുന്ന ദേശീയ ജല ഗുണനിലവാര നിരീക്ഷണ പരിപാടിയുടെ ഭാഗമായി നടത്തിവരുന്ന പഠനത്തിൽ കണ്ടെത്തിയ രാജ്യത്തെ 351 മലിനീകൃത നദീമേഖലകളിൽ 21 എണ്ണം കേരളത്തിലാണ് എന്നതാണ്. നഗരവല്കൃത മേഖലകളിൽ നിന്നൊഴുകിയെത്തുന്ന മനുഷ്യമലം കലർന്ന മലിന ജലമാണ് ഇതിന് കാരണം എന്നാണ് കണ്ടെത്തിയിട്ടുള്ളത്. 2013 മുതൽ 2018 വരെയുള്ള കാലയളവിൽ സംസ്ഥാനത്ത് കഠിനമായ അതിസാര രോഗാവസ്ഥയുമായി ബന്ധപ്പെട്ട കേസുകൾ 0.4 ദശലക്ഷത്തിൽനിന്ന് 0.5 ദശലക്ഷമായി ഉയർന്നു എന്നാണ് കാണുന്നത്. ജലസ്രോതസ്സുകളിലെ രോഗകാരികളായ ജീവാണുക്കളുടെ വർദ്ധിക്കുന്ന സാന്നിദ്ധ്യം കേരളത്തിലെ രോഗഭാരം വലിയതോതിൽ വർദ്ധിക്കുന്നതിന് കാരണമാകുന്നു. പ്രത്യേകിച്ചു അടിക്കടിയുണ്ടാകുന്ന പ്രളയസാഹചര്യങ്ങളും വേനൽക്കാലത്തെ ജലക്ഷാമവും കേരളത്തിലെ രോഗഭാരം ഗണ്യമായി വർദ്ധിക്കുന്നു എന്നത് ദ്രവമാലിന്യ പരിപാലനം അടിയന്തരമായി മെച്ചപ്പെടുത്തേണ്ട സാഹചര്യത്തിലേക്ക് വിരൽചൂണ്ടുന്നു.

12.1 ദ്രവമാലിന്യഉല്പാദനം

കേരളം പൂർണ്ണമായും വെളിയിട മലവിസർജ്ജനം ഒഴിവാക്കിയതും എല്ലാ വീടുകളിലും ശൗചാലയങ്ങൾ ഉള്ളതുമായ സംസ്ഥാനമാണ്. കിണറും ശൗചാലയവും ഉൾപ്പെടുന്ന വീടുകളും, ചുറ്റിനും പുരയിടവും എന്ന രീതിയിലുള്ള ആവാസ–വ്യവസ്ഥയാണ് കേരളത്തിൽ പൊതുവെ കാണപ്പെടുന്നത്. വെള്ളമൊഴിച്ച് വൃത്തിയാക്കുന്ന ശൗചാലയങ്ങൾ പൊതുവെ സെപ്റ്റിക് ടാങ്കുമായോ അല്ലെങ്കിൽ കക്കൂസ് കുഴിയുമായോ ബന്ധപ്പെടുത്തിയിട്ടുള്ളതുമാണ്. 2011 ലെ സെൻസസ് പ്രകാരം കേരള

ത്തിലെ 78 ശതമാനം കുടുംബങ്ങൾക്കും കക്കൂസ് മാലിന്യം അവരുടെ പരിസരത്തുതന്നെയുള്ള സെപ്റ്റിക് ടാങ്കുകളിലോ കക്കൂസ് കുഴികളിലോ ശേഖരിക്കുന്നതായ ഉറവിട-ശുചിത്വ സംവിധാനമാണ് ലഭ്യമായിട്ടുള്ളത്. അതായത് കേരളത്തിൽ 39.5 ലക്ഷം സെപ്റ്റിക് ടാങ്കുകളിലും 23 ലക്ഷം കുഴി കക്കൂസുകളിലുമായി മനുഷ്യമലമുൾപ്പെടെയുള്ള ദ്രവമാലിന്യം സംഭരിക്കപ്പെടുന്നു. സെപ്റ്റിക് ടാങ്കുകളിൽ സംഭരിക്കപ്പെടുന്ന മലം കലർന്ന ദ്രവമാലിന്യം (Septage) സൂക്ഷ്മജീവികളുടെ പ്രതിപ്രവർത്തനത്തിൽ ഒരുപരിധിവരെ ജീർണ്ണനം സംഭവിക്കുകയും അതിലെ ഖരാംശത്തിന്റെ വ്യാപ്തി ഗണ്യമായി കുറയുകയും ചെയ്യും. അതോടൊപ്പം അജീർണ്ണ അവശിഷ്ടങ്ങൾ അതിൽ അടിയുകയും അധിക ദ്രാവകം സെപ്റ്റിക് ടാങ്കിനുപുറത്തു സ്ഥാപിക്കുന്ന ജലനിർഗമനക്കുഴി (Soakpit) യിലൂടെ മണ്ണിലേക്ക് കിനിഞ്ഞിറങ്ങുകയും ചെയ്യും. കക്കൂസ് കുഴികളിൽ സംഭരിക്കപ്പെടുന്ന മലമുൾപ്പെടെയുള്ള ദ്രവമാലിന്യം (Fecal sludge) വലിയ തോതിലുള്ള സൂക്ഷ്മജീവികളുടെ പ്രതിപ്രവർത്തനത്തിന് വിധേയമാകുകയില്ല എന്നതിനാൽ ദ്രവമാലിന്യത്തിലെ ഖരാംശം ഏതാണ്ട് പൂർണ്ണമായും ആ കുഴിയിൽത്തന്നെ നിക്ഷേപിക്കപ്പെടും. എന്നാൽ ദ്രവാംശം ഏതാണ്ട് നല്ലൊരളവ് കുഴിയുടെ വശങ്ങളിലുള്ള മണ്ണിലേക്ക് ആഗിരണം ചെയ്യപ്പെടും.

സാധാരണയായി സെപ്റ്റിക് ടാങ്കിന്റെ വലുപ്പം വ്യക്തിഗത വീടുകളിൽ ഒന്നു മുതൽ നാലുവരെ ഘനമീറ്ററും, മറ്റ് പൊതു ഇടങ്ങളിലും അപ്പാർട്ട്മെന്റുകളിലും 10 മുതൽ 100 വരെ ഘനമീറ്ററും ആയാണ് കണ്ടുവരുന്നത്. സാധാരണഗതിയിൽ സെപ്റ്റിക് ടാങ്കുകൾ കാലിയാക്കുന്ന പ്രവർത്തനങ്ങൾ അതിന്റെ വ്യാപ്തി, ഉപയോഗം, അവബോധം എന്നിവ അനുസരിച്ച് 2–10 വർഷത്തിലൊരിക്കലാണ് നടന്നുവരുന്നത്. മലിന ജല കുഴികൾ പൂർണ്ണമായി നിറഞ്ഞ് ഉപയോഗശൂന്യമാകുമ്പോൾ 10–20 വർഷം കൂടുമ്പോഴാണ് സാധാരണയായി കാലിയാക്കുന്നത്. മലിനജല കുഴികളുടെ അളവ് 1–10 ഘനമീറ്റർവരെ വ്യത്യാസപ്പെട്ടിരിക്കുന്നു. പൊതുവെ താഴ്ന്ന പ്രദേശങ്ങളിലും തീരദേശങ്ങളിലുമുള്ള മാലിന്യ കുഴികളുടെ ആഴം ഉയർന്ന ഭൂഗർഭജല വിതാനംമൂലം പരിമിതപ്പെട്ടിട്ടുണ്ട്. അത്തരം കുഴികളിൽ നിന്ന് കുറഞ്ഞ കാലയളവുകളിൽ തന്നെ മാലിന്യം നീക്കംചെയ്യേണ്ടതായിട്ടുണ്ട്. ഇപ്രകാരം പരിശോധിക്കുമ്പോൾ കേരളത്തിലെ സെപ്റ്റിക് ടാങ്കുകളിൽനിന്നും പ്രതിദിനം നീക്കം ചെയ്യേണ്ടതായി കണക്കാക്കാവുന്ന അവശിഷ്ട ദ്രവമാലിന്യം (Septage) 3.469 ദശലക്ഷം ലിറ്ററും കക്കൂസ് കുഴികളിൽനിന്നും പ്രതിദിനം നീക്കം ചെയ്യേണ്ടിവരുന്ന അവശിഷ്ടമലം (Fecal sludge) 4.634 ദശലക്ഷം ലിറ്ററുമാണ്. കേരളത്തിലെ വിവിധ ജില്ലകളിലെ പ്രതിദിന കക്കൂസ് മാലിന്യ ഉല്പാദനം ഘനമീറ്ററിൽ താഴെ നല്കിയിട്ടുള്ള പട്ടികയിൽ കാണാം.

ജില്ല	നഗരം (എണ്ണം)		ഗ്രാമം (എണ്ണം)		സെപ്ടേജ് (ദശലക്ഷം ലിറ്റർ)		ഫീക്കൽ സ്ലഡ്ജ് (ദശലക്ഷം ലിറ്റർ)		ആകെ (ദശ ലക്ഷം ലിറ്റർ)
	സെപ്റ്റിക് ടാങ്ക്	കുഴി കക്കൂസ്	സെപ്റ്റിക് ടാങ്ക്	കുഴി കക്കൂസ്	നഗരം	ഗ്രാമം	നഗരം	ഗ്രാമം	
തിരുവനന്തപുരം	194582	179440	73150	241884	0.136	0.102	0.190	0.257	0.685
കൊല്ലം	129740	119644	69097	228481	0.181	0.097	0.127	0.242	0.647
പത്തനംതിട്ട	14377	13258	50940	168441	0.020	0.071	0.014	0.179	0.284
ആലപ്പുഴ	125441	115679	46672	154327	0.175	0.065	0.123	0.164	0.527
കോട്ടയം	61856	57042	67681	223797	0.087	0.095	0.06	0.237	0.479
ഇടുക്കി	5690	5247	50526	167072	0.008	0.071	0.006	0.177	0.262
എറണാകുളം	244157	225156	50136	165785	0.341	0.070	0.239	0.176	0.826
തൃശ്ശൂർ	228543	210758	48855	161549	0.320	0.068	0.224	0.171	0.783
പാലക്കാട്	74059	68296	102145	337760	0.104	0.143	0.072	0.358	0.677
മലപ്പുറം	198654	183194	109842	363210	0.278	0.154	0.194	0.385	1.011
കോഴിക്കോട്	226901	209244	48579	160635	0.317	0.068	0.222	0.170	0.777
വയനാട്	3453	3185	37579	124261	0.005	0.053	0.003	0.132	0.193
കണ്ണൂർ	179669	165687	42259	139737	0.251	0.059	0.176	0.148	0.634
കാസർഗോഡ്	55247	50947	38175	126231	0.077	0.053	0.054	0.134	0.318
ആകെ	1742369	1606777	835636	2763170	2.3	1.169	1.704	2.93	8.103

ഓരോ ജില്ലയിലെയും പ്രതിദിന കക്കൂസ് മാലിന്യ ഉല്പാദനത്തിന്റെ താരതമ്യ സ്ഥിതി താഴെ നല്കിയിട്ടുള്ള ചിത്രത്തിൽ കാണാം.

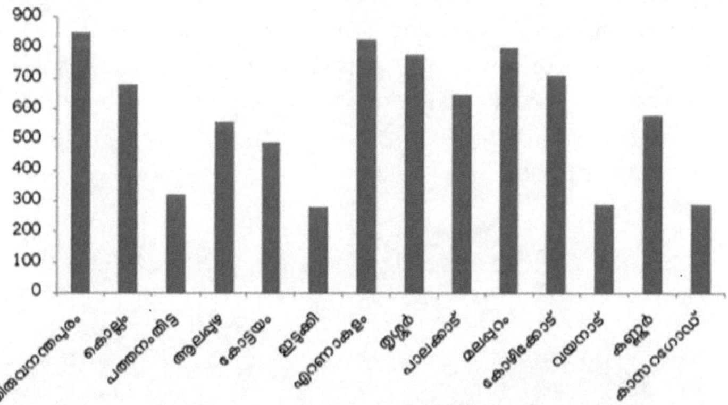

സെപ്റ്റിക് ടാങ്കുകളിലും, കുഴികക്കൂസുകളിലും ശേഖരിക്കപ്പെടുന്ന കക്കൂസ് മാലിന്യത്തിനു പുറമെ അടുക്കളയിൽനിന്നും കുളിമുറിയിൽ നിന്നുമുള്ള മലിനജലം (ചാരജലം അഥവാ grey water) പ്രകൃതിയിലേക്ക് ഒഴുകിയെത്തി പരിസര മലിനീകരണത്തിന് കാരണമാകുന്നുണ്ട്. ശുചിത്വ മിഷൻ ഏർപ്പെടുത്തിയതനുസരിച്ച് ഇതിന്റെ വിശദാംശങ്ങൾ കോഴിക്കോട് ജലവിഭവ വികസന പരിപാലന കേന്ദ്രം (CWRDM) പഠിക്കുകയുണ്ടായി. അതനുസരിച്ച് മൂന്ന് ഗ്രാമപഞ്ചായത്തുകളിലും രണ്ട് മുനിസിപ്പാലിറ്റികളിലും ഒരു കോർപ്പറേഷനിലും നടത്തിയ വിശദമായ വിവരശേഖരണവും തുടർപഠനങ്ങളും സൂചിപ്പിക്കുന്നത് നഗരപ്രദേശങ്ങളിൽ പ്രതിദിനം 129 ലിറ്ററും ഗ്രാമപ്രദേശങ്ങളിൽ പ്രതിദിനം 127 ലിറ്ററും മലിനജലം പ്രതിശീർഷം ഉല്പാദിപ്പിക്കപ്പെടുന്നുണ്ട് എന്നാണ്. ഇതിൻ പ്രകാരം സംസ്ഥാനത്തെ മലിനജല ഉല്പാദനം പ്രതിദിനം 4300 ദശലക്ഷം ലിറ്റർ ആയി കണക്കാക്കാം. ഇതിൽ 60 ശതമാനവും, അതായത് പ്രതിദിനം 2600 ദശലക്ഷം ലിറ്റർ മലിനജലവും, പുനരുപയോഗം ചെയ്യാവുന്നതാണ്. കേരളത്തിൽ നഗര-ഗ്രാമപ്രദേശങ്ങളിലെ ജനസംഖ്യ ഏകദേശം തുല്യമായതിനാൽ പ്രതിദിന മലിനജല ഉല്പാദനം നഗരങ്ങളിലും ഗ്രാമങ്ങളിലും ഏതാണ്ട് തുല്യമാണ്. കക്കൂസ് മാലിന്യത്തിന്റെ ഉല്പാദനത്തിലെന്നപോലെ ദിനംപ്രതിയുള്ള മലിനജല ഉല്പാദനത്തിന്റെ 66 ശതമാനവും 6 ജില്ലകളിലെ നഗരപ്രദേശങ്ങളിൽ നിന്നാണ്. ഉല്പാദിപ്പിക്കപ്പെടുന്ന മലിനജലത്തിന്റെ 45 ശതമാനവും മാലിന്യക്കുഴികളിലേക്കും, 25 ശതമാനം ഓവുചാലിലേക്കും, 30

ശതമാനം പൊതുഇടങ്ങളിലേക്കുമാണ് ഒഴുക്കിവിടുന്നത് എന്നും പഠനം കണ്ടെത്തുകയുണ്ടായി.

ചാരജലവും (Grey water), ഇരുണ്ടജലവും (Black water) കലർന്ന മലിനജലമിശ്രിതമാണ് സീവെജ് (Sewage). 2011 ലെ ജനസംഖ്യപ്രകാരം കേരളത്തിൽ ആകെയുണ്ടാകുന്ന മനുഷ്യമലം കലർന്ന ദ്രവമാലിന്യം പ്രതിദിനം 3607 ദശലക്ഷം ലിറ്റർ ആണെന്നു കണക്കാക്കിയിട്ടുണ്ട്. ഓരോ ജില്ലയിലെയും സീവെജ് ഉല്പാദനം താഴെ ചിത്രത്തിൽ കാണാം. നഗരങ്ങളിൽ മാത്രം ഉല്പാദിപ്പിക്കപ്പെടുന്ന സീവെജ് മാലിന്യം പ്രതിദിനം 1017 ദശലക്ഷം ലിറ്ററാണ്.

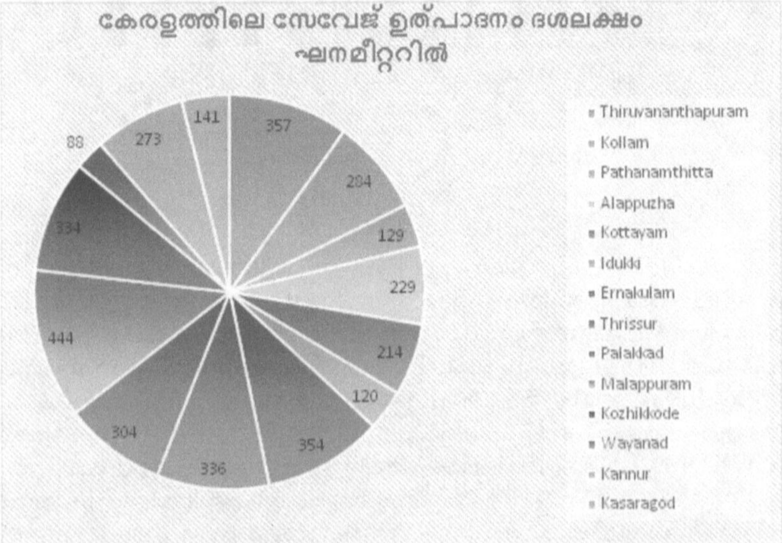

12.2 ദ്രവമാലിന്യ സംസ്കരണം

കേരളത്തിലെ 83% വീടുകളിലും ഉല്പാദിപ്പിക്കപ്പെടുന്ന സീവെജ് സെപ്റ്റിക് ടാങ്കുകളിലോ, കുഴികക്കൂസുകളിലോ ശേഖരിക്കുന്ന സ്ഥിതിയാണുള്ളത്. കേന്ദ്രീകൃത സീവെജ് സംസ്കരണ സംവിധാനം ഭാഗികമായെങ്കിലുമുള്ള തിരുവനന്തപുരം, കൊച്ചി നഗരങ്ങളിലെ ചില പ്രദേശങ്ങളിലും, സീവെജ് സംസ്കരണ പ്ലാന്റുകൾ സ്ഥാപിക്കപ്പെട്ടിട്ടുള്ള സ്ഥാപനങ്ങളിലും, വാസകേന്ദ്രങ്ങളിലും മാത്രമാണ് സീവെജ് പരിപാലനം പരിമിതമായെങ്കിലും നടക്കുന്നത്. 2011 ലെ സെൻസസ് പ്രകാരം കേരളത്തിലെ ഏകദേശം 12% വീടുകൾക്ക് മാത്രമാണ് സീവെജ് മാലിന്യം പൈപ്പിലൂടെ ഒഴുക്കിക്കൊണ്ടു പോയി സംസ്കരിക്കുന്ന

തിനുള്ള സീവറേജ് കവറേജ് ഉള്ളത്. ഇത് പ്രധാനമായും തിരുവനന്തപുരവും കൊച്ചിയും കേന്ദ്രീകരിച്ചാണ്.

12.3 തിരുവനന്തപുരം ദ്രവമാലിന്യ പരിപാലന സംവിധാനം

നിലവിൽ 178 ചതുരശ്ര കിലോമീറ്റർ വിസ്തീർണ്ണമുള്ള തിരുവനന്തപുരം നഗരസഭയിലെ കവടിയാർ, വെള്ളയമ്പലം, തൈക്കാട്, തമ്പാനൂർ, പഴവങ്ങാടി, ചാല, മണക്കാട്, പുത്തൻചന്ത, ജഗതി, പാളയം എന്നീ പ്രദേശങ്ങൾ അടങ്ങുന്ന 18.2 ചതുരശ്ര കിലോമീറ്റർ പ്രദേശം കേന്ദ്രീകരിച്ച് 1945 ലാണ് കേരളത്തിലെ ആദ്യത്തെ സീവെജ് ശൃംഖല ആരംഭിക്കുന്നത്. ഇവിടെയുള്ള സീവെജ് ശേഖരിച്ച് കുര്യാത്തി പമ്പിങ് സ്റ്റേഷനിൽ എത്തിച്ച് അവിടെനിന്നും പ്രതിദിനം 8 ദശലക്ഷം ലിറ്റർ സീവെജ് സംസ്കരണ ശേഷിയുള്ള വലിയതുറ സീവെജ് ഫാമിലേക്ക് പമ്പ് ചെയ്തു സംസ്കരിക്കുന്ന രീതിയിലാണ് ഈ സംവിധാനം ആരംഭിച്ചത്. തുടർന്ന് ശ്രീകണ്ഠേശ്വരം, പേട്ട (കിഴക്ക്), ഋഷിമംഗലം, വഞ്ചിയൂർ, കൈതമുക്ക്, പട്ടം, നന്തൻകോട്, ബാർട്ടൻ ഹിൽ ഉൾപ്പെടുന്ന 6.22 ചതുരശ്ര കിലോമീറ്റർ പ്രദേശത്തെ സീവെജ് ശേഖരിച്ച് പാറ്റൂർ പമ്പിങ് സ്റ്റേഷനിൽ എത്തിച്ച് അവിടെനിന്നു വലിയതുറ സീവെജ് ഫാമിലേക്ക് പമ്പ് ചെയ്തു സംസ്കരിക്കുന്ന രീതി 1965 ൽ നിലവിൽവന്നു. 1970 ൽ ചാക്ക, പാൽക്കുളങ്ങര, പേട്ട (പടിഞ്ഞാറ്), പുത്തൻസ്ട്രീറ്റ്, ശ്രീവരാഹം, മണക്കാട് (ഭാഗികം), കാഞ്ഞിരവിളാകം, മൂന്നാമ്മനാക്കൽ, കല്പകനഗർ എന്നീ 3.37 ചതുരശ്ര കിലോമീറ്റർ പ്രദേശത്തെ സീവെജ് ശേഖരിച്ച് ഈഞ്ചക്കൽ പമ്പിങ് സ്റ്റേഷനിൽ നിന്നു വലിയതുറയ്ക്ക് പമ്പുചെയ്യുന്ന രീതി നിലവിൽ വന്നു. തുടർന്നു 1990 ൽ കണ്ണമ്മൂല പമ്പിങ് സ്റ്റേഷനിലൂടെ അണമുഖം, കണ്ണമ്മൂല, ഗൗരീശപട്ടം എന്നിവിടങ്ങളിൽനിന്നും, മുറിഞ്ഞപാലം പമ്പിങ് സ്റ്റേഷനിലൂടെ പട്ടം പ്രദേശത്തെയും, പ്ലാമൂട് പമ്പിങ് സ്റ്റേഷനിലൂടെ പട്ടം, കേശവദാസപുരം, നന്തൻകോട്, കുറവൻകോണം, മുട്ടട, കവടിയാർ പ്രദേശത്തെയും സീവെജ് ഫാമുമായി ബന്ധിപ്പിച്ചു. 1994 ൽ കുര്യാത്തിയിലൂടെ പാങ്ങോട്, പി ടി പി നഗർ, കാഞ്ഞിരംപാറ, വട്ടിയൂർക്കാവ്, വലിയവിള പ്രദേശത്തെയും, ശാസ്തമംഗലത്തൂടെ കവടിയാർ, പേരൂർക്കട, മണ്ണാമ്മൂല, ശാസ്തമംഗലം പ്രദേശത്തെയും സീവെജ് വലിയതുറ സീവെജ് ഫാമിലേക്ക് പമ്പ് ചെയ്യുന്നതിന് ആരംഭിച്ചു. ഇതോടെ നഗരത്തിലെ 43 ചതുരശ്ര കിലോമീറ്റർ പ്രദേശത്തേക്ക് സീവെജ് ശേഖരണ സംവിധാനം വ്യാപിച്ചു. എന്നാൽ ഈ ശേഖരണ ശൃംഖലയിൽനിന്ന് സീവെജ് ഫാമിന്റെ പ്രതിദിന സംസ്കരണ ശേഷിയെക്കാൾ 8 ഇരട്ടിയിലധികം മലിനജലം ഫാമിലേക്ക് ഒഴുകിയെത്തുന്ന സ്ഥിതിയുണ്ടായി. ഇത് മലിനജലത്തിന്റെ ശാസ്ത്രീയസംസ്കരണം പൂർണ്ണമായും ഇല്ലാതാക്കുകയും സമീപത്തുള്ള പാർവ്വതീപുത്തനാർ, ആക്കുളം-വേളി കായൽ എന്നിവ വലിയതോതിൽ മലിനീകരിക്കപ്പെടുന്നതിനും കാരണമായി.

ലിക്വിഡ് വേസ്റ്റ് മാനേജ്മെന്റ്

ഈ സാഹചര്യത്തിൽ നഗരത്തിൽ ആകെയുള്ള 100 വാർഡുകളിൽ 2041 ആകുമ്പോഴേക്ക് ഉണ്ടായേക്കാവുന്ന ജനസംഖ്യയായ 10,89,934 പേർക്കും പ്രയോജനപ്പെടുംവിധം മലിനജല സംസ്കരണ സംവിധാനം പരിഷ്കരിക്കുന്നതിന് തീരുമാനിച്ചു. കേരള സുസ്ഥിര നഗര വികസന പദ്ധതി (KSUDP), ജവാഹർലാൽനെഹ്റു ദേശീയ നഗര പുനരുദ്ധാരണ മിഷൻ (JNNURM) എന്നിവയുടെ സാങ്കേതിക-സാമ്പത്തിക സഹായം ഉപയോഗപ്പെടുത്തി നഗരത്തെ 21 സോണുകൾ ആയി തിരിച്ച് പദ്ധതി നടപ്പിലാക്കുന്നതിനാണ് തീരുമാനിച്ചത്. പഴയ സീവെജ് ശൃംഖല മെച്ചപ്പെടുത്തി പുനഃക്രമീകരിക്കുന്നതിനും, സീവെജ് കുഴലുകൾ ഇല്ലാത്ത ഇടങ്ങളിൽ പുതിയവ സ്ഥാപിക്കുന്നതിനും, പ്രതിദിനം 107 ദശലക്ഷം മലിനജലം സംസ്കരിക്കാൻ ശേഷിയുള്ള ഒരു സീവെജ് സംസ്കരണ പ്ലാന്റ് വലിയതുറയ്ക്ക് സമീപം മുട്ടത്തറയിൽ സ്ഥാപിക്കുന്നതിനും മെഡിക്കൽ കോളേജിന് മാത്രമായി അതിന്റെ കാമ്പസിൽ തന്നെ പ്രതിദിനം 4 ദശലക്ഷം ലിറ്റർ ശേഷിയുള്ള സീവെജ് സംസ്കരണ പ്ലാന്റ് സ്ഥാപിക്കുന്നതിനും തീരുമാനിച്ചു. ഇതിലൂടെ നഗരത്തിലെ മലിനജല ശേഖരണ-സംസ്കരണ ശേഷി നിലവിലെ 30 ശതമാനത്തിൽ നിന്നും 60 ശതമാനമായി ഉയർത്തുന്നതിനാണ് ലക്ഷ്യമിട്ടത്. ഇതു കൂടാതെ നഗരത്തിന്റെ വടക്കൻ പ്രദേശത്തെ കേന്ദ്രീകരിച്ച് 23 ദശലക്ഷം ലിറ്റർ ശേഷിയുള്ള സീവെജ് സംസ്കരണ പ്ലാന്റും തെക്കൻ പ്രദേശത്തെ കേന്ദ്രീകരിച്ച് 7 ദശലക്ഷം ലിറ്റർ ശേഷിയുള്ള സീവെജ് സംസ്കരണ പ്ലാന്റും സ്ഥാപിക്കുന്നതിനും നിർദ്ദേശമുണ്ടായി.

2013 ൽ മുട്ടത്തറയിൽ പ്രതിദിനം 107 ദശലക്ഷം ലിറ്റർ സംസ്കരണ ശേഷിയുള്ള ആധുനിക സീവെജ് ട്രീറ്റ്മെന്റ് പ്ലാന്റ് പ്രവർത്തനക്ഷമമായി. ഇതോടൊപ്പം ഏകദേശം 600 കിലോമീറ്റർ മലിനജല പൈപ്പ്

ലൈനും, 52000 കണക്ഷനുമായി നഗരത്തിലെ 43 വാർഡുകളിൽ പൂർണ്ണമായോ, ഭാഗികമായോ മലിനജലസംസ്കരണം സാദ്ധ്യമായി. ഇതോടൊപ്പം തിരുവനന്തപുരം മെഡിക്കൽ കോളേജിന് മാത്രമായി അവരുടെ ക്യാംപസിൽതന്നെ പ്രതിദിനം 5 ദശലക്ഷം ലിറ്റർ സീവെജ് സംസ്കരിക്കുന്ന ഒരു പ്ലാന്റും 2021 അവസാനത്തോടെ പ്രവർത്തനക്ഷമമായി. എന്നിരുന്നാലും ദ്രവമാലിന്യ പരിപാലന സംവിധാനത്തിന്റെ പ്രയോജനം തിരുവനന്തപുരം നഗരത്തിന്റെ 38% ജനങ്ങൾക്കു മാത്രമാണു പൂർണ്ണമായും ലഭ്യമായിട്ടുള്ളത്. നഗരത്തിന്റെ കൂടുതൽ പ്രദേശങ്ങളിലേക്ക് സീവറേജ് പൈപ്പ് ലൈൻ സ്ഥാപിക്കുന്ന പ്രവർത്തനം നടന്നുവരുന്നു എങ്കിലും പ്രവർത്തനങ്ങൾ കൂടുതൽ വേഗതയിൽ ആക്കേണ്ടതുണ്ട്.

നഗരത്തിലെ 62% ജനങ്ങൾക്കും കക്കൂസ് മാലിന്യമുൾപ്പെടെയുള്ള ദ്രവമാലിന്യം സെപ്റ്റിക് ടാങ്കുകളിലോ, കക്കൂസ് കുഴികളിലോ ശേഖരിക്കുന്ന സംവിധാനം മാത്രമാണു ലഭ്യമായിട്ടുള്ളത്. സെപ്റ്റിക് ടാങ്കുകളും കക്കൂസ് കുഴികളും നിറയുമ്പോൾ അതിൽനിന്ന് മാലിന്യം മാറ്റി വൃത്തിയാക്കുന്നതിനുള്ള യന്ത്രസംവിധാനം (ഹണിസക്കർ) കോർപ്പറേഷൻ കാലങ്ങളായി ലഭ്യമാക്കി വരുന്നു. നിലവിൽ 8 ഹണിസക്കർ കോർപ്പറേഷന് സ്വന്തമായുണ്ട്. ഹണിസക്കർ ഉപയോഗപ്പെടുത്തി നീക്കം ചെയ്യുന്ന മാലിന്യം സംസ്കരിക്കുന്നതിനുള്ള സൗകര്യം അടുത്തകാലത്ത് മുട്ടത്തറ സീവെജ് പ്ലാന്റിൽ ലഭ്യമാക്കുകയുണ്ടായി. നഗരത്തിലെയും സമീപ പ്രദേശങ്ങളിലെയും കക്കൂസ് മാലിന്യം പൂർണ്ണമായും സംസ്കരിക്കുന്നതിനുള്ള ശേഷി നിലവിൽ മുട്ടത്തറ പ്ലാന്റിനുണ്ടെന്നാണ് കണക്കാക്കിയിട്ടുള്ളത്. എന്നാൽ ഇതുപയോഗപ്പെടുത്തുന്നതിന് തദ്ദേശ സർക്കാരുകൾ കൂടുതൽ നടപടികൾ സ്വീകരിക്കേണ്ടതായുണ്ട്. ഇതുമായി ബന്ധപ്പെട്ട് തിരുവനന്തപുരം നഗരസഭയ്ക്ക് ഫലപ്രദമായ നടപടികൾ സ്വീകരിക്കാൻ സാധിച്ചിട്ടുണ്ടെന്നത് അഭിനന്ദനാർഹമാണ്.

12.4 കൊച്ചി ദ്രവമാലിന്യ പരിപാലന പദ്ധതി

95 ചതുരശ്ര കിലോമീറ്റർ വിസ്തീർണ്ണവും 74 വാർഡുകളും ഉള്ള കൊച്ചിയിൽ 2011-ലെ സെൻസസ് കണക്കുപ്രകാരം 6,77,381 ജനങ്ങളാണ് അധിവസിക്കുന്നത്. 1970-ലാണ് ഈ നഗരത്തിൽ ആദ്യമായി ഒരു സീവെജ് സംസ്കരണ സംവിധാനം നിലവിൽ വന്നത്. നഗരത്തിലെ ഗാന്ധിനഗർ, ജനറൽ ആശുപത്രി പ്രദേശങ്ങൾ ഉൾപ്പെടുന്ന 4.5 ചതുരശ്ര കിലോമീറ്റർ പ്രദേശത്തെ സീവെജ് 28 കിലോമീറ്റർ നീളത്തിൽ പൈപ്പുലൈനും, ഏലംകുളത്ത് പ്രതിദിനം 4.5 ദശലക്ഷം മലിനജല സംസ്കരണ ശേഷിയുള്ള സീവെജ് ട്രീറ്റ്മെന്റ് പ്ലാന്റും, 1190 കണക്ഷനും നല്കിയാണ് ഈ സംവിധാനം നിലവിൽ വന്നത്. നിലവിൽ 3 ദശലക്ഷം ലിറ്റർ മലിനജലം മാത്രമാണ് പ്ലാന്റിൽ പ്രതിദിനം സംസ്കരിച്ചുവരുന്നത്. ഇതുകൂടാതെ മറൈൻ ഡ്രൈവിലെ ജി സി ഡി എ കോംപ്ലക്സിനെയും സമീപത്തെ കെട്ടിടങ്ങളെയും ബന്ധിപ്പിച്ചുകൊണ്ട് 900 കിലോലിറ്റർ

പ്രതിദിനസംസ്കരണ ശേഷിയുള്ള ഒരു ചെറിയ സീവെജ് സംസ്കരണ പ്ലാന്റും പ്രവർത്തിച്ചുവരുന്നു. നഗരത്തിലെ 5 ശതമാനം ജനങ്ങൾക്കു മാത്രമാണ് ഇതിന്റെ പ്രയോജനം ലഭിച്ചുവരുന്നത്.

കൊച്ചി കോർപ്പറേഷൻ പ്രദേശത്തെ സമ്പൂർണ മലിനജലസംസ്കരണം ലക്ഷ്യമിട്ടുകൊണ്ട് 2010 ൽ മാസ്റ്റർ പ്ലാൻ തയ്യാറാക്കുകയുണ്ടായി. നിലവിൽ പ്രതിദിനം ഉല്പാദിപ്പിക്കപ്പെടുന്ന മലിനജലം 70 ദശലക്ഷം എന്ന് കണക്കാക്കികൊണ്ടും 2041 ആകുമ്പോഴേക്കും പ്രതിദിന മലിനജലഉല്പാദനം 82 ദശലക്ഷം ലിറ്റർ ആയി വർദ്ധിക്കും എന്നു കണക്കാക്കിയും കൊച്ചിപ്രദേശത്തെ 7 പ്രധാന മേഖലകളാക്കി തിരിച്ചു കൊണ്ടാണ് ഇത് തയ്യാറാക്കിയത്. ഇതനുസരിച്ച് ജനസാന്ദ്രത ഏറെയുള്ളതും, 1,2 മേഖലകളിൽപ്പെടുന്നതുമായ ഫോർട്ട് കൊച്ചി, മട്ടാഞ്ചേരി, പള്ളുരുത്തി മേഖലകൾക്കായി മുണ്ടംവെളിയിൽ 38 ദശലക്ഷം ലിറ്റർ പ്രതിദിന സംസ്കരണ ശേഷിയുള്ള ഒരു സീവെജ് ട്രീറ്റ്മെന്റ് പ്ലാന്റും അനുബന്ധ പൈപ്പുലൈനുകളും നിർദ്ദേശിക്കപ്പെട്ടു. ഇന്ത്യൻ നേവി ഓഫീസുകൾ സ്ഥിതിചെയ്യുന്ന മേഖല 3 ൽ പെടുന്ന ദ്വീപിലേക്കായി 1.2 ദശലക്ഷം ലിറ്റർ പ്രതിദിന സംസ്കരണ ശേഷിയുള്ള ഒരു സീവെജ് ട്രീറ്റ്മെന്റ് പ്ലാന്റും അനുബന്ധ പൈപ്പുലൈനുകളുമാണ് നിർദ്ദേശിക്കപ്പെട്ടത്. ഭാഗികമായി സീവെജ് സംസ്കരണ സംവിധാനമുള്ള മേഖല 4 ൽ പെടുന്ന മദ്ധ്യകൊച്ചിയിൽ നിലവിൽ 4.5 പ്രതിദിന സംസ്കരണ ശേഷിയുള്ള പ്ലാന്റിനൊപ്പം 10 ദശലക്ഷം ലിറ്റർ പ്രതിദിന സംസ്കരണ ശേഷിയുള്ള ഒരു സീവെജ് ട്രീറ്റ്മെന്റ് പ്ലാന്റും അനുബന്ധ പൈപ്പുലൈനുകളുമാണ് നിർദ്ദേശിക്കപ്പെട്ടത്. കലൂർ, ഇടപ്പള്ളി, വെണ്ണലയുടെ ചില പ്രദേശങ്ങൾ ഉൾപ്പെട്ട മേഖല 5 നായി അമൃത മെഡിക്കൽ കോളേജിന്റെ വടക്കുഭാഗത്തായി 28 ദശലക്ഷം ലിറ്റർ പ്രതിദിന സംസ്കരണ ശേഷിയുള്ള പ്ലാന്റും, മേഖല 6 ൽ ഉൾപ്പെടുത്തിയിട്ടുള്ള കിഴക്കൻ കൊച്ചിക്കായി 45-ാം വാർഡിൽ ഇടപ്പള്ളി തോടിന്റെ കരയിൽ 15 ദശലക്ഷം ലിറ്റർ പ്രതിദിന സംസ്കരണ ശേഷിയുള്ള പ്ലാന്റും, മേഖല 7-ലുള്ള തേവര ഉൾപ്പെടെയുള്ള തെക്കൻ കൊച്ചിക്കായി ചിലവന്നൂർ ഭാഗത്ത് 9 ദശലക്ഷം ലിറ്റർ പ്രതിദിന സംസ്കരണ ശേഷിയുള്ള പ്ലാന്റും നിർദ്ദേശിക്കപ്പെട്ടു. അപ്രകാരം ആകെ 101.2 ദശലക്ഷം ലിറ്റർ പ്രതിദിന സംസ്കരണ ശേഷിയുള്ള സീവെജ് ട്രീറ്റ്മെന്റ് പ്ലാന്റുകളും അനുബന്ധ പൈപ്പുലൈനുകളും നിർദ്ദേശിക്കപ്പെടുകയുമുണ്ടായെങ്കിലും പദ്ധതി രൂപരേഖയ്ക്കപ്പുറം നിർവ്വഹണം നടക്കുകയുണ്ടായില്ല.

തുടർന്ന് ഏലംകുളത്ത് പ്രതിദിനം 24 ദശലക്ഷം ലിറ്റർ സംസ്കരണ ശേഷിയുള്ള സീവെജ് ട്രീറ്റ്മെന്റ് പ്ലാന്റും, 53 കിലോമീറ്റർ പൈപ്പുലൈനും, മട്ടാഞ്ചേരിക്കായി 22 ദശലക്ഷം ലിറ്റർ സംസ്കരണ ശേഷിയുള്ള സീവെജ് ട്രീറ്റ്മെന്റ് പ്ലാന്റും അനുബന്ധ പൈപ്പുലൈനുകളും സ്ഥാപിച്ച് കോർപ്പറേഷൻ പ്രദേശത്തെ സീവെജ് സംസ്കരണം നിലവിലെ 5 ശതമാനത്തിൽനിന്ന് 20 ശതമാനമായി വർദ്ധിപ്പിക്കുന്നതിന്

തീരുമാനിക്കുകയുണ്ടായി. അതനുസരിച്ച് പദ്ധതി നിർവ്വഹണം ആരം ഭിച്ചുവെങ്കിലും അതിന്റെ പുരോഗതി ആശാവഹമല്ല. കൊച്ചി സ്മാർട്ട് സിറ്റി മിഷന്റെ ഭാഗമായി പടിഞ്ഞാറൻ കൊച്ചിയിലെ 2.7 ചതുരശ്രകി ലോമീറ്റർ ഭാഗത്തെ 40,000 കുടുംബങ്ങൾക്ക് പ്രയോജനം ലഭിക്കുമാറ് 72 കിലോമീറ്റർ ദൂരം സീവറേജ് പൈപ്പ് ലൈൻ സ്ഥാപിക്കുന്നതിനും ഫോർട്ട് കൊച്ചിയിൽ കാൽവത്തികനാലിനു കരയിൽ 45 സെന്റ് സ്ഥലത്തു 6.5 ദശലക്ഷം ലിറ്റർ പ്രതിദിന സംസ്കരണ ശേഷിയുള്ള സീവെജ് ട്രീറ്റ്മെന്റ് പ്ലാന്റ് സ്ഥാപിക്കുന്നതിനും തയ്യാറാക്കിയ പദ്ധതിയും ചില പ്രാദേശിക പ്രശ്നങ്ങൾ കാരണം തടസ്സപ്പെട്ടിരിക്കുകയാണ്. അമൃത് മിഷന്റെ ഭാഗമായി പ്രതിദിനം 11.2 ദശലക്ഷം ലിറ്റർ പ്രതിദിന സംസ കരണശേഷിയുള്ള സീവെജ് സംസ്കരണ പ്ലാന്റിന് സാങ്കേതിക അനുമതി ലഭിച്ചുവെങ്കിലും നിർവ്വഹണത്തിൽ വേണ്ടത്ര പുരോഗതി ഉണ്ടായിട്ടില്ല. അമൃത് മിഷന്റെ ഭാഗമായി ഇടക്കൊച്ചി വടക്ക് മധുരക്കമ്പനി പ്രദേശത്തും, ഇടക്കൊച്ചി അംബേദ്കർ കോളനിയിലും, പെരുംപടപ്പിലുമായി യഥാക്രമം 1.4, 1.1, 1.4 ദശലക്ഷം ലിറ്റർ വീതം പ്രതി ദിന സംസ്കരണ ശേഷിയുള്ള 3 പ്ലാന്റുകൾ നിർദ്ദേശിക്കപ്പെട്ടു എന്നതിൽ കവിഞ്ഞ് പുരോഗതിയില്ല.

12.5 ഗുരുവായൂർ ദ്രവമാലിന്യ പരിപാലന പദ്ധതി

വലിയ ജനസാന്ദ്രതയും, നിത്യേന ധാരാളം തീർത്ഥാടകർ എത്തു ന്നതുമായ ഗുരുവായൂർ മുനിസിപ്പൽ പ്രദേശം തീരദേശ ഭൂപ്രകൃതി യുടെയും ഉയർന്ന ഭൂഗർഭ ജലനിലയുടെയും പ്രത്യേകതകളാൽ ജല മലിനീകരണ സാദ്ധ്യത ഏറെയുള്ള പ്രദേശമാണ്. ഈ പശ്ചാത്തല ത്തിൽ 20 ദശലക്ഷം ലിറ്റർ പ്രതിദിന സംസ്കരണ ശേഷിയുള്ള സീവെജ് ട്രീറ്റ്മെന്റ് പ്ലാന്റ് സ്ഥാപിക്കുന്നതിനും, നഗരത്തിന്റെ പ്രധാന മേഖലകളെ ബന്ധിപ്പിച്ച് 11 കിലോമീറ്റർ ദൂരം സീവറേജ് പൈപ്പ് ലൈനും, 3 പമ്പിങ് സ്റ്റേഷനുകളും സ്ഥാപിച്ച് പ്ലാന്റിലേക്ക് മലിനജലം എത്തിച്ച് സംസ് കരിക്കുന്നതിനും പദ്ധതി തയ്യാറാക്കുകയുണ്ടായി. 1970 കളിൽ സീവ റേജ് പൈപ്പ് ലൈൻ സ്ഥാപിക്കുന്നതിന് ആരംഭിക്കുകയും 1995 ൽ ചക്കംകണ്ടി എന്ന പ്രദേശത്ത് പ്ലാന്റ് സ്ഥാപിക്കുന്നതിന് ആരംഭിച്ചു എങ്കിലും പ്രവൃത്തികൾ വേണ്ട രീതിയിൽ പുരോഗമിച്ചില്ല. തുടർന്നു പലശ്രമങ്ങളും ഉണ്ടായെങ്കിലും 2009 ലാണ് പദ്ധതി പുനഃക്രമീകരിച്ച് ഭരണാനുമതിയും സാങ്കേതികാനുമതിയും ലഭ്യമായത്. ഇതനുസരിച്ച് നഗരത്തിലെ ഏഴു വാർഡുകൾ ഉൾപ്പെടുന്ന 1.4 ചതുരശ്ര കിലോമീറ്റർ പ്രദേശത്തെ 33,850 ജനങ്ങൾക്ക് പ്രയോജനപ്രദമാകുന്ന രീതിയിൽ 3 ദശലക്ഷം ലിറ്റർ പ്രതിദിന സംസ്കരണ ശേഷിയുള്ള സീവെജ് ട്രീറ്റ് മെന്റ് പ്ലാന്റ് ചക്കംകണ്ടം പ്രദേശത്ത് സ്ഥാപിക്കുന്നതിനും 8395 മീറ്റർ സീവറേജ് പൈപ്പ് ലൈനും 3 പമ്പിങ് സ്റ്റേഷനുകളും സ്ഥാപിച്ചു പദ്ധതി പൂർത്തീകരിക്കുന്നതിനും തീരുമാനിച്ചു. 2018 നുശേഷം മെച്ചപ്പെട്ട

നിർവ്വഹണ പുരോഗതിയിലൂടെ 85% സീവറേജ് ശൃംഖലയും 99% പ്ലാന്റിന്റെ നിർമ്മാണവും പൂർത്തീകരിച്ച് 2021 ഒക്ടോബർ മാസത്തിൽ പദ്ധതി കമ്മീഷൻ ചെയ്യുകയുണ്ടായി.

12.6 സംസ്ഥാനത്തെ മറ്റ് നഗരങ്ങളിലെ ദ്രവമാലിന്യ സംസ്കരണം

സംസ്ഥനത്തെ മറ്റ് പ്രധാന നഗരങ്ങളായ കോഴിക്കോട്, കൊല്ലം, തൃശ്ശൂർ എന്നിവിടങ്ങളിലും ദ്രവമാലിന്യ പരിപാലന പദ്ധതി നടപ്പിലാക്കുന്നതിന് വിപുലമായ പദ്ധതി സുസ്ഥിര നഗര വികസന പദ്ധതിയുടെ ഭാഗമായി തയ്യാറാക്കുകയുണ്ടായി.

ദ്രവമാലിന്യ പരിപാലനത്തിന് പൊതുസംവിധാനം ഇല്ലാത്ത ഒരു നഗരമാണ് കോഴിക്കോട്. കേരള സുസ്ഥിര നഗര വികാസന പദ്ധതിയുടെ ഭാഗമായി നഗരത്തിന്റെ മദ്ധ്യമേഖലയിലെ 18.3 ചതുരശ്ര കിലോമീറ്റർ പ്രദേശത്തെ 1.9 ലക്ഷം ജനങ്ങൾക്ക് പ്രയോജനപ്പെടുന്ന വിധത്തിൽ 66 കിലോമീറ്റർ ദൂരം സീവറേജ് പൈപ്പ് ലൈൻ ഇടുന്നതിനും, 13.5 ദശലക്ഷം ലിറ്റർ സംസ്കരണ ശേഷിയുള്ള സീവെജ് സംസ്കരണ പ്ലാന്റ് സ്ഥാപിക്കുന്നതിനും, സീവറേജിലൂടെ ഒഴുകിവരുന്ന സീവെജ് 4 പമ്പിങ് സ്റ്റേഷൻ ഉപയോഗപ്പെടുത്തി പ്ലാന്റിലേക്ക് പമ്പ് ചെയ്യുന്നതിനുമുള്ള സംവിധാനമാണ് നിർദ്ദേശിക്കപ്പെട്ടത്. അതിലൂടെ കോഴിക്കോട് നഗരത്തിൽ 35 ശതമാനം സീവറേജ് വ്യാപനമാണ് ലക്ഷ്യമിട്ടത്. എന്നാൽ ഈ പദ്ധതി പൂർത്തീകരിച്ചില്ല. തുടർന്ന് അമൃത് മിഷന്റെ ഭാഗമായി മൂന്നു സ്ഥലങ്ങളിൽ സീവെജ് സംസ്കരണ പ്ലാന്റുകൾ സ്ഥാപിച്ച് സമീപപ്രദേശങ്ങളിലെ സീവെജ് സംസ്കരിക്കുന്നതിനുള്ള പദ്ധതികൾ പുരോഗമിക്കുകയാണ്. മെഡിക്കൽകോളേജ് ഭാഗത്ത് ഒരു ദശലക്ഷവും, 2.1 ദശലക്ഷവും വീതം പ്രതിദിന സംസ്കരണ ശേഷിയുള്ള രണ്ടു പ്ലാന്റുകളും അനുബന്ധ സീവറേജ് ശൃംഖലയുടെയും പ്രവർത്തനം ആരംഭിച്ചിട്ടുണ്ട്. കൂടാതെ നഗരത്തിലെ കോത്തി പ്രദേശത്ത് 6 ദശലക്ഷം പ്രതിദിന സംസ്കരണശേഷിയുള്ളതും, ആവിക്കൽതോട് പ്രദേശത്ത് 7 ദശലക്ഷം പ്രതിദിന സംസ്കരണശേഷിയുള്ളതുമായ രണ്ടു സീവെജ് സംസ്കരണ പ്ലാന്റുകളും അനുബന്ധ സീവറേജ് ശൃംഖലകളുടെയും നിർമ്മാണത്തിന് കരാർ ആയിട്ടുണ്ട്. എന്നാൽ പ്രാദേശികമായ എതിർപ്പുകൾ കാരണം പ്രവർത്തികൾ ഇനിയും പുരോഗമിച്ചിട്ടില്ല.

കൊല്ലം പട്ടണത്തെ 3 സീവറേജ് മേഖലകളായി തിരിച്ച് വിപുലമായ ദ്രവമാലിന്യ സംസ്കരണസംവിധാനം നടപ്പിലാക്കുന്നതിന് എൺപതുകളിൽത്തന്നെ തീരുമാനമെടുത്തിരുന്നു. ഇതനുസരിച്ച് പഴയ മുനിസിപ്പൽ പ്രദേശത്തെ തേവള്ളി, ആശ്രാമം, ഉളിയക്കോവിൽ, താമരക്കുളം, പള്ളിത്തോട്ടം, ബീച്ച്, കച്ചേരി, തങ്കശ്ശേരി, മുളങ്കാടകം, തിരുമുല്ലവാരം എന്നീ പ്രദേശങ്ങളെ പൂർണ്ണമായോ, ഭാഗികമായോ ഉൾപ്പെടുത്തി 38 കിലോമീറ്റർ സീവറേജ് പൈപ്പുകളും, 5 പമ്പിങ് സ്റ്റേഷനുകളും,

അതിലേക്കു 3.35 കിലോമീറ്റർ ദൂരം പമ്പിങ് പൈപ്പ് ലൈനുകളും കേരള വാട്ടർ അതോറിറ്റി 1982 ൽത്തന്നെ സ്ഥാപിക്കുകയുണ്ടായി. തുടർന്ന് കുരീപ്പുഴയിൽ 12 ദശലക്ഷം ലിറ്റർ പ്രതിദിന സംസ്കരണ ശേഷിയുള്ള സീവെജ് ട്രീറ്റ്മെന്റ് പ്ലാന്റ് സ്ഥാപിക്കുന്നതിനും 58 കിലോമീറ്റർ അനുബന്ധ സീവറേജ് പൈപ്പ് ശൃംഖല സ്ഥാപിക്കുന്നതിനും തീരുമാനിച്ചു. തുടർന്ന് ശക്തികുളങ്ങര, കാവനാട്, മുളങ്കാടകം, കണ്ണിമേൽ, കുരീപ്പുഴയുടെ ഭാഗങ്ങൾ എന്നീ പ്രദേശങ്ങൾക്കായി ശക്തികുളങ്ങരയിൽ 8 ദശലക്ഷം ലിറ്റർ പ്രതിദിന സംസ്കരണ ശേഷിയുള്ള സീവെജ് ട്രീറ്റ്മെന്റ് പ്ലാന്റ് സ്ഥാപിക്കുന്ന പദ്ധതി വിഭാവനം ചെയ്തു. അതോടൊപ്പം വടക്കേവിള, മുള്ളുവിള, പള്ളിമുക്ക്, ഇരവിപുരം, പോളയത്തോട്, കിളികൊല്ലൂർ എന്നീ പ്രദേശങ്ങൾക്കായി മുണ്ടയ്ക്കൽ പ്രദേശത്ത് 30 ദശലക്ഷം ലിറ്റർ പ്രതിദിന സംസ്കരണ ശേഷിയുള്ള സീവെജ് ട്രീറ്റ്മെന്റ് പ്ലാന്റും, അനുബന്ധ സീവറേജ് ശൃംഖലയും ആലോചിച്ചു. ഈ പദ്ധതികളിലൂടെ കൊല്ലം നഗരത്തിന്റെ 40 ശതമാനം പ്രദേശത്തെ ദ്രവമാലിന്യ പരിപാലനം സാദ്ധ്യമാക്കാനാണ് ലക്ഷ്യമിട്ടത്. എന്നാൽ ഇവയൊന്നും തന്നെ പുരോഗമിക്കുകയുണ്ടായില്ല. നിലവിൽ അമൃത് മിഷന്റെ ഭാഗമായി കുരീപ്പുഴയിൽ 12 ദശലക്ഷം ലിറ്റർ പ്രതിദിന സംസ്കരണ ശേഷിയുള്ള സീവെജ് ട്രീറ്റ്മെന്റ് പ്ലാന്റിന്റെ നിർമ്മാണം തുടങ്ങിയിട്ടുണ്ട്.

പാരിസ്ഥിതിക സുരക്ഷ പരിഗണിക്കുമ്പോൾ ദ്രവമാലിന്യ പരിപാലന സംവിധാനം ഒരു കാരണവശാലും ഒഴിച്ചുകൂടാനാവത്ത തീരദേശ മണൽ പരദേശമാണ് ആലപ്പുഴ നഗരം. എന്നിരുന്നാലും നാളിതുവരെ 53 വീടുകളുള്ള മുനിസിപ്പൽ കോളനിയിൽ ഒഴികെ ദ്രവമാലിന്യ പരിപാലനത്തിന് ഒരു സംവിധാനവും നിലവിലില്ല. അമൃത് മിഷന്റെ ഭാഗമായി 2.4 ലക്ഷം ലിറ്റർ പ്രതിദിന സംസ്കരണശേഷിയുള്ള ഒരു സീവെജ് സംസ്കരണ പ്ലാന്റ് ആലപ്പുഴ ജനറൽ ആശുപത്രി പരിസരത്ത് നിർമ്മിക്കുന്നതിനുള്ള കരാർ നല്കിയിട്ടുണ്ട്. കൂടാതെ നഗരത്തിലെ ആലിശേരി ശതാബ്ദിമന്ദിരം ഭാഗത്ത് 15000 ലിറ്ററും, തൊട്ടുമാടി കോളനി പ്രദേശത്ത് 50000 ലിറ്ററും പ്രതിദിന സംസ്കരണശേഷിയുള്ള രണ്ടു സീവെജ് സംസ്കരണ പ്ലാന്റുകൾ നിർദ്ദേശിക്കപ്പെട്ടുവെങ്കിലും അവയുടെ നിർമ്മാണ പ്രവർത്തികൾ തീരുമാനിക്കപ്പെട്ടിട്ടില്ല. തൃശൂർ, പാലക്കാട്, കണ്ണൂർ നഗരങ്ങളിലെ സ്ഥിതിയും വ്യത്യസ്തമല്ല. തൃശൂർ നഗരത്തിലെ ജനറൽ ആശുപത്രി പരിസരത്ത് 3.6 ലക്ഷം ലിറ്ററും, കൊക്കാല പ്രദേശത്ത് 2.5 ദശലക്ഷം ലിറ്ററും പ്രതിദിന സംസ്കരണശേഷിയുള്ള രണ്ടു സീവെജ് സംസ്കരണ പ്ലാന്റുകൾ നിർദ്ദേശിക്കപ്പെട്ടുവെങ്കിലും വേണ്ട പുരോഗതി ഇല്ല. പാലക്കാട് മെഡിക്കൽകോളേജ് പരിസരത്ത് 2.7 ലക്ഷം ലിറ്റർ പ്രതിദിന സംസ്കരണശേഷിയുള്ള പ്ലാന്റിന്റെ നിർമ്മാണം ആരംഭിച്ചു എങ്കിലും തടയപ്പെട്ടിരിക്കുകയാണ്. ഇതിനുപുറമേ പാലക്കാട് നഗരത്തിലെ സുന്ദരം കോളനി കേന്ദ്രീകരിച്ച് 8 ലക്ഷം ലിറ്റർ സംസ്കരണശേഷിയുള്ള പ്ലാന്റ് നിർദ്ദേശിച്ചിട്ടുണ്ടെങ്കിലും അതിലും

പുരോഗതിയില്ല. കണ്ണൂർ നഗരത്തിലാകട്ടെ പടന്നപ്പാലം പ്രദേശത്ത് ഒരു ദശലക്ഷം ലിറ്റർ പ്രതിദിന സംസ്കരണശേഷിയുള്ള സീവെജ് ട്രീറ്റ്മെൻറ് പ്ലാന്റിന്റെ നിർമ്മാണം ആരംഭിച്ചിട്ടുണ്ട്.

ചെറുനഗരങ്ങളിലെ കാര്യക്ഷമമായ ദ്രവമാലിന്യ പരിപാലന മാതൃക രൂപപ്പെടുത്തുന്നതിനുള്ള ഒരു പദ്ധതി ചെറുനഗരങ്ങളിലെ അടിസ്ഥാന സൗകര്യ വികസന പദ്ധതിയുടെ ഭാഗമായി ചാലക്കുടി മുനിസിപ്പാലിറ്റിയിൽ നടപ്പിലാക്കുന്നതിന് ശ്രമിക്കുകയുണ്ടായി. അതിന്റെ ഭാഗമായി നഗരത്തിന്റെ 25.25 ചതുരശ്ര കിലോമീറ്റർ പ്രദേശത്തേക്കായി 200 കിലോമീറ്റർ നീളത്തിൽ സീവറേജ് പൈപ്പ് ഇടുന്നതിനും 20 ദശലക്ഷം ലിറ്റർ പ്രതിദിന സംസ്കരണ ശേഷിയുള്ള സീവെജ് ട്രീറ്റ്മെന്റ് പ്ലാന്റ് സ്ഥാപിക്കുന്നതിനുമായി 49.78 കോടി രൂപ അടങ്കലുള്ള പദ്ധതിക്കു 2006–07–ൽ അംഗീകാരം ലഭിക്കുകയും സാമ്പത്തിക സഹായം ലഭ്യമാകുകയുമുണ്ടായി. എന്നാൽ പ്രാദേശിക എതിർപ്പുകൾ കാരണം ആ പദ്ധതി ഉപേക്ഷിക്കുകയാണുണ്ടായത്. ചെറുനഗരങ്ങളിൽ ആധുനിക ദ്രവമാലിന്യ സംസ്കരണ സംവിധാനം പ്രാവർത്തികമാക്കുന്നതിനും അതിന്റെ പ്രവർത്തന മികവിന്റെ അടിസ്ഥാനത്തിൽ മറ്റ് നഗരങ്ങളിലേക്ക് ഇത്തരം സംവിധാനം വ്യാപിപ്പിക്കുന്നതിനുമുള്ള സാദ്ധ്യതയാണ് ഈ പദ്ധതി മുടങ്ങിയതിലൂടെ നഷ്ടമായത്.

12.7 സ്ഥാപന കേന്ദ്രീകൃത ദ്രവമാലിന്യ സംസ്കരണം

1974 ലെ ജല മലിനീകരണ നിയന്ത്രണ നിയമത്തിലെയും, 1986 ലെ പരിസ്ഥിതി സംരക്ഷണ നിയമത്തിലെയും വ്യവസ്ഥകൾ ഉപയോഗപ്പെടുത്തി ദ്രവമാലിന്യം കൂടുതലായി ഉല്പാദിപ്പിക്കുന്ന സ്ഥാപനങ്ങൾ കേന്ദ്രീകൃത ദ്രവമാലിന്യ സംസ്കരണ പ്ലാന്റുകൾ ഉപയോഗപ്പെടുത്തിയോ സ്വന്തമായി സീവെജ് സംസ്കരണ പ്ലാന്റ് സ്ഥാപിച്ചോ ദ്രവമാലിന്യം സംസ്കരിക്കേണ്ടതാണ് എന്ന നിബന്ധന സംസ്ഥാന മലിനീകരണ നിയന്ത്രണ ബോർഡ് 2006 മുതൽ നടപ്പാക്കുകയുണ്ടായി. അതനുസരിച്ച് കേന്ദ്രീകൃത ദ്രവമാലിന്യ സംസ്കരണ സംവിധാനമില്ലാത്ത പ്രദേശങ്ങളിൽ 2000 ചതുരശ്രമീറ്ററോ, അതിലധികമോ നിർമ്മിത വിസ്തീർണ്ണമുള്ള ഫ്ളാറ്റുകൾ, റിസോർട്ടുകൾ, ആശുപത്രികൾ, കുറഞ്ഞത് 20 മുറികളെങ്കിലുമുള്ള ഹോട്ടലുകൾ, 50 കിടക്കകളിൽ അധികമുള്ള ആശുപത്രികൾ എന്നിവിടങ്ങളിലെ കക്കൂസ് മാലിന്യമുൾപ്പെടെയുള്ള ദ്രവമാലിന്യം അനുയോജ്യമായ മലിനജലസംസ്കരണ പ്ലാന്റ് സ്ഥാപിച്ചു പ്രവർത്തിപ്പിച്ച് സംസ്കരിക്കുകയും പരിസ്ഥിതി സംരക്ഷണ നിയമത്തിലെ ഷെഡ്യൂൾ 4–ൽ പ്രതിപാദിക്കും വിധമുള്ള ഗുണനിലവാരം സംസ്കരിച്ച് പുറന്തള്ളുന്ന ജലത്തിന് ഉണ്ടെന്നുറപ്പാക്കേണ്ടതുമാണ്. ഇപ്രകാരം സ്ഥാപിക്കുന്ന പ്ലാന്റുകൾ ശരിയായ രീതിയിൽ പ്രവർത്തിക്കുന്നു എന്നുറപ്പാക്കുന്നതിനായി പ്ലാന്റുകളിൽ 8 സാങ്കേതിക ഘടകങ്ങൾ നിർബ്ബന്ധമായും വേണമെന്നും ഉത്തരവ് നിർദ്ദേശിക്കുന്നു.

ഉത്തരവിന് മുൻപായി നിർമ്മിച്ചിട്ടുള്ളതും, സ്ഥലപരിമിതിയുള്ളതുമായ ഇടങ്ങളിൽ കൂടുതൽ ഒതുക്കമുള്ള പ്ലാന്റുകൾ സ്ഥാപിക്കുന്നതിനും വ്യവസ്ഥ ചെയ്തിട്ടുണ്ട്. കൂടാതെ സ്ഥാപിക്കുന്ന പ്ലാന്റ് തൊട്ടടുത്തുള്ള കെട്ടിടത്തിൽനിന്ന് എത്രമാത്രം ദൂരെയായിരിക്കണം എന്നു കണക്കാക്കുന്നതിനുള്ള പ്രമാണസൂത്രവും (Formula) ഉത്തരവിൽ നിർദ്ദേശിച്ചിട്ടുണ്ട്. പ്ലാന്റ് ഉപയോഗിക്കുന്ന കെട്ടിടത്തിൽ ഉല്പാദിപ്പിക്കുന്ന ദ്രവമാലിന്യത്തിന്റെ അളവനുസരിച്ചാണ് ദൂരം നിശ്ചയിക്കുക. അതനുസരിച്ച് 100 വീടുകൾ ഉൾപ്പെടുന്ന ഒരു ഫ്ളാറ്റ് സമുച്ചയത്തിനായി നിർമ്മിക്കുന്ന സീവെജ് ട്രീറ്റ്മെന്റ് പ്ലാന്റ് തൊട്ടടുത്തുള്ള കെട്ടിടത്തിൽനിന്നും 27 മീറ്റർ അകലെയായിരിക്കണം എന്നു നിഷ്കർഷിക്കുന്നു. തദ്ദേശ സ്വയംഭരണ സ്ഥാപനങ്ങളുടെ സഹകരണത്തോടെ ഈ നിബന്ധന മലിനീകരണ നിയന്ത്രണ ബോർഡ് കർശനമായി നടപ്പിലാക്കി വരുന്നു. എന്നിരുന്നാലും സർക്കാർ ആശുപത്രികളിലും കെട്ടിടങ്ങളിലും ഈ വ്യവസ്ഥ നടപ്പിലാക്കുന്നതിൽ പോരായ്മകളുണ്ട്.

വിവിധ സർക്കാർ സംവിധാനങ്ങളിൽ ദ്രവമാലിന്യ സംസ്കരണ പ്ലാന്റുകൾ സ്ഥാപിച്ച് നല്ല മാതൃകകൾ സൃഷ്ടിക്കുന്നതിനും അവ വ്യാപിപ്പിക്കുന്നതിനും ഉദ്ദേശിച്ച് ആകെ 1.84 ദശലക്ഷം പ്രതിദിന സംസ്കരണ ശേഷിയുള്ള 21 പ്ലാന്റുകൾ സ്ഥാപിക്കുന്നതിന് സംസ്ഥാന ശുചിത്വ മിഷന്റെ ആഭിമുഖ്യത്തിൽ 2018–19 ൽ നടപടി സ്വീകരിക്കുകയുണ്ടായി. ഇതനുസരിച്ച് കാസർഗോഡ് ജനറൽ ആശുപത്രി, കൊല്ലം, വടകര, കാഞ്ഞങ്ങാട് എന്നിവിടങ്ങളിലെ ജില്ലാ ആശുപത്രികൾ, കുറ്റ്യാടി, സുൽത്താൻബത്തേരി, നെയ്യാറ്റിൻകര എന്നിവിടങ്ങളിലെ താലൂക്ക് ആശുപത്രികൾ, ചേർപ്പിലെ സാമൂഹ്യ ആരോഗ്യ കേന്ദ്രം, വയനാട് ജില്ലാ ആശുപത്രി, പുഴക്കാട്ടിരി ആയുർവേദ ആശുപത്രി എന്നീ 10 ആശുപത്രികളിൽ മാതൃകാ സംസ്കരണ സംവിധാനം സ്ഥാപിക്കുന്നതിന് തീരുമാനിച്ചു. ഇവയിൽ നെയ്യാറ്റിൻകരയിൽ പ്ലാന്റ് പൂർത്തീകരിക്കുകയും, കൊല്ലത്ത് നിർമ്മാണം പുരോഗമിക്കുകയും ചെയ്യുന്നു. മറ്റ് മൂന്നിടങ്ങളിൽ ടെണ്ടർ നടപടികൾ സ്വീകരിക്കുകയും, അഞ്ചിടങ്ങളിൽ സാങ്കേതിക അനുമതി നല്കുകയുമുണ്ടായി. കൂടാതെ ചമ്പാട് ഹൗസിങ് കോളനി, പൊൻമുണ്ടം മത്സ്യമാർക്കറ്റ്, ഇരിങ്ങാലക്കുട മാർക്കറ്റ്, തിരൂർ, അടിമാലി എന്നിവിടങ്ങളിലെ ബസ് സ്റ്റാന്റുകൾ, തൃശൂർ, കൊല്ലം, ഇരിങ്ങാലക്കുട എന്നീ നഗരങ്ങളിലെ അറവുശാലകൾ, ഉപ്പള ടൗൺ, ഇഞ്ചിവിള വൃദ്ധസദനം, കില കാമ്പസ് എന്നിവിടങ്ങളിലെ പ്ലാന്റുകൾ എന്നിവയ്ക്ക് സാങ്കേതികാനുമതി ലഭ്യമാക്കുകയും ചില പ്ലാന്റുകളുടെ നിർമാണം പുരോഗമിക്കുകയും ചെയ്യുന്നു.

12.8 കക്കൂസ് മാലിന്യസംസ്കരണം

2011 ലെ സെൻസസ് പ്രകാരം കേരളത്തിലെ 12 ശതമാനം വീടുകൾ മാത്രമാണ് കേന്ദ്രീകൃത മലിനജല സംസ്കരണ പ്ലാന്റുകളുമായി ബന്ധി

പ്പിച്ചിട്ടുള്ളത്. ഭൂഗർഭ പൈപ്പുകൾ വഴി ദ്രവമാലിന്യം വീടുകളിൽനിന്നു നേരിട്ടു കേന്ദ്രീകൃത പ്ലാന്റുകളിൽ എത്തിച്ച് സംസ്കരിക്കുന്നതിനുള്ള സംവിധാനം തിരുവനന്തപുരത്തും, വളരെ പരിമിതമായി കൊച്ചിയിലും, ഗുരുവായൂരിലും മാത്രമാണുള്ളത്. തിരുവനന്തപുരത്താകട്ടെ സ്ഥാപിക്കപ്പെട്ടിട്ടുള്ള 107 ദശലക്ഷം പ്രതിദിന സംസ്കരണ ശേഷിയുള്ള സീവെജ് ട്രീറ്റ്മെന്റ് പ്ലാന്റിന്റെ 45 ശതമാനം മാത്രമാണ് ഉപയോഗപ്പെടുത്തുന്നത്. ഇതിനുകാരണം ദ്രവമാലിന്യം വീടുകളിൽ നിന്നു പ്ലാന്റുകളിൽ എത്തിക്കുന്നതിനുള്ള പൈപ്പുകൾ ഇടാനുള്ള പ്രായോഗിക ബുദ്ധിമുട്ടുകളാണ്. മറ്റ് നഗരങ്ങളിലാകട്ടെ സീവെജ് സംസ്കരണ പ്ലാന്റ് സ്ഥാപിക്കുന്നതിനുള്ള സ്ഥലം കിട്ടുന്നതിനും ബുദ്ധിമുട്ടനുഭവപ്പെടുന്നു. ഈ സാഹചര്യത്തിൽ കേരളത്തിലെ ഏകദേശം 87 ശതമാനം വീടുകളിലും ഉണ്ടാകുന്ന ദ്രവമാലിന്യം സെപ്റ്റിക് ടാങ്കുകളിലോ, ഒറ്റക്കുഴി-ഇരട്ടക്കുഴി കക്കൂസുകളിലോ ശേഖരിക്കുകയാണ് ചെയ്തുവരുന്നത്. സെപ്റ്റിക് ടാങ്കുകളും, കക്കൂസ് കുഴികളും നിറയുന്നതനുസരിച്ച് അതിൽ അടിഞ്ഞുകൂടിയിട്ടുള്ള കക്കൂസ് മാലിന്യം അഥവാ സെപ്ടേജ് (Septage) മാറ്റുകയും അവ സംസ്കരിക്കപ്പെടുകയും ചെയ്യേണ്ടതുണ്ട്. ജനസംഖ്യയുടെ അടിസ്ഥാനത്തിൽ കേരളത്തിൽ പ്രതിദിനം 8 ദശലക്ഷം ലിറ്റർ കക്കൂസ് മാലിന്യം ശേഖരിച്ച് സംസ്കരിക്കേണ്ടതായുണ്ട് എന്നു കണക്കാക്കിയിരിക്കുന്നു.

സെപ്റ്റിക് ടാങ്കുകളിലും കക്കൂസ് കുഴികളിലും നിറഞ്ഞിട്ടുള്ള കക്കൂസ് മാലിന്യം പമ്പ് ചെയ്തു മാറ്റുന്നതിന് ചില നഗരസഭകളിലും, പ്രധാന നഗരമേഖലകളിലും സ്വകാര്യമേഖലയിലും ഹണി സക്കറു (Honey sucker) കൾ പ്രവർത്തിക്കുന്നുവെങ്കിലും ഇപ്രകാരം പമ്പ് ചെയ്തു മാറ്റുന്ന മാലിന്യം സംസ്കരിക്കുന്നതിന് വിപുലമായ സംവിധാനങ്ങൾ ഇല്ല. ആയതിനാൽ ആളൊഴിഞ്ഞ ഇടങ്ങളിൽ നിക്ഷേപിക്കപ്പെടുന്നു എന്നു കരുതേണ്ടിയിരിക്കുന്നു. ഉയർന്ന ഭൂഗർഭ ജലനിലയും, അതിവിപുലമായ നീരൊഴുക്കു ശൃംഖലയുമുള്ള കേരളത്തിൽ ഇതുണ്ടാക്കുന്ന മലിനീകരണം അതിരൂക്ഷവും അത്യന്തം അപകടകരവുമാണ്. കക്കൂസുകളിൽനിന്നും സെപ്റ്റിക് ടാങ്കിലേക്കോ, കക്കൂസ് കുഴികളിലേക്കോ, സീവറേജ് പൈപ്പുകളിലേക്കോ ഒഴുകുന്ന ദ്രവമാലിന്യത്തിലെ ജൈവ സംസ്കരണത്തിന് ആവശ്യമായ ഓക്സിജന്റെ (Biological Oxygen Demand) അളവ് പ്രതിലിറ്ററിന് 140 മില്ലിഗ്രാം ആണ്. അതിലടങ്ങിയിട്ടുള്ള ഖരമലാംശം പ്രതിലിറ്ററിന് 50 മില്ലിഗ്രാം ആണ്. എന്നാൽ സെപ്റ്റിക് ടാങ്കുകളിൽനിന്നോ, കക്കൂസ് കുഴികളിൽനിന്നോ വാരിമാറ്റേണ്ടിവരുന്ന കക്കൂസ് മാലിന്യത്തിലെ ജൈവ സംസ്കരണത്തിന് ആവശ്യമായ ഓക്സിജന്റെ (Biological Oxygen Demand) ശരാശരി അളവ് പ്രതിലിറ്ററിന് 6500 മില്ലിഗ്രാം ആണ്. അതിലടങ്ങിയിട്ടുള്ള ഖരമലാംശം പ്രതിലിറ്ററിന് ശരാശരി 12900 മില്ലിഗ്രാം ആണ്. ഈ അളവുകൾ പ്രതിലിറ്ററിന് യഥാക്രമം 77000 മില്ലിഗ്രാം, 93000 മില്ലിഗ്രാം വരെ

വർദ്ധിതമാകാം എന്നും പഠനങ്ങൾ സൂചിപ്പിക്കുന്നു. ഇതോടൊപ്പം ഘന ലോഹങ്ങളുടെ അളവ്, കോളിഫോം ബാക്ടീരിയയുടെ അളവ് തുടങ്ങി കക്കൂസ് മാലിന്യത്തിലടങ്ങിയിട്ടുള്ള നിരവധിയായിട്ടുള്ള മറ്റ് ഘടകങ്ങ ളെല്ലാംതന്നെ ദ്രവമാലിന്യത്തെ അപേക്ഷിച്ച് വളരെ വർദ്ധിതമാണ് എന്നതും കക്കൂസ് മാലിന്യംമൂലമുള്ള അത്യന്തം അപകടകരമായ സാഹചര്യത്തെ കാണിക്കുന്നു.

2011 ലെ കണക്കുകൾ പ്രകാരം സംസ്ഥാനത്ത് ഏകദേശം 70 ഹണി സക്കർ ട്രക്കുകൾ വർഷത്തിൽ ശരാശരി 286 ദിവസം കക്കൂസ് മാലി ന്യങ്ങൾ മാറ്റുന്നതിൽ വ്യാപൃതമായിരുന്നു. ഓരോ ട്രക്കും ദിവസേന രണ്ടോ, മൂന്നോ സെപ്റ്റിക് ടാങ്കുകളോ, കക്കൂസ് കുഴികളോ വൃത്തിയാ ക്കുന്നതിന്റെ ഫലമായി 5000 ലിറ്റർ കക്കൂസ് മാലിന്യം നിർമ്മാർജ്ജനം ചെയ്യപ്പെടുന്നു എന്ന് കണക്കാക്കാം. അതായത് പ്രതിദിനം 3,50,000 ലിറ്റർ അഥവാ പ്രതിവർഷം 100 ദശലക്ഷം ലിറ്റർ കക്കൂസ് മാലിന്യം സംസ് കരിക്കാതെ പുറന്തള്ളുന്നു. അതായത് ശരാശരി കണക്കെടുത്താൽ തന്നെ പ്രതിവർഷം പുറന്തള്ളുന്ന കക്കൂസ് മാലിന്യത്തിലെ ജൈവ സംസ്കരണത്തിന് ആവശ്യമായ ഓക്സിജന്റെ അളവ് 3150 ടൺ എന്നു കണക്കാക്കാം. അതുപോലെ തന്നെ പ്രതിവർഷം പുറന്തള്ളുന്ന ഖരമലാംശം 2100 ടൺ എന്നും കണക്കാക്കാം. ആത്യന്തികമായി ഈ മാലിന്യത്തിന്റെ ഭാരം പേറുന്നത് നമ്മുടെ ജലാശയങ്ങളും കുടിവെള്ള സ്രോതസ്സുകളുമാണ് എന്നത് വലിയ ആശങ്ക ഉളവാക്കുന്ന പ്രശ്നമായി നിലനില്ക്കുന്നു.

12.9 കക്കൂസ് മാലിന്യ സംസ്കരണം–സാങ്കേതിക സാദ്ധ്യതകൾ

കക്കൂസ് മാലിന്യ പരിപാലനത്തിന് കേന്ദ്രീകൃത, വികേന്ദ്രീകൃത സംസ്കരണ രീതികൾ പ്രചാരത്തിലുണ്ടെങ്കിലും കേന്ദ്രീകൃത രീതികൾ ക്കാണ് പ്രാമുഖ്യം. സെപ്റ്റിക് ടാങ്കുകളിൽനിന്നും കക്കൂസ് കുഴികളിൽ നിന്നും മാലിന്യം വലിച്ചെടുക്കുന്ന വാക്വം സക്കർ (Vacuum sucker), അത് ശേഖരിച്ച് സംസ്കരണ പ്ലാന്റിലെത്തിക്കുന്നതിനുള്ള ടാങ്കറുകൾ, ശാസ്ത്രീയ സംസ്കരണ സവിധാനം എന്നിവയടങ്ങിയതാണ് കേന്ദ്രീ കൃത സംവിധാനം. മാലിന്യം ശേഖരിക്കുന്നതിന് വാക്വം സക്കർ എന്ന യന്ത്രസംവിധാനം ഉപയോഗിക്കുക എന്നതാണ് ശാസ്ത്രീയമായും നിയമ പരമായും അഭികാമ്യം. ഇപ്രകാരം ശേഖരിക്കുമ്പോൾ മാലിന്യം തെറിക്കാതെ ശ്രദ്ധിക്കേണ്ടതാണ്. മാലിന്യം പൂർണ്ണമായി എടുക്കാതെ കുഴിക്കടിയിൽ 5 സെ.മീ ഘനത്തിൽ ബാക്കി വെക്കുന്നത് കുഴിയിലെ ജൈവപ്രവർത്തനത്തിന് അനിവാര്യമാണ്. അഥവാ കുഴി പൂർണ്ണമായും കഴുകി വൃത്തിയാക്കണമെന്നുണ്ടെങ്കിൽ കുഴിയിലേക്കു 10 മിനിറ്റ് സമയ മെങ്കിലും ശുദ്ധമായ വായുപ്രവാഹം നല്കിയശേഷമാകണം അത് നിർവ്വഹിക്കേണ്ടത്. ശക്തമായ മലിനീകരണശേഷിയുള്ളതിനാൽ കക്കൂസ്മാലിന്യം സംസ്കരിക്കുന്നതിന് മുൻപായി അവയിലെ ദുർഗ്ഗന്ധം

ഒഴിവാക്കുന്നതിനും രോഗാണുക്കളുടെ (Pathogen) അളവ് കുറയ്ക്കുന്നതിനും കുമ്മായം ചേർത്ത് പ്രാഥമിക സംസ്കരണത്തിന് വിധേയമാക്കേണ്ടതാണ്. മാലിന്യമെടുക്കുന്നതിന് മുൻപായി കുഴിയിൽത്തന്നെ കുമ്മായം ചേർക്കുന്ന രീതിയാണ് പൊതുവെ അവലംബിച്ച് വരുന്നത്. ഏകദേശം 5000 ലിറ്റർ കക്കൂസ് മാലിന്യത്തിന് 10 കിലോഗ്രാം കുമ്മായം എന്ന കണക്കിൽ കുഴിയിൽ കലക്കുന്ന രീതിയാണ് പൊതുവേ സ്വീകരിക്കാറുള്ളത്.

ജനസാന്ദ്രതയേറിയ, ഉയർന്ന മഴലഭ്യതയുള്ള, ഭൂമിയുടെ ലഭ്യതയ്ക്ക് പരിമിതികളുള്ള കേരളം പോലെയുള്ള പ്രദേശങ്ങളിൽ രണ്ടു രീതിയിലുള്ള കേന്ദ്രീകൃത സംവിധാനം കക്കൂസ് മാലിന്യ സംസ്കരണത്തിന് ഉപയോഗപ്പെടുത്താവുന്നതാണ്. അതിൽ ഏറ്റവും അഭികാമ്യമായ രീതി കക്കൂസ് മാലിന്യം സംസ്കരിക്കുന്നതിന് പ്രത്യേക സംസ്കരണ പ്ലാന്റ് സ്ഥാപിക്കുക എന്നതാണ്. കൊച്ചി ബ്രഹ്മപുരത്ത് സ്ഥാപിച്ചിട്ടുള്ള പ്ലാന്റ് ഇതിനുദാഹരണമാണ്. തിരുവനന്തപുരം നഗരത്തിൽ ചെയ്യുന്നതു പോലെ നിലവിലുള്ള സീവെജ് ട്രീറ്റ്മെന്റ് പ്ലാന്റ് (STP) ഉപയോഗപ്പെടുത്തിയും കക്കൂസ് മാലിന്യം സംസ്കരിക്കാവുന്നതാണ്. എന്നാൽ ഇപ്രകാരം ചെയ്യുമ്പോൾ കക്കൂസ് മാലിന്യം സീവെജ് ട്രീറ്റ്മെന്റ് പ്ലാന്റിൽ നേരിട്ടു നിക്ഷേപിക്കാതെ മറ്റൊരു ടാങ്കിൽ നിക്ഷേപിക്കുകയും അവിടെ ആദ്യഘട്ട സംസ്കരണം നടത്തിയശേഷം സീവെജ് സംസ്കരണ പ്ലാന്റിലേക്ക് പമ്പ് ചെയ്യുന്ന രീതിയുമാണ് അവലംബിക്കുന്നത്. സീവറേജ് പൈപ്പിലൂടെ ഒഴുകിവരുന്ന ദ്രവമാലിന്യത്തെ അപേക്ഷിച്ച് കക്കൂസ് മാലിന്യം 100 മടങ്ങ് അതിപൂരകമാണ് എന്നതിനാൽ അവ നേരിട്ടു സീവേജ് ട്രീറ്റ്മെന്റ് പ്ലാന്റിൽ നിക്ഷേപിക്കുമ്പോൾ പ്ലാന്റിൽ സമ്മർദ്ദഭാരം (Shock load) വർദ്ധിച്ച് പ്ലാന്റിന്റെ സ്വാഭാവിക പ്രവർത്തനം നിലച്ചേക്കാം എന്നതിനാലാണ് ആദ്യഘട്ട സംസ്കരണം ആവശ്യമായി വരുന്നത്. ഈ രണ്ടു രീതികൾ കൂടാതെ സെപ്റ്റിക് ടാങ്കിനും, കക്കൂസ് കുഴിക്കും പകരമായി വീടുകളിലും സ്ഥാപനങ്ങളിലും ബയോഗ്യാസ് പ്ലാന്റ് സ്ഥാപിച്ച് ദ്രവമാലിന്യം സംസ്കരിക്കുന്ന വികേന്ദ്രീകൃത രീതിയും ഇന്ന് വ്യാപകമായി വരുന്നു.

ദ്രവമാലിന്യ പരിപാലനത്തിന് നിരവധിയായ സാങ്കേതിക വിദ്യകൾ ഇന്ന് പ്രയോഗത്തിലുണ്ട്. ആക്റ്റിവേറ്റഡ് സ്ലഡ്ജ് പ്രോസസ് (Activated Sludge Process), അതിന്റെ മെച്ചപ്പെട്ട രീതിയായ എക്സ്റ്റണ്ടഡ് ഏറേഷൻ ടെക്നോളജി (Extended Aeration Technology), സീക്വൻസിങ് ബാച്ച് പ്രോസസ് (Sequencing Batch Process), റൊട്ടേറ്റിങ് ബയോളജിക്കൽ കോണ്ടാക്ടർ (Rotating Biological Cotactor) അഥവാ RBC, മൂവിങ് ബെഡ് ബയോ റിയാക്ടർ (Moving Bed Bio Reactor) അഥവാ MBBR, അപ് ഫ്ളോ അനേറോബിക് സ്ലഡ്ജ് ബ്ലാങ്കറ്റ് (Up flow Anaerobic Sludge Blanket) അഥവാ UASB, മെമ്പ്രൈൻ ബയോ റിയാക്റ്റർ (Membrane Bio Reactor) അഥവാ MBR, Sequential Batch Reactor അഥവാ SBR എന്നിങ്ങനെ നിരവധിയായ സാങ്കേതിക രീതികൾ ദ്രവമാലിന്യ സംസ്കരണത്തിന് കേന്ദ്രീകൃതമായ രീതിയിലും വികേന്ദ്രീകൃത രീതിയിലും ഉപയോഗപ്പെടുത്തി വരുന്നു. മേല്പറഞ്ഞ സാങ്കേതിക വിദ്യകൾപോലെ പ്രചാരത്തിൽ ഇല്ലെങ്കിലും സ്ഥാപനങ്ങളിലും മറ്റും വികേന്ദ്രീകൃതമായി ദ്രവമാലിന്യം സംസ്കരിക്കുന്നതിന് ഫലപ്രദമായി ഉപയോഗിക്കുന്ന ഒരു സാങ്കേതിക വിദ്യയാണ് എലക്ട്രോകൊയാഗുലേഷൻ (Electrocoagulation). ദ്രവമാലിന്യം സംഭരിക്കുന്ന ടാങ്കിൽ ആനോഡ്- കാഥോഡ് എലക്ട്രോഡുകൾ ഇറക്കിവെച്ച് അതിലൂടെ ഡി സി വോൾട്ടേജ് കടത്തിവിടുന്ന സമയം മലിനജലത്തിലെ ഖരാംശങ്ങൾ വേർപെടുകയും, മലിനീകരണത്തോത് കുറഞ്ഞ ജലം സാൻഡ് ഫിൽട്രേഷൻ, കാർബൺ ഫിൽട്രേഷൻ, അണുനശീകരണം എന്നീ വിവിധ ഘട്ടത്തിലൂടെ സംസ്കരിച്ച് ശുദ്ധീകരിച്ച ജലം ലഭ്യമാക്കുകയുമാണ് ചെയ്യുന്നത്. ദ്രവമാലിന്യത്തിൽ നിന്ന് വേർതിരിച്ചെടുക്കുന്ന സ്ലഡ്ജ് ജലാംശം മാറ്റി സംസ്കരിക്കുകയുമാണ് ചെയ്തുവരുന്നത്. 5 ലക്ഷം ലിറ്റർ വരെ പ്രതിദിന സംസ്കരണ ശേഷിയുള്ള പ്ലാന്റുകൾ ഇന്ത്യയിൽ പ്രവർത്തനക്ഷമമാണ്.

മലിനജല സംസ്കരണത്തിന് പ്രചാരത്തിൽ വന്നുകൊണ്ടിരിക്കുന്ന മറ്റൊരു സാങ്കേതിക രീതിയാണ് ഡീവാട്ട്സ് (Decentralized Waste-water Treatment System- DEWATS). ഒറ്റപ്പെട്ട പാർപ്പിട സമുച്ചയങ്ങളിലെ മലിനജലം ശേഖരിച്ച് സ്വാഭാവിക സംസ്കരണപ്രക്രിയക്ക് വിധേയമാക്കി ശുദ്ധീകരിക്കുന്ന രീതിയാണ് ഈ സാങ്കേതിക വിദ്യയിൽ അവലംബിച്ചിട്ടുള്ളത്. ആയതിനാൽ അധിക സ്ഥലലഭ്യത ഈ സാങ്കേതിക രീതിക്ക് ആവശ്യമാണ്. ശേഖരിക്കുന്ന മലിനജലം സംഭരിച്ച് അടിച്ചിലിന് (Sedimentation) വിധേയമാക്കുകയും, തുടർന്ന് വിവിധ രീതിയിൽ ജൈവസംസ്കരണത്തിനും, അരിക്കലിനും (Filtration) വിധേയമാക്കി സംഭരണടാങ്കിൽ ശേഖരിച്ച് ശുദ്ധമായി എന്നുറപ്പുവരുത്തി നിർമ്മാർജ്ജനം ചെയ്യുകയുമാണ് ഈ സാങ്കേതിക വിദ്യയിൽ അവലംബിക്കുന്ന രീതി. 10 ലക്ഷം ലിറ്റർ വരെ പ്രതിദിന സംസ്കരണ ശേഷിയുള്ള പ്ലാന്റുകൾ ഇന്ത്യയിൽ പ്രവർത്തനക്ഷമമാണ്. ആലപ്പുഴ നഗരസഭയിലെ മുനിസിപ്പൽ കോളനിയിൽ ഡീവാട്ട്സ് സാങ്കേതികവിദ്യ ഉപയോഗപ്പെടുത്തിയുള്ള മലിനജല സംസ്കരണം നടന്നുവരുന്നു.

വീടുകളിലെ ടോയിലറ്റിനോട് അനുബന്ധമായി സ്ഥാപിച്ചിട്ടുള്ള ബയോഗ്യാസ് പ്ലാന്റിൽ കക്കൂസിൽനിന്നുള്ള മാലിന്യം ശേഖരിച്ച് സംസ്കരിക്കപ്പെടുന്ന രീതിയും പ്രചാരത്തിലുണ്ട്. ഇതിലൂടെ സ്രോതസ്സിൽത്തന്നെ കക്കൂസ് മാലിന്യം സംസ്കരിക്കുന്നതിനും അതിൽനിന്നും ഊർജ്ജവും, വളവും ലഭ്യമാക്കുന്നതിനും സാധിക്കും. സുലഭ് സംഘടന പോലെയുള്ള നിരവധി സർക്കാരിതര സംഘടനകൾ ഈ സാങ്കേതിക വിദ്യ പ്രചരിപ്പിച്ചു വരുന്നു. ഒരു വീട്ടിലെ അടുക്കളമാലിന്യവും കക്കൂസ് മാലിന്യവും ഒരുമിച്ച് ബയോഗ്യാസ് പ്ലാന്റിൽ സംസ്കരിച്ചാൽ 690 ലിറ്റർ

വരെ ബയോഗ്യാസ് ഉല്പാദിപ്പിക്കാനാകും എന്നു കണക്കാക്കിയിട്ടുണ്ട്. അതോടൊപ്പം സംസ്കരണശേഷം പുറന്തള്ളപ്പെടുന്ന ഖരാംശം കുറഞ്ഞ ദ്രാവകത്തിൽ പ്രതിലിറ്ററിന് 871 മില്ലിഗ്രാം നൈട്രജൻ, 766 മില്ലിഗ്രാം പൊട്ടാഷ്യം, 61 മില്ലിഗ്രാം ഫോസ്ഫറസ് തുടങ്ങിയ പോഷക ങ്ങൾ ഉണ്ടാകാം എന്നതിനാൽ ചെടികൾക്ക് ഉയർന്ന മൂല്യമുള്ള ദ്രവ വളമായി കണക്കാക്കപ്പെടുന്നു. എന്നാൽ പുറന്തള്ളപ്പെടുന്ന ദ്രാവ കത്തിൽ രോഗകാരകമായ ജൈവാണുക്കളുടെ അളവ് വർദ്ധിതമാകാം എന്നതിനാൽ പുറന്തള്ളപ്പെടുന്ന ദ്രാവകം അണുവിമുക്തമാക്കിയ ശേഷം ഉപയോഗിക്കേണ്ടതാണ്. പ്രതിദിനം 1000 പേർ ഉപയോഗിക്കുന്ന ടോയി ലറ്റ് കോംപ്ലക്സിൽനിന്നും ഒഴുകുന്ന 5000 ലിറ്റർ ദ്രവമാലിന്യം വരെ സംസ്കരിക്കുന്ന സ്ഥാപനതല ബയോഗ്യാസ് പ്ലാന്റ് നിലവിൽ സുലഭ് ശൗചാലയ പ്രവർത്തിപ്പിക്കുന്നുണ്ട്. ഇത്തരം പ്ലാന്റുകളിൽ നിന്നു പുറന്തള്ളുന്ന ദ്രാവകം ചരലും, കരിയും ഉപയോഗിച്ച് അരിക്കലിനുശേഷം അൾട്രാവയലറ്റ് രശ്മികൾ ഉപയോഗിച്ച് സംസ്കരിച്ച് അതിൽ ജൈവ സംസ്കരണത്തിന് ആവശ്യമായ പ്രാണവായു (Biological Oxygen Demand) പ്രതി ലിറ്ററിന് 10 മില്ലിഗ്രാമിന് താഴെയാണെന്നും, ജൈവാ ണുക്കൾ ഇല്ല എന്നും ഉറപ്പാക്കിയശേഷമാണ് ഒഴുക്കിവിടുന്നത്.

12.10 കക്കൂസ് മാലിന്യ സംസ്കരണത്തിന് കർമ്മപദ്ധതി

കേരളത്തിൽ ഓരോജില്ലയിലും ഉല്പാദിപ്പിക്കപ്പെടുന്ന ദ്രവമാലിന്യം (സീവേജ് മാലിന്യം), സെപ്റ്റിക് ടാങ്കുകളിലോ, കക്കൂസ് കുഴികളിലോ ആയി അടിഞ്ഞുകൂടുന്ന കക്കൂസ് മാലിന്യം (സെപ്റ്റേജ് മാലിന്യം) ഇവ യുടെ സംസ്കരണത്തിനായി സ്ഥാപിച്ചിട്ടുള്ളതോ, സ്ഥാപിക്കാൻ നിർ ദ്ദേശിച്ചിട്ടുള്ളതോ ആയ സെപ്റ്റേജ് മാലിന്യ സംസ്കരണ പ്ലാന്റുകളുടെ ശേഷി ഇവ താഴെ പട്ടികപ്പെടുത്തിയിരിക്കുന്നു.

നം	ജില്ല	സീവേജ് ഉല്പാദനം (ദശലക്ഷം ലിറ്ററിൽ)	സെപ്ടേജ് ഉല്പാദനം (ദശലക്ഷം ലിറ്ററിൽ)	നിലവിലുള്ളതോ, അനുവദിച്ചിട്ടുള്ളതോ ആയ സെപ്ടേജ് സംസ്കരണ പ്ലാന്റിന്റെ ശേഷി (ദശലക്ഷം ലിറ്ററിൽ)	ഇനി സ്ഥാപിക്കേണ്ടതായ സെപ്ടേജ് സംസ്കരണ പ്ലാന്റിന്റെ ശേഷി (ദശലക്ഷം ലിറ്ററിൽ)
1	തിരുവനന്തപുരം	357	0.685	0.205*	0.480
2	കൊല്ലം	284	0.647	0.3	0.347
3	പത്തനംതിട്ട	129	0.284	—	0.284
4	ആലപ്പുഴ	229	0.527	—	0.527
5	കോട്ടയം	214	0.479	—	0.479
6	ഇടുക്കി	120	0.262	—	0.262
7	എറണാകുളം	354	0.826	0.2	0.626
8	തൃശ്ശൂർ	336	0.783	0.2	0.583

9	പാലക്കാട്	304	0.677	0.1	0.577
10	മലപ്പുറം	444	1.011	—	1.011
11	കോഴിക്കോട്	334	0.777	—	0.777
12	വയനാട്	88	0.193	—	0.193
13	കണ്ണൂർ	273	0.634	0.1	0.534
14	കാസർഗോഡ്	141	0.318	—	0.318
		3606	8.103	0.9	6.998

*നിലവിലുള്ള സീവേജ് സംസ്കരണ പ്ലാന്റിൽ പ്രത്യേക സംവിധാനമൊരുക്കി സംസ്കരിച്ചു വരുന്നു.

മേൽ പട്ടിക അനുസരിച്ച് എല്ലാ ജില്ലകളിലും കക്കൂസ് മാലിന്യ സംസ്കരണ പ്ലാന്റുകൾ സ്ഥാപിക്കേണ്ടതുണ്ട്.

കക്കൂസ് മാലിന്യ സംസ്കരണത്തിന് സർക്കാർ തലത്തിൽ പുതിയ മാതൃക തേടിയതിന്റെ ഫലമായി എറണാകുളത്തെ ബ്രഹ്മപുരത്തും വെല്ലിങ്ടൺ ഐലന്റിലും 0.1 ദശലക്ഷം ലിറ്റർ സംസ്കരണ ശേഷിയുള്ള രണ്ടു പ്ലാന്റുകൾ 2016–ലും, 2018–ലുമായി പ്രവർത്തനക്ഷമമായി. ഇതേ മാതൃക സ്വീകരിച്ച് ജില്ലകൾതോറും പ്ലാന്റുകൾ സ്ഥാപിച്ചാൽ കക്കൂസ് മാലിന്യം സംസ്കരിച്ച് ഭൂ–ജല മലിനീകരണം വലിയ തോതിൽ ഒഴിവാക്കുന്നതിന് സാധിക്കും. ഈ ആലോചനയുടെ അടിസ്ഥാനത്തിൽ കേരളത്തിലെ 10 ജില്ലകളിൽ സർക്കാർ 2013–14 വർഷത്തിൽ സ്ഥലം കണ്ടെത്തി എങ്കിലും പ്രാദേശിക എതിർപ്പ് കാരണം ബ്രഹ്മപുരം ഒഴിച്ച് കണ്ടെത്തിയ ഒൻപത് സ്ഥലത്തും പ്ലാന്റ് സ്ഥാപിക്കുന്നതിന് സാധിച്ചില്ല. മലിനീകരണ നിയന്ത്രണ ബോർഡിന്റെ നിർദ്ദേശങ്ങൾ പൂർണ്ണമായി പാലിക്കാനാകുന്നു എന്നതിനാൽ ബ്രഹ്മപുരം പ്ലാന്റ് മാതൃകയായി പരിഗണിച്ച് ജനങ്ങളുടെയും, ജനപ്രതിനിധികളുടെയും ഇടയിൽ വേണ്ടത്ര ബോധവല്ക്കരണ ശ്രമങ്ങൾ ഉണ്ടാകേണ്ടതുണ്ട്.

അടൽ നഗര പുനരുജ്ജീവന പരിവർത്തന ദൗത്യത്തിന്റെ (Atal Mission for Rejuvenation and Urban Transformation- AMRUT) ഭാഗമായി തൃശ്ശൂർ, ഗുരുവായൂർ, പാലക്കാട്, കണ്ണൂർ എന്നീ നാല് നഗരങ്ങളിൽ കക്കൂസ് മാലിന്യ സംസ്കരണത്തിനായി 0.1 ദശലക്ഷം ലിറ്റർ വീതം പ്രതിദിന സംസ്കരണ ശേഷിയുള്ള 4 പ്ലാന്റുകളും ആലപ്പുഴയിൽ 10,000 ലിറ്റർ വീതം പ്രതിദിന സംസ്കരണ ശേഷിയുള്ള 2 സഞ്ചരിക്കുന്ന പ്ലാന്റുകളും 13.9 കോടി രൂപ അടങ്കലിൽ സ്ഥാപിക്കുന്നതിന് തീരുമാനിച്ചുവെങ്കിലും നിർമ്മാണ പ്രവർത്തനം ആരംഭിച്ചിട്ടില്ല.

കക്കൂസ് മാലിന്യം സംസ്കരിക്കുമ്പോൾ പുറന്തള്ളപ്പെടുന്ന ജലം ജലസേചനത്തിന് അനുയോജ്യമാണ്. സംസ്കരണശേഷം വളരെ കുറഞ്ഞ അളവിൽ അവശേഷിക്കുന്ന ഖരാംശം (Sludge) നല്ല പോഷകങ്ങളാൽ സമൃദ്ധമാണ്. ഇവ കംപോസ്റ്റിങ് സാങ്കേതികവിദ്യ ഉപയോഗപ്പെടുത്തി സംസ്കരിച്ച് വളമായി ഉപയോഗപ്പെടുത്താവുന്നതാണ്. അതായത് സംസ്കരണ ശേഷം ലഭിക്കുന്ന വെള്ളവും വളവും കൃഷിക്ക് ഉപയോഗപ്പെടുത്താം എന്നതിനാലും സർക്കാർ അധീനതയിലുള്ള കാർഷിക

ഫാമുകൾക്ക് അവ പ്രയോജനപ്പെടും എന്നതിനാലും തിരുവനന്തപുരം, എറണാകുളം, വയനാട് ജില്ലകളിൽ ഒഴികെ കേരളത്തിലെ 11 ജില്ല കളിലെയും കാർഷിക ഫാമുകളിൽ സെപ്ടേജ് സംസ്കരണ പ്ലാന്റു കൾ സ്ഥാപിക്കുന്നത് ഉചിതവും, മാതൃകാപരവുമായിരിക്കും.

12.11 കൊച്ചിയിലെ കക്കൂസ് മാലിന്യ സംസ്കരണ സംവിധാനം

വെറും 4 ദശലക്ഷം ലിറ്റർ സംസ്കരണശേഷിയുള്ള സീവെജ് സംസ്കരണ സംവിധാനം മാത്രമുള്ള കൊച്ചി നഗരത്തിലെ ഉയർന്ന ഭൂഗർഭജലവിതാനവും, സ്ഥലപരിമിതികളും, ഭൂഭൗതിക പ്രത്യേകതകളും കാരണം ഉല്പാദിപ്പിക്കപ്പെടുന്ന ഏകദേശം 3000 ദശലക്ഷം ലിറ്റർ സീവെജ് മാലിന്യം സംസ്കരിക്കപ്പെടാതെ കൊച്ചിയിലെ ജലമേഖല യുടെ മലിനീകരണത്തിന് കാരണമായിത്തീരുന്നു. ദ്രവമാലിന്യ പരിപാ ലനത്തിന് 95 ശതമാനം ജനങ്ങൾക്കും സെപ്റ്റിക് ടാങ്കുകളും, കക്കൂസ് കുഴികളും മാത്രമാണു ലഭ്യമായിട്ടുള്ളത്. ഇവ നിറയുമ്പോൾ മാറ്റേണ്ടി വരുന്നതായ കക്കൂസ് മാലിന്യം അഥവാ സെപ്ടേജ് (Septage) സംസ് കരണം നടത്താതെ പാഴ്ഭൂമിയിലും, തോടുകളിലും, ജലാശയങ്ങളിലും നിക്ഷേപിക്കപ്പെടുന്നത് വലിയ ആരോഗ്യദുരന്തത്തിന് കാരണമാകുന്നു. കൊച്ചി നഗരത്തിൽ ഉണ്ടാകുന്ന ദ്രവമാലിന്യം സെപ്റ്റിക് ടാങ്കുകളിലോ, ഒറ്റക്കുഴി കക്കൂസുകളിലോ ശേഖരിക്കുന്ന സ്ഥിതിയാണ് നിലവിലുള്ളത്. ആയതിനാൽ സെപ്റ്റിക് ടാങ്കുകളും കക്കൂസ് കുഴികളും നിറയുന്നത നുസരിച്ച് അതിൽനിന്ന് കക്കൂസ് മാലിന്യം ഹണിസക്കർ ഉപയോഗിച്ച് പമ്പ്ചെയ്തു ടാങ്കറിൽ നിറച്ചു സംസ്കരണശാലയിൽ എത്തിക്കുകയും സംസ്കരണത്തിലൂടെ ശുദ്ധമാക്കിയ ജലം പുനരുപയോഗത്തിനായി ലഭ്യമാക്കുകയോ, മലിനീകരണം ഇല്ല എന്നുറപ്പാക്കി ജലാശയങ്ങ ളിലേക്ക് ഒഴുക്കിവിടുകയോ ചെയ്യുക എന്നതാണു അടിയന്തരമായി സ്വീക രിക്കാവുന്ന നടപടി.

നഗരത്തിലെ സെപ്റ്റിക് ടാങ്കുകളും, കുഴികക്കൂസുകളും നിറയു മ്പോൾ നിലവിലെ കണക്കനുസരിച്ച് ദിനംപ്രതി 4 ലക്ഷം ലിറ്റർ കക്കൂസ് മാലിന്യം നീക്കപ്പെടേണ്ടതുണ്ട് എന്നു കണക്കാക്കപ്പെടുന്നു. ഇപ്രകാരം വൃത്തിയാക്കുന്നതിന് നിലവിൽ 50-ഓളം സ്വകാര്യ ഏജൻസികൾ പ്രവർ ത്തിക്കുന്നു എന്നാണ് മനസ്സിലാക്കുന്നത്. നീക്കപ്പെടുന്ന കക്കൂസ് മാലിന്യം സംസ്കരിക്കുന്നതിനായി ഒരുലക്ഷം ലിറ്റർ വീതം സംസ്കര ണശേഷിയുള്ള 4 പ്ലാന്റുകൾ സ്ഥാപിക്കുന്നതിനാണ് നിർദ്ദേശിക്കപ്പെട്ടത് എങ്കിലും രണ്ട് പ്ലാന്റുകൾ മാത്രമാണു ഇതിനകം സ്ഥാപിക്കപ്പെട്ടത്. ഇതിൽ ബ്രഹ്മപുരത്ത് ഏകദേശം 50 സെന്റ് സ്ഥലത്ത് കേരള സുസ്ഥിര നഗരവികസന പദ്ധതിപ്രകാരം 4.24 കോടി രൂപ മുതൽമുടക്കിൽ സ്ഥാപി ക്കപ്പെട്ട പ്ലാന്റ് 5 വർഷത്തോളമായി പ്രവർത്തിച്ചുവരുന്നു. 10 ലക്ഷം രൂപ വാർഷിക പരിപാലനച്ചെലവ് നല്കേണ്ടിവരുന്ന പ്ലാന്റിൽ കക്കൂസ് മാലിന്യം സംസ്കരിക്കുന്നതിന് ഒരു ട്രക്ക് ലോഡിന് 400 രൂപയാണ്

ഈടാക്കി വരുന്നത്. എന്നാൽ ശേഷിക്കനുസരിച്ച് കക്കൂസ് മാലിന്യം എത്തുന്നില്ല എന്ന വസ്തുത നിലനില്ക്കുന്നു. സമാനമായി വില്ലിങ്ടൺ ഐലന്റിൽ സ്ഥാപിക്കപ്പെട്ട പ്ലാന്റ് പ്രവർത്തനക്ഷമമായെങ്കിലും അവിടെയും ശേഷിക്കനുസരിച്ച് മാലിന്യം എത്തുന്നില്ല എന്ന സ്ഥിതിയുണ്ട്. അതായത് രണ്ടു പ്ലാന്റുകൾ പ്രവർത്തനക്ഷമമായി എങ്കിലും മെച്ചപ്പെട്ട രീതിയിൽ പ്രവർത്തിപ്പിച്ച് ദ്രവമാലിന്യപ്രശ്നം പരിഹരിക്കുന്നതിന് നമ്മുടെ സംവിധാനങ്ങൾ ശുഷ്കാന്തിയോടെ പ്രവർത്തിക്കുന്നില്ല എന്ന വസ്തുത ശ്രദ്ധിക്കേണ്ടിയിരിക്കുന്നു. കക്കൂസ് മാലിന്യംമൂലമുള്ള അപകടകരമായ മലിനീകരണം കൊച്ചിയുടെ ജല-ആരോഗ്യ-പാരിസ്ഥിതിക സുരക്ഷയെ അത്യന്തം ദോഷകരമായി ബാധിക്കുന്ന സ്ഥിതിയിൽ കൂടുതൽ ശ്രദ്ധയോടെയുള്ള ഇടപെടൽ അത്യന്താപേക്ഷിതമാണ്.

12.12 തിരുവനന്തപുരം നഗരത്തിലെ കക്കൂസ്മാലിന്യ സംസ്കരണ മാതൃക

പ്രതിദിനം 107 ദശലക്ഷം ലിറ്റർ സംസ്കരണ ശേഷിയുള്ള സീവേജ് ട്രീറ്റ്മെൻറ് പ്ലാന്റ് സ്ഥാപിക്കപ്പെട്ടിട്ടുള്ള തിരുവനന്തപുരം നഗരത്തിലെ ദ്രവമാലിന്യ പരിപാലന സംവിധാനത്തിന്റെ നേരിട്ടുള്ള പ്രയോജനം നഗരത്തിലെ 38% ജനങ്ങൾക്കു മാത്രമാണു ലഭ്യമായിട്ടുള്ളത് എന്നു നേരത്തെ പ്രതിപാദിക്കുകയുണ്ടായി. നഗരത്തിന്റെ കൂടുതൽ പ്രദേശങ്ങളിലേക്ക് സീവറേജ് പൈപ്പ് ലൈൻ സ്ഥാപിക്കുന്ന പ്രവർത്തനം നടന്നുവരുന്നു എങ്കിലും നിലവിൽ നഗരത്തിലെ 62% ജനങ്ങൾക്കും കക്കൂസ് മാലിന്യമുൾപ്പെടെയുള്ള ദ്രവമാലിന്യം സെപ്റ്റിക് ടാങ്കുകളിലോ, കക്കൂസ് കുഴികളിലോ ശേഖരിക്കുന്ന സ്ഥിതിയാണുള്ളത്. സെപ്റ്റിക് ടാങ്കുകളും കക്കൂസ് കുഴികളും നിറയുമ്പോൾ അതിൽനിന്ന് മാലിന്യം പമ്പ് ചെയ്ത് ടാങ്കറിൽ നിറച്ച് പ്രവർത്തന രഹിതമായ മുട്ടത്തറ സീവേജ് ഫാമിലോ, ജലാശയങ്ങളിലോ ആളൊഴിഞ്ഞ ഇടങ്ങളിലോ അശാസ്ത്രീയമായി നിർമ്മാർജ്ജനം ചെയ്യുന്ന രീതി വ്യാപകമായിരുന്നു. ഈ അപരിഷ്കൃത രീതി ഒഴിവാക്കിക്കൊണ്ട് കക്കൂസ് മാലിന്യം മുട്ടത്തറ സീവേജ് സംസ്കരണ പ്ലാന്റിൽ എത്തിച്ച് ശാസ്ത്രീയമായി സംസ്കരിക്കുന്നതിനുള്ള ആധുനികരീതി 2019 ഏപ്രിൽ മാസം നഗരസഭയിൽ നിലവിൽ വന്നു.

ആധുനിക സെപ്ടേജ് സംസ്കരണ പദ്ധതിയുടെ ഭാഗമായി മുട്ടത്തറ സീവേജ് പ്ലാന്റിനോട് ചേർന്ന് കക്കൂസ് മാലിന്യം സ്വീകരിക്കുന്നതിനും, അവിടെനിന്നു തൊട്ടടുത്തുള്ള സംസ്കരണ പ്ലാന്റിലേക്ക് എത്തിച്ച് സംസ്കരിക്കുന്നതിനുമുള്ള സംവിധാനം സ്ഥാപിച്ചു. സെപ്ടേജ് സംസ്കരണമുൾപ്പെടെ നഗരസഭയുടെ വിവിധ സേവനങ്ങൾ കമ്പ്യൂട്ടർ സഹായത്തോടെ പൊതുജനങ്ങൾക്ക് ഉപയോഗപ്പെടുത്തുന്നതിനായി സ്മാർട്ട് ട്രിവാൻഡ്രം ആപ്ലിക്കേഷൻ (Smart Trivandrum Application) പ്രവർത്തനക്ഷമമാക്കി. മൊബൈൽ ഫോൺ ഉപയോഗിച്ചോ,

കമ്പ്യൂട്ടർ വഴി വെബ് പോർട്ടൽ ഉപയോഗപ്പെടുത്തിയോ, ഫോണിൽ നേരിട്ടു ബന്ധപ്പെടുന്നതിനുള്ള കാൾസെന്റർ സേവനം ഉപയോഗപ്പെടുത്തിയോ വീടുകളിൽനിന്നും സ്ഥാപങ്ങളിൽനിന്നും കക്കൂസ് മാലിന്യ ശേഖരണം (Septage Collection) താമസംവിനാ സാദ്ധ്യമാക്കുന്നതിനുള്ള സൗകര്യം ഏർപ്പെടുത്തി. തിരുവനന്തപുരം നഗരസഭ, സമീപത്തെ 11 ഗ്രാമപഞ്ചായത്തുകൾ ഇവയെ ഒറ്റ യൂണിറ്റായി പരിഗണിച്ചാണ് പദ്ധതി ആവിഷ്കരിച്ചത്. നഗരവും, സമീപപ്രദേശങ്ങളും കേന്ദ്രീകരിച്ച് പ്രവർത്തിക്കുന്ന 39 ടാങ്കറുകൾക്ക് സെപ്ടേജ് ശേഖരണത്തിന് ഫീസ് നിജപ്പെടുത്തി ലൈസൻസ് നല്കി ജി പി എസ് ട്രാക്കർ സംവിധാനത്തിൽ ചേർത്തു. ഇതോടൊപ്പം കോർപ്പറേഷന്റെ അധീനതയിലുള്ള 10 ടാങ്കറുകളും ഉൾപ്പെടുത്തി. മാലിന്യ ശേഖരണത്തിനും, ശേഖരിച്ച മാലിന്യം സെപ്ടേജ് സംഭരണ സംവിധാനത്തിൽ എത്തിക്കുന്നതിനും, സീവേജ് പ്ലാന്റിൽ സംസ്കരിക്കുന്നതിനുമായി ആകെ ഫീസ് നിജപ്പെടുത്തി. അതനുസരിച്ച് 5000 ലിറ്റർ വരെയുള്ള ടാങ്കറിന് 3540 രൂപയും, 8000 ലിറ്റർ വരെയുള്ള ടാങ്കറിന് 7080 രൂപയും ഓൺലൈനായി നഗരസഭയ്ക്ക് നേരിട്ടടച്ച് സേവനം ലഭ്യമാകുന്ന രീതി നിലവിൽ വന്നു. 2500 രൂപ അധികത്തുക നല്കി നഗരത്തിന് ദൂരെയുള്ള ഇടങ്ങളിലെ കക്കൂസ് മാലിന്യം സംസ്കരിക്കുന്നതിനും ഈ സംവിധാനത്തിനുകീഴിൽ വ്യവസ്ഥ ഉണ്ടാക്കി. നഗരസഭ അംഗീകരിച്ച ഒരു ബൈലോയുടെ അടിസ്ഥാനത്തിൽ കഴിഞ്ഞ രണ്ടുവർഷത്തിലധികമായി കാര്യക്ഷമമായി നടക്കുന്ന ഈ പ്രവർത്തനം രാജ്യത്തെ നഗരസഭകൾക്ക് പൊതുവേയും, സംസ്ഥാനത്തെ നഗരസഭകൾക്ക് പ്രത്യേകിച്ചും സ്വീകരിക്കാവുന്ന മാതൃകയാണ്.

12.13 ആലപ്പുഴയിലെ ഡീവാട്ട്സ് മാതൃക

കിഴക്കിന്റെ വെനീസ് എന്നറിയപ്പെടുന്ന ആലപ്പുഴ നഗരത്തിന്റെ മുഖമുദ്ര എണ്ണമറ്റ കനാലുകളാണ്. പ്രധാനപ്പെട്ട 6 കനാലുകളും അവയിലേക്ക് ഒഴുകിയെത്തുന്ന 6 പ്രധാന തോടുകളുമുണ്ട്. നെതർലാന്റ്സ് വിദഗ്ദ്ധരുടെ റിപ്പോർട്ടുപ്രകാരം 95 ചെറുതോടുകൾ വേറെയും. ഇപ്രകാരം ആലപ്പുഴ നഗരത്തിലെ അതിവിപുലമായ കനാൽ ശൃംഖല ഒരു കാലത്ത് കൗതുകക്കാഴ്ചയും അതോടൊപ്പം നഗരത്തിന്റെ ജീവനാഡിയുമായിരുന്നു. എന്നാൽ 2018 ൽ മുംബൈ ഐ ഐ ടിയും, കിലയും ചേർന്ന് സംഘടിപ്പിച്ച വിദ്യാർത്ഥികളുടെ പഠനക്യാമ്പ് നടത്തിയ സർവേപ്രകാരം ലഭിച്ച കണക്കുകളുടെ അടിസ്ഥാനത്തിൽ കനാൽ തീരത്ത് സ്ഥിതിചെയ്യുന്ന 42 ശതമാനം സ്ഥാപനങ്ങളും കനാലുകളിലേക്ക് മലിനജലം ഒഴുക്കുന്നു എന്നും കനാൽക്കരയിലുള്ള ശുചിമുറികളിൽ 41 ശതമാനത്തിൽനിന്നും കക്കൂസ് മാലിന്യം കനാലിലേക്ക് തള്ളുകയാണ് എന്നും ചൂണ്ടിക്കാട്ടുകയുണ്ടായി. ഇതോടൊപ്പം, കായലിലേക്കുള്ള ഓരുവെള്ളത്തിന്റെ തള്ളിക്കയറ്റം ഇല്ലാതായതും, കായലുകൾക്ക്

കുറുകെയും സമീപത്തുമുള്ള നിർമ്മിതികൾ മൂലമുണ്ടായ തടസ്സങ്ങളും, ചിലയിടങ്ങളിലെ കയ്യേറ്റങ്ങളും, അറവുമാലിന്യമുൾപ്പെടെയുള്ള ഖര മാലിന്യം കനാലുകളിലേക്ക് വലിച്ചെറിയുന്നതുമെല്ലാം നിമിത്തം കനാലുകൾ എല്ലാം കളയും, മാലിന്യവും, കീടങ്ങളും നിറഞ്ഞ് അഴുക്കു ചാലുകളായി മാറി. ഒരുകാലത്ത് നഗരത്തിന്റെ പ്രകൃതിഭംഗിയെയും, ആരോഗ്യസ്ഥിതിയെയും സംരക്ഷിച്ചിരുന്ന കനാൽ ശൃംഖല ഇന്ന് അറപ്പുളവാക്കുന്ന ഇടങ്ങളായി മാറിയിരിക്കുന്നു.

ആലപ്പുഴയുടെ മുൻ നിയമസഭാ സാമാജികനും മുൻ മന്ത്രിയുമായ ഡോ. തോമസ് ഐസക്കിന്റെ ആഭിമുഖ്യത്തിൽ രൂപംനല്കിയ 'നിർമ്മല ഭവനം നിർമ്മല നഗരം' പദ്ധതിയുടെ ഫലപ്രദമായ നിർവഹണത്തോടെ കനാലുകളിലേക്ക് വലിച്ചെറിയുന്ന മാലിന്യത്തിന്റെ അളവ് ഗണ്യമായി കുറഞ്ഞുവെങ്കിലും ഒഴുകിയെത്തുന്ന മലിനജലംമൂലമുള്ള പ്രശ്നങ്ങൾ തുടർന്നു. ഈ പശ്ചാത്തലത്തിൽ സമഗ്രമായ കനാൽ നവീകരണ പദ്ധതിക്കു രൂപംനല്കി. എങ്കിലും ശുചിമുറികളിൽനിന്നുള്ള മാലിന്യനിർമ്മാർജ്ജനം ഒരു പ്രശ്നമായി അവശേഷിച്ചു. ഈ സാഹചര്യത്തിലാണ് പ്രധാന കനാലുകളിലേക്ക് ജനവാസകേന്ദ്രങ്ങളിലൂടെ ഒഴുകിയെത്തുന്ന ചെറുതോടുകളുടെ സങ്കീർണ്ണമായ മാലിന്യപ്രശ്നം പരിഹരിക്കുന്നതിനുള്ള മാതൃകാ പ്രവർത്തനം ഉണ്ടാകേണ്ടതിന്റെ ആവശ്യകത ബോദ്ധ്യപ്പെട്ടത്. ഈ സാഹചര്യത്തിലാണ് ഒന്നരക്കിലോമീറ്റർ നീളമുള്ള ചാത്തനാട് തോട് പരീക്ഷണാടിസ്ഥാനത്തിൽ ശുചിയാക്കുന്നതിനുള്ള പദ്ധതി ആവിഷ്കരിച്ചത്. ചാത്തനാട് കനാൽ തീരത്താകെ 235 വീടുകൾ. അതിൽ 53 വീടുകൾ ചാത്തനാട് മുനിസിപ്പൽ കോളനിയിലാണ്. അടുത്തടുത്ത് വീടുകളുള്ള ചേരിപോലെയുള്ള മുനിസിപ്പൽ കോളനിയിൽ എല്ലാ വീടുകൾക്കും ശാസ്ത്രീയമായ സെപ്റ്റിക് ടാങ്ക് സ്ഥാപിച്ച് അവിടുത്തെ ദ്രവമാലിന്യപ്രശ്നം പരിഹരിക്കുക അസാദ്ധ്യമാണ്. ഈ ഘട്ടത്തിലാണ് ഡീവാട്ട്സ് (DEWATS അഥവാ Decentralized Waste Water Treatment System) എന്ന വികേന്ദ്രീകൃത ജലസംസ്കരണ സംവിധാനം പരീക്ഷണാടിസ്ഥാനത്തിൽ ഉപയോഗപ്പെടുത്തുന്നതിന് തീരുമാനിച്ചത്. ഡോ. തോമസ് ഐസക്കിന്റെ നേതൃത്വത്തിൽ സിഡിസി (Conosrtium of DEWATS Dissemination) സൊസൈറ്റിയും, അതിന്റെ പ്രചാരകരായ ഇൻസ്പിരേഷൻ എന്ന വാസ്തുശില്പ ഗ്രൂപ്പും ചേർന്നാണ് ഈ സംവിധാനം ആസൂത്രണം ചെയ്തത്. പ്രശസ്ത ആർക്കിടെക്ട് ആയ ലതാ രാമൻ ജൈഗോപാലിന്റെ നേതൃത്വത്തിലാണ് ഫീൽഡുതല പ്രവർത്തനങ്ങൾ നടന്നത്. ഐ ഐ ടി മുംബൈ, സംസ്ഥാന ശുചിത്വ മിഷൻ, കോസ്റ്റ്ഫോർഡ് എന്നീ സ്ഥാപനങ്ങളുടെ പിന്തുണയും ഈ മാതൃക വികസിപ്പിക്കുന്നതിന് സഹായകമായി.

കോളനിയിലെ എല്ലാ വീടുകൾക്കും കക്കൂസും, കുളിമുറിയും, പാത്രങ്ങളും തുണിയും കഴുകുന്നതിനുള്ള സൗകര്യം സ്ഥലപരിമിതികൂടി കണക്കിലെടുത്ത് നിർമ്മിച്ചു. കോളനിയിലെ തുറന്നതും, വെള്ളം കെട്ടി

നില്ക്കുന്നതുമായ ഓടയ്ക്കുപകരം ഓരോ വീടുകളിൽനിന്നുമുള്ള മലിനജലം ശേഖരിച്ചു കൊണ്ടുപോകുന്നതിന് അനുയോജ്യമായ പൈപ്പ് സ്ഥാപിച്ചു. പൈപ്പിലൂടെ ഒഴുകിവരുന്ന ദ്രവമാലിന്യം ഡീവാട്ട്സ് സംവിധാനത്തിലെത്തിച്ചു. പ്രതിദിനം 15000 ലിറ്റർ ദ്രവമാലിന്യം സംസ്കരിക്കുന്നതിന് ശേഷിയുള്ള ഡീവാട്ട്സ് സംവിധാനമാണ് സ്ഥാപിച്ചത്. ഈ ഡീവാട്ട്സ് സംവിധാനത്തിൽ ദ്രവമാലിന്യം സ്വീകരിക്കുന്നതിനുള്ള ടാങ്കും, ദ്രവമാലിന്യം സംസ്കരിക്കുന്നതിനുള്ള ആനിറോബിക് ബാഫിൾഡ് റിയാക്ടറും (Anaerobic Baffled Reactor), ആനിറോബിക് ഫിൽറ്ററും (Anaerobic Filter) ഉൾപ്പെടുന്നു.

ടാങ്കിൽ സ്വീകരിക്കുന്ന ദ്രവമാലിന്യത്തിലെ ഖരാംശം (Solid Particles) ഭാഗികമായെങ്കിലും അടിയുന്ന പ്രക്രിയ ടാങ്കിൽ നടക്കും. മലിനജലം പരമാവധി സാവകാശത്തിൽ ഒഴുകുന്നതിന് അനുയോജ്യമായ രീതിയിൽ തടസ്സങ്ങൾ സൃഷ്ടിച്ച് രൂപകല്പന ചെയ്ത നിരവധി ഭാഗിക അറകൾ നിറഞ്ഞ ഒരു സെപ്റ്റിക് ടാങ്കാണ് ആനിറോബിക് ബാഫിൾഡ് റിയാക്റ്റർ. വായുസഞ്ചാരമില്ലാത്ത ഈ ടാങ്കിലൂടെ സാവകാശം ദ്രവമാലിന്യം ഒഴുകുമ്പോൾ വായുവിന്റെ അഭാവത്തിൽ ജീവിക്കുന്ന സൂക്ഷ്മാണുക്കൾ ദ്രവമാലിന്യത്തിലെ ജൈവവസ്തുക്കളെ വിഘടിപ്പിച്ച് അവയുടെ ആഹാരമാക്കി മാറ്റുന്നു. ഈ പ്രക്രിയയുടെ ഭാഗമായി ദ്രവമാലിന്യത്തിലെ രാസഘടന പരിവർത്തനപ്പെടുകയും മീഥേൻ വാതകം ബഹിർഗമിക്കുകയും, ഖരാംശം വേർപെട്ട് അടിയുകയും, മലിനീകരണം കുറഞ്ഞ ജലം നിർഗമിക്കുകയും ചെയ്യും. വിവിധ അറകളിലൂടെ സാവകാശം ദ്രവമാലിന്യം ഒഴുകുമ്പോൾ പരമാവധി ജൈവമാലിന്യം ആനിറോബിക് ബാക്ടീരിയകൾ തിന്നുതീർത്തിട്ടുണ്ടാകും. ശേഷം നിർഗമിക്കുന്ന ജലം ആനിറോബിക് ഫിൽട്ടർ ഉപയോഗപ്പെടുത്തി അരിക്കുമ്പോൾ അതുവരെ സംസ്കരിക്കപ്പെടാതെയുള്ള ഖരാംശത്തെ വേർപെടുത്തി മാറ്റുന്നതിനു സാധിക്കും. സൂക്ഷ്മസുഷിരങ്ങളുള്ള പ്രതലങ്ങളാൽ നിർമ്മിതമാണ് ഈ ഫിൽട്ടർ എന്നതിനാൽ ഇവിടെയും ജൈവാണുക്കളുടെ പ്രവർത്തനം നടക്കുകയും അതിലൂടെ കൂടുതൽ ശുദ്ധീകരണം നടക്കുകയും ചെയ്യും. ഈ പ്രക്രിയയിലൂടെ ഏകദേശം 85 ശതമാനംവരെ ജലശുദ്ധീകരണം സാധ്യമാകും. ചെടികൾ വളർത്തിയ ചരൽ അടുക്ക് (Plant grown Gravel medium) ആണ് ആനിറോബിക് ഫിൽട്ടർ ആയി ഉപയോഗപ്പെടുത്തിയത്. ഫിൽട്ടറിൽനിന്ന് പുറത്തുവരുന്ന ജലം ഒരു നിർമ്മിത കുളത്തിലേക്ക് (Constructed Wetland) ഒഴുക്കിവിട്ട് അവശേഷിക്കുന്ന ഖരവസ്തുക്കളും, പോഷകങ്ങളും നീക്കം ചെയ്യാം. വായുസാന്നിദ്ധ്യത്തിലുള്ള ജൈവ സംസ്കരണമാണ് (Aerobic treatment) നിർമ്മിത കുളത്തിൽ നടക്കുക. ചരലുകളും, കല്ലുകളും നിറഞ്ഞതും, പ്രത്യേകതരം ചെടികൾ വെച്ചുപിടിപ്പിച്ചതുമായ കനാലുകളിലൂടെയാണ് നിർമ്മിത കുളത്തിലേക്ക് ജലം എത്തിക്കുക എന്നതിനാൽ ആ ഘട്ടത്തിലും അരിക്കലും, ജൈവസംസ്കരണവും

നടക്കും. എന്നാൽ മുനിസിപ്പൽ കോളനിയിലെ സംവിധാനത്തിൽ നിർമ്മിതകുളത്തിന് സ്ഥലസൗകര്യം ലഭ്യമല്ല എന്ന സ്ഥിതിയുണ്ടായിരുന്നു. എന്നാൽ പ്രധാന കനാലിൽ വെള്ളത്തിൽ പൊങ്ങിക്കിടക്കുന്ന ചെടിക്കൂട്ടങ്ങൾ സ്ഥാപിച്ചുള്ള ശുദ്ധീകരണ സാദ്ധ്യത ആലോചിച്ചു എങ്കിലും അത് സാദ്ധ്യമാകുകയുണ്ടായില്ല.

കഴിഞ്ഞ രണ്ടുവർഷമായി പ്രവർത്തിച്ചുവരുന്ന ആലപ്പുഴയിലെ മാതൃകാ DEWATS പ്ലാന്റ് മുനിസിപ്പൽ കോളനിയിലെ ദ്രവമാലിന്യ പ്രശ്നം പൂർണ്ണമായും പരിഹരിക്കുന്നതിന് സഹായകരമായി. അത്യന്തം വൃത്തിഹീനമായിരുന്ന കോളനി ഇന്ന് രോഗഭാരം കുറഞ്ഞ് പരിസ്ഥിതി സുരക്ഷ ഉറപ്പാക്കുന്ന ഒരിടമായി മാറി. പരിപാലനച്ചെലവ് കുറഞ്ഞതും, ഊർജാവശ്യം കുറഞ്ഞതും, സ്ഥല പരിമിതമായ ഇടങ്ങളിൽ സാധ്യമായതുമായ ഈ ദ്രവമാലിന്യ സംസ്കരണ സംവിധാനം കേരളത്തിലെ കോളനികളിലും, കാംപസുകളിലും ഉപയോഗിക്കാവുന്ന അനുയോജ്യമായ മാതൃകയാണ്.

12.14 സംയോജിത മലിനജല പരിപാലനം-കർമ്മപരിപാടികൾ, മാർഗ്ഗനിർദ്ദേശങ്ങൾ

കേരളം 2007 ൽ പ്രഖ്യാപിച്ച മാലിന്യമുക്തകേരളം എന്ന പ്രവർത്തന രൂപരേഖയിൽ ദ്രവമാലിന്യ നിർമ്മാർജ്ജനത്തിനുള്ള കർമ്മപരിപാടി ഉൾപ്പെടുത്തുകയുണ്ടായി. ഇതിന്റെ ആദ്യപടിയായി കേരളത്തിലെ ദ്രവമാലിന്യ പരിപാലനവുമായി ബന്ധപ്പെട്ട ഒരു സ്ഥിതിവിവര റിപ്പോർട്ട് കോഴിക്കോട് ജല വിഭവ വികസന പരിപാലന കേന്ദ്രത്തിന്റെ സഹായത്തോടെ നടത്തുകയും, 2010 ൽ പഠന റിപ്പോർട്ട് ലഭിക്കുകയുമുണ്ടായി. മാലിന്യമുക്തകേരളം കർമ്മപദ്ധതി പിന്തുടർന്ന് കേരള സുസ്ഥിര നഗര വികസന പദ്ധതിയിൽ (KSUDP) ഉൾപ്പെടുത്തി തിരുവനന്തപുരം, കൊല്ലം, കൊച്ചി, തൃശൂർ, കോഴിക്കോട് എന്നീ നഗരങ്ങളിൽ മലിനജല സംസ്കരണത്തിന് 280 കോടി രൂപയുടെ പദ്ധതികൾ ഏറ്റെടുത്തുവെങ്കിലും വേണ്ടത്ര പുരോഗതി ഉണ്ടായില്ല. സമാന്തരമായി നടപ്പിലാക്കിയ ജവാഹർലാൽ നെഹ്റു ദേശീയ നഗര പുനരുദ്ധാരണ ദൗത്യത്തിന്റെ (JNNURM) ഭാഗമായി തിരുവനന്തപുരത്ത് സീവറേജ് സംവിധാനം വിപുലമാക്കുന്നതിനുള്ള 215 കോടി അടങ്കലുള്ള പദ്ധതി നടപ്പിലാക്കുകയുണ്ടായി. ഇതിന്റെ ഭാഗമായാണ് മുട്ടത്തറയിൽ ആധുനിക ദ്രവമാലിന്യ സംസ്കരണ പ്ലാന്റ് സ്ഥാപിക്കുകയും, സീവറേജ് പൈപ്പുകൾ സ്ഥാപിച്ചു കൂടുതൽ നഗരഭാഗങ്ങൾക്ക് ദ്രവമാലിന്യ പദ്ധതിയുടെ പ്രയോജനം ലഭ്യമാക്കുകയുമുണ്ടായി. അതോടൊപ്പം ചെറുനഗരങ്ങളിലെ അടിസ്ഥാന സൗകര്യങ്ങൾ വികസിപ്പിക്കുന്നതിനുള്ള പദ്ധതി (UIDSSMT) പ്രകാരം ചാലക്കുടി നഗരസഭയിൽ സീവറേജ് സംവിധാനം സ്ഥാപിക്കുന്നതിന് 55 ലക്ഷം രൂപ അടങ്കലുള്ള പദ്ധതി ആസൂത്രണം ചെയ്തുവെങ്കിലും അതും നടക്കുകയുണ്ടായില്ല.

കക്കൂസ് മാലിന്യവും മറ്റ് മാലിന്യങ്ങളും സംസ്കരിക്കുന്നതിനായി അടിയന്തരമായി സ്ഥലം ഏറ്റെടുക്കുന്നതിനും, പ്ലാന്റുകൾ സ്ഥാപിക്കുന്നതിനുമുള്ള നടപടി സ്വീകരിക്കുന്നതിനും ഇതുമായി ബന്ധപ്പെട്ട് ആരോഗ്യം, തദ്ദേശഭരണം, ധനകാര്യം, വിനോദസഞ്ചാരം, റവന്യൂ, ആഭ്യന്തരം എന്നീ വകുപ്പുകളെ ഏകോപിപ്പിച്ചുകൊണ്ടുള്ള പ്രവർത്തനങ്ങളുടെ പുരോഗതി റിപ്പോർട്ട് ഓരോ മാസവും ഹൈക്കോടതിയെ അറിയിക്കുന്നതിനും സംസ്ഥാന ചീഫ് സെക്രട്ടറിയോട് നിർദ്ദേശിച്ചുകൊണ്ട് 2011 മാർച്ച് 10 ന് ബഹുമാനപ്പെട്ട ഹൈക്കോടതി ഉത്തരവ് പുറപ്പെടുവിക്കുകയുണ്ടായി. ഇതിനെത്തുടർന്നു ശുചിത്വമിഷൻ നടത്തിയ പഠനവും, സ്വീകരിച്ച് കർമ്മപദ്ധതികളും ഈ അദ്ധ്യായത്തിൽ മുൻപ് വിവരിച്ചിട്ടുണ്ട്.

ശുചിത്വമിഷൻ 2011 ൽ നടത്തിയ പഠനപ്രകാരം കേരളത്തിലെ ഓരോ ജില്ലയിലെയും നഗര-ഗ്രാമ പ്രദേശങ്ങളിൽനിന്നും നീക്കം ചെയ്യപ്പെടേണ്ട കക്കൂസ് മാലിന്യത്തിന്റെ അളവ്, രാസ-ജൈവ പ്രത്യേകതകൾ, അവ നീക്കം ചെയ്യുന്നതിന് സ്വീകരിക്കേണ്ട മാർഗ്ഗനിർദ്ദേശങ്ങൾ, സംസ്കരണത്തിന് അവലംബിക്കേണ്ട ശാസ്ത്രീയ രീതികൾ തുടങ്ങിയ കാര്യങ്ങൾ വിശദീകരിക്കുകയുണ്ടായി. ഇതിന്റെ അടിസ്ഥാനത്തിൽ കക്കൂസ് മാലിന്യ സംസ്കരണത്തിനായി പ്ലാന്റുകൾ സ്ഥാപിക്കുന്നതിന് കേരളത്തിന്റെ വിവിധ ജില്ലകളിലായി സ്ഥലം കണ്ടെത്തുകയുണ്ടായെങ്കിലും പ്രവർത്തനം മുൻപോട്ടു പോയില്ല. തുടർന്ന് 2013 ൽ കേരള സുസ്ഥിര നഗര വികസന പദ്ധതിയുടെ ഭാഗമായി സെപ്ടേജ് സംസ്കരണ പ്ലാന്റ് സ്ഥാപിക്കുന്നതിനുള്ള വിശദമായ പദ്ധതിരേഖ തയ്യാറാക്കുകയുണ്ടായി. തുടർന്ന് KSUDP പദ്ധതിയുടെ ഭാഗമായി എറണാകുളം ബ്രഹ്മപുരത്തും, കൊച്ചി നഗരത്തിലെ വെല്ലിങ്ടൺ ഐലന്റിലും രണ്ട് സെപ്ടേജ് സംസ്കരണ പ്ലാന്റുകൾ പ്രവർത്തനക്ഷമമായി. ഈ മാതൃക അനുകരിച്ച് മറ്റ് പ്രദേശങ്ങളിലും സെപ്ടേജ് സംസ്കരണത്തിനുള്ള സംവിധാനം സ്ഥാപിക്കുന്നതിനുള്ള ആത്മവിശാസം ലഭിച്ചു എങ്കിലും സ്ഥല ലഭ്യതയുടെ അഭാവം കൂടുതൽ പ്ലാന്റുകൾ സ്ഥാപിക്കുന്നതിനുള്ള പ്രവർത്തനത്തിന് വിഘാതമായി.

2017 ൽ ജർമ്മൻ ഏജൻസിയായ ജി ഐ ഇസഡ് (GIZ) ന്റെ സഹായത്തോടെ കേരളത്തിലെ മലിനജലത്തിന്റെയും കക്കൂസ് മാലിന്യത്തിന്റെയും സംയോജിത പരിപാലനത്തിനായി മാർഗ്ഗനിർദ്ദേശങ്ങൾ തയ്യാറാക്കുകയുണ്ടായി എങ്കിലും അതും വിനിയോഗിക്കപ്പെട്ടില്ല. കേരള പുനർനിർമ്മാണ സംരംഭത്തിന്റെ (Rebuild Kerala Initiative) ഭാഗമായി 2020 ൽ കേരള നഗര ശുചിത്വം (മനുഷ്യമലത്തിന്റെയും, മലിനജലത്തിന്റെയും പരിപാലനം) കരട് നയം തയ്യാറാക്കുകയുണ്ടായിയെങ്കിലും ഈ നയം പൊതു ചർച്ചയ്ക്ക് വിധേയമാക്കുകയോ അംഗീകരിക്കുകയോ ചെയ്തിട്ടില്ല. തുടർന്ന് അതേവർഷം കേരള നഗര ശുചിത്വം (മനുഷ്യമലത്തിന്റെയും, മലിനജലത്തിന്റെയും പരിപാലനം) കരട് ചട്ടങ്ങൾ, 2020 തയ്യാറാക്കിയെങ്കിലും അതും പ്രയോഗത്തിൽ വന്നിട്ടില്ല. RKI പദ്ധതി

പ്രകാരം 163 ആശുപത്രികളിലും, 98 സ്ഥാപനങ്ങളിലും, 50 ചന്തകളിലും വികേന്ദ്രീകൃത ദ്രവമാലിന്യ സംസ്കരണ പ്ലാന്റുകൾ സ്ഥാപിക്കുന്നതിന് 363 കോടി രൂപ അടങ്കലുള്ള പദ്ധതി ശുചിത്വ മിഷൻ പദ്ധതി തയ്യാറാക്കിയെങ്കിലും അതിന് അനുമതി ലഭിക്കുകയുണ്ടായില്ല. സംസ്ഥാനത്തെ ഗ്രാമ-നഗര പ്രദേശങ്ങളിലായി കക്കൂസ് മാലിന്യ സംസ്കരണത്തിനായി 84 ഇടങ്ങളിൽ പ്രതിദിനം 100 കിലോലിറ്റർ സംസ്കരണ ശേഷിയുള്ള പ്ലാന്റുകൾ സ്ഥാപിക്കുന്നതിനുള്ള പദ്ധതിയും അംഗീകരിക്കപ്പെട്ടില്ല.

ഈ പശ്ചാത്തലത്തിൽ ദ്രവമാലിന്യ സംസ്കരണവുമായി ബന്ധപ്പെട്ട മലിനീകരണ പ്രശ്നങ്ങൾ, നയം, ചട്ടങ്ങൾ, പദ്ധതികൾ, അവയുടെ പുരോഗതി തുടങ്ങിയ കാര്യങ്ങളിൽ അടിയന്തരമായ ചർച്ചയും, തീരുമാനങ്ങളും ഉന്നതതലത്തിൽ എടുത്ത് നടപ്പിലാക്കിയില്ല എങ്കിൽ കേരളം ആരോഗ്യ സുരക്ഷയുടെയും, പരിസ്ഥിതി സുരക്ഷയുടെയും കാര്യത്തിൽ ദയനീയമായി പരാജയപ്പെടും.

13

പ്രളയ മാലിന്യ പരിപാലനവും ശുചീകരണവും

ആയിരത്തിത്തൊള്ളായിരത്തി ഇരുപത്തിനാലിനു ശേഷം കേരളം കണ്ട ഏറ്റവും വലിയ പ്രളയമാണ് 2018 ജൂൺ 1 നും ആഗസ്ത് 18 നുമിടയിൽ ഉണ്ടായത്. ഈ ചെറിയ കാലയളവിൽ ലഭിച്ച ആകെ മഴ സാധാരണഗതിയിൽ ഈ കാലഘട്ടത്തിൽ ലഭിക്കുന്ന ശരാശരി മഴയെക്കാൾ 42 ശതമാനം അധികമായിരുന്നു. ഏറ്റവും വർദ്ധിതമായ മഴ പെയ്തത് ആഗസ്ത് 1 നും 18 നും ഇടയിലുള്ള ദിനങ്ങളിലായിരുന്നു. 771 മില്ലീമീറ്റർ മഴയാണ് ഈ 18 ദിവസങ്ങളിലായി ലഭിച്ചത്. ഈ പേമാരി നിരവധി പ്രദേശങ്ങളിൽ വലിയ മണ്ണിടിച്ചിൽ (Landslide) പ്രശ്നങ്ങൾക്ക് കാരണമായി. 10 ജില്ലകളിലായി 341 ഇടങ്ങളിൽ മണ്ണിടിച്ചിൽ സംഭവിച്ചതായി റിപ്പോർട്ട് ചെയ്യപ്പെട്ടു. ഏറ്റവും കൂടുതൽ ദുരിതമുണ്ടായ ഇടുക്കി ജില്ലയിൽ മാത്രം 143 ഇടങ്ങളിൽ മണ്ണിടിച്ചിൽ സംഭവിച്ചു. അതിതീവ്ര മഴയുടെ സാഹചര്യത്തിൽ 37 അണക്കെട്ടുകൾ തുറന്നുവിടേണ്ട സ്ഥിതിയുണ്ടായി. ഇത് വെള്ളപ്പൊക്കംമൂലമുള്ള ആഘാതം കൂടുതൽ വർദ്ധിക്കുന്നതിന് കാരണമായി. സർക്കാർ രേഖകൾ പ്രകാരം സംസ്ഥാനത്തെ 14 ജില്ലകളിലായി ആകെയുള്ള 1664 വില്ലേജുകളിൽ 1259 ലും രൂക്ഷമായ വെള്ളപ്പൊക്ക കെടുതികൾ ഉണ്ടായി. ആലപ്പുഴ, ഇടുക്കി, കോട്ടയം, പത്തനംതിട്ട, തൃശ്ശൂർ, വയനാട് എന്നീ ഏഴു ജില്ലകൾ പൂർണ്ണമായും വെള്ളപ്പൊക്കക്കെടുതിയിലായി. അത്യന്തം വിനാശകരമായ വെള്ളപ്പൊക്കവും, മണ്ണിടിച്ചിലും 5.4 ദശലക്ഷം ആളുകളെ നേരിട്ടു ബാധിച്ചു. 1.4 ദശലക്ഷം ആളുകൾ കുടിയിറക്കപ്പെട്ടു. 433 പേർ മരണപ്പെട്ടു. നിരവധി വീടുകൾ, വീട്ടുസാമഗ്രികൾ, റോഡുകൾ, പാലങ്ങൾ, റെയിൽവേ സംവിധാനങ്ങൾ, വൈദ്യുതി ലൈനുകൾ, പോസ്റ്റുകൾ, ട്രാൻസ്ഫോർമറുകൾ, വാർത്താവിതരണ ശൃംഖലകൾ, മറ്റ് വിവിധ

ങ്ങളായ നിർമ്മിതികൾ, സ്ഥാപനങ്ങൾ തുടങ്ങിയവ തകരുകയോ ഒഴുകിപ്പോകുകയോ ചെയ്തു. കാർഷിക വിളകൾ വ്യാപകമായി നശിച്ചു. കന്നുകാലികൾ ചത്തൊടുങ്ങി. സംസ്ഥാന സർക്കാർ അതിവേഗത്തിൽ സ്വീകരിച്ച രക്ഷാപ്രവർത്തനവും ആശ്വാസ നടപടികളും ജനങ്ങളുടെ മരണനിരക്ക് ഗണ്യമായി കുറയ്ക്കുന്നതിന് സഹായിച്ചു. ദേശീയ സേനകളുടെ പൂർണ്ണമായ സഹകരണം ലഭ്യമായി. നാട്ടുകാർ സ്വമേധയാ രക്ഷാപ്രവർത്തനത്തിൽ സജീവമായി. 4537 മത്സ്യത്തൊഴിലാളികൾ 669 ബോട്ടുകളുമായി വിവിധയിടങ്ങളിൽ സ്വമേധയാ സേവന സന്നദ്ധരായി. ഇവർമാത്രം ഏകദേശം 65000 ജീവനുകളെങ്കിലും രക്ഷിച്ചിട്ടുണ്ട് എന്നു കണക്കാക്കപ്പെടുന്നു.

സംസ്ഥാനം നേരിട്ട അപ്രതീക്ഷിതവും അഭൂതപൂർവ്വവുമായ പ്രളയക്കെടുതിയെ തുടർന്നുള്ള ദുരിതാശ്വാസ നടപടികളുടെ ഭാഗമായി ദുരിതാശ്വാസ ക്യാമ്പുകളിലും, വീടുകളിലും, പൊതുയിടങ്ങളിലും ശുചിത്വം ഉറപ്പുവരുത്തുന്നതിനുള്ള അടിയന്തര നടപടികൾ ആവശ്യമായി വന്നു. അതിതീവ്ര മഴയിൽ ഖരമാലിന്യ നിർമ്മാർജ്ജന കേന്ദ്രങ്ങളിലെ മാലിന്യം ചിലയിടങ്ങളിൽ ഒഴുക്കിൽപ്പെട്ട് മറ്റിടങ്ങളിൽ അടിഞ്ഞുകൂടുന്ന നിലയുണ്ടായി. കുമളി പഞ്ചായത്തിലെ ഉയർന്ന പ്രദേശത്ത് സ്ഥിതിചെയ്ത ഖരമാലിന്യ സംഭരണകേന്ദ്രം തീവ്രമഴയിൽ പൂർണ്ണമായും തെന്നിനീങ്ങി ആയിരക്കണക്കിന് ടൺ മാലിന്യം അടിവാരത്തുള്ള പറമ്പുകളിൽ ചെന്നടിഞ്ഞു. റോഡുകളിലും, വീടുകളിലും, പറമ്പുകളിലും, സ്ഥാപനങ്ങളിലും, പൊതുയിടങ്ങളിലും തുടങ്ങി വെള്ളം കയറിയ പ്രദേശങ്ങളാകെ എക്കൽ അടിഞ്ഞുകൂടി. അതോടൊപ്പം വീടുകളിലും, കടകളിലും, ഹോട്ടലുകളിലുമുണ്ടായിരുന്ന ഭക്ഷണ പദാർത്ഥങ്ങൾ മാലിന്യമായി അടിഞ്ഞുകൂടി. ഗോഡൗണുകളിൽ ശേഖരിച്ചിരുന്ന ഭക്ഷ്യവസ്തുക്കളും മാലിന്യമായി മാറി. ഫർണിച്ചറുകൾ, മെത്തകൾ, മറ്റ് വീട്ടുസാമഗ്രികൾ തുടങ്ങി നിരവധിയായ വസ്തുക്കൾ മാലിന്യമായി മാറി. ഇതോടൊപ്പം വെള്ളപ്പൊക്കത്തിൽ രക്ഷപ്പെടാനാകാതെ നിരവധി കന്നുകാലികളും, പക്ഷികളും ചത്തടിഞ്ഞുകൂടി. ദുർഗ്ഗന്ധം വമിക്കുന്നതും, അണുബാധയുണ്ടാക്കാവുന്നതും വൃത്തിഹീനവുമായ സാഹചര്യത്തിലേക്കാണ് പ്രളയബാധിത പ്രദേശങ്ങൾ മാറിയത്. സംസ്ഥാന സർക്കാരിന്റെയും, തദ്ദേശ സർക്കാരുകളും തോളോടുതോൾ ചേർന്ന് നടത്തിയ ഏകോപനത്തിന്റെ ഫലമായി ജനപ്രതിനിധികളും. സർക്കാർ സംവിധാനങ്ങളും, പ്രതിരോധ സേനാംഗങ്ങളും, പൊലീസ് ഫോഴ്സും, സർക്കാരിതരസംഘടനകളും, സന്നദ്ധ പ്രവർത്തകരും, പൊതുസമൂഹവും ചേർന്ന് നടത്തിയ പ്രവർത്തനങ്ങളുടെ ഫലമായി പ്രളയകാലത്ത് വേണ്ടത്ര ശുചിത്വ സൗകര്യം ലഭ്യമാക്കുന്നതിനും, പ്രളയാനന്തരം വ്യാപകമായ ശുചീകരണ പ്രവർത്തനങ്ങൾ നടത്തുന്നതിനും സാദ്ധ്യമായി. ഇത്രയധികം മാലിന്യങ്ങൾ അടിഞ്ഞുകൂടിയിട്ടും, കിണറുകൾ വ്യാപകമായി മാലിന്യം കലർന്ന് മലിനീകൃതമായിട്ടും, പകർച്ചവ്യാധി

കളോ, ആരോഗ്യപ്രശ്നങ്ങളോ പടർന്നുപിടിക്കാതെ ജനങ്ങളെ സംരക്ഷിക്കാനായി എന്നത് കേരളത്തിലെ ജനങ്ങളുടെ ആരോഗ്യ-ശുചിത്വ ബോധത്തിന്റെയും, വിവിധ സംവിധാനങ്ങളെ കൃത്യമായി ഏകോപിപ്പിക്കുന്നതിന് സാധിച്ചു എന്നുള്ളതുമാണ്. ശുചിത്വ മേഖലയിൽ ചിട്ടയോടെ നടന്ന വിവിധ പ്രവർത്തനങ്ങളാണ് ഈ അദ്ധ്യായത്തിൽ വിവരിക്കുന്നത്.

13.1 പ്രളയകാല ശുചിത്വപ്രതിസന്ധിയും, പരിഹാരവും

പ്രളയ സമയത്ത് പല സ്ഥലങ്ങളിലും, പ്രത്യേകിച്ച് തീരപ്രദേശങ്ങളിലും, കുട്ടനാട് പോലെയുള്ള താഴ്ന്ന ഇടങ്ങളിലും കക്കൂസ് കുഴികളിൽ വെള്ളം നിറഞ്ഞ് ടോയിലറ്റ് ലഭ്യത ഇല്ലാതെയായി. മഹാപ്രളയത്തിന് മുൻപുതന്നെ ആലപ്പുഴ ജില്ലയിലെ കുട്ടനാട് പ്രദേശത്ത് വെള്ളപ്പൊക്കം രൂക്ഷമാകുകയും ദുരിതാശ്വാസ ക്യാമ്പുകൾ അടിയന്തരമായി തുറക്കുകയും വേണ്ടിവന്നു. ടോയിലറ്റുകളുടെ ലഭ്യത ഉറപ്പാക്കുക എന്നതായിരുന്നു ഏറ്റവും അടിയന്തരമായ പ്രതിസന്ധി. സ്വകാര്യ ഏജൻസിയുടെ സഹായത്തോടെ രണ്ടുദിവസംകൊണ്ട് വിവിധ ഇടങ്ങളിലുള്ള ദുരിതാശ്വാസ ക്യാമ്പുകളിലായി 80 ബയോടോയിലറ്റുകൾ സ്ഥാപിക്കുന്നതിനു സാധിച്ചു. എന്നാൽ ടോയിലറ്റുകളുടെ ജൈവസംസ്കരണ ശേഷിയെക്കാൾ കൂടുതൽ മാലിന്യം അവയുടെ ടാങ്കുകളിൽ നിറയുന്ന സ്ഥിതിയുണ്ടായി. ആയതിനാൽ മലം ശേഖരിച്ച് സംസ്കരിക്കുന്ന ജൈവസംസ്കാരണ ടാങ്കുകളിൽ നിന്നു ദിനംപ്രതി മാലിന്യം മാറ്റേണ്ട സ്ഥിതി ഉണ്ടായി. സ്ലഡ്ജ് പമ്പുകളുടെ സഹായത്തോടെ ടാങ്കുകളിൽ നിന്ന് മാലിന്യം ശേഖരിച്ചുകൊണ്ടുപോകുന്നതിനുള്ള ബാർജും അവ പ്രത്യേകം സംസ്കരിക്കുന്നതിനുള്ള സംവിധാനവും ഒരുക്കേണ്ടതായി വന്നു. അവയുടെ പ്രവർത്തനം ശരിയായ രീതിയിൽ നടക്കുന്നു എന്ന് ഉറപ്പാക്കുന്നതിനുള്ള ഉദ്യോഗസ്ഥതല നിരീക്ഷണ സംവിധാനവും പ്രവർത്തനക്ഷമമാക്കി.

തുടർന്നുണ്ടായ മഹാപ്രളയത്തെതുടർന്ന് ആഗസ്ത് 10 മുതൽ ദുരിതാശ്വാസ പ്രവർത്തനങ്ങൾ ആരംഭിച്ചു. തുടർദിനങ്ങളിലായി 3274 ദുരിതാശ്വാസ ക്യാമ്പുകൾ അതിവേഗം സ്ഥാപിക്കുകയുണ്ടായി. വ്യാപകമായി നാശം സംഭവിച്ച പത്തനംതിട്ട, ആലപ്പുഴ, കോട്ടയം, ഇടുക്കി, എറണാകുളം, തൃശ്ശൂർ, വയനാട് എന്നീ ജില്ലകളിലും, പാലക്കാട്, കോഴിക്കോട് ജില്ലകളിലെ ചിലയിടങ്ങളിലുമാണ് ക്യാമ്പുകൾ സ്ഥാപിക്കപ്പെട്ടത്. 12,47,496 ആൾക്കാർ ക്യാമ്പുകളിൽ അഭയം തേടി എന്നാണ് ഔദ്യോഗിക കണക്കുകൾ. പ്രളയബാധിത ജില്ലകളിൽ കൂടുതൽ ദുരിതാശ്വാസ ക്യാമ്പുകൾ സജ്ജീകരിക്കുന്നതിനും, ക്യാമ്പുകളിലെ ശുചിത്വ ക്രമീകരണം ഉറപ്പുവരുത്തുന്നതിനും ജില്ലകളിൽ രൂപീകരിച്ച കൺട്രോൾ റൂമുകളുമായി ബന്ധപ്പെട്ടു പ്രവർത്തിക്കുന്നതിന് ശുചിത്വമിഷൻ ഉദ്യോഗസ്ഥർക്ക് അടിയന്തര നിർദ്ദേശം നല്കി.

പ്രധാനമായും വിദ്യാഭ്യാസസ്ഥാപനങ്ങളിലും, ഓഫീസ് സമുച്ചയങ്ങളിലുമായി സ്ഥാപിക്കപ്പെട്ട ക്യാമ്പുകളിൽ അവിടെയുണ്ടായിരുന്ന ടോയിലറ്റുകൾക്കുപരിയായി കൂടുതൽ ടോയിലറ്റുകൾ സ്ഥാപിക്കേണ്ടിവന്നു. കേരളത്തിൽനിന്നും അന്യസംസ്ഥാനങ്ങളിൽനിന്നുമായി ഏകദേശം 300 ബയോടോയിലറ്റുകൾ സംഘടിപ്പിച്ച് സ്ഥാപിച്ചുവെങ്കിലും അത് മതിയാകുമായിരുന്നില്ല. ആയതിനാൽ ക്യാമ്പുകൾക്ക് സമീപം താല്ക്കാലിക കുഴികക്കൂസുകളും, ടാങ്കക്കൂസുകളും സ്ഥാപിച്ചു. ഉയർന്ന വെട്ടുകൽ പ്രദേശങ്ങളിൽ കുഴികക്കൂസുകളും, മണൽ പ്രദേശങ്ങളിൽ ടാങ്ക് കക്കൂസുകളുമാണ് സ്ഥാപിച്ചത്. ശുചിത്വമിഷന്റെ സാങ്കേതിക രൂപകല്പനയിൽ പ്രാദേശിക മേസന്മാരുടെ സഹായത്തോടെയാണ് അനുയോജ്യമായ കക്കൂസുകൾ അതിവേഗം ക്യാമ്പുകളിൽ സ്ഥാപിച്ചത്. വലിയ ക്യാമ്പുകളിലെ കക്കൂസ് കുഴികളും, ടാങ്കുകളും അതിവേഗം നിറയുന്ന സ്ഥിതിയിൽ അവയിൽനിന്ന് കക്കൂസ് മാലിന്യം ഇടയ്ക്കിടെ നീക്കി വൃത്തിയാക്കേണ്ട സ്ഥിതി പ്രതിസന്ധി സൃഷ്ടിച്ചു. ആലപ്പുഴ, കോട്ടയം, പത്തനംതിട്ട ജില്ലകളിലാണ് ഏറ്റവും കൂടുതൽ പ്രതിസന്ധി ഉണ്ടായത്.

തിരുവനന്തപുരം നഗരത്തിലെ മുട്ടത്തറ സീവേജ് സംസ്കരണ പ്ലാന്റ്, കൊച്ചി വില്ലിങ്ടൺ ഐലന്റിലെയും, ബ്രഹ്മപുരത്തെ കക്കൂസ് മാലിന്യ സംസ്കരണ പ്ലാന്റുകൾ എന്നിവ ഉപയോഗപ്പെടുത്തി പ്രതിസന്ധി പരിഹരിക്കുന്നതിനുള്ള ശ്രമം വേണ്ടത്ര ഫലപ്രദമായില്ല. ഈ പ്ലാന്റുകളിലേക്കുള്ള വലിയദൂരം പ്രശ്നമായി. ഈ സാഹചര്യത്തിൽ സംസ്ഥാന മലിനീകരണ ബോർഡിന്റെ സഹായത്തോടെ കായംകുളത്തിന് സമീപമുള്ള താപവൈദ്യുതി നിലയത്തിലെയും, ചേർത്തല വാരനാട്ടുള്ള മാക്ഡവൽ കമ്പനിയുടെയും മലിനജല സംസ്കരണ പ്ലാന്റുകളിലും, ആലപ്പുഴ മെഡിക്കൽ കോളേജിലെ സീവേജ് സംസ്കരണ പ്ലാന്റിലുമായി കക്കൂസ് മാലിന്യത്തിന്റെ സംസ്കരണം താല്ക്കാലികമായി സാദ്ധ്യമാക്കി. അതോടൊപ്പം യുനിസെഫി (UNICEF)ന്റെ സഹായത്തിൽ 2 സഞ്ചരിക്കുന്ന കക്കൂസ് മാലിന്യ സംസ്കരണ സംവിധാനവും എത്തിച്ചു പ്രവർത്തിപ്പിച്ചു. കൂടാതെ ദുരിതാശ്വാസ ക്യാമ്പുകൾ പ്രവർത്തിക്കുന്ന കെട്ടിടങ്ങളുടെ പരിസരത്ത് വെള്ളക്കെട്ടില്ല എന്നുറപ്പാക്കുന്നതിനും മലിനജലം ഒഴുക്കിവിടാൻ സാധിക്കാത്ത വെള്ളക്കെട്ടുള്ള ഇടങ്ങളിൽ കൊതുകുനിവാരണമാർഗ്ഗം സ്വീകരിക്കുകയുമുണ്ടായി. എല്ലാ ദുരിതാശ്വാസ ക്യാമ്പുകളും നിത്യേന സന്ദർശിച്ച് ശുചിത്വവുമായി ബന്ധപ്പെട്ട പ്രശ്നങ്ങൾ അപ്പപ്പോൾ പരിഹരിക്കുന്നതിനുള്ള പ്രവർത്തനം ശുചിത്വമിഷൻ ഉദ്യോഗസ്ഥർ നടത്തുകയുണ്ടായി. ഇത്തരത്തിൽ ഏകോപിതമായ പ്രവർത്തനങ്ങളുടെ ഫലമായി ദുരിതാശ്വാസ ക്യാമ്പുകളിലെ ശുചിത്വ സംവിധാനങ്ങളുമായി ബന്ധപ്പെട്ട പ്രതിസന്ധികൾ പരിഹരിക്കപ്പെട്ടു.

13.2 പ്രളയാനന്തര ശുചീകരണം-ഏകോപനം

സംസ്ഥാന ചീഫ് സെക്രട്ടറിയുടെ നിർദ്ദേശപ്രകാരം ദുരിതാശ്വാസ പ്രവർത്തനങ്ങളിൽ പൂർണ്ണസമയം വ്യാപൃതരാകുന്നതിനും, ഹരിത കേരളം മിഷൻ, ക്ലീൻ കേരളാ കമ്പനി എന്നീ സംവിധാനങ്ങളുമായി ചേർന്ന് അതതു ജില്ലകളിലെ ശുചിത്വ പ്രവർത്തനങ്ങൾ ഏകോപിപ്പി ക്കുന്നതിനും എല്ലാ ഉദ്യോഗസ്ഥർക്കും ആഗസ്ത് 16 നു നിർദ്ദേശം നല് കുകയുണ്ടായി. തുടർന്ന് അവധിദിവസങ്ങൾ ഉൾപ്പെടെ എല്ലാ ദിവസ ങ്ങളിലും ശുചിത്വ മിഷന്റെ ജില്ലാ-സംസ്ഥാന ഓഫീസുകൾ പൂർണ്ണ സമയവും പ്രവർത്തിക്കുകയുണ്ടായി. അതോടൊപ്പം തദ്ദേശ സ്വയംഭരണ വകുപ്പിൽ ആരംഭിച്ച സെല്ലിനുവേണ്ടി അതിവിപുലമായി നടത്തേണ്ടി വന്ന ശുചീകരണ പ്രവർത്തനങ്ങൾക്ക് വേണ്ട സാങ്കേതിക സഹായം ലഭ്യമാക്കുകയും ശുചീകരണ പ്രവർത്തനങ്ങൾ ഏകോപിപ്പിക്കുകയും ചെയ്തു. പ്രളയവുമായി ബന്ധപ്പെട്ട അതിസങ്കീർണ്ണമായ ശുചിത്വ പ്രശ് നങ്ങൾ പരിഹരിക്കുന്നതിനുള്ള സാങ്കേതിക നിർദ്ദേശങ്ങൾ അടിയന്ത രമായി തയ്യാറാക്കി നടപ്പിലാക്കുന്നതിന് മുഖ്യമന്ത്രി നേരിട്ട് ശുചിത്വ മിഷനോട് നിർദ്ദേശിക്കുകയുണ്ടായി. അതനുസരിച്ച് തയ്യാറാക്കിയ 20-ഇന നിർദ്ദേശങ്ങൾ മുഖ്യമന്ത്രിയുടെ അദ്ധ്യക്ഷതയിൽ അടിയന്ത രമായി കൂടിയ ഹരിതകേരളം മിഷന്റെ ഉന്നതതല യോഗത്തിൽ അവ തരിപ്പിച്ച് ചർച്ച ചെയ്യുകയുണ്ടായി. ദുരിതാശ്വാസ ക്യാമ്പുകളിലെ

പ്രളയ മാലിന്യ ശേഖരം

ശുചിത്വ സംവിധാനങ്ങൾ ഒരുക്കൽ, അവയുടെ പരിപാലനം, കൊതുക് നശീകരണത്തിനും, പകർച്ചവ്യാധികൾ തടയുന്നതിനുമുള്ള പ്രവർത്തനങ്ങൾ, ശുചിത്വ പരിപാലനവുമായി ബന്ധപ്പെട്ട സാങ്കേതിക സഹായം ലഭ്യമാക്കൽ, ശുചീകരണ പ്രവർത്തനങ്ങളുടെ സംഘാടനവും, ഏകോപനവും, ദരിദ്രജനവിഭാഗങ്ങൾ അധിവസിക്കുന്ന വാസകേന്ദ്രങ്ങളിലെ അടിയന്തര ശുചിത്വ–ആരോഗ്യ പ്രശ്നങ്ങൾ പരിഹരിക്കൽ, ജൈവ–അജൈവ മാലിന്യങ്ങളുടെ സംസ്കരണ–നിർമ്മാർജ്ജന സൗകര്യമൊരുക്കൽ, കിണറുകളുടെയും മറ്റ് കുടിവെള്ള സ്രോതസ്സുകളുടെയും ശുചീകരണം തുടങ്ങിയ കാര്യങ്ങളാണ് ചർച്ച ചെയ്തത്. അതനുസരിച്ച് തയ്യാറാക്കിയ ഇരുപതിന നിർദ്ദേശങ്ങൾ അടിയന്തരമായി നടപ്പിലാക്കുന്നതിന് ശുചിത്വമിഷൻ ജില്ലാ ഉദ്യോഗസ്ഥർക്ക് നിർദ്ദേശം നല്കുകയും നിത്യേന അവയുടെ പുരോഗതി നിരീക്ഷിക്കുകയും അധിക സാങ്കേതിക സഹായം ആവശ്യമുള്ള ഇടങ്ങളിൽ അവയ്ക്കുള്ള സഹായം ലഭ്യമാക്കുകയും ചെയ്തു.

പ്രളയ ദുരിതാശ്വാസവുമായി ബന്ധപ്പെട്ടു സംസ്ഥാനത്ത് നടത്തിവന്ന വിപുലമായ പ്രവർത്തനങ്ങൾ ഓരോന്നും അതാത് ദിവസം വൈകുന്നേരം ഉന്നതതല യോഗം ചേർന്ന് മുഖ്യമന്ത്രി വിശദമായി അവലോകനം ചെയ്തു വന്നു. ആഗസ്ത് 18 മുതൽ 31 വരെ ഈ അവലോകനം നടക്കുകയുണ്ടായി. പ്രശ്നബാധിത പ്രദേശങ്ങളിലാകെ ഓരോ ദിവസവും നടന്ന രക്ഷാദൗത്യങ്ങളും, ദുരിതാശ്വാസ പ്രവർത്തനങ്ങളും, ഭക്ഷ്യവിതരണം, ആരോഗ്യം, ശുചിത്വം, ശുചീകരണം, നിയമപാലനം തുടങ്ങി പ്രളയദുരിതവുമായി ബന്ധപ്പെട്ട വിവിധ മേഖലകളിലെ പ്രവർത്തനങ്ങൾ, പോരായ്മകൾ, വീഴ്ചകൾ, പരിഹാര നിർദ്ദേശങ്ങൾ തുടങ്ങിയവ അവലോകനത്തിന് വിധേയമായി. അവലോകന യോഗത്തിൽ ഉന്നയിക്കുന്ന പ്രശ്നങ്ങൾ പരിഹരിക്കുന്നതിനുള്ള സാമ്പത്തികവും, സാമൂഹികവും, സാങ്കേതികവുമായ നിർദ്ദേശങ്ങൾ അപ്പപ്പോൾ നടപ്പിലാക്കുന്നതിനുള്ള നടപടി സ്വീകരിക്കുന്നതിനും നിത്യേനയുള്ള അവലോകനം സഹായകരമായി. ഓരോ ദിവസവും വൈകുന്നേരങ്ങളിൽ നടന്ന അവലോകനയോഗത്തിൽ ലഭിച്ച നിർദ്ദേശങ്ങളും, പ്രത്യേകമായി ശ്രദ്ധിക്കേണ്ടതായ കാര്യങ്ങളും തൊട്ടടുത്ത ദിവസം രാവിലെതന്നെ ശുചിത്വമിഷൻ എക്സിക്യൂട്ടീവ് ഡയറക്ടർ വാട്സാപ് വഴി ശബ്ദസന്ദേശമായി ജില്ലാ കോർഡിനേറ്റർമാർക്ക് നല്കുകയും അതാതുദിവസത്തെ പുരോഗതി റിപ്പോർട്ട് പ്രത്യേക ഫോർമാറ്റിൽ സ്വീകരിക്കുകയും ചെയ്തു. അതോടൊപ്പം പ്രാദേശികതലത്തിൽ ഉയർന്നുവന്ന നിരവധിയായ സാങ്കേതിക പ്രശ്നങ്ങൾ കൈകാര്യം ചെയ്യുന്നതിനുള്ള രീതിശാസ്ത്രവും സഹായവും ലഭ്യമാക്കി.

13.3 ദുരിതാശ്വാസ ക്യാമ്പുകളിലെ ഖരമാലിന്യ സംസ്കരണം

ദുരിതാശ്വാസ ക്യാമ്പുകളുടെ പ്രവർത്തനാരംഭം മുതൽതന്നെ അവി

ടെയുണ്ടായേക്കാവുന്ന ഖരമാലിന്യം സംസ്കരിക്കുന്നതിനുള്ള സംവിധാനം ഏർപ്പെടുത്തുന്നതിനുള്ള പ്രവർത്തനവും ആരംഭിച്ചു. അവിടെയുണ്ടാകുന്ന ഭക്ഷണാവശിഷ്ടങ്ങൾ ഉൾപ്പെടെ എല്ലാ ജൈവമാലിന്യവും പ്രത്യേകം ശേഖരിക്കുന്നതിനുള്ള താല്ക്കാലിക സംവിധാനം ഏർപ്പെടുത്തി. ക്യാമ്പു സ്ഥിതിചെയ്യുന്ന സ്ഥലം വെള്ളക്കെട്ടില്ലാത്ത പ്രദേശമാണെങ്കിൽ കമ്പോസ്റ്റ്കുഴി (വളക്കുഴി) നിർമ്മിച്ച് ജൈവമാലിന്യം സംസ്കരിക്കുന്നതിനുള്ള സംവിധാനങ്ങൾ ഏർപ്പെടുത്തി. വളക്കുഴി നനയാതെ സംരക്ഷിക്കുന്നതിനുള്ള സംവിധാനവും ഏർപ്പെടുത്തി. വെള്ളക്കെട്ടുള്ള ഇടങ്ങളിൽ പ്രാദേശികമായി ലഭ്യമായ വിവിധ കണ്ടെയിനറുകൾ തുടങ്ങിയവ ഉപയോഗപ്പെടുത്തി യുക്തിസഹമായി കംപോസ്റ്റിങ് നിർവ്വഹിക്കുന്നതിനും സഹായിച്ചു. തുംബൂർമുഴി കംപോസ്റ്റിങ് സംവിധാനം, ബയോഗ്യാസ് പ്ലാന്റ് പോലെ സൗകര്യങ്ങളുള്ള ഇടങ്ങളിൽ ജൈവമാലിന്യം അപ്രകാരം സംസ്കരിക്കുന്നതിനും നിർദ്ദേശം നല്കി. കംപോസ്റ്റിങ് പ്രക്രിയ വേഗത്തിലാക്കുന്നതിന് ചാണകമോ മറ്റ് ഇനോക്കുലങ്ങളോ ഉപയോഗിക്കുന്നതിനുള്ള മാർഗ്ഗനിർദ്ദേശങ്ങളും ക്യാമ്പുനടത്തിപ്പുകാർക്ക് നല്കുകയുണ്ടായി. പ്ലാസ്റ്റിക് കവറുകളും, കുപ്പികളും, പേപ്പർ പ്ലേറ്റുകളും, കപ്പുകളും ഉൾപ്പെടെയുള്ള അജൈവമാലിന്യങ്ങൾ പ്രത്യേകം ശേഖരിച്ച് സൂക്ഷിച്ച് വെക്കുന്നതിനും തുടർദിനങ്ങളിൽ ക്ലീൻ കേരള കമ്പനിക്കു കൈമാറുന്നതിനും സംവിധാനം ഒരുക്കി.

പ്രളയ മാലിന്യം

ഒറ്റത്തവണ ഉപയോഗിച്ച് വലിച്ചെറിയുന്ന പ്ലാസ്റ്റിക് കുപ്പികളും, പേപ്പർ പ്ലേറ്റുകളും, കപ്പുകളും ദുരിതാശ്വാസ ക്യാമ്പുകളിൽ വേഗത്തിൽ വർദ്ധിച്ചു. ഇക്കാരണത്താൽ പരമാവധി മാലിന്യം കുറയ്ക്കുന്നതിനായി

ക്യാമ്പുകളിൽ ഗ്രീൻ പ്രോട്ടോക്കോൾ (ഹരിത നിർദ്ദേശങ്ങൾ) നടപ്പിലാക്കുന്നതിന് തീരുമാനമെടുത്തു. അതനുസരിച്ച് സ്റ്റീൽ പ്ലേറ്റുകളും, ഗ്ലാസുകളും സംഘടിപ്പിച്ച് ഉപയോഗിക്കുക വഴി അജൈവമാലിന്യങ്ങളുടെ അളവ് ഗണ്യമായി കുറയ്ക്കുന്നതിനായി. അതോടൊപ്പം ഇതുമായി ബന്ധപ്പെട്ട ആശയവിനിമയത്തിന്റെ ഫലമായി ഭക്ഷണ അവശിഷ്ടങ്ങൾ കുറയ്ക്കുന്നതിനും ക്യാമ്പുകളിൽ കൂടുതൽ വൃത്തി പാലിക്കുന്നതിനുമുള്ള ബോധപൂർവ്വ ശ്രമങ്ങളുമുണ്ടായി.

13.4 മൃഗങ്ങളുടെയും, പക്ഷികളുടെയും ശവശരീരം മറവ്ചെയ്യൽ

പശു, കാള, എരുമ, പോത്ത്, ആട്, നായ, കോഴി, താറാവ് തുടങ്ങി മൃഗങ്ങളുടെയും, പക്ഷികളുടെയും ശവശരീരം മറവ് ചെയ്യുന്നതിന് അന്തർദ്ദേശീയമായി ഉപയോഗിക്കുന്ന രീതികൾ റെണ്ടറിങ് (Rendering), ആഴത്തിൽ കുഴിച്ചുമൂടൽ (Burial), കത്തിക്കൽ (Burning), കംപോസ്റ്റിങ് (Composting) എന്നിവയാണ്. ഐക്യരാഷ്ട്ര സഭയുടെ ഭക്ഷ്യ-കാർഷിക സംഘടന (Food and Agricultural Organization) ഈ രീതികൾ ഉൾക്കൊള്ളുന്ന മാർഗ്ഗനിർദ്ദേശങ്ങൾ പ്രസിദ്ധീകരിച്ചിട്ടുണ്ട്. ഇന്ത്യയിലെ കേന്ദ്ര മലിനീകരണ നിയന്ത്രണ ബോർഡും സമാനമായ രീതിയിലുള്ള മാർഗ്ഗനിർദ്ദേശം പ്രസിദ്ധീകരിച്ചിട്ടുണ്ട്. പ്രളയ സാഹചര്യത്തിൽ ഈ മാർഗ്ഗനിർദ്ദേശങ്ങൾ അതേപടി പാലിക്കുക എന്നതിന് നിരവധിയായ പ്രാദേശിക പ്രയാസങ്ങൾ ഉണ്ട്. ഉദാഹരണമായി റെണ്ടറിങ് സംവിധാനങ്ങളുടെ ലഭ്യത സംസ്ഥാനത്തിന്റെ പരിമിതിയാണ്. വെള്ളപ്പൊക്കക്കെടുതികൾ നേരിടുന്ന ഇടങ്ങൾ താഴ്ന്ന പ്രദേശങ്ങളായതിനാൽ മണ്ണിന്റെ ഈർപ്പസ്ഥിതിയും, ഭൂഗർഭ ജലനിലയും ഉയർന്നതാകാമെന്നതിനാൽ ആ പരിമിതികളും പരിഗണിക്കേണ്ടതുണ്ട്. ഇവയെല്ലാം പരിഗണിച്ചുകൊണ്ടും പാരിസ്ഥിതിക-ആരോഗ്യ സുരക്ഷാ മാനദണ്ഡങ്ങൾ ഉറപ്പാക്കിക്കൊണ്ടും മൃഗങ്ങളുടെയും പക്ഷികളുടെയും ശവശരീരങ്ങൾ അടിയന്തരമായി മറവ് ചെയ്യുന്നതിനുള്ള വിശദമായ മാർഗ്ഗനിർദ്ദേശങ്ങൾ ജില്ലകൾക്കും, പ്രാദേശിക സർക്കാരുകൾക്കും ആഗസ്ത് 20 നു തന്നെ ലഭ്യമാക്കുകയും പ്രചരിപ്പിക്കുകയുമുണ്ടായി.

മൃഗങ്ങളുടെയും, പക്ഷികളുടെയും മൃതശരീരങ്ങൾ കണ്ടെത്തുന്ന സ്ഥലത്തിന് ഏറ്റവുമടുത്ത സ്ഥലത്ത് സംസ്കരിക്കുക എന്ന സമീപനമാണ് സ്വീകരിച്ചത്. ഇതിനുള്ള സ്ഥലം കണ്ടെത്തുന്നതിനുള്ള ഉത്തരവാദിത്വം മൃഗസംരക്ഷണ വകുപ്പിനെ ഏല്പിക്കുകയുണ്ടായി. ജെ സി ബി ഉപയോഗപ്പെടുത്തി മൃഗങ്ങളുടെ ശവശരീരം സംസ്കരണ സ്ഥലത്തേക്ക് എത്തിക്കുന്നതിനാണ് നിർദ്ദേശിച്ചത്. ഉറപ്പുള്ള മൺപ്രദേശത്തെ സ്ഥലമാണെങ്കിൽ തൊട്ടടുത്ത ജലസ്രോതസ്സിൽനിന്നും 10 മീറ്റർ അകലം പാലിച്ച് 1.5–2 മീറ്റർ ആഴത്തിൽ കുഴിയെടുക്കുന്നതിനും, കുഴിയിൽ കരിയില വിതറി അതിനുമുകളിൽ മൃതശരീരം വെച്ച് കുഴിമൂടുന്നതിനും നിർദ്ദേശിച്ചു. ലഭ്യമായ ഇടങ്ങളിൽ നീറ്റുകക്കകൊണ്ട് മൃത

ശരീരം മൂടുന്നതിനും നിർദ്ദേശിച്ചു. അതോടൊപ്പം നായ്ക്കൾ കുഴി മാന്തുന്നത് ഒഴിവാക്കുന്നതിനായി ഇഷ്ടിക അടുക്കി കുഴി സംരക്ഷിക്കുന്നതിനും നിർദ്ദേശിക്കുകയുണ്ടായി. കുഴിയെടുക്കുന്നതിനു സാധിക്കാത്ത ഇടങ്ങളിൽ തൊണ്ടടുക്കി അതിനുമുകളിൽ കരിയില വിതറി മൃതദേഹം വെച്ച് അതിന്മേൽ തൊണ്ടും ചിരട്ടയും അടുക്കി ചിതയൊരുക്കി കത്തിച്ച് സംസ്കരിക്കുന്ന രീതിയാണ് നിർദ്ദേശിച്ചത്. സമീപ പ്രദേശങ്ങളിൽ മൊബൈൽ ഇൻസിനറേറ്ററുകളോ, മൊബൈൽ വാതക ശ്മശാനങ്ങളോ ലഭ്യമാണെങ്കിൽ ആ രീതി പ്രയോഗിക്കുന്നതിനും ഉപദേശിച്ചു. ഈർപ്പമുള്ള മൺപ്രദേശങ്ങളിൽ ജലസ്രോതസ്സിൽ നിന്നു 10 മീറ്റർ അകലം പാലിച്ച് 50 സെന്റിമീറ്റർ ഉയരത്തിൽ മൺപ്ലാറ്റ്ഫോം നിർമ്മിച്ച് അതിനു മുകളിൽ ഇഷ്ടിക അടുക്കി അതിൽ മൃതശരീരം വെച്ച് കരിയില, നീറ്റുകക്ക എന്നിവയിൽ പൊതിഞ്ഞു മണ്ണിട്ടുമൂടിയും അതിനുമുകളിൽ ഇഷ്ടിക അടുക്കിയും സംസ്കരിക്കുന്നതിന് നിർദേശം നല്കി. സംസ്കരിക്കുന്നതിനുള്ള സ്ഥലം ലഭ്യമല്ലാത്ത ഇടങ്ങളിൽ സർക്കാർ വക പൊതു സ്ഥലം കണ്ടെത്തുന്നതിന് മൃഗസംരക്ഷണവകുപ്പിനെ ചുമതലപ്പെടുത്തി. മേൽ വിവരിച്ച രീതി അവലംബിച്ചുകൊണ്ട് മൃഗങ്ങളുടെ മൃതശരീരങ്ങൾ താമസംവിനാ സംസ്കരിക്കുന്നതിന് നഗരസഭകളിൽ ആരോഗ്യ വിഭാഗം ഉദ്യോഗസ്ഥനെയും, ഗ്രാമ പഞ്ചായത്തുകളിൽ അസിസ്റ്റന്റ് സെക്രട്ടറിയേയും ചുമതലപ്പെടുത്തുകയുണ്ടായി. മൃഗസംരക്ഷണ വകുപ്പും, ശുചിത്വ മിഷനും ആവശ്യമായ സാങ്കേതിക സഹായം നല്കുന്നതിനും നിർദ്ദേശമുണ്ടായി. ഗ്രാമ പഞ്ചായത്തുകളിൽനിന്നും നഗരസഭകളിൽ നിന്നും ഹരിത കേരള മിഷനും ശുചിത്വ മിഷനും ശേഖരിച്ച് വിവരങ്ങൾ പ്രകാരം ഓരോ ജില്ലയിലും മറവ് ചെയ്ത മൃഗങ്ങളുടെയും പക്ഷികളുടെയും എണ്ണം താഴെ പട്ടികയിൽ കാണാം. വീട്ടുവളപ്പിലും കെട്ടിടങ്ങൾക്കുള്ളിലും മറ്റും കണ്ടെത്തിയ മൃതശരീരങ്ങൾ അതതു വീട്ടുകാർ തന്നെ ഉടനടി സംസ്കരിക്കുകയും അവ പലതും പിന്നീട് റിപ്പോർട്ട് ചെയ്യപ്പെട്ടിട്ടില്ല എന്നതിനാലും പട്ടികയിലെ കണക്കുകൾ പൂർണ്ണമാണെന്ന് പറയാനാകില്ല.

പട്ടിക: പ്രളയബാധിത ജില്ലകളിൽ മറവ് ചെയ്ത മൃഗങ്ങളുടെയും പക്ഷികളുടെയും എണ്ണം

ജില്ല	*മറവുചെയ്ത മൃഗങ്ങളുടെ എണ്ണം*	*മറവുചെയ്ത പക്ഷികളുടെ എണ്ണം*
പത്തനംതിട്ട	193	74297
ആലപ്പുഴ	1006	11350
കോട്ടയം	608	61246
ഇടുക്കി	32	90
എറണാകുളം	4807	144293
തൃശ്ശൂർ	5220	338799

കോഴിക്കോട്	558	1500
വയനാട്	62	143
ആകെ	12486	631718

13.5 പ്രളയാനന്തര ശുചീകരണം

പ്രളയജലം താഴുന്ന മുറയ്ക്ക് പ്രളയബാധിത പ്രദേശങ്ങളിലെ വീടുകളും, പൊതുസ്ഥാപനങ്ങളും, കച്ചവട സ്ഥാപനങ്ങളും, പൊതു യിടങ്ങളും ശുചീകരിച്ച് ഉപയോഗയോഗ്യമാക്കുക എന്നത് വലിയ വെല്ലു വിളിയായിരുന്നു. വീടുകളിലും, സ്ഥാപനങ്ങളിലും, അവയുടെ ഉള്ളിലും, പരിസരങ്ങളിലും, റോഡുകളിലും, പൊതുയിടങ്ങളിലുമെല്ലാം ചെളിയും, എക്കലും, മണലും അടിഞ്ഞു. കിണറുകളിലും മറ്റു കുടിവെള്ള സ്രോത സ്സുകളിലും കക്കൂസ് മാലിന്യം ഉൾപ്പെടെ കലർന്ന് ഉപയോഗശൂന്യമായി. വീടുകളിലും, ഹോട്ടലുകളിലും ഭക്ഷണാവശിഷ്ടങ്ങളും, ഭക്ഷ്യവസ്തു ക്കളും അഴുകുന്ന സ്ഥിതിയിലായി. തുണി, മെത്ത, പേപ്പർ തുടങ്ങിയവ നനഞ്ഞും, എക്കലടിഞ്ഞും നശിപ്പിക്കപ്പെട്ടു. വീട്ടുപകരണങ്ങളെല്ലാം വെള്ളത്തിലും എക്കലിലും മുങ്ങി ഉപയോഗശൂന്യമായി. ഈ സാഹ ചര്യത്തിൽ ശുചീകരണം അത്യധികം സങ്കീർണ്ണമായി. ആയതിനാൽ സംഘടിതമായ ശുചീകരണ പ്രവർത്തനങ്ങൾ അനിവാര്യമായി മാറി.

വലിയ തോതിൽ സന്നദ്ധപ്രവർത്തകരെ സംഘടിപ്പിച്ചുകൊണ്ടാണ് വ്യാപകമായി ശുചീകരണ പ്രവർത്തനം ആരംഭിച്ചത്. പ്രാദേശികമായി സംഘടിപ്പിക്കാനാകുന്ന സന്നദ്ധപ്രവർത്തകരെ കൊണ്ടുമാത്രം ശുചീ കരണം സമയബന്ധിതമായി നടത്താനാകാത്ത സ്ഥിതിയായിരുന്നു. ആയതിനാൽ മറ്റ് ജില്ലകളിൽനിന്നും സന്നദ്ധപ്രവർത്തകരെ സംഘടിപ്പിച്ച് എത്തിക്കുന്നതിനുള്ള ഏകോപിതശ്രമം സംസ്ഥാനതലത്തിൽ ഉണ്ടായി. ഓൺലൈൻ ആയും, വാട്സാപ് വഴിയും, ഫോണിലൂടെയും വ്യക്തികൾക്കും, സംഘടനകൾക്കും സന്നദ്ധ പ്രവർത്തനത്തിനായി രജിസ്റ്റർ ചെയ്യുന്നതിനുള്ള സംവിധാനം ഒരുങ്ങി. ഹരിതകേരളം മിഷൻ പോലെയുള്ള സംവിധാനങ്ങൾ സ്വന്തംനിലയിൽ രജിസ്ട്രേഷൻ സംവി ധാനം ഒരുക്കി. നിരവധി സന്നദ്ധ സംഘടനകൾ പ്രവർത്തന സജ്ജ രായി. വിവിധ ജില്ലകളിലുള്ള നിരവധി തദ്ദേശ സർക്കാരുകൾ സ്വന്തം നിലയിൽ സന്നദ്ധ പ്രവർത്തകരെ സംഘടിപ്പിച്ച് പ്രവർത്തനത്തിൽ അണിചേർന്നു. ഏകോപിതമായ പ്രവർത്തനത്തിലൂടെ ശുചീകരണം ആവശ്യമുള്ള എല്ലായിടങ്ങളും കണ്ടെത്തി പ്രവർത്തനങ്ങൾ ഫലപ്രദ മായി സംഘടിപ്പിച്ചതിനാൽ മഹാശുചീകരണം സമാനതകളില്ലാത്ത ജനകീയ മാതൃകയായി.

തദ്ദേശസർക്കാരുകളും, ജനപ്രതിനിധികളും, അവരെ സഹായിച്ച ഹരിതകേരളം മിഷൻ, വിവിധ വകുപ്പുകളുമായി ബന്ധപ്പെട്ട ഉദ്യോഗ സ്ഥർ, അവരുടെ സംഘടനകൾ, രാഷ്ട്രീയ പാർട്ടികൾ, സന്നദ്ധ സംഘ

ങ്ങൾ, തൊഴിലാളി യൂണിയനുകൾ, യുവജന പ്രസ്ഥാനങ്ങൾ, വിദ്യാർത്ഥിസംഘടനകൾ എന്നിങ്ങനെ സമൂഹത്തിലെ എല്ലാ പ്രസ്ഥാനങ്ങളും, വിവിധ മേഖലയിലുള്ള സംവിധാനങ്ങളും മഹാശുചീകരണത്തിൽ അണിചേർന്നു. പ്രളയബാധിത ജില്ലകളിലെ ദുരിതാശ്വാസ സെല്ലുകളുടെ ഭാഗമായി ഏകോപനപ്രവർത്തനങ്ങൾക്ക് നേതൃത്വം നല്കി. ഹരിതകേരളം മിഷൻ, ശുചിത്വമിഷൻ തുടങ്ങിയ സംവിധാനങ്ങളിലെ ഉദ്യോഗസ്ഥരുടെ സഹായത്തോടെയാണ് ഈ പ്രവർത്തനങ്ങൾ നടന്നത്. ഹരിതകേരളം മിഷനിൽ മാത്രം ഓൺലൈൻ ആയി 915 സന്നദ്ധ പ്രവർത്തകരും, 97 സന്നദ്ധ സംഘങ്ങളും, ഫോൺ വഴി 228 പേരും രജിസ്റ്റർ ചെയ്യുകയുണ്ടായി. ഇതിലൂടെ 4454 സന്നദ്ധ പ്രവർത്തകരുടെ സേവനം ശുചീകരണത്തിനായി ലഭ്യമാക്കി. ഇതുകൂടാതെ പ്രാദേശിക സർക്കാരുകളുടെ നേതൃത്വത്തിൽ തിരുവനന്തപുരം ജില്ലയിൽ നിന്നു 3520 പേരും, കണ്ണൂർ ജില്ലയിൽനിന്ന് 380 പേരും ശുചീകരണത്തിൽ പങ്കാളികളായി. കേരള ശാസ്ത്ര സാഹിത്യ പരിഷത്ത്, കോസ്റ്റ്ഫോർഡ്, സെക്രട്ടേറിയറ്റ് എംപ്ലോയീസ്, ബ്രഹ്മോസ്, ടെക്നോപാർക്ക്, റബ്കോ, പ്രതിധ്വനി, കരകുളം ഗ്രാമീണ പഠന കേന്ദ്രം എന്നിങ്ങനെ നിരവധി ഏജൻസികൾ ശുചീകരണ പ്രവർത്തനങ്ങളിൽ നിരവധി സന്നദ്ധ പ്രവർത്തകരെ അണിചേർത്തു. ശുചിത്വമിഷൻ സമാഹരിച്ച കണക്കുകൾ പ്രകാരം 2,79,849 ശുചീകരണ സ്ക്വാഡുകളുടെ നേതൃത്വത്തിൽ 6,90,785 വീടുകളും, 5835 പൊതുസ്ഥാപനങ്ങളും, 23731 പൊതു ഇടങ്ങളും, 2,94,849 കിണറുകളും ശുചീകരിച്ചു.

ശുചീകരണ പ്രവർത്തനങ്ങൾ നടക്കുന്ന ഇടങ്ങളിൽ അതിനാവശ്യമായ ശുചീകരണ സാമഗ്രികൾ ലഭ്യമാക്കേണ്ടതായി വന്നു. വിവിധ സംസ്ഥാനങ്ങളുമായി സംസ്ഥാന സർക്കാർ ബന്ധപ്പെട്ടു സ്പോൺസർഷിപ്പിലൂടെയും അല്ലാതെയും ശുചീകരണ വസ്തുക്കൾ എത്തിക്കുന്നതിനു സാധിച്ചു. സംസ്ഥാനത്തെ വിവിധ സ്ഥാപനങ്ങളും വ്യക്തികളും ശുചീകരണസാമഗ്രികൾ ലഭ്യമാക്കുന്നതിൽ പങ്കുവഹിച്ചു. മൺവെട്ടി, മൺകോരി, ഇരുമ്പുചട്ടി, കുട്ട, ചൂൽ, സ്ക്രബ്ബർ, ഗ്ലൗസ്, ഗംബൂട്സ്, കൈയുറകൾ, മാസ്കുകൾ, ബ്ലീച്ചിങ് പൗഡർ, ഡിറ്റർജന്റ്സ്, അണുനാശിനികൾ, ലോഷൻ, കുമ്മായം, പ്രഥമശുശ്രൂഷയ്ക്കുള്ള ഔഷധങ്ങൾ തുടങ്ങിയ സാമഗ്രികൾ വൻതോതിൽ ശേഖരിച്ച് വിതരണം ചെയ്തു. ഹരിത കേരളം മിഷൻ വഴി സംഭാവനയായി ലഭിച്ച 50 ഹൈപ്രഷർ പമ്പുകൾ, 160 പ്രഷർ പമ്പുകൾ, 60 സാധാരണ പമ്പുകൾ എന്നിവ ചെളി കലർന്ന മാലിന്യം നീക്കം ചെയ്യുന്നതിന് ഉപകരിച്ചു. തദ്ദേശീയമായി ശേഖരിച്ച ഉപകരണങ്ങൾക്ക് പുറമേ ഏകദേശം 15000 മൺകോരികൾ, 75000 ഗംബൂട്ടുകൾ, രണ്ട് ലക്ഷം കൈയുറകൾ, 20000 ബക്കറ്റുകൾ, മഗ്ഗുകൾ, ഒരുലക്ഷം ചൂല്, ബ്രഷ് എന്നിവ ശേഖരിച്ച് ശുചീകരണത്തിന് ലഭ്യമാക്കി. ഏകദേശം 300 ടൺ ബ്ലീച്ചിങ് പൗഡർ, 100 ടൺ ലൈം, 10000 ടൺ ഫിനോയിൽ, 10 ടൺ സാനിട്രീറ്റ്, 400 ലിറ്റർ ഹൈഡ്ര

ജൻ പെറോക്സൈഡ്, ജൈവമാലിന്യം കമ്പോസ്റ്റ് ചെയ്യുന്നതിനുള്ള 7 ടൺ ഇനോക്കുലം എന്നിവ ശുചീകരണത്തിനായി വിവിധ ജില്ലകളിൽ ആവശ്യാനുസരണം ലഭ്യമാക്കി.

13.6 കിണറുകളുടെ ശുചീകരണം

പ്രളയം അതിരൂക്ഷമായി ബാധിച്ച പത്തനംതിട്ട, ആലപ്പുഴ, കോട്ടയം, എറണാകുളം, തൃശൂർ, വയനാട് എന്നീ ആറ് ജില്ലകളിൽ മാത്രം 2,94,849 കിണറുകളാണ് ശുചീകരിക്കപ്പെട്ടത്. ഇതുകൂടാതെ ഇടുക്കി, പാലക്കാട്, മലപ്പുറം, കോഴിക്കോട് എന്നീ ജില്ലകളിലെ പ്രളയ ബാധിത പ്രദേശങ്ങളിലെ കിണറുകളും ശുചീകരിക്കുകയുണ്ടായി. കിണറുകളും മറ്റ് ശുദ്ധജലസ്രോതസ്സുകളും ശുചീകരിക്കുന്നതിനുള്ള മാർഗ്ഗ നിർദ്ദേശങ്ങൾ വിപുലമായി പ്രചരിപ്പിക്കുകയുണ്ടായി. ബ്ലീച്ചിങ് പൗഡർ ഉപയോഗപ്പെടുത്തി ക്ലോറിനേഷൻ നടത്തുന്നതിനും അതിലൂടെ പ്രായോഗികവും ഫലപ്രദവുമായ അണുനശീകരണവുമാണ് ലക്ഷ്യമിട്ടത്. ഒൻപതടി വ്യാസമുള്ള ഒരു കിണറിലെ ഒരു കോൽ അഥവാ ഒരു പടവ് വെള്ളത്തിന് ഏകദേശം ഒരു ടേബിൾ സ്പൂൺ ബ്ലീച്ചിങ് പൗഡർ എന്ന കണക്കിൽ ആവശ്യത്തിനുള്ള ബ്ലീച്ചിങ് പൗഡർ പ്ലാസ്റ്റിക് ബക്കറ്റിൽ മുക്കാൽ ഭാഗം വെള്ളത്തിൽ ഇട്ട് നന്നായി ഇളക്കുക. അതിനുശേഷം 10 മിനിറ്റ് ഊറാൻ അനുവദിക്കുക. പിന്നീട് ബക്കറ്റിലെ തെളിഞ്ഞ വെള്ളം മാത്രം കിണറിലേക്ക് ഒഴിച്ച് വെള്ളം കോരുന്നതിനുപയോഗിക്കുന്ന ബക്കറ്റ് ഉപയോഗിച്ച് കിണർ വെള്ളം നന്നായി ഇളക്കുക. കിണർ വെള്ളത്തിന് ക്ലോറിന്റെ നേരിയ ഗന്ധമുണ്ടെങ്കിൽ ചേർത്ത ബ്ലീച്ചിങ് പൗഡറിന്റെ അളവ് ശരിയാണ് എന്ന് കണക്കാക്കാം. അല്ല എങ്കിൽ കൂടുതൽ ബ്ലീച്ചിങ് പൗഡർ ചേർക്കാവുന്നതാണ്. കിണറിന്റെ വലിപ്പം വർദ്ധിക്കുന്നതനുസരിച്ചും കൂടുതൽ ബ്ലീച്ചിങ് പൗഡർ ചേർക്കേണ്ടതാണ്. ആദ്യതവണ കിണർ ശുചീകരിക്കുമ്പോൾ സൂപ്പർ ക്ലോറിനേഷൻ, അഥവാ കൂടുതൽ ബ്ലീച്ചിങ് പൗഡർ ഉപയോഗപ്പെടുത്തി ലായനി തയ്യാറാക്കി ക്ലോറിനേഷൻ ചെയ്യുന്നതാണ് ഉത്തമം. ഇതിനായി മുകളിൽ നിഷ്കർഷിച്ചിട്ടുള്ളതിന്റെ ഇരട്ടി ബ്ലീച്ചിങ് പൗഡർ ഉപയോഗിക്കേണ്ടതാണ്. മഴക്കാലം കഴിയുന്നതുവരെ ആഴ്ചയിലൊരിക്കൽ ക്ലോറിനേഷൻ ചെയ്യേണ്ടതാണ്. മഴക്കാലത്തിനുശേഷം ഇടവേളകളുടെ ദൈർഘ്യം വർദ്ധിപ്പിക്കാം. ഈ രീതി വ്യാപകമായി ഉപയോഗപ്പെടുത്തുകയും പ്രചരിപ്പിക്കുകയും ചെയ്തു. ഇതിന്റെ ഫലമായിക്കൂടിയാണ് പ്രളയവുമായി ബന്ധപ്പെട്ട് സാധാരണഗതിയിൽ വ്യാപകമായേക്കാവുന്ന ജലജന്യരോഗങ്ങൾ നിയന്ത്രിക്കുന്നതിന് സാധിച്ചത്.

13.7 പ്രളയമാലിന്യ പരിപാലനം

ശുചീകരണ യജ്ഞത്തെതുടർന്ന് വീടുകളിൽനിന്നും, ഹോട്ടലുകളിൽനിന്നും അഴുകിയ ഭക്ഷണവും, വെള്ളത്തിൽ മുങ്ങി ഉപയോഗ

ശൂന്യമായ ഭക്ഷ്യവസ്തുക്കളും നീക്കം ചെയ്യേണ്ടതായി വന്നു. ഇവ അടിയന്തരമായി സംസ്കരിക്കുക എന്നത് ആരോഗ്യപരമായ കാരണങ്ങളാൽ അത്യന്താപേക്ഷിതമായിരുന്നു. സാദ്ധ്യമായ അപൂർവ്വം ഇടങ്ങളിൽ തുംബൂർമൂഴി കംപോസ്റ്റിങ് സംവിധാനം ഒരുക്കിയും, മറ്റിടങ്ങളിൽ കുഴികംപോസ്റ്റിങ് സംവിധാനം ഒരുക്കിയുമാണ് ഈ മാലിന്യങ്ങൾ സംസ്കരിച്ചത്. ഭൂഗർഭജല നിരപ്പ് ആഴത്തിലുള്ള ഇടങ്ങളും, ജലസ്രോതസ്സുകളിൽ നിന്നു കുറഞ്ഞത് 10 അടി അകലം പാലിച്ചുമുള്ള സ്ഥലങ്ങൾ കണ്ടെത്തിയാണ് കുഴികമ്പോസ്റ്റ് രീതി പ്രയോജനപ്പെടുത്തിയത്. ഏകദേശം 4500–ലധികം ടൺ മാലിന്യം ശേഖരിച്ച് ഇപ്രകാരം സംസ്കരിക്കുകയുണ്ടായി. കുറെയധികം ജൈവമാലിന്യം വെള്ളക്കെട്ടിൽപ്പെടുകയോ, ഒഴുകിപ്പോകുകയോ ചെയ്യുകയുണ്ടായി. ശുചീകരണ യജ്ഞത്തിന്റെ ഭാഗമല്ലാതെ വീട്ടുകാർ സ്വയം ശുചീകരിച്ച വീടുകളിലെ ജൈവമാലിന്യസംസ്കരണത്തിന്റെ വിവരവും ലഭ്യമാകുകയുണ്ടായില്ല.

പ്രളയം ഏറ്റവുമധികം ബാധിച്ച ആറ് ജില്ലകളിലെ വീടുകളിൽ നിന്നും പൊതുസ്ഥലങ്ങളിൽനിന്നും ശുചീകരണ സമയത്ത് ശേഖരിച്ച 4700 ടൺ അജൈവമാലിന്യങ്ങൾ 140 ഇടങ്ങളിൽ താല്ക്കാലികമായി സൂക്ഷിച്ചു. മെത്തകൾ, തുണികൾ, കളിപ്പാട്ടങ്ങൾ, വീട്ടുപകരണങ്ങൾ, ഇലക്ട്രോണിക് ഉപകരണങ്ങൾ, പ്ലാസ്റ്റിക് വസ്തുക്കൾ തുടങ്ങി ഉപയോഗശൂന്യമായ നിരവധി വസ്തുക്കളാണ് ഇപ്രകാരം ശേഖരിക്കപ്പെട്ടത്. ഇവ താല്ക്കാലികമായി സംഭരിക്കുന്നതിനായി ജില്ലാ അധികൃതരുടെ സഹായത്തോടെ 74 കേന്ദ്രങ്ങൾ ശുചിത്വമിഷനും, ക്ലീൻ കേരള കമ്പനിയും ചേർന്ന് കണ്ടെത്തി. പത്തനംതിട്ടയിൽ 4, ആലപ്പുഴയിൽ 6, കോട്ടയത്ത് 5, എറണാകുളത്ത് 26, തൃശൂർ 7, വയനാട്ടിൽ 26 എന്നിങ്ങനെയാണ് സംഭരണ കേന്ദ്രങ്ങൾ ക്രമീകരിച്ചത്. പ്രളയ ശുചീകരണവുമായി ബന്ധപ്പെട്ട് ശേഖരിക്കുന്ന അജൈവമാലിന്യം ഏകദേശം 4000 ടൺ മാലിന്യമാണ് ആദ്യഘട്ടത്തിൽ 74 കേന്ദ്രങ്ങളിലായി സംഭരിച്ചത്. ഇപ്രകാരം സംഭരിക്കപ്പെട്ട അജൈവമാലിന്യം സംസ്കരിക്കുന്നതിന് ആവശ്യമായ നടപടികൾ സ്വീകരിക്കുന്നതിന് ക്ലീൻ കേരള കമ്പനിയെ ചുമതലപ്പെടുത്തുകയുണ്ടായി. ശുചീകരണം പുരോഗമിക്കുന്നതിനനുസരിച്ച് വർദ്ധിച്ച തോതിൽ അടിഞ്ഞുകൂടിയിരുന്ന മാലിന്യം ശേഖരിക്കേണ്ട സ്ഥിതിയുണ്ടായി. ഊഹക്കണക്കനുസരിച്ച് ഏകദേശം 18,258 ടൺ അജൈവമാലിന്യം സംഭരിക്കപ്പെട്ടു. അടിയന്തരമായി അവ കൈകാര്യം ചെയ്യേണ്ടിയിരുന്നതിനാൽ സേവന സന്നദ്ധത അറിയിച്ച 6 സ്വകാര്യ ഏജൻസികളെക്കൂടി അജൈവമാലിന്യ പരിപാലനത്തിന് നിയോഗിക്കുകയുണ്ടായി. ഗ്രീൻവേംസ് ഇക്കോസൊലൂഷൻസ് (കോഴിക്കോട്), ക്രിസ്സ്ഗ്ലോബൽ ട്രേഡേഴ്സ് (തിരുവല്ല), നിറവ് (കോഴിക്കോട്), പ്ലാസ്റ്റിക് റീസൈക്ലിങ് ഇന്റസ്ട്രിയൽ അസോസിയേഷൻ (പെരുമ്പാവൂർ), ഒലീന മഹിളാ സമാജം (കോഴിക്കോട്), സ്ക്രാപ്പ് മർച്ചന്റ്സ് അസോസിയേഷൻ (പത്തനംതിട്ട, ആലപ്പുഴ, കോട്ടയം, എറണാകുളം, തൃശൂർ, വയനാട് ജില്ലാ ഘടകങ്ങൾ) എന്നീ ഏജൻസികളുടെ സേവനമാണ് ഉപയോഗപ്പെടുത്തിയത്.

പത്തനംതിട്ട, ആലപ്പുഴ, തൃശൂർ, വയനാട് ജില്ലകളിൽ സംഭരിച്ച മാലിന്യത്തിൽ യഥാക്രമം 195 ടൺ, 150 ടൺ, 556 ടൺ, 550 ടൺ അജൈവമാലിന്യം ക്ലീൻ കേരള കമ്പനി വിവിധ പുനഃചംക്രമണ ഏജൻസികൾക്ക് ലഭ്യമാക്കി. മലപ്പുറം, കോഴിക്കോട്, പാലക്കാട് എന്നീ ജില്ലകളിൽ ശേഖരിച്ച 245 ടൺ മാലിന്യവും വിവിധ തദ്ദേശഭരണ സ്ഥാപനങ്ങൾ പുനഃചംക്രമണത്തിനായി വിവിധ ഏജൻസികൾക്ക് കൈമാറി. കോട്ടയത്തു ശേഖരിക്കപ്പെട്ട 15 ടൺ പ്ലാസ്റ്റിക് മാലിന്യം ഷ്രഡ്ചെയ്ത് പുനഃചംക്രമണം നടത്തുന്നതിനായി നീണ്ടകര പ്ലാസ്റ്റിക് ഷ്രേഡിങ് യൂണിറ്റിന്റെ സേവനം ഉപയോഗപ്പെടുത്തി. എറണാകുളം ജില്ലയിൽ വിവിധ ഇടങ്ങളിലായി ആദ്യഘട്ടം സംഭരിച്ച 2810 ടൺ മാലിന്യം 1600 ട്രക്കുകളിലായി ക്ലീൻ കേരള കമ്പനിയും വിവിധ തദ്ദേശ സ്ഥാപനങ്ങളും കൊച്ചി മുനിസിപ്പൽ കോർപ്പറേഷന്റെ അധീനതയിലുള്ള ബ്രഹ്മപുരം ഡമ്പിങ് യാർഡിൽ താല്ക്കാലികമായി നിക്ഷേപിച്ചു. ഒരുവിധത്തിലും പുനഃചംക്രമണ സാദ്ധ്യതയില്ലാതെ കുന്നുകൂടിയ മാലിന്യം നിർമ്മാർജ്ജനം ചെയ്യുക എന്നത് വലിയ വെല്ലുവിളിയായി. ഈ സാഹചര്യത്തിലാണ് അപകടകരമായ വ്യാവസായിക മാലിന്യം സുരക്ഷിതമായി നിർമ്മാർജ്ജനം ചെയ്യുന്നതിന് സ്വകാര്യമേഖലയിൽ സ്ഥാപിതമായിട്ടുള്ള കേരളാ എൻവിറോ ഇൻഫ്രാസ്ട്രക്ച്ചർ ലിമിറ്റഡ് (കെ ഇ ഐ എൽ) എന്ന കമ്പനിയുടെ സഹായം ശുചിത്വമിഷൻ തേടിയത്. അവരുമായുണ്ടാക്കിയ ധാരണപ്രകാരം താരതമ്യേന കുറഞ്ഞ ഫീസ് ഈടാക്കി അജൈവമാലിന്യം നിർമ്മാർജ്ജനം ചെയ്യുന്നതിന് കെ ഇ ഐ എൽ തയ്യാറായി. അതനുസരിച്ച് ശേഖരിച്ചതും, പുനഃചംക്രമണത്തിനായി കൈമാറ്റം ചെയ്തതും, നിർമ്മാർജ്ജനം ചെയ്തതുമായ അജൈവ മാലിന്യത്തിന്റെ കണക്ക് താഴെ പട്ടികയിൽ നല്കിയിരിക്കുന്നു.

നം	*ജില്ല*	*സംഭരിച്ച മാലിന്യത്തിന്റെ ഊഹക്കണക്ക് (ടൺ)*	*പുനഃചംക്രമണത്തിന് ഏജൻസികൾക്ക് ലഭ്യമാക്കിയ മാലിന്യം (ടൺ)*	*കെ ഇ ഐ എൽ ൽ സുരക്ഷിതമായി നിർമ്മാർജ്ജനം ചെയ്ത മാലിന്യം (ടൺ)*
1	പത്തനംതിട്ട	1462	195	700
2	ആലപ്പുഴ	683	150	106
3	കോട്ടയം	44	15	—
4	എറണാകുളം	8160	—	3800
5	തൃശ്ശൂർ	3246	556	1150
6	പാലക്കാട്	23	23	—
7	മലപ്പുറം	49	49	—
8	കോഴിക്കോട്	173	150	—
9	വയനാട്	636	550	—
	ആകെ	14476	1688	5756

തേക്കടി ജലാശയം സ്ഥിതി ചെയ്യുന്നതും, പെരിയാർ വന്യമൃഗ സങ്കേതത്തിന് സമീപമുള്ളതുമായ ഇടുക്കി ജില്ലയിലെ കുമളി പഞ്ചായത്ത് രാജ്യത്തെ അറിയപ്പെടുന്ന വിനോദസഞ്ചാര കേന്ദ്രമാണ്. നിരവധി ഹോട്ടലുകളും, റിസോർട്ടുകളുമുള്ള കുമളി 2008-മുതൽ തന്നെ ഖരമാലിന്യ പരിപാലനവുമായി ബന്ധപ്പെട്ട് നല്ല പ്രവർത്തനം നടത്തി വന്നിരുന്നു. ഖരമാലിന്യ സംസ്കരണത്തിന് വേണ്ട സംവിധാനങ്ങൾ പഞ്ചായത്ത് 2010-ഓടെ സജ്ജമാക്കുകയുണ്ടായി. എന്നാൽ അതിനു മുൻപ് ശേഖരിച്ചിരുന്ന മാലിന്യം പഞ്ചായത്തിന് ലഭ്യമായിരുന്ന ഒരു കുന്നിൻചരുവിൽ നിക്ഷേപിക്കുകയാണ് ചെയ്തിരുന്നത്. മാലിന്യ നിക്ഷേപം കുന്നിൻ ചരുവിലേക്ക് ഇടിഞ്ഞുപോകാതിരിക്കാനായി സംരക്ഷണഭിത്തി നിർമ്മിച്ചിരുന്നു. എന്നാൽ അതിതീവ്രമഴയുടെ സാഹചര്യത്തിൽ കുന്നിൻ മുകളിൽനിന്നും വലിയതോതിൽ ജലം മാലിന്യനിക്ഷേപത്തിന്റെ അടിയിലൂടെ ഒഴുകുകയും ആ ചരുവിലുണ്ടായിരുന്ന മണ്ണുൾപ്പെടെ മാലിന്യനിക്ഷേപം അപ്പാടെ തെന്നിമാറി ഏകദേശം 500 മീറ്റർ താഴെയുള്ള ഒരു സ്വകാര്യ കാപ്പിത്തോട്ടത്തിലും, സമീപമുള്ള ഒരു കുളത്തിലുമായി പതിക്കുകയായിരുന്നു. ഏകദേശം 2 ഏക്കറിലധികം കാപ്പിത്തോട്ടം നശിക്കുകയും മാലിന്യത്തിൽനിന്ന് ഒഴുകിയിറങ്ങിയ മലിനജലം (ലീചെറ്റ്) പ്രദേശമാകെ മലിനീകരിക്കുന്നതിനും കാരണമായി. ശുചിത്വമിഷൻ തയ്യാറാക്കിയ വിശദ പരിശോധനാ റിപ്പോർട്ടിന്റെ അടിസ്ഥാനത്തിൽ മാലിന്യം കാപ്പിത്തോട്ടത്തിൽനിന്നും മാറ്റി കൊച്ചി അമ്പലമേടിലുള്ള കേരളാ എൻവിറോ ഇൻഫ്രാസ്ട്രക്ചർ ലിമിറ്റഡ് (കെ ഇ ഐ എൽ) വക സുരക്ഷിത ലാൻഡ്ഫിൽ സംവിധാനത്തിൽ നിക്ഷേപിച്ച് നിർമ്മാർജ്ജനം ചെയ്യുന്നതിന് ക്ലീൻ കേരളാ കമ്പനിയെ ചുമതലപ്പെടുത്തുകയുണ്ടായി. അതനുസരിച്ച് കുമളിയിൽനിന്നും 4003 ടൺ മാലിന്യം ഏകദേശം 150 കിലോമീറ്ററിലധികം അകലെയുള്ള കെ ഇ ഐ എൽ വക സുരക്ഷിത ലാൻഡ്ഫിൽ സംവിധാനത്തിൽ നിക്ഷേപിക്കുകയുണ്ടായി. 650 ട്രക്ക് ലോഡ് മാലിന്യം ദിവസങ്ങൾക്കുള്ളിൽ നിർമ്മാർജ്ജനം ചെയ്യുകയുണ്ടായി. ഏകദേശം ഒന്നരക്കോടിയിലധികം രൂപയാണ് ഈ ആവശ്യത്തിനായി പ്രളയ ദുരിതാശ്വാസ ഫണ്ടിൽനിന്നും ചെലവായത്.

13.8 നൈപുണ്യ കർമ്മസേന

ദിവസങ്ങളോളം പ്രളയജലത്തിൽ മുങ്ങിപ്പോയ വീടുകളിലും സ്ഥാപനങ്ങളിലും ശുചീകരണത്തിനുശേഷം ശ്രദ്ധയിൽപ്പെട്ട ഒരു പ്രധാന പ്രശ്നം വൈദ്യുതിയും, പ്ലംബിങ്ങുമായി ബന്ധപ്പെട്ട തകരാറുകളും, വീട്ടുപകരണങ്ങളും, ഫർണീച്ചറുകൾക്കും മറ്റുമുണ്ടായ തകരാറുകളുമായിരുന്നു. ദുരിതാശ്വാസ ക്യാമ്പുകളിൽനിന്നും വീടുകളിലേക്ക് താമസം മാറുന്നതിന് വൈദ്യുതി തകരാർ പരിഹരിക്കുക എന്നത് അത്യന്താപേക്ഷിതമായിരുന്നു. ഇലക്ട്രിസിറ്റി ബോർഡിന്റെ കാര്യക്ഷമമായ പ്രവർത്തനത്തിന്റെ ഫലമായി പ്രളയബാധിത പ്രദേശങ്ങളിലെ

വൈദ്യുതി ശൃംഖല വളരെ വേഗത്തിൽ പ്രവർത്തനക്ഷമമാക്കി. തുടർന്നു വീടുകളിലെയും സ്ഥാപനങ്ങളിലെയും വൈദ്യുതി, പ്ലംബിങ് തുടങ്ങിയ റിപ്പയറിങ് ജോലികൾ യുദ്ധകാലാടിസ്ഥാനത്തിൽ നിർവ്വഹിക്കുന്നതിനായി ഹരിതകേരളം മിഷന്റെ ആഭിമുഖ്യത്തിൽ നൈപുണ്യ കർമ്മസേന രൂപീകരിച്ച് പ്രവർത്തനം ആരംഭിച്ചു. വ്യവസായ വകുപ്പിനു കീഴിലുള്ള ഇൻഡസ്ട്രിയൽ ട്രെയിനിങ് ഇൻസ്റ്റിറ്റ്യൂട്ട് (ഐ റ്റി ഐ) ഉൾപ്പെടെയുള്ള സ്ഥാപനങ്ങളിലെ വിദ്യാർത്ഥികളും, പൂർവ്വവിദ്യാർത്ഥികളും, ഇൻസ്ട്രക്ടർമാരും നൈപുണ്യ കർമ്മസേനയുടെ ഭാഗമായി. പ്ലംബർ, ഇലക്ട്രീഷ്യൻ, കാർപ്പെൻറർ, വെൽഡർ, ഫിറ്റർ തുടങ്ങിയ ട്രേഡുകളിൽ പരിശീലനം ലഭിച്ച 1608 ഇൻസ്ട്രക്ടർമാരും, 4978 ട്രെയിനികളുമായി 6568 പേരുടെ മനുഷ്യാദ്ധ്വാനമാണ് ലഭ്യമായത്. ചിട്ടയോടെയുള്ള പ്രവർത്തനഫലമായി 4295 ഇലക്ട്രിക്കൽ പ്രശ്നങ്ങൾ, 1245 പ്ലംബിങ് തകരാറുകൾ, 875 ഇലക്ട്രോണിക് ഉപകരണങ്ങളുടെ കേടുപാടുകൾ, 568 കാർപ്പെന്ററി പ്രശ്നങ്ങൾ എന്നിവ നൈപുണ്യ സേനയുടെ ഇടപെടലിലൂടെ പരിഹരിക്കപ്പെട്ടു.

13.9 കുടിവെള്ള ഗുണനിലവാര പരിശോധന

പ്രളയബാധിത മേഖലകളിലെ 3 ലക്ഷത്തിലധികം കിണറുകൾ ക്ലോറിനേഷൻ നടത്തി ശുചീകരിക്കുകയുണ്ടായി. എന്നാൽ ചിലയിടങ്ങളിലെങ്കിലും വിശദമായ ഗുണനിലവാര പരിശോധന നടത്തി കിണറുകളിലെ ജലം കുടിക്കാൻ യോഗ്യമാണ് എന്ന് ബോദ്ധ്യപ്പെടേണ്ടത് അനിവാര്യമായിരുന്നു. ഇതിനായി ഹരിത കേരളം മിഷന്റെ ആഭിമുഖ്യത്തിൽ മലിനീകരണ നിയന്ത്രണ ബോർഡ്, കേരളാ സ്റ്റേറ്റ് റിമോട്ട്സെൻസിങ് ആന്റ് എൻവയോൺമെന്റ് സെന്റർ, നാഷണൽ സർവ്വീസ് സ്കീം, ഭക്ഷ്യസുരക്ഷാ വകുപ്പ്, കേരളാ വാട്ടർ അതോറിറ്റി എന്നീ സ്ഥാപനങ്ങളെ സംയോജിപ്പിച്ചുകൊണ്ട് കുടിവെള്ള ഗുണനിലവാരം പരിശോധിക്കുന്നതിനുള്ള സംവിധാനം അതിവേഗം ഒരുക്കുകയുണ്ടായി. അതിരൂക്ഷമായി പ്രളയം ബാധിച്ച 6 ജില്ലകളിലെ 6 ഗ്രാമ പഞ്ചായത്തുകളിലും, 6 മുനിസിപ്പാലിറ്റികളിലുമാണ് പൈലറ്റ് അടിസ്ഥാനത്തിൽ പ്രവർത്തനം ആരംഭിച്ചത്. സെപ്തംബർ 8,9 ദിവസങ്ങളിലായി 12 തദ്ദേശഭരണ സ്ഥാപനങ്ങളിലെ 90 ശതമാനം കിണറുകളിലെയും സാമ്പിളുകൾ നാഷണൽ സർവ്വീസ് സ്കീം വോളണ്ടിയർമാർ ശേഖരിച്ചു. കൂടാതെ കേരളാ സ്റ്റേറ്റ് റിമോട്ട്സെൻസിങ് ആന്റ് എൻവയോൺമെന്റ് സെന്റർ വികസിപ്പിച്ച മൊബൈൽ ആപ്ലിക്കേഷനിൽ സാമ്പിൾ ശേഖരിച്ച കിണറിന്റെ ചിത്രവും ലൊക്കേഷനും ശേഖരിക്കുകയുണ്ടായി. ഭാവിയിൽ കിണർ തുടർമോണിറ്ററിങ് നടത്തി വെള്ളത്തിന്റെ ഗുണനിലവാരം തുടർച്ചയായി നിരീക്ഷിക്കുന്നതിനുള്ള സംവിധാനം എന്ന നിലയ്ക്കാണ് മൊബൈൽ ഫോണിൽ വിവരങ്ങൾ ശേഖരിച്ചത്. ശേഖരിച്ച ജല സാമ്പിളുകൾ അതാത് തദ്ദേശഭരണ സ്ഥാപനങ്ങളിൽ

പ്രത്യേകമായി സജ്ജീകരിച്ച ബൂത്തുകളിലെ ലബോറട്ടറി സൗകര്യം ഉപയോഗപ്പെടുത്തിയാണ് പരിശോധന നടത്തിയത്. റാന്നി-അങ്ങാടി, തിരുവാർപ്പ്, കാലടി, മാള, പടിഞ്ഞാറേത്തറ ഗ്രാമപഞ്ചായത്തുകളിലും തിരുവല്ല, ചെങ്ങന്നൂർ, വൈക്കം, വടക്കൻ പറവൂർ, ചാലക്കുടി, കൽപ്പറ്റ എന്നീ നഗരസഭകളിലുമാണ് ആദ്യം പരിശോധനകൾ നടത്താനായത്. കേരളാ ജല അതോറിറ്റിയുടെയും ഭക്ഷ്യ സുരക്ഷാ വകുപ്പിന്റെയും സാങ്കേതിക സഹായവും, തദ്ദേശ സർക്കാരുകളുടെ നേതൃത്വവും പ്രവർത്തനങ്ങൾ സംഘടിപ്പിക്കുന്നതിന് സഹായകരമായി. ആദ്യം ലക്ഷ്യമിട്ട 16252 കിണറുകളിൽ 15651 കിണറുകളിലെ സാമ്പിളുകൾ പരിശോധിച്ച് ആദ്യഘട്ടത്തിൽ ഉപദേശ-നിർദ്ദേശങ്ങൾ നല്കി. പ്രാദേശികമായി ജലഗുണനിലവാരം പരിശോധിക്കുന്നതും അതിന്റെ അടിസ്ഥാനത്തിൽ കുടിവെള്ള ശുചിത്വം ഉറപ്പാക്കുന്നതും അനിവാര്യമാണ് എന്ന തിരിച്ചറിവിന്റെ അടിസ്ഥാനത്തിൽ സംസ്ഥാനത്തെ എല്ലാ തദ്ദേശസ്വയംഭരണ സ്ഥാപനങ്ങളിലുമുള്ള ഹയർ സെക്കന്ററി സ്കൂളുകളിലെ രസതന്ത്ര ലബോറട്ടറികളോട് ചേർന്ന് ജലഗുണനിലവാരം പരിശോധിക്കുന്നതിനുള്ള സംവിധാനം സ്ഥാപിക്കുന്നതിന് സർക്കാർ തീരുമാനിക്കുകയും പ്രവർത്തനങ്ങൾ പുരോഗമിക്കുകയും ചെയ്തു.

13.10 ശുചീകരണ ബോധവല്ക്കരണം

ശുചീകരണ പ്രവർത്തനങ്ങൾ ഏകോപിപ്പിച്ച ശുചിത്വ മിഷനിലേയും, ഹരിതകേരളം മിഷനിലേയും പ്രവർത്തകർ ദുരിതാശ്വാസ ക്യാമ്പുകൾ സന്ദർശിച്ച് ക്യാമ്പുകളിൽ ശുചിത്വം ഉറപ്പാക്കുന്നതിനും, അവിടെയുണ്ടാകുന്ന മാലിന്യം ശേഖരിച്ച് നിർമ്മാർജ്ജനം ചെയ്യുന്നതിനും അന്തേവാസികൾ സ്വീകരിക്കേണ്ട നടപടികൾ വിശദീകരിക്കുകയുമുണ്ടായി. ഓരോ ക്യാമ്പിലും പരമാവധി ഹരിതച്ചട്ടം (Green protocol) പാലിക്കുന്നതിനുവേണ്ട നിർദ്ദേശങ്ങൾ ക്യാമ്പധികൃതർക്ക് നല്കുകയുണ്ടായി. വീടുകളും, സ്ഥാപനങ്ങളും അവയുടെ പരിസരങ്ങളും ശുചീകരിക്കുന്ന വേളയിൽ വോളണ്ടിയർമാരും, വീടുകളിലെ താമസക്കാരും സ്വീകരിക്കേണ്ട മുൻകരുതലുകളും, ശ്രദ്ധിക്കേണ്ട പ്രവർത്തനമാർഗ്ഗനിർദ്ദേശങ്ങളും നോട്ടീസിൽ അച്ചടിച്ചു ദുരിതാശ്വാസ ക്യാമ്പുകളിലും വോളണ്ടിയർമാരുടെ ഇടയിലും വിതരണം ചെയ്യുകയുണ്ടായി. കിണറുകൾ ശുചീകരിക്കുന്ന രീതി, മൃഗങ്ങളുടെയും പക്ഷികളുടെയും മൃതശരീരം മറവുചെയ്യേണ്ട രീതി, വീടുകളിലും പരിസരത്തും അടിഞ്ഞുകൂടിയിട്ടുള്ള ജൈവമാലിന്യം വേഗത്തിൽ സംസ്കരിക്കുന്നതിനുള്ള ശാസ്ത്രീയമായ രീതി എന്നിവ പ്രചരിപ്പിക്കുന്നതിന് 1-2 മിനിറ്റ് ദൈർഘ്യമുള്ള ലഘു വീഡിയോയായും, ആനിമേഷൻ ചിത്രങ്ങളും തയ്യാറാക്കി വാട്സാപ്പിലൂടെയും, ഫേസ്ബുക്കിലൂടെയും, യുട്യൂബിലൂടെയും, വെബ് സൈറ്റുകൾ വഴിയും വ്യാപകമായി പ്രചരിപ്പിച്ചു.

ശുചീകരണ പ്രവർത്തനങ്ങളിൽ ഏർപ്പെടുന്ന സന്നദ്ധ പ്രവർത്തകരെ പ്രചോദിപ്പിക്കുന്നതിനും, പ്രളയ മേഖലയിൽപെട്ട ജനങ്ങളെ ബോധവല്ക്കരിക്കുന്നതിനുമായി "വൃത്തി നേടും കേരളം, വിജയിക്കും കേരളം" എന്ന തലക്കെട്ടോടെ ആകാശവാണിയുടെ സംസ്ഥാനത്തെ എല്ലാ സ്റ്റേഷനുകളിലൂടെയും പ്രചാരണ സംപ്രേഷണം നടത്തുകയുണ്ടായി. ശുചീകരണ പ്രവർത്തനങ്ങളുമായി ബന്ധപ്പെട്ട അഞ്ച് മിനിറ്റ് ദൈർഘ്യമുള്ളതും ആവേശവും, അറിവും ജനിപ്പിക്കുന്നതുമായ സന്ദേശങ്ങളാണ് ഒരുമാസ കാലയളവിൽ ദിവസവും ഇടവിട്ട് പ്രചരിപ്പിച്ചത്. ശുചിത്വ മിഷൻ നടത്തിയ പ്രളയാനന്തര വിവര-വിജ്ഞാന-വ്യാപന പ്രവർത്തനങ്ങൾ അംഗീകരിച്ചുകൊണ്ടു യുണീസെഫ് ധനസഹായം ലഭ്യമാക്കുകയുണ്ടായി. ഇതുപയോഗപ്പെടുത്തി മാലിന്യം തരംതിരിച്ച് സംസ്കരിക്കൽ, അജൈവമാലിന്യം, ഇലക്ട്രോണിക് മാലിന്യം, അപകടകരമായ മാലിന്യം ഇവ കൈകാര്യം ചെയ്യേണ്ട രീതികൾ, മാലിന്യ പരിപാലനത്തിലൂടെ എലിപ്പനി നിയന്ത്രണം, ഹരിത ചട്ടം (Green Protocol) എന്നീ വിഷയങ്ങളെ ആസ്പദമാക്കി ലഘു വീഡിയോ ചിത്രങ്ങൾ ദൂരദർശൻ, വിക്ടേഴ്സ് ചാനൽ എന്നിവയിലൂടെ സംപ്രേഷണം ചെയ്യുകയുണ്ടായി. പ്രളയകാലത്തും അതിനുശേഷം നടത്തിയ വിപുലമായ ശുചീകരണ പ്രക്രിയയുടെ സമയത്തും പകർച്ചവ്യാധികൾ ഉണ്ടാകാതാരിക്കുന്നതിന് ഈ ബോധവല്ക്കരണ പ്രവർത്തനങ്ങൾ വലിയതോതിൽ സഹായിക്കുകയുണ്ടായി.

13.11 ശുചിത്വമേഖലയുടെ പുനർനിർമ്മാണം

പ്രളയ ദുരിതാനന്തരം വിവിധ മേഖലകളിൽ എന്നപോലെ വിവിധ ശുചിത്വ നിർമ്മിതികളും മാലിന്യസംസ്കരണ സംവിധാനങ്ങളും ഉപയോഗശൂന്യമായി. ഇതിന്റെ ഫലമായി സംഭവിച്ച നഷ്ടം വിലയിരുത്തുന്നതിനുള്ള അടിയന്തര നടപടികൾ സ്വീകരിക്കുകയുണ്ടായി. അതനുസരിച്ച് പൂർണ്ണമായോ ഭാഗികമായോ നഷ്ടപ്പെട്ട ടോയിലറ്റുകൾ സംബന്ധിച്ച പ്രാഥമിക കണക്കെടുപ്പാണ് ആദ്യം നടത്തുകയുണ്ടായത്. ശുചിത്വമിഷന്റെ ജില്ലാതല ഉദ്യോഗസ്ഥർ പ്രളയം ബാധിച്ച മേഖലകളിലെ തദ്ദേശ സ്വയംഭരണ സ്ഥാപനങ്ങളുമായി ബന്ധപ്പെട്ടാണ് ഈ വിവരശേഖരണം നടത്തിയത്. ഉപയോഗിക്കാനാവാത്ത വിധം ടോയിലറ്റുകൾക്ക് നാശം സംഭവിച്ചു എന്ന് 12 ജില്ലകളിലെ 981 വില്ലേജുകളിൽ നിന്നും 11 ജില്ലകളിലെ 44 നഗരസഭകളിൽനിന്നും വിവരം ലഭിക്കുകയുണ്ടായി. അതനുസരിച്ച് ഗ്രാമ പ്രദേശങ്ങളിലെ 83506 ടോയിലറ്റുകളും, നഗര പ്രദേശങ്ങളിലെ 10532 ടോയിലറ്റുകളും ഉപയോഗശൂന്യമായി എന്ന കണക്കാണ് ലഭിച്ചത്. ഇതിന്റെ വിശദവിവരങ്ങൾ താഴെ പട്ടികയിൽ നല്കിയിട്ടുണ്ട്.

പ്രളയത്തിൽ ഉപയോഗശൂന്യമായ ടോയിലറ്റുകൾ

നം	ജില്ല	ഗ്രാമ മേഖല		നഗര മേഖല		ആകെ
		വില്ലേജിന്റെ എണ്ണം	ഉപയോഗശൂന്യമായ ടോയിലറ്റിന്റെ എണ്ണം	നഗരസഭയുടെ എണ്ണം	ഉപയോഗശൂന്യമായ ടോയിലറ്റിന്റെ എണ്ണം	
1	പത്തനംതിട്ട	70	12936	3	2003	14939
2	ആലപ്പുഴ	93	39886	5	4174	44060
3	കോട്ടയം	100	7926	4	1061	8987
4	ഇടുക്കി	67	1957	2	151	2108
5	എറണാകുളം	127	4078	8	686	4764
6	തൃശ്ശൂർ	255	8448	7	1388	9836
7	വയനാട്	49	1846	3	111	1957
8	പാലക്കാട്	86	2132	5	362	2494
9	കോഴിക്കോട്	20	148	1	8	156
10	മലപ്പുറം	53	3766	5	513	4279
11	കൊല്ലം	37	216	1	75	291
12	കണ്ണൂർ	24	167	0	0	167
	ആകെ	**981**	**83506**	**44**	**10532**	**94038**

സർക്കാർ മാനദണ്ഡപ്രകാരം ടോയിലറ്റൊന്നിന് 15400 രൂപ എന്ന കണക്കിൽ ആകെ 145 കോടി രൂപയുടെ നഷ്ടം ഉപയോഗശൂന്യമായ ടോയിലറ്റുകളുടെ കാര്യത്തിൽ കണക്കാക്കാം.

അതിതീവ്ര മഴയെത്തുടർന്ന് വീടുകളിലും, സ്ഥാപനങ്ങളിലും, സാമൂഹികതലത്തിലും സ്ഥാപിക്കപ്പെട്ട് പ്രവർത്തിച്ചിരുന്ന ഖരമാലിന്യ സംസ്കരണ സംവിധാനങ്ങൾക്ക് കേടുപാടുകൾ സംഭവിച്ചതായി 14 ജില്ല കളിൽനിന്നും വിലയിരുത്തൽ റിപ്പോർട്ട് ലഭിക്കുകയുണ്ടായി. ഗാർ ഹികതലത്തിൽ രണ്ട് ലക്ഷത്തിലധികം പൈപ്പ് കമ്പോസ്റ്റ് യൂണിറ്റുകൾ, ഒന്നര ലക്ഷത്തിലധികം കമ്പോസ്റ്റ് കുഴികൾ, 14000–ലധികം ബയോ ഗ്യാസ് പ്ലാന്റുകൾ എന്നിവയാണ് ഉപയോഗശൂന്യമായത്. ഇവയുടെ കണക്ക് താഴെ പട്ടികപ്പെടുത്തിയിട്ടുണ്ട്. സർക്കാർ മാനദണ്ഡപ്രകാരം ഇവയുടെ ആകെ മൂല്യം 189 കോടി രൂപയായി കണക്കാക്കാം. എന്നാൽ ഇവയിൽ പകുതിയോളം വൃത്തിയാക്കി പുനരുപയോഗിക്കാവുന്നതാണ്.

പ്രളയത്തിൽ ഉപയോഗശൂന്യമായ ഗാർഹികതല മാലിന്യസംസ്കരണ സംവിധാനങ്ങൾ

നം.	ജില്ല	തദ്ദേശ ഭരണ സ്ഥാപനങ്ങൾ	പ്രളയത്തിൽ പെട്ട വീടുകൾ	പൈപ്പ് കമ്പോസ്റ്റ് യൂണിറ്റുകൾ	കമ്പോസ്റ്റ് കുഴികൾ	ബയോ ഗ്യാസ് പ്ലാന്റുകൾ
1	പത്തനംതിട്ട	57	61843	8349	16698	1391
2	ആലപ്പുഴ	78	71603	9666	19333	1611
3	കോട്ടയം	77	84763	11443	22886	1907
4	ഇടുക്കി	26	5478	740	1479	123
5	എറണാകുളം	96	216971	29291	58582	4882
6	തൃശ്ശൂർ	94	129193	17441	34882	2907
7	വയനാട്	26	10336	1395	2791	233
8	പാലക്കാട്	44	6350	857	1715	143
9	കോഴിക്കോട്	55	18055	2437	4875	406
10	മലപ്പുറം	34	14251	1924	3848	321
11	കൊല്ലം	14	1816	245	490	41
12	കണ്ണൂർ	14	2112	285	570	48
13	കാസർഗോഡ്	6	1505	203	406	34
14	തിരുവനന്തപുരം	14	3429	463	926	77
	ആകെ	**635**	**627705**	**219697**	**169480**	**14123**

സാമൂഹികതലത്തിൽ പൊതു ഉപയോഗത്തിനായി സ്ഥാപിക്കപ്പെട്ട പ്ലാസ്റ്റിക് ഷ്രെഡിങ് യൂണിറ്റുകൾ, വിഭവ വീണ്ടെടുക്കൽ കേന്ദ്രങ്ങൾ (Reosurce Recovery Centre), ഏറോബിക് കംപോസ്റ്റിങ് സംവിധാനങ്ങൾ, ബയോഗ്യാസ് പ്ലാന്റുകൾ എന്നിവയും പ്രളയത്തെത്തുടർന്ന് ഉപയോഗശൂന്യമായി. ഇവയുടെ കണക്കുകൾ താഴെ പട്ടികയിൽ നല്കിയിരിക്കുന്നു.

പ്രളയത്തിൽ ഉപയോഗശൂന്യമായ സാമൂഹികതല മാലിന്യസംസ്കരണ സംവിധാനങ്ങൾ

നം.	ജില്ല	തദ്ദേശ ഭരണ സ്ഥാപനങ്ങൾ	പ്ലാസ്റ്റിക് ഷ്രെഡിങ് യൂണിറ്റുകൾ	റിസോഴ്സ് റിക്കവറി സെന്ററുകൾ	ഏറോബിക് കംപോസ്റ്റിങ് യൂണിറ്റുകൾ	ബയോ-ഗ്യാസ് പ്ലാന്റുകൾ
1	പത്തനംതിട്ട	57	4	4	3	15
2	ആലപ്പുഴ	78	6	6	24	25
3	കോട്ടയം	77	3	3	5	17
4	ഇടുക്കി	26	2	2	2	14

5	എറണാകുളം	96	6	6	10	12
6	തൃശ്ശൂർ	94	6	6	16	28
7	വയനാട്	26	2	2	4	8
8	പാലക്കാട്	44	1	1	3	10
9	കോഴിക്കോട്	55	1	1	3	10
10	മലപ്പുറം	34	1	1	3	18
11	കൊല്ലം	14	1	1	2	5
12	കണ്ണൂർ	14	1	1	4	5
13	കാസർഗോഡ്	6	1	1	8	6
14	തിരുവനന്തപുരം	14	1	1	8	9
	ആകെ	**635**	**36**	**36**	**95**	**182**

ഇതുകൂടാതെ 6848 സ്ഥാപനങ്ങളിൽ സ്ഥാപിച്ചിരുന്ന ഖരമാലിന്യ സംസ്കരണ ഉപാധികളും ഉപയോഗശൂന്യമായി. സ്ഥാപനങ്ങളിലും, സാമൂഹിക തലത്തിലും ഉപയോഗശൂന്യമായ ഖരമാലിന്യസംസ്കരണ ഉപാധികൾക്കെല്ലാംതന്നെ ഭാഗികമായി മാത്രം നാശം സംഭവിച്ചവയാണ്. ഇവ റിപ്പയർ ചെയ്ത് വീണ്ടും ഉപയോഗത്തിന് ലഭ്യമാക്കാവുന്നതാണ്. നിലവിലെ വിവര ശേഖരണത്തിന്റെ അടിസ്ഥാനത്തിൽ ഉപയോഗശൂന്യമായ പൊതു സംവിധാനങ്ങളുടെ ആകെ മൂല്യം 62.59 കോടി രൂപയാണ്.

14

വൃത്തിയുടെ പടവുകൾ കയറാം

വൃത്തിയുള്ള സാഹചര്യം നിലനിർത്തുന്നതിന് ശരിയായ ശുചിത്വപാലനം ഓരോ വ്യക്തിയുടെയും സ്വഭാവത്തിന്റെ ഭാഗമായും ശീലമായും മാറണം. കൈകഴുകൽ, മുഖംകഴുകൽ, കാല്കഴുകൽ, കുളി, വസ്ത്രം കഴുകൽ ഇവയെല്ലാം നാം പൊതുവേ ശീലമാക്കിയിട്ടുമുണ്ട്. എന്നാൽ ഇവ വേണ്ട സമയത്തെല്ലാം, വേണ്ടപോലെ ചെയ്യുന്നുണ്ടോ എന്നു നാം സ്വയം പരിശോധിക്കേണ്ടിയിരിക്കുന്നു. ഈച്ച, കൊതുക്, പാറ്റ, ഉറുമ്പ് തുടങ്ങിയ രോഗവാഹകർ വീട് കൈയടക്കുന്നത് ഒഴിവാക്കുന്നതിനുള്ള പ്രവർത്തനങ്ങൾ കുടുംബങ്ങളുടെ ശീലമാകണം. ടോയിലറ്റ്, കുളിമുറി, വാഷ്ബേസിൻ, ഫ്രിഡ്ജ് തുടങ്ങി എല്ലായിടവും ഓരോ ദിവസവും ഒരുനേരമെങ്കിലും വൃത്തിയാക്കണം. ഓരോപ്രവർത്തനവും കുടുംബാംഗങ്ങൾക്കു വീതിച്ച് നല്കി പങ്കാളിത്തം ഉറപ്പാക്കുന്നതും ഉചിതം. വീട്ടിനുള്ളിലെ വളർത്തു മൃഗങ്ങളെ നമ്മെക്കാൾ കൂടുതൽ വൃത്തിയായി പരിപാലിക്കണം. വീട്ടിനുള്ളിൽ പരമാവധി വായുസഞ്ചാരം ഉറപ്പാക്കുക എന്നതും പ്രത്യേകം ശ്രദ്ധിക്കേണ്ടിയിരിക്കുന്നു. ഇതോടൊപ്പം വീട്ടിൽ ഉണ്ടാകുന്ന ജൈവഅജൈവ മാലിന്യങ്ങൾ തരംതിരിച്ച് പ്രത്യേകം പാത്രങ്ങളിൽ/ബക്കറ്റുകളിൽ അടച്ചു വെക്കുക എന്നതും ജൈവമാലിന്യം അതതുദിവസം തന്നെ സംസ്കരണത്തിനായി വീടിന് പുറത്തേക്ക് പോകുന്നു എന്നുറപ്പാക്കുന്നതും അത്യന്താപേക്ഷിതമാണ്. കുടിവെള്ളം ശുദ്ധമാക്കി വെക്കുന്നതിന് പ്രത്യേകം ശ്രദ്ധവേണം. ആഹാരപദാർത്ഥം ശരിയായ താപനിലയിൽ അടച്ചു സൂക്ഷിക്കുക, പാകപ്പെടുത്തിയ ഭക്ഷണവും, പാകംചെയ്യാൻ കരുതിവെച്ചിട്ടുള്ള ഭക്ഷണപദാർത്ഥങ്ങളും കൂടികലരാൻ അനുവദിക്കാതിരിക്കണം. പച്ചക്കറികൾ വൃത്തിയായി കഴുകി ഉപയോഗിക്കുന്നതിലും ശ്രദ്ധ

വേണം. ജൈവ, രാസ, ഭൗതിക മാലിന്യങ്ങൾ ഭക്ഷണത്തിലോ, ഭക്ഷണം പാകം ചെയ്യുന്ന പാത്രത്തിലോ എത്തുന്നില്ല എന്നും ഉറപ്പാക്കേണ്ടതാണ്.

നമ്മുടെ ചുറ്റുപാടുകൾ ശുചിയായിരിക്കുന്നു എന്നുറപ്പാക്കുന്നതിനായി വീട്ടിലും, ചുറ്റുപാടുമുണ്ടാകുന്ന ഖരദ്രവ മാലിന്യങ്ങൾ ശരിയായി പരിപാലിക്കുക എന്നതും രോഗാണുക്കളെയും, രോഗവാഹകരെയും ഇല്ലാതാക്കുകയോ നിയന്ത്രിക്കുകയോ ചെയ്യുക എന്നതും അത്യധികം പ്രധാനമാണ്. ടോയിലറ്റുകളിൽ നിന്നൊഴുകുന്ന മനുഷ്യമലവും, മലിന ജലവും ശേഖരിക്കുന്നതിനോ സംസ്കരിക്കുന്നതിനോ ഇന്നെല്ലാവീടുകളിലും സൗകര്യമുണ്ട്. എന്നാൽ അടുക്കളയിൽനിന്നോ, കുളിമുറിയിൽ നിന്നോ ഒഴുകിയെത്തുന്ന മലിനജലം വീടിനുസമീപമുള്ള റോഡിലേക്കോ, തോടിലേക്കോ, പുരയിടത്തിലേക്കോ ഒഴുക്കിവിടുന്നതാണ് പൊതുവേ നമ്മുടെ ശീലം. ഇതുമൂലമുണ്ടാകുന്ന വെള്ളക്കെട്ടും പരിസ്ഥിതിപ്രശ്നങ്ങളും, നാട്ടിലെ രോഗസാദ്ധ്യതകൾ വർദ്ധിപ്പിക്കും. ആയതിനാൽ ഈ മലിനജലം അതതിടങ്ങളിലെ ഭൂപ്രകൃതി അനുസരിച്ചു ഭൂമിക്കടിയിലേക്ക് കിനിഞ്ഞിറക്കുന്നതിനോ, ചെടികൾ നനയ്ക്കുന്നതിനായി ഉപയോഗിക്കുന്നതിനോ ശ്രദ്ധിക്കണം. വീട്ടിൽ ശേഖരിക്കുന്ന മാലിന്യം പരിശോധിച്ചാൽ അതിന്റെ മുക്കാൽ ഭാഗവും അഴുകുന്നതാണെന്ന് മനസ്സിലാകും. അവ അലക്ഷ്യമായി വലിച്ചെറിഞ്ഞാൽ ഉണ്ടാകാവുന്ന പരിണിതഫലം ആത്യന്തികമായി ഏതെങ്കിലും തരത്തിലുള്ള അണുബാധയായിരിക്കും. ആയതിനാൽ ഇവ അടിയന്തരമായി സ്രോതസ്സിൽത്തന്നെ കമ്പോസ്റ്റ്ചെയ്തു സംസ്കരിക്കണം. ഇതിന്റെ സാങ്കേതികവശങ്ങൾ ഇതിനകംതന്നെ പൊതുസമൂഹത്തിന് അറിവുള്ളതാണ്. മറ്റ് അജൈവവമാലിന്യങ്ങൾ സൂക്ഷിച്ചുവെച്ച് പുനഃചംക്രമണ ആവശ്യങ്ങൾക്ക് ലഭ്യമാക്കാം. നല്ല കുളിർമ്മയുള്ള ചുറ്റുപാടിൽ ജീവിക്കാനാണെല്ലോ നാമെല്ലാം ഇഷ്ടപ്പെടുന്നത്. അങ്ങനെയെങ്കിൽ നമുക്കുചുറ്റും ചെടികളും, മരങ്ങളും, പച്ചക്കറികളും വെച്ചുപിടിപ്പിക്കുക എന്ന സാമ്പ്രദായികരീതിക്ക് പകരം ചെടികളുടെയും, മരങ്ങളുടെയും, പച്ചക്കറിവള്ളികളുടെയും ഇടയിലാണ് നാം ജീവിക്കുന്നത് എന്നുറപ്പുവരുത്തണം. മാലിന്യം കത്തിക്കുന്നതും നിർബ്ബന്ധമായും ഒഴിവാക്കണം.

ഇന്നലെകളിൽ നമ്മെ അലട്ടിയതും, ഇന്ന് നമ്മെ ഭീതിയിൽ ആഴ്ത്തിയിട്ടുള്ളതുമായ അണുബാധയെയും നാളെ പ്രതീക്ഷിക്കേണ്ടതായ പകർച്ചവ്യാധികളെയും പ്രതിരോധിക്കുന്നതിന് ഏറ്റവും അടിസ്ഥാനപരവും, അത്യന്താപേക്ഷിതവുമായ മാർഗ്ഗം വ്യക്തിഗത ഗാർഹികഭക്ഷണ പരിസര ശുചിത്വം പാലിക്കുക എന്നതാണ്. ആയതിനാൽ വൃത്തിയുടെ വിവിധ ഘടകങ്ങൾ നമ്മുടെ നിത്യജീവിതത്തിലെ ശീലമാക്കി മാറ്റി നമ്മെ വ്യാകുലപ്പെടുത്തുന്ന ആരോഗ്യപ്രശ്നങ്ങളെ മറികടക്കാം.

14.1 മാലിന്യപരിപാലന നിയമങ്ങളും പൗരന്റെ കടമകളും

രാജ്യത്തെ പരിസ്ഥിതി സംരക്ഷണ നിയമത്തിനു കീഴിൽ മുനിസിപ്പൽ ഖരമാലിന്യം, ബയോമെഡിക്കൽ മാലിന്യം, ഇലക്ട്രോണിക് മാലിന്യം, പ്ലാസ്റ്റിക് മാലിന്യം, നിർമ്മാണ മാലിന്യം, ആപല്ക്കരമാലിന്യം തുടങ്ങിയവയുടെ പരിപാലനവുമായി ബന്ധപ്പെട്ട പ്രത്യേകം പ്രത്യേകം ചട്ടങ്ങൾ നിലവിൽ വന്നിട്ടുണ്ട്. കൂടാതെ മുനിസിപ്പൽ പഞ്ചായത്ത് ചട്ടങ്ങളിലും മാലിന്യസംസ്കരണവുമായി ബന്ധപ്പെട്ട നടപടികൾ നിർദ്ദേശിച്ചിട്ടുണ്ട്. എന്നാൽ അവ പ്രായോഗികമായി നടപ്പിലാക്കുന്നതിനുള്ള ഏകോപിത പ്രവർത്തനങ്ങൾ വിരളമാണ്. നിയമങ്ങൾ ലംഘിക്കപ്പെടുമ്പോൾ അത് ശിക്ഷാർഹമാണെന്നും, അതിൽ നടപടിയെടുക്കുന്നതിനുള്ള ഉത്തരവാദിത്വം ആർക്കാണെന്നും, നിയമലംഘനം ബന്ധപ്പെട്ടവരുടെ ശ്രദ്ധയിൽപ്പെടുത്തുക എന്നത് ഓരോ പൗരന്റേയും കടമയാണെന്നുമുള്ള പൗരബോധം സൃഷ്ടിക്കുക എന്നത് അത്യന്താപേക്ഷിതമാണ്. കേരള സംസ്ഥാന ലീഗൽ സർവ്വീസസ് അതോറിറ്റി, പൊലീസ് വകുപ്പ്, മലിനീകരണ നിയന്ത്രണ ബോർഡ്, ആരോഗ്യ വകുപ്പ്, തദ്ദേശ സ്വയംഭരണ വകുപ്പ്, ഭക്ഷ്യസുരക്ഷാ വകുപ്പ് എന്നിവയുടെ സഹകരണത്തോടെ ഹരിതകേരളം മിഷൻ കൈപ്പുസ്തകം തയ്യാറാക്കുകയും ഉദ്യോഗസ്ഥർക്കും, ജനപ്രതിനിധികൾക്കും, പൊതുജനങ്ങൾക്കും അവബോധം നല്കുന്നതിനുള്ള പ്രവർത്തനം 2018 ൽ ആരംഭിക്കുകയുണ്ടായി. ഈ പ്രവർത്തനം സാക്ഷരതാ പ്രവർത്തനം പോലെയുള്ള ഒരു ക്യാമ്പയിനായി തദ്ദേശ സ്വയംഭരണ സ്ഥാപനങ്ങൾ ഏറ്റെടുക്കേണ്ടതായുണ്ട്.

14.2 വിവിധ മാലിന്യങ്ങൾ വെല്ലുവിളികൾ, സാദ്ധ്യതകൾ

ഇന്ത്യയിലെ കാർഷിക മാലിന്യങ്ങൾ പ്രതിവർഷം ഏകദേശം 620 ദശലക്ഷം ടൺ ആണെന്നു കണക്കാക്കപ്പെടുന്നു, അതിൽ 43 ശതമാനവും മൃഗങ്ങളുടെ വിസർജ്ജ്യവും അറവു മാലിന്യവുമാണ്. കേരളം പ്രതിവർഷം 99,198 ടൺ മൃഗങ്ങളുടെ മാംസവും 1,189,115 ടൺ പക്ഷി മാംസവും ഉല്പാദിപ്പിക്കുമ്പോൾ 15,680 യൂണിറ്റുകളിൽ നിന്നായി 38,100 ടൺ അറവു മാലിന്യങ്ങളും സൃഷ്ടിക്കപ്പെടുന്നു. നിലവിൽ 666 യൂണിറ്റുകൾക്ക് മാത്രമാണ് പരിമിതമായെങ്കിലും മാലിന്യ സംസ്കരണശാലകളുള്ളത്. അറവുശാലകൾ നവീകരിക്കുകയും, അറവിൽ ലഭിക്കുന്ന അവശിഷ്ടങ്ങൾ പരമാവധി പുനഃചംക്രമണം നടത്തുന്നതിനുള്ള സംസ്കരണ ശാലകൾ ബിസിനസ് സംരംഭമെന്ന നിലയിൽ എല്ലാ ജില്ലകളിലും സ്ഥാപിക്കുകയുമാണ് പ്രധാന മാർഗ്ഗം. ഈ പ്രവർത്തനങ്ങൾക്ക് തുടക്കംകുറിച്ചിട്ടുണ്ട് എങ്കിലും കൂടുതൽ വേഗതയിൽ നടപ്പിലാക്കുന്നതിനുള്ള സംസ്ഥനതല ഏകോപനം അനിവാര്യമാണ്.

ഇന്ത്യയിൽ ആരോഗ്യസംരക്ഷണ സ്ഥാപനങ്ങൾ ഏറ്റവും കൂടുതലുള്ളത് (27%) കേരളത്തിലാണ്. കേരളത്തിലെ ആശുപത്രികളിലെ

മൊത്തം കിടക്കകളുടെ എണ്ണം 113,530 ആണ്. ഓരോ കിടക്കയിലും ഓരോ ദിവസവും ഏകദേശം 1.5 കി.ഗ്രാം മുതൽ 2 കി.ഗ്രാം വരെ ഖര മാലിന്യങ്ങളും 450 ലിറ്റർ ദ്രവമാലിന്യങ്ങളും ഉല്പാദിപ്പിക്കപ്പെടുന്നുവെന്ന് കണക്കാക്കപ്പെടുന്നു. അതനുസരിച്ച് സംസ്ഥാനത്തെ ആശുപത്രികളിൽ പ്രതിവർഷം ഏകദേശം 83,000 ടൺ മാലിന്യങ്ങൾ ഉല്പാദിപ്പിക്കപ്പെടുന്നുണ്ടെന്നാണ് കണക്ക്. ഇതിൽ പ്രതിവർഷം ഏകദേശം 12,500 ടൺ രോഗവ്യാപന സാദ്ധ്യതയുള്ളതോ വിഷാംശമുള്ളതോ ആയ ബയോമെഡിക്കൽ മാലിന്യമാണ്. ഇന്ത്യൻ മെഡിക്കൽ അസോസിയേഷൻ സ്ഥാപിച്ച ഇമേജ് എന്ന സ്ഥാപനമാണ് സംസ്ഥാനത്ത് ഉല്പാദിപ്പിക്കുന്ന ആശുപത്രി മാലിന്യം സംസ്കരിക്കുന്നതിനുള്ള ഏക കേന്ദ്രീകൃത സംവിധാനം. അമൃത മെഡിക്കൽ കോളേജ് ഉൾപ്പെടെ ചില പ്രധാന ആശുപത്രികൾ സ്വന്തമായി ബയോമെഡിക്കൽ മാലിന്യസംസ്കരണ സംവിധാനം സ്ഥാപിച്ചു പ്രവർത്തിപ്പിക്കുന്നുണ്ട്. ബ്രഹ്മപുരത്ത് ബയോമെഡിക്കൽ മാലിന്യസംസ്കരണ സംവിധാനം സ്ഥാപിക്കുന്നതിനുള്ള പാരിസ്ഥിതിക അനുമതി കേരള എൻവയോൺമെന്റൽ ഇൻഫ്രാകസ്ട്രക്ച്ചർ ലിമിറ്റഡ് (KEIL) എന്ന കമ്പനിക്ക് ലഭിച്ചിട്ടുണ്ടെങ്കിലും അവർ തുടർനടപടികൾ സ്വീകരിച്ചിട്ടില്ല. ബയോമെഡിക്കൽ മാലിന്യത്തിന്റെ അളവ് ഗണ്യമായി വർദ്ധിക്കുന്ന സാഹചര്യത്തിൽ എല്ലാ ജില്ലകളിലും സംസ്കരണ സംവിധാനം സ്ഥാപിക്കുക എന്നതിന് പ്രധാന പരിഗണന ലഭിക്കേണ്ടതാണ്.

ദ്രുതഗതിയിലുള്ള വ്യവസായവല്ക്കരണം വ്യവസായ മേഖലയിൽ വൻതോതിലുള്ള ഖരദ്രവ മാലിന്യങ്ങളുടെ ഉല്പാദനത്തിനു കാരണമായിട്ടുണ്ട്. ഈ മാലിന്യങ്ങൾ സംസ്കരിക്കാതെ ഭൂമിയിൽ കുന്നുകൂട്ടുകയോ ജലാശയങ്ങളിലേക്ക് ഒഴുക്കിവിടുകയോ ചെയ്യുന്ന സ്ഥിതി പരിസ്ഥിതി മലിനീകരണത്തിനും ഗുരുതരമായ ആരോഗ്യ പ്രശ്നങ്ങൾക്കും കാരണമാകുന്നു. ഇന്ത്യയിൽ ഉല്പാദിപ്പിക്കുന്ന 1015% വ്യാവസായിക മാലിന്യങ്ങളും (പ്രതിവർഷം 4.43 ദശലക്ഷം ടൺ) അപകടകാരികളാണ്. ഇവയുടെ വാർഷിക വർദ്ധനവ് 25% വരെയാണ്. കേരളത്തിലെ 542 വ്യാവസായിക യൂണിറ്റുകളിൽനിന്നും പ്രതിവർഷം 71,058 ടൺ ആപല്ക്കര മാലിന്യം (Hazardous waste) ഉല്പാദിപ്പിക്കപ്പെടുന്നു. ഇവയുടെ 71% സുരക്ഷിത ഭൂനിക്ഷേപത്തിലൂടെ (Secured Landfill) ഭൗമോപരിതലത്തിൽ നിർമ്മാർജ്ജനം ചെയ്യാവുന്നതും, 24 ശതമാനം പുനരുല്പാദിപ്പിക്കാവുന്നതും 0.3 ശതമാനം സംസ്കരിക്കാവുന്നതുമാണ്. കേരളത്തിലെ ആപല്ക്കര മാലിന്യ ഉല്പാദനത്തിന്റെ 64 ശതമാനം എറണാകുളം ജില്ലയിലും 26 ശതമാനം കൊല്ലം ജില്ലയിലും 4 ശതമാനം തിരുവനന്തപുരം ജില്ലയിലുമാണ്. 17 യൂണിറ്റുകൾക്ക് സ്വന്തമായി പരിപാലന സംവിധാനം ഉണ്ട്. ഇതുകൂടാതെ കേരള എൻവയോൺമെന്റൽ ഇൻഫ്രാസ്ട്രക്ച്ചർ ലിമിറ്റഡ് (KEIL) എന്ന കമ്പനി ബ്രഹ്മപുരത്ത് ആപല്ക്കര മാലിന്യ നിർമ്മാർജ്ജനത്തിന് മാത്രമായി ഒരു പൊതുസംസ്ക

രണ നിർമ്മാർജ്ജന സൗകര്യം സ്ഥാപിച്ച് പ്രവർത്തിപ്പിച്ചു വരുന്നു. എന്നാൽ നിരീക്ഷണ സംവിധാനം ശക്തമല്ല എന്നതിനാൽ ആപല്ക്കരമായ വ്യാവസായികമാലിന്യം അലക്ഷ്യമായി നിർമ്മാർജ്ജനം ചെയ്യുന്ന അത്യന്തം അപകടകരമായ സ്ഥിതി ഇന്നും തുടരുന്നുണ്ട്.

പ്രതിവർഷം 1.85 ദശലക്ഷം ടൺ ഇലക്ട്രോണിക് മാലിന്യം ഉല്പാദിപ്പിക്കുന്ന ഇന്ത്യക്ക് ലോകത്ത് കൂടുതൽ ഇലക്ട്രോണിക് മാലിന്യം ഉല്പാദിപ്പിക്കുന്ന രാജ്യങ്ങളിൽ അഞ്ചാമത്തെ സ്ഥാനമാണുള്ളത്. 2020 ഓടെ ഇന്ത്യയിലെ ഇലക്ട്രോണിക് മാലിന്യത്തിന്റെ ഉല്പാദനം പ്രതിവർഷം 5.2 ദശലക്ഷം ആകുമെന്ന് കണക്കാക്കപ്പെടുന്നു. ഇന്ത്യയിൽ ഉല്പാദിപ്പിക്കുന്ന മൊത്തം മാലിന്യത്തിൽ 70% കമ്പ്യൂട്ടറുകളും 12% ടെലികമ്യൂണിക്കേഷൻ ഉപകരണങ്ങളുമാണ്. കേരളത്തിൽ 32.6% കുടുംബങ്ങളും മൊബൈൽ ഫോണുകളും ലാൻഡ് ഫോണുകളും ഉള്ളവരും 20.4% കമ്പ്യൂട്ടർ ഉള്ളവരുമാണ്. എന്നാൽ കേരളത്തിലെ ഇലക്ട്രോണിക് മാലിന്യത്തിന്റെ ഉല്പാദനത്തെക്കുറിച്ച് വ്യക്തമായ കണക്കുകൾ ലഭ്യമല്ല. ഇലക്ട്രോണിക് മാലിന്യം കൈകാര്യം ചെയ്യുന്നതിനുള്ള സംസ്കരണ ശാലയും കേരളത്തിൽ ഇല്ല. സർക്കാർ സ്ഥാപനങ്ങളിൽ നിന്നുള്ള ഇലക്ട്രോണിക് മാലിന്യം ക്ലീൻ കേരള കമ്പനി ശേഖരിച്ച് അംഗീകൃത പുനഃചംക്രമണ സംവിധാനങ്ങൾക്ക് കൈമാറുന്ന പ്രവർത്തനം നടന്നുവരുന്നു. എന്നാൽ വീടുകളിൽനിന്നും മറ്റ് സ്ഥാപനങ്ങളിൽ നിന്നുമുള്ള ഇലക്ട്രോണിക് മാലിന്യം അധികവും പാഴ്‌വസ്തുവ്യാപാരികളിലാണ് എത്തുന്നത്. ഇവയിൽ പുനരുപയോഗപുനഃചംക്രമണ സാദ്ധ്യതയേറിയ മാലിന്യങ്ങളൊഴിച്ച് ബാക്കിയെല്ലാം തന്നെ അശാസ്ത്രീയമായ രീതിയിൽ മറവു ചെയ്യുന്ന സ്ഥിതിയാണുള്ളത്. സംസ്ഥാനത്ത് ഇലക്ട്രോണിക് മാലിന്യം ശേഖരിക്കുന്നതിനുള്ള സംവിധാനവും, അവ പുനഃചംക്രമണം ചെയ്യുന്നതിനുള്ള സംസ്കരണശാലയും സ്ഥാപിക്കുക എന്നത് അനിവാര്യമായിരിക്കുന്നു.

ഇന്ത്യയിൽ ഇപ്പോൾ, ഗാർഹിക സ്ഥാപന, വാണിജ്യ, മേഖലകളിലായി പ്രതിദിനം 130,000 ടൺ (പ്രതിവർഷം 47.5 ദശലക്ഷം ടൺ) നഗര ഖരമാലിന്യം ഉല്പാദിപ്പിക്കപ്പെടുന്നുണ്ട്. ദേശീയ വരുമാനത്തിൽ ഒരു ശതമാനം വർദ്ധനവ് ഉണ്ടാകുമ്പോൾ നഗര ഖരമാലിന്യം 0.7 ശതമാനം കണ്ട് വർദ്ധിക്കുന്നുവെന്നാണ് പഠനങ്ങൾ സൂചിപ്പിക്കുന്നത്. കേരളത്തിലെ പ്രതിദിന ഖരമാലിന്യ ഉല്പാദനം 10044 ടൺ ആണ്. ഇവയുടെ 83% വും നിശ്ചിത സ്രോതസ്സുകളിൽ (Point source) ഉല്പാദിപ്പിക്കപ്പെടുന്നു. ഏകദേശം 50% വീടുകളിൽ മാത്രം ഉല്പാദിപ്പിക്കുന്നവയാണ്. ഇവയിൽ 75% ലധികവും ഭക്ഷണമാലിന്യമുൾപ്പെടെ അഴുകുന്ന ജൈവമാലിന്യമാണ്. ഇവ വേർതിരിച്ചെടുത്ത് സ്രോതസ്സിൽത്തന്നെ ജൈവസാങ്കേതികവിദ്യ (കമ്പോസ്റ്റിങ്, ബയോഗ്യാസ്) ഉപയോഗപ്പെടുത്തി സംസ്കരിക്കുന്നതാണ് ഏറ്റവും കാര്യക്ഷമമായ രീതി. വികേന്ദ്രീകൃത മാലിന്യ സംസ്കരണരീതിയിലൂടെ ജൈവമാലിന്യ

ത്തിന്റെ 50% വും സ്രോതസ്സിൽത്തന്നെ സംസ്കരിക്കപ്പെടുന്നു എന്നാണ് നിലവിൽ ലഭിക്കുന്ന കണക്ക്. പ്ലാസ്റ്റിക് ഉൾപ്പെടെയുള്ള അജൈവ മാലിന്യം സ്രോതസ്സിൽനിന്നു ശേഖരിച്ച് വേർതിരിച്ച് പുനഃചംക്രമണ ത്തിന് വിധേയമാക്കേണ്ടതാണ്. ഹരിതകർമ്മസേനയെ ഉപയോഗപ്പെ ടുത്തി ഇവ ശേഖരിച്ച് വിഭവ വീണ്ടെടുക്കൽ കേന്ദ്രങ്ങളിൽ (Resource Recovery Facility) ശേഖരിച്ച് പുനഃചംക്രമണത്തിന് ലഭ്യമാക്കുന്ന പ്രവർത്തനങ്ങൾ സംസ്ഥാനത്ത് വ്യാപകമായി ആരംഭിച്ചിട്ടുണ്ട്. എന്നാൽ ഇവ കൂടുതൽ ചിട്ടപ്പെടുത്തി സ്വയം നിലനില്പുള്ള ഒരു സംവിധാനമായി മാറേണ്ടതുണ്ട്. ഉല്പാദിപ്പിക്കുന്ന മാലിന്യത്തിന്റെ ഏകദേശം 15% ത്തിലധികം നിഷ്ക്രിയ മാലിന്യമാണ് (Inertwaste). ഇവ കൈകാര്യം ചെയ്യുന്നതിനുള്ള സുരക്ഷിത ഭൂനിക്ഷേപ സംവിധാനം (Sanitary Landfill Faciltiy) സംസ്ഥാനത്തില്ല. ഗാർഹിക ഖരമാലിന്യം നിത്യേനയെ ന്നോണം തരംതിരിച്ച് സംഭരിക്കുന്നതും, ജൈവമാലിന്യം വളമോ, വാത കമോ ആയി ഉപയോഗിക്കുന്നതും, അജൈവമാലിന്യം സൂക്ഷിച്ചുവെച്ച് ഹരിതകർമ്മകസേനയ്ക്കോ, പാഴ്വസ്തുവ്യാപാരിക്കോ നല്കുന്ന തുമായ ശീലാവല്ക്കരണം വളരെ വേഗത്തിൽ കേരളം കൈവരി ക്കേണ്ടതുണ്ട്.

കിണറും ശൗചാലയവും ഉൾപ്പെടുന്ന വീടുകളും, ചുറ്റിനും പുരയി ടവും എന്ന രീതിയിലുള്ള ആവാസവ്യവസ്ഥയാണ് കേരളത്തിൽ പൊതുവെ കാണപ്പെടുന്നത്. വെള്ളമൊഴിച്ച് വൃത്തിയാക്കുന്ന ശൗചാ ലയങ്ങൾ പൊതുവെ സെപ്റ്റിക് ടാങ്കുമായോ ഒറ്റ അല്ലെങ്കിൽ ഇരട്ട കക്കൂസ് കുഴിയുമായോ ബന്ധപ്പെടുത്തിയിട്ടുള്ളതുമാണ്. കേരളത്തിലെ 78 ശതമാനം കുടുംബങ്ങളും കക്കൂസ് മാലിന്യം അവരുടെ പരിസര ത്തുതന്നെയുള്ള സംഭരണികളിൽ ശേഖരിച്ച് ഭാഗിക സംസ്കരണത്തിന് വിധേയമാക്കുന്ന ഉറവിടശുചിത്വ സംവിധാനമാണ് സ്വീകരിച്ചിട്ടുള്ളത്. ഇതുമൂലം സെപ്റ്റിക് ടാങ്കുകളിൽ സെപ്റ്റേജ് (Septej) ഉം, കക്കൂസ് കുഴികളിൽ ഫീക്കൽ സ്ലഡ്ജ് (Fecal sludge) ഉം കാലക്രമേണ അടിഞ്ഞുകൂടും. നിശ്ചിത ഇടവേളകളിൽ കക്കൂസ് കുഴികളും, സെപ്റ്റിക് ടാങ്കുകളും വൃത്തിയാക്കേണ്ടതാണ്. ഇപ്രകാരം ഓരോ ദിവസവും ഏകദേശം 8000 ഘനമീറ്റർ കക്കൂസ് മാലിന്യം ശേഖരിച്ച്, സംസ്കരിച്ച്, നിർമ്മാർജ്ജനം ചെയ്യേണ്ട ആവശ്യകത സംസ്ഥാനത്തുണ്ട്. എന്നാൽ തിരുവനന്തപുരം, കൊച്ചി നഗരങ്ങളിൽ മാത്രമാണു നിലവിൽ ഭാഗിക മായെങ്കിലും ഈ സംവിധാനം ഉള്ളത്. ഇപ്രകാരം ശേഖരിച്ച കക്കൂസ് മാലിന്യം സംസ്കരിക്കുമ്പോൾ ലഭിക്കുന്ന ശുദ്ധീകരിച്ച ജലം ജല സേചനത്തിനും, ഖരപദാർത്ഥം കമ്പോസ്റ്റ് ചെയ്തു വളമായും ഉപ യോഗിക്കാവുന്നതാണ്. ആയതിനാൽ കേരളത്തിലെ എല്ലാ ജില്ലകളിലും കൃഷിഫാമുകളുമായി ബന്ധപ്പെടുത്തി കക്കൂസ്മാലിന്യ സംസ്കരണ ശാലകൾ സ്ഥാപിക്കുന്നത് പരിഗണിക്കേണ്ടതാണ്.

കേരളത്തിൽ ഉയർന്നു വരുന്ന മറ്റൊരു പ്രധാനപ്രശ്നം നിർമ്മിതികൾ പൊളിക്കുമ്പോഴും, നിർമ്മിക്കുമ്പോഴും ഉണ്ടാകുന്ന അവശിഷ്ടങ്ങൾ പരിപാലനം ചെയ്യുന്നതുമായി ബന്ധപ്പെട്ടതാണ്. നിലവിൽ ഇവ നീർത്തടങ്ങളിലും മറ്റും നിക്ഷേപിച്ച് വലിയ പാരിസ്ഥിതിക പ്രശ്നങ്ങൾക്ക് കാരണമാകുന്നു. എന്നാൽ ഈ അവശിഷ്ടങ്ങൾ എല്ലാം തന്നെ നിർമ്മാണ വസ്തുക്കളാക്കി പുനഃചംക്രമണം ചെയ്യുന്നതിനോ പുനരുപയോഗിക്കുന്നതിനോ സാദ്ധ്യതയുള്ളവയാണ് എന്നതിനാൽ വ്യാവസായികാടിസ്ഥാനത്തിൽ ആവശ്യമായ സാങ്കേതിക വിദ്യകൾ ഉപയോഗിച്ച് ഇതിനുള്ള സൗകര്യം ഒരുക്കുക എന്നതും അടിയന്തര പ്രാധാന്യം അർഹിക്കുന്ന വിഷയമാണ്.

14.3 മാലിന്യത്തിന്റെ പാരിസ്ഥിതിക ആഘാതം

വിവിധതരം മാലിന്യത്തിന്റെയും വിഷമയ പദാർത്ഥങ്ങളുടെയും പുറന്തള്ളലുകൾ കേരളത്തിന്റെ പാരിസ്ഥിതിക ശുചിത്വത്തെയും സൗന്ദര്യത്തെയും ബാധിക്കുകയും അതുവഴി പരിസ്ഥിതിയുടെ സ്വാഭാവിക സ്വാംശീകരണ ശേഷിയെ കുറയ്ക്കുകയും ചെയ്യുന്നുണ്ട്. മനുഷ്യ വിസർജ്ജ്യം നിർമ്മാർജ്ജനം സംബന്ധിച്ചുള്ള ആദ്യ തലമുറ പ്രശ്നങ്ങളെ സംസ്ഥാനത്തിനു ഫലപ്രദമായി നേരിടാൻ കഴിഞ്ഞെങ്കിലും, കക്കൂസ് കുഴികൾമൂലവും ഉറവിട നിർമ്മാർജ്ജനവുമായി ബന്ധപ്പെട്ട ജലമലിനീകരണത്തിന്റെ ഗുരുതരമായ രണ്ടാം തലമുറ പ്രശ്നങ്ങൾ ഇന്ന് നേരിടേണ്ടിവന്നിരിക്കുന്നു. സംസ്ഥാനത്തെ താരതമ്യേന ഉയർന്ന ജീവിത നിലവാരംമൂലം ഗ്രാമങ്ങളിൽ പോലും ഖര, ദ്രവ മാലിന്യ ഉല്പാദനം ഉയർന്നതാണ്. കര, ജല, വായു മലിനീകരണത്തിന്റെ അളവും താരതമ്യേന ഉയർന്നിരിക്കുന്നതു പരിസ്ഥിതിയുടെ സ്വാംശീകരണ ശേഷി കുറയ്ക്കുന്നതിന് കാരണമായിട്ടുണ്ട്. കേരളത്തിലെ ഉയർന്ന രോഗ സാദ്ധ്യതയോടൊപ്പം രോഗഭാരം വർദ്ധിക്കുകയുമാണ്. ശിശുമരണനിരക്ക്, ഫെർട്ടിലിറ്റി എന്നീ കാര്യങ്ങളിൽ കേരളം ശ്രദ്ധേയമായ നേട്ടങ്ങൾ കൈവരിക്കുമ്പോൾ തന്നെ രോഗഭാരം വർദ്ധിച്ചുണ്ടാകുന്ന സാഹചര്യം നിലനില്ക്കുന്നു. ഉയർന്ന സാക്ഷരതാ നിലവാരം, മെച്ചപ്പെട്ട ആരോഗ്യപരിരക്ഷാ സൗകര്യങ്ങൾ, ആരോഗ്യ സംരക്ഷണ സേവനങ്ങളുടെ ലഭ്യത എന്നിവ ഉള്ളപ്പോൾ തന്നെ പ്രത്യക്ഷമായോ പരോക്ഷമായോ സംസ്ഥാനത്തെ ശുചിത്വ പ്രശ്നങ്ങളും പരിസ്ഥിതി മലിനീകരണ പ്രശ്നങ്ങളും വർദ്ധിക്കുകയാണ്. കഴിഞ്ഞ കുറച്ചു വർഷങ്ങളായി സംസ്ഥാനത്ത് വയറിളക്ക രോഗങ്ങൾ, ശ്വാസകോശരോഗങ്ങൾ, ഹെപ്പറ്റൈറ്റിസ്, പൾമോണറി ട്യൂബർകുലോസിസ്, മലേറിയ, ഡെങ്കിപ്പനി, ജപ്പാൻ ജ്വരം മുതലായ പകർച്ചവ്യാധികളും മറ്റ് രോഗങ്ങളും ഉണ്ടാകുകയും അവയുടെ സാദ്ധ്യത വർദ്ധിക്കുകയും ചെയ്തിട്ടുണ്ട്. സംസ്ഥാനത്ത് വർദ്ധിച്ചുവരുന്ന ശ്വസനജലജന്യരോഗങ്ങളുടെ കാരണം ശുചിത്വമില്ലായ്മയും പാരിസ്ഥിതിക മലിനീകരണ പ്രശ്നങ്ങളും സുരക്ഷി

തമായ കുടിവെള്ളമില്ലായ്മ തുടങ്ങിയവയാണെന്നും മനസ്സിലാക്കാം.

കേരളത്തിലെ മിക്ക നീർച്ചാലുകളും മണ്ണടിഞ്ഞും മാലിന്യം നിറഞ്ഞും ഒഴുക്കു നിലച്ച് നശീകൃതാവസ്ഥയിലാണ്. ജൈവാവശിഷ്ട ങ്ങൾ, വളത്തിന്റെ ശേഷിപ്പുകൾ എന്നിവ വിവേചനരഹിതമായി ജലാ ശയങ്ങളിലേക്ക് തള്ളുന്നത് കളകളുടെ അനുസ്യൂതമായ വളർച്ചയ്ക്ക് കാരണമായിട്ടുണ്ട്. ജലാശയങ്ങളിൽ അമിത പോഷണ പ്രശ്നങ്ങൾ (Eutrophication) വ്യാപകമാക്കുന്നതിനും ഇത് കാരണമാകുന്നു. ജലാ ശയങ്ങളിലെ വർദ്ധിതമായ ജീവവായു ആവശ്യകതയും മണ്ണിടിച്ചിലും ജലാശയങ്ങൾ ചുരുങ്ങുന്നതിനും നശീകൃതമാകുന്നതിനും കാരണ മാകുന്നു. മാലിന്യങ്ങളുടെ വർദ്ധന കാരണമുള്ള ജല മലിനീകരണം, ജലനിർഗ്ഗമന ചാലുകളുടെ മാർഗ്ഗ തടസ്സങ്ങൾമൂലമുള്ള വെള്ളക്കെട്ട്, തല്ഫലമായി വർദ്ധിക്കുന്ന കൊതുക് ജന്യ സാംക്രമികരോഗങ്ങൾ ഇവയെല്ലാം സമയബന്ധിതമായി പരിഹരിക്കേണ്ടതുണ്ട്. ജലത്തിന്റെ ഗുണനിലവാരം, സാംക്രമികരോഗങ്ങളുടെ വർദ്ധന മുതലായ സൂചക ങ്ങൾ വെച്ചു നോക്കുമ്പോൾ കേരളം ജീവിക്കാൻ അനുയോജ്യമല്ലാത്ത സ്ഥലമായി മാറിക്കൊണ്ടിരിക്കുന്നു എന്നും പറയേണ്ടിയിരിക്കുന്നു. കാലാവസ്ഥാ വ്യതിയാനം, പ്രത്യേകിച്ച് തീവ്രമായ കാലാവസ്ഥാ പ്രതി ഭാസങ്ങളുടെ ആവർത്തനവും തീവ്രതയും പ്രശ്നങ്ങൾ കൂടുതൽ സങ്കീർണ്ണമാകുന്നു. ശുചിത്വത്തിന്റെയും വൃത്തിയുള്ള പരിസരത്തി ന്റെയും നിർണ്ണായക പ്രാധാന്യം മനസ്സിലാക്കി നിലവിലെ ശുചിത്വ മാലിന്യ പ്രശ്നങ്ങൾ പരിഹരിക്കുന്നതിനായി സംസ്ഥാന സർക്കാരും, തദ്ദേശ സർക്കാരുകളും നടത്തുന്ന വിവിധങ്ങളായ ഇടപെടലുകൾക്കു കൂടുതൽ ജനപങ്കാളിത്തം ആർജ്ജിക്കേണ്ടതായുണ്ട്.

വിനോദസഞ്ചാരം, പ്രത്യേകിച്ച് കേരളത്തിൽ കെട്ടിപ്പടുത്തിയിട്ടുള്ളത് പരിസ്ഥിതിയുടെ ആന്തരികമൂല്യം അടിസ്ഥാനമാക്കിയാണ്. അതുകൊ ണ്ടുതന്നെ പരിസ്ഥിതി വിഭവങ്ങളാണ് കേരളത്തിലെ വിനോദസഞ്ചാര മേഖലയുടെ മൂലധനം 'ദൈവത്തിന്റെ സ്വന്തം നാട്' എന്ന വ്യാപാരമുദ്ര സംസ്ഥാനത്തിന്റെ അതിരുകളില്ലാത്ത പ്രകൃതി സൗന്ദര്യം ആസ്വദി ക്കാൻ വിനോദസഞ്ചാരികൾക്കുള്ള പരോക്ഷമായ ക്ഷണമാണ്. അതു കൊണ്ടുതന്നെ പാരിസ്ഥിതിക ആവാസവ്യവസ്ഥയിലെ ഏതു പ്രതികൂല മാറ്റവും സംസ്ഥാനത്തെ വിനോദസഞ്ചാരത്തിന്റെ വളർച്ചയെ മന്ദീഭവി പ്പിക്കും. വിവിധ സ്ഥലങ്ങളിൽ മാലിന്യം കുന്നുകൂടുന്നത്, ചപ്പുചവറുകൾ നിറഞ്ഞ റോഡുകളും പൊതുസ്ഥലങ്ങളും, മലിനമായ ജലാശയങ്ങൾ, കെട്ടിക്കിടക്കുന്ന മാലിന്യങ്ങൾ, അഴിമുഖങ്ങളിലേയും ജലാശയങ്ങളി ലേയും അമിതപോഷണം തുടങ്ങിയവ വിനോദസഞ്ചാര കേന്ദ്രങ്ങളുടെ പരിസര ശുചിത്വത്തേയും മനോഹാരിതയേയും ദോഷകരമായി ബാധിക്കുന്നു. കേരളത്തിലെ വിനോദസഞ്ചാര നയത്തിന്റെ അടിസ്ഥാനം 'ഉത്തരവാദിത്വ വിനോദസഞ്ചാരം' (ResponsibleTourism) ആണ്. സുസ്ഥിര വിഭവങ്ങളുടെ ഉപയോഗം, മാലിന്യ നിർമ്മാർജ്ജനം, പ്രകൃതി

വൈവിദ്ധ്യം സംരക്ഷിക്കൽ എന്നിവ 'ഉത്തരവാദിത്വ വിനോദസഞ്ചാര' നയത്തിന്റെ അടിസ്ഥാന ഘടകങ്ങളാണ്. ഈ നയം അതിന്റെ പരിപൂർണ്ണതയിൽ നടപ്പിലാക്കുന്നതിന് സംസ്ഥാന തദ്ദേശ സർക്കാരുകൾ പരസ്പരപൂരകമായി പ്രവർത്തിക്കേണ്ടതുണ്ട്.

14.4 അനുഭവ പാഠം

കേരളത്തിലെ താരതമ്യേന ദുർബ്ബലമായ പാരിസ്ഥിതിക സ്ഥിതി കണക്കിലെടുക്കുമ്പോൾ നിയന്ത്രിതമായ ജീവിതരീതിക്കും, പരിമിതമായ വികസന ഇടപെടലുകൾക്കുമുള്ള വാഹകശേഷിയാണ് സംസ്ഥാനത്തിനുള്ളത്. ഉല്പാദന ഉപഭോഗമേഖലകളിലെ വികസന പ്രവർത്തനങ്ങളുടെ രീതിയും തീവ്രതയും പാരിസ്ഥിതികാഘാതമുണ്ടാകാത്ത രീതിയിൽ ക്രമീകരിച്ചാൽ മാത്രമേ സംസ്ഥാനത്തിന്റെ ജീവിതനിലവാരം ഇനി ഉയർത്താൻ സാധിക്കുകയുള്ളു. ആയതിനാൽ മെച്ചപ്പെട്ട പ്രകൃതി വിഭവ സംരക്ഷണവും, കുറഞ്ഞ മലിനീകരണ നിരക്കും ഉറപ്പാക്കിക്കൊണ്ട് മാത്രമേ കേരളത്തിന്റെ വളർച്ചാശേഷി സുസ്ഥിരമാക്കാൻ സാധിക്കുകയുള്ളു. മണ്ണ്, ജല, ജൈവമണ്ഡലങ്ങളുടെ പാരിസ്ഥിതിക സുരക്ഷ ഉറപ്പാക്കിയും, കുറ്റമറ്റ മാലിന്യ പരിപാലനവും മലിനീകരണ നിയന്ത്രണവും അത്യന്താപേക്ഷിതമാണ്. ജലസുരക്ഷ, ജൈവ സമൃദ്ധി, കാർബൺ സന്തുലിതാവസ്ഥ, പരിസ്ഥിതി സുരക്ഷ എന്നിവ ഉറപ്പുവരുത്തുന്നതിന് പ്രാദേശിക സർക്കാരുകളെയും വികസന വകുപ്പുകളെയും ശാക്തീകരിക്കുന്നതിന് മിഷൻ രീതിയിലുള്ള സംസ്ഥാന സർക്കാരിന്റെ പരിശ്രമങ്ങൾ കേരളത്തെ ഹരിത വികസന രീതിയിലേക്കെത്തിക്കുമെന്ന് പ്രതീക്ഷിക്കേണ്ടിയിരിക്കുന്നു. ജനകീയാസൂത്രണപ്രക്രിയ നല്കിയ ആസൂത്രണ ശേഷിയും, വികേന്ദ്രീകൃത ഭരണക്രമം നല്കിയ സാമ്പത്തിക സ്വാതന്ത്ര്യവും, ഭരണശേഷിയും ഉപയോഗപ്പെടുത്തി ശുചിത്വമാലിന്യ പരിപാലന മേഖലയിൽ രാജ്യത്തെ ഏറ്റവും മുൻപന്തിയിൽ നില്ക്കുന്ന സംസ്ഥാനമായി മാറുന്നതിന് കേരളത്തിന് സാധിച്ചിട്ടുണ്ട്. എന്നാൽ വൈവിദ്ധ്യമാർന്ന മാലിന്യസരണികളും, വർദ്ധിച്ചു വരുന്ന മാലിന്യ ഉല്പാദനവും പരിഗണിച്ചുകൊണ്ട് കൂടുതൽ ശുഷ്കാന്തിയോടെയുള്ള പ്രവർത്തനങ്ങൾ നാം ഏറ്റെടുക്കേണ്ടിയിരിക്കുന്നു.

മുനിസിപ്പൽ ഖരമാലിന്യ പരിപാലനം സംബന്ധിച്ച നയം രൂപീകരിക്കുകയുണ്ടായെങ്കിലും ഇവ സമൂഹം അറിയുന്നതിനും, ചർച്ച ചെയ്യുന്നതിനുമുള്ള നടപടിയുണ്ടായില്ല. ഹരിതകേരളം മിഷനിലൂടെ വളരെയധികം തദ്ദേശ സർക്കാരുകളെ അവരുടെ നിർബ്ബന്ധിത ഉത്തരവാദിത്വമായ ശുചിത്വമാലിന്യസംസ്കരണ പ്രവർത്തനത്തിലേക്ക് എത്തിക്കാനായി എങ്കിലും ശുചിത്വമാലിന്യപരിപാലന പ്രവർത്തനം പൂർണ്ണമായും ഉൾക്കൊണ്ട് ഒരു സുസ്ഥിരസംവിധാനം വളർത്തിയെടുക്കുന്നതിനുള്ള പരിശ്രമം തുടരേണ്ടതുണ്ട്. കേന്ദ്രസംസ്ഥാന സർക്കാരുകളുടെയും തദ്ദേശ സർക്കാരിന്റെയും പദ്ധതികൾ വഴിയും ലോകബാങ്ക്

വഴിയുമുള്ള സാങ്കേതിക സഹായവും, ധനസഹായവും ഈ മേഖലയ്ക്ക് ലഭ്യമാണെങ്കിലും ഇവയെ കാര്യക്ഷമമായി സംയോജിപ്പിക്കുന്നതിനും, പ്രവർത്തനങ്ങളെ ഫലപ്രദമായി ഏകോപിപ്പിക്കുന്നതിനുമുള്ള ശ്രമങ്ങൾ അപര്യാപ്തമായി തുടരുന്നു. മുനിസിപ്പൽ ഖരമാലിന്യം, ദ്രവമാലിന്യം, അവശിഷ്ട കക്കൂസ് മാലിന്യം, ഇലക്ട്രോണിക് മാലിന്യം, ബയോമെഡിക്കൽ മാലിന്യം, നിർമ്മാണ അവശിഷ്ട മാലിന്യം, കാർഷികമാലിന്യം, അറവുമാലിന്യം തുടങ്ങി വിവിധങ്ങളായ മാലിന്യങ്ങളുടെ ആധിക്യം പരിഗണിച്ചുകൊണ്ട് ഇവയുടെ പരിപാലനവുമായി ബന്ധപ്പെട്ട സംസ്ഥാനതലത്തിലുള്ള ഒരു സംയോജിതനയവും, അത് നടപ്പിലാക്കുന്നതിനുള്ള ആക്ഷൻ പ്ലാറ്റ്ഫോമും, തദ്ദേശഭരണ സ്ഥാപനതലത്തിലുള്ള പദ്ധതി പരിപ്രേക്ഷ്യവും സിറ്റിസൺ ചാർട്ടറും ശാസ്ത്രീയമായി തയ്യാറാക്കിയും, പൊതുചർച്ചയ്ക്കു വിധേയമാക്കിയും നടപ്പിലാക്കുന്നത് അനിവാര്യമാണ്.

കേരളത്തിന്റെ വാഹകശേഷിയും, മാലിന്യ ഉല്പാദനരീതിയും അതിന്റെ സ്വഭാവവും പരിഗണിക്കുമ്പോൾ വികേന്ദ്രീകൃത മാലിന്യസംസ്കരണ രീതിക്ക് ഒഴിവാക്കാനാകാത്ത പ്രസക്തിയുണ്ട്. വിവിധ തലങ്ങളിലുള്ള സർക്കാരുകൾ ഇതെത്രമാത്രം വേഗത്തിൽ ഉൾക്കൊള്ളുന്നുവോ അത്രമാത്രം വേഗത്തിൽ വൃത്തിയുടെ പടവുകൾ കയറുന്നതിനും, മാലിന്യമുക്ത കേരളം എന്ന ലക്ഷ്യം സാക്ഷാൽക്കരിക്കുന്നതിനും നമ്മുടെ തദ്ദേശ സർക്കാരുകൾക്കാകും എന്നു നമുക്ക് പ്രത്യാശിക്കാം.

അവലംബ പ്രസിദ്ധീകരണങ്ങളും, അധികവായനാ ഗ്രന്ഥങ്ങളും

Achyutha Menon C. 1995. *The Cochin State Manual*, Kerala Gazetteers Dept., (Reprint), Thiruvananthapuram, 400p.

Ahluwalia, Isher Judge and Patel, Utkarsh. 2018. Solid waste management in India: An assessment of resource recovery and environmental impact, Indian Council for Research on International Economics Relations.

Ajayakumar Varma R. and Dileep Kumar. 2004. *A handbook on solid waste management*. Clean Kerala Mission, Govt. of Kerala. p. 78.

Ajayakumar Varma R. 2007. *Performance efficiency of windrow composting operations at Njeliyamparamba plant*, Kozhikkode. Rep. Socio Economic Unit Foundation, Thiruvananthapuram. 12p.

Ajayakumar Varma R.., 2007. *A database on solid wastes of Kerala for initiating programmes for prevention of land pollution and upgradation of environment*. Proc. Natl. Workshop. Fertility evaluation for soil health enhancement (Ed. Premachandran, P.N.). Soil Survey Organization, Govt. of Kerala. pp. 330-338.

Ajayakumar Varma R. 2008. *Status of municipal solid waste generation and technology options for treatment with special reference to Kerala*. Proc. Kerala Environment Congress 2008, Centre for Environment and Development, Thiruvananthapuram. pp. 23 - 43.

Ajayakumar Varma R., Vijayakumar K., Sreekumar D., Jagajeevan N. and Indu M. 2009. *Study on the issues relating to self-help groups formed under the Kudumbasree Mission engaged in solid waste management*. Rep. submitted to the Local Self Govt. Department,

Govt. of Kerala. (G.O (MS) No. 166/39/LSGD dated 25.8.2009). 34p.

Ajayakumar Varma R and Dileepkumar M. 2011. *Modified guidelines on specifications, standards, unit costs, O&M protocols, subsidy norms and contract conditions for solid waste treatment plants to be set up by local governments*. Local Self Govt. Department, Govt. of Kerala (GO (MS). No. 73/2011/LSGD dated 1.3.2011). 72p.g

Ajayakumar Varma R. 2011. *Technology options for solid waste management*. Proc. 2nd Natl. Conf. on Urban, Industrial and Hospital Waste Management. Saket Proj. Ltd and Gujarat Pollution Control Board. Ahmedabad. pp.184-191.

Ajayakumar Varma 2013. *Experiencing a movement towards waste free Kerala*. Resource Book. Intl. Conf. on Waste, Wealth and Health. International Institute of Waste Management, Bhopal, India. pp. 21-27.

Ajayakumar Varma., Shyni R and Ragi M.S. 2014. *Environmental Impact Assessment of Waste Management Project of Thiruvananthapuram Corporation*. Rep. National Centre for Earth Science Studies, Thiruvananthapuram. 112p.

Ajayakumar Varma R. 2015. *Magnitude of the problem of Septage and Faecal Sludge management in Kerala*. Proc. 4th Intl. Congress on Kerala Studies. AKG Centre for Research Studies, Thiruvananthapuram. pp.103-106.

Ajayakumar Varma R. 2016. *Guidelines for integrated waste water and septage management in Kerala*. Rep. Centre for Management Development, Thiruvananthapuram and Infrastructure Development Corporation, Bangalore. 106p.

Ajayakumar Varma R., Jagajeevan N. and Reshma Chandran. 2021. *Role of decentralization in sanitation and waste management activities and their impact on public health in kerala*. Working Paper. Health Action by People (HAP), Thiruvananthapuram. 43p.

Akhilesh kumar and Agrawal Avlokita. 2020. *Recent trends in solid waste management- status, challenges and potential for the future Indian Cities*- A Review. Current Research in Environmental Sustainability2. www.elsevier.com/locale/ersust. 19p.

Anitha Thampi. 2016. *Transition from centralized to decentralized Municipal solid waste management:* A Case Study of Thiruvananthapuram City, Kerala, India. M.Tech + Ph.D. Dual Degree. Centre for Technology Alternatives for Rural Areas (CTARA). Indian Institute of Technology, Bombay. 332p.

Anon.1988. Judgment in Case on Right to Sanitation- L.K. Koolwal v State Of Haryana and Ors. High Court of Rajasthan AIR 1988 Raj 2, WLN 134.

Anon. 1995. National Family Health Survey, India-1992-93, International Institute for Population Sciences, Bombay. 333p.

Anon.1995. Judgment on Case on Right to Sanitation- Virender Gaur v. State of Haryana, Supreme Court of India 2. SCC 577.

Anon.1999. Total Sanitation Guidelines. Ministry of Rural Development. Govt. of India.

Anon.2006. *Integrated municipal solid waste management project document for modernization and expansion.* Corporation of Thiruvananthapuram. 48p.

Anon. 2007. Malinya Mukta Keralam Action Plan, Local Self Government Department, Govt. of Kerala. 39p

Anon.2012. Guidelines Nirmal Bharat Abhiyan. *Ministry of Drinking Water and Sanitation*, Govt. of India. 21p.

Anon. 2015. *Technological options for solid and liquid waste management in rural areas.* Swachh Bharat Mission (Gramin). Ministry of Drinking Water and Sanitation, Govt. of India. 56p.

Anon. 2016. *The State of Sanitation in India.* History of Sanitation and Water Treatment. Asepsis Inc. https://medium.com/@Asepsis/

Anon. 2016. Waste to Wealth. *A ready reckoner for selection of technologies for management of municipal waste.* Ministry of Housing and Urban Affairs. Govt. of India. 112p.

Anon. 2017. *Towards a Clean Kerala.* Economic Review of the Kerala State Planning Board (Chapter 7). pp.441-467.

Anon. 2018. *Haritha Keralam Mission. What, Why and How?.* Govt. of Kerala. 48p.

Anon. 2019. *Swachhata Sandesh Newsletter of September 2019. Ministry of Housing and Urban Affairs. Govt. of India.*

Anon. 2020. How does littering affect the environment? Newsletter. Texas Disposal Systems. Austin. Texas. US (www.texasdisposal.com)

Bhaumik Sukanya. 2014. *India's Sanitation Story..* http://pragati.nationalinterest.in/2014/08/

Brenda Platt. 2004. Resources up in Flames. The Economic pitfalls of incineration versus a Zero waste approach in the Global South. Institute of Global Self-Reliance for Global Alliance for Incinerator Alternatives. 75p.

CEE. 2015. Source book on solid and liquid waste management in rural areas. Prepared by Centre for Environment Education, Ahmedabad for Swachh Bharat Mission (Gramin). Ministry of Drinking Water and Sanitation, Govt. of India. 108p.

Celine Sunny. 2010. Survey Report on Manual Scavengers, Kerala.

Submitted to Suchitwa Mission, Govt. of Kerala. Rajagiri College of Social Sciences, Kalamasseri, Kochi. 127p.

Chakraborty S.S. 1998. Role and demand generation in Total Sanitation Programme. Proc. Natl. Sem. on Rural Sanitation. July 9-10. Rajiv Gandhi National Drinking Water Mission. Gov.of India. New Delhi.

Chakrapani R. 2014. *Drinking water and sanitation in Kerala*- A situation analysis. Forum for Policy Dialogue on Water Conflicts in India. Pune. 81p.

Chandra Bhushan. 2018. *To burn or not to burn- Feasibility of waste to energy plants in India.* Centre for Science & Environment. p. 46.

Chen Liu and Ran Yagasa (Ed.). 2018. State of the 3Rs in Asia and the Pacific. Regional 3R Forum in Asia and Pacific. United Nations Centre for Regional Development and Institute of Global Environmental Strategies. 139p.

Chither L.P. (Ed.). 2017. Comprehensive Waste Management through the experience of Local Self Government Insitutions. Compendium for Training Assistance. Haritha Keralam Mission and Suchitwa Mission. 107p.

CPHEEO. 2016. Municipal Solid Waste Management Manual- Part I, II and III. Prepared by Central Public Health and Environmental Engineering Organization for Swachh Bharat Mission, Ministry of Urban Development, Govt. of India. 62p, 561p & 392p.

Devassy, M.K. 1961. Trivandrum District Hand Book-9, Trivandrum, p.29.

Dey C.C. and Swamy Asaktananda. 2007. Sanitation as a Movement: The R K M Lokasiksha Parishad Experience. Prabudha Bharat. 112 (6&7). 13-19; 31-35.

Gandhi M.K. 1941. *Constructive Programme- Its Meaning ad Place.* Navajeevan Publishing House. Ahmedabad. 39p.

Genevieve Bouchon. 1987. *"Sixteenth Century Malabar And Indian Ocean" in India And The Indian Ocean* 1500-1800 (Ed) Ashin Das Gupta and M. N. Pearson, OUP. Calcutta. 168p.

Government Order. 2017. Navakeralam Action Plan- Guidelines for four Development Missions. Planning & Economic Affairs Dept., Govt. of Kerala (GO (P). No. 10/2017/PEAD dt. 19.4.2017). 57p.

Government Order. 2017. Implementation Guidelines of Sanitation and Waste Management Sub Mission of Haritha Keralam Mission under Navakeralam Action Plan. Local Self Government Department, Govt. of Kerala (GO (Rt). No. 2420/2017/LSGD dt. 15.7.2017). 46p.

Government Order. 2017. Formation of State level Advisory Committee for Investment Projects in waste management. Local Self Govt.

Department. Govt. of Kerala (GO (Rt) No. 3122/2017/LSGD dt. 23.9.2017)

Government Order. 2018. Kerala state policy on solid waste management. Govt. of Kerala. Kerala Gazette No. 2332. Vol. VII (GO (PO) No. 65/ 2018/LSGD dt. 13.9.2018). 38p.

Harikumar P.S. 2010. *A synoptic study for the preparation of sectoral status of liquid waste management in Kerala*. Rep. submitted to Suchitwa Mission, Govt. of Kerala. Centre for Water Resources Development and Management, Kozhikkode. 159p.

Haritha Keralam Mission. 2020. Local Sanitation Models. *Compendium of sanitation and waste management models developed by Local Governments*, Kerala. Haritha Keralam Mission and Suchitwa Mission. Govt. of Kerala. 355p.

Hema, K R. 2015. *Native state of Cochin*. A study on the socio economic reforms and development 1900 to 1947. School of Gandian Thought and Development Studies. Mahatma Gandhi University. http:// hdl.handle.net/10603/194543

Isaac, Thomas T.M. and Franke, Richard. W. 2021. *Peoples' planning- Kerala- Local democracy and development*. LeftWord Books. New Delhi. 403p.

Isaac, Thomas T.M. and Gopakumar M. 2020. Changing canals and vanishing waste on streets- Alappuzha getting cleaned. Chintha Publishers, Thiruvananthapuram. 240p.

Iyer, Parameswaran. 2019. The Swachh Bharat Revolution (Ed.), Harper Collins Publishers, Noida, India. 251p.

James Varghese., Kurian Baby., Asnani P.U., Beena Govindan., Gopalakrishnan K.R. and Ajayakumar Varma. R. 2006. Sector assessment of Municipal Solid Waste Management Kerala for developing policy and institutional reform guidelines. Socio Economic Unit Foundation, Thiruvananthapuram for Water and Sanitation Programme- South Asia (WSP-SA), The World Bank. 224p.

Sectoral Assessment of Municipal Solid Waste Management in Kerala. Rep. to The World Bank. Socio Economic Unit Foundation, Thiruvananthapuram.

Jayakumar and Shibu K Nair. 2006. *Concept and Operationalization of Zero Waste Kovalam Project for the Department of Tourism*, Govt. of Kerala (Personal communication).

Jithendran V.N., Ajayakumar Varma R and Dileepkumar M. 2008. Guidelines on specifications, standards, unit costs, O&M protocols, subsidy norms and contract conditions for solid waste treatment plants to be set up by local governments. Local Self Govt. Department, Govt. of Kerala (GO (MS). No. 39/2008/LSGD dated11.2.2008). 28p

Johnsy Mathews. 1996. Economy and Society in Medieval Malabar (AD1500-1600) St.Mary's Press and Book Depot, Changanacherry. 269p

Joy K.J. and Bhagat Sarita (Ed.) 2016. Right to Sanitation in India: Nature, Scope and Voices from the Margins. Forum for Policy Dialogue on Water Conflicts in India. Pune. 86p.

Kareem C.K. 1973. *Kerala under hydar Ali and Tipu Sultan*, Kerala History Association, pp.182-187;

Kaza, Silpa, Lisa Yao, Perinaz Bhada-Tata, and Frank Van Woerden. 2018. What a Waste 2.0: *A Global Snapshot of Solid Waste Management to 2050*. Urban Development Series. The World Bank, Washington DC. 272p.

Kesavan Veluthat. 2009. *The Early Medieval in South India, OUP*, New Delhi. 93p

Krishna Menon T K. 1932. Progress of Cochin. E-Book. University of Calicut. P.364

KSUDP. 2006. Solid waste management of Kollam, Kochi, Thrissur and Kozhikkode Corporations of Kerala. Dft. Detailed Project Report. Local Self Government Department, Government of Kerala & Asian Development Bank (Personal communication)

Kumar Alok 2010. Squatting with dignity: Lessons from India. SAGE Publications India Pvt. Ltd. 380p.

Kumar S., Smith S.R., Fowler G., Velis C., Kumar S.J., Arya S., Reena Kumar R. and Cheeseman C. 2017. Challenges and opportunities associated with waste management in India. R. Soc. Open Sci. 4(3). http://doi.org/10.1098.rsos.160764.

Logan, William. 2010. Malabar Manual (Volume-I). New Delhi: Asian Educational Services. pp. 631-666. ISBN 9788120604476.

Medina M. 2002. Municipal Solid Waste Management in Third World Cities: Lessons Learned and a Proposal for Improvement. In S. Sassen (Ed.), Human Settlement Development- Vol III (pp. 264-282). Oxford, UK: Encyclopedia of Life Support Systems.

Medina M. 2010. *Solid waste, Poverty and the Environment in Developing Countries Cities: Challenges and Opportunities*. (Working Paper No. 23) United Nations University. Institute of Advanced Studies. Tokyo: UNU.

Mitra Sanjay. 1998. Rural Sanitation in India- Issues and Options. Proc. Natl. Sem. on Rural Sanitation. July 9-10. Rajiv Gandhi National Drinking Water Mission. Gov.of India. New Delhi.

MoEF&CC. 2016. Solid waste management Rules revised after 16 years. Press Information Bureau-April 2016., Ministry of Environment, Forest and Climate Change, Govt. of India.

Mohandas Palat. 1998. Review of the rural sanitation programme. Proc. Natl. Sem. on Rural Sanitation. July 9-10. Rajiv Gandhi National Drinking Water Mission. Govt. of India. New Delhi.

NEERI, 1996. Municipal solid waste management in Indian Urban Centres. Rep. National Environmental Engineering Research Institute. Nagpur.

Neil Tangri. 2003. Waste incineration: A dying Technology. Global Alliance for Incinerator Alternatives. 101p.

NFHS-3. 2006. National Fact Sheet India. National Family Health Survey 2005-06. http://nfhsindia.org/pdf/IN.pdf

Nirmala Padmananabhan., Mohankumar S.M. and Karthika K. 2017. *Role of Grama Panchayats in Waste Management and Environment Protection.* Decentralisation Analysis Cell. Gulati Institute of Finance and Taxation. Thiruvananthapuram. 140p.

Padhmanabha Monon K.P. 1989. Cochirajyacharithram, Mathrubumi, 76p

Padmalal, D., Narendra Babu, K., Maya, K., Rajesh Reghunath., Mini, S.R., Sreeja, R. and Saji, S. 2002. Municipal solid waste generation and management of Changanasseri, Kottayam and Kannur Municipalities, Kerala. Rep. Centre for Earth Science Studies, Thiruvananthapuram. CESS PR- 02- 2002. p. 47.

Panikkar T.K.G. 1983. *Malabar and its Folk, Asian Educational Services*, New Delhi, p.199

Parameswaran. M.P. 1998. IEC Strategy for Sanitation and Health Programs. Report of the Task Force. Commissionerate of Rural Development. Govt. of Kerala. Thiruvananthapuram. 120p.

Park, K. 2000. Park's Textbook of Preventive and Social Medicine, 16th Edition. M/s. Banarasidas Bhanot Publishers, Jabalpur.

Pathak, Bindeswar. 1991. Road to Freedom: A Sociological Study on the Abolition of Scavenging in India. Motilal Banarasidas Publishers Pvt. Ltd. Delhi.

Pattom G. Ramachandran Nair, Thiruvanantha purathinte, Itihasam, (Mal.), p.170.

Poonen T. I. 1958. A Chapter in the History of Kerala. Proc. *Indian History Congress*. Vol. 21. pp. 618-625. https://www.jstor.org/stable/44145270

RGNDWM. 1992. Report of the Expert Committee on Rural Sanitation Programme submitted to the Ministry of Rural Development. Govt. of India.

RGNDWM. 2005. *Mid-term evaluation of Total Sanitation Campaign.* Rep. submitted by the Agriculture Finance Corporation to RGNDWM, New Delhi.

SACOSAN III. 2008. Sustaining the sanitation revolution: India Country Paper. Paper presented by Govt. of India in South Asian Conference on Sanitation. November 16-21. New Delhi. 36p.

Sadasivan S.N. 2000. A Social History of Kerala, A.P.H. Publishing Corporation, New Delhi, 359p

Sandhu K. 2020. Role of informal solid waste management sector and possibilities of integration: The case of Amritsar City, India. http://www.seas.columbia.edu/earth/wtert/sfos.

Saptarshi Dutta. 2017. *A brief colonial history of sanitation in India.* Swachhindia. Ndtv.com/India@70.

Satpal Singh. 2020. *Solid waste* management in Urban India: Imperatives for improvement. Occasional Paper No. 283. Observer Research Foundation. 29p.

Seema T.N., Ajayakumar Varma R., Rajendran K. and Chither L.P. 2017. Green Office- Guidelines for Green Protocol. Haritha Keralam Mission and Suchitwa Mission. Govt. of Kerala. 56p.

Seema. T.N (Ed.) 2017. *Annual Report of Haritha Keralam Mission. Govt. of Kerala.* 136p.

Seema. T.N (Ed.). 2020. Annual Report of Haritha Keralam Mission- 2019 & 2020. Govt. of Kerala. 234p.

Seena A.L. 2011. *Evolution of health system in Travacore. Dept. of History.* M.S. University. http://hdl.handle.net/10603/14786.

Shangoony Menon P.1878. A History of Travancore, The Earliest Days. Higginbotham & Company. Madras. P.657.

Shibu K Nair and Jayakumar C. 2008. *A handbook for waste management in rural tourism areas - A zero waste approach.* UNDP, New Delhi. 57p.

Shibu K Nair. 2011. Feasibility study on establishing Resource Recovery Centres for slow decaying organics and non-biodegradable discards. Rep. submitted Suchitwa Mission, Govt. of Kerala by Thanal, Thiruvananthapuram. 57p.

Sindhu Thomas & Srinivas Rao Y. 2019. Travancore Government and Public Health. Infokara Research. ISSN No. 1021-9056. Vol. 8(11). pp.1857-1868. http://infokara.com/

Singh S.P. 1998. *Sulabh Sanitation Movement*: Vision 2000 Plus. Sulabh International Social Service Organization. New Delhi. 408p.

Sneha Palnitkar., Ranjit Chavan and Jatin V. Modi (Ed.). 2000 Manual on

Solid Waste Management. All India Institute of Local Self Government. Mumbai. 324p.

Sreedhara Menon A. 1962. *Kerala District Gazetteers: Kozhikode*. Govt. Press. Kerala. p.806.

Srinivasan P.K. and Suresh Babu S.V. 2008. *Do-it-yourself- Recycle and reuse waste water*. Centre for Science and Environment. New Delhi. 94p.

Suchitwa Mission. 2011. Minutes of the Expert Committee constituted to evaluate waste to energy projects held on July 18, 2011, Suchitwa Mission, Govt. of Kerala (GO (Rt) No. 2916/2010/LSGD dated 3.9.2010).

Suchitwa Mission. 2015. Kerala State Sanitation Strategy under National Urban Sanitation Policy 2008. State level Sanitation Committee, Govt. of Kerala in Technical Collaboration with GIZ Project. 46p.

Suchitwa Mission. 2017. *Integrated wastewater & septage management guidelines for Kerala*. Part A & Part B. Suchitwa Mission, Govt. of Kerala, In technical collaboration with GIZ Project. 27p & 52.

Suchitwa Mission. 2019. *Annual Progress Report of Suchitwa Mission for 2018-119*. Local Self Govt. Dept., Govt. of Kerala. 64p.

Suma Narayanan C. 1999. *The development of local self government in Malabar - A Study of the Municipalities and District Board* (1866-1956)." Dept. of History, Univ. of Calicut. 39p.

UN. 2010. Resolution 64/292: The human right to water and sanitation. Resolution adopted by the General Assembly. Agenda item 48 of 64th Session, United Nations.

UNICEF. 2007. Technical note on Solid and Liquid Waste Management in Rural Areas. Submitted to RGNDWM. New Delhi.

UNICEF. 2007. Technical note on Technology Options for household Toilets. Submitted to RGNDWM. New Delhi.

UNICEF. 2008. Impact Assessment of Nirmal Gram Puraskar awarded to Panchayats. Rep. submitted by TARU. Leading Edge Pvt Ltd. to UNICEF, New Delhi.

Vasuki K. 2015. Waste?.- An approach paper for sustainable management of waste. Suchitwa Mission, Govt. of Kerala. 102p.

Vasuki K. 2016. Implementation of Green protocol in National Games-2015 and challenges. Suchitwa Mission (Personal communication).

Vasuki K., Joy C.V. and Chither L.P. (Ed). 2017. Technical Manual for Scientific Waste Management. Suchitwa Mission, Govt. of Kerala. 228p.

Vasuki K., Stanly A., Sasidharan Nair K and Dileepkumar. M. (Ed.). 2013. Modern Slaughter Houses. Suchitwa Mission, Govt. of Kerala. 15p.

Vellu Pillai T.K., *The Tranancore State Mannual*, Vol. IV, p.208.

Vijayakumar K., Joy Elamon and Jithendran V.N. 2000. Total *Sanitation-Health* (Essays & Notes-Ed). Kerala State Planning Board. Govt. of Kerala. Thiruvananthapuram. 125p.

Well. 1998. Guidance manual on water supply and sanitation programs. DFID Loughborough University UK.

Yasser Arafath. 2011. *History of medicine and hygiene in mediaeval Kerala, 14th to 16th Century*. Thesis. Dept. of History, Univ. of Hyderabad. http://hdl.handle.net/10603/106153.

www.ingramcontent.com/pod-product-compliance
Lightning Source LLC
LaVergne TN
LVHW090322051026
849518LV00005B/1848